முனைவர் பக்தவத்சல பாரதி (பி. 1957) தமிழ்ச் சூழலில் மானிடவியல் சொல்லாடலை முன்னெடுத்ததில் பாரதியின் பங்கு முதன்மையானது. இதுவரை 16 நூல்களை எழுதியும் 10 நூல்களைப் பதிப்பித்தும் மொழிபெயத்தும் உள்ளார். பாரதியின் பண்பாட்டு மானிடவியல் தமிழ் மானிடவியலின் விவிலியம். தமிழர் மானிடவியல், மானிடவியல் கோட்பாடுகள் உள்ளிட்டவை பல்கலைக்கழகங்களில், பல கல்லூரிகளில் பாட நூல்கள். தமிழ்ச் சமூகத்தின் இருத்தலைத் திராவிட மானிடவியல், இன்றைய தமிழ்ச் சமூகம், சாதியற்ற தமிழர்-சாதியத் தமிழர் ஆகியவை நிறுவியுள்ளன. இலக்கிய மானிடவியல், பாணர் இனவரைவியல் கிராவின் கரிசல் பயணம் ஆகிய மூன்றும் தமிழியற் புலத்தில் மிகுந்த கவனம் பெற்றுள்ளன. தமிழகப் பழங்குடிகள், தமிழகத்தில் நாடோடிகள், வரலாற்று மானிடவியல் ஆகியவை விளிம்புநிலை, பின்காலனியம் சார்ந்தவை. பண்பாட்டு உரையாடல் தமிழ்ச் சூழலில் புதிய விவாதங்களை எழுப்புகிறது. பாரதியின் மற்றுமொரு முக்கியமான நூல் இலங்கையில் சிங்களவர். இது சிங்களவருக்கென்று தனியான ஒரு மரபில்லை என்கிறது. தமிழ்மரபின் வார்ப்புகளையே கொண்டுள்ளார்கள் என்கிறது. பேரா. என். சண்முகலிங்கத்துடன் இணைந்து எழுதிய இலங்கை-இந்திய மானிடவியல் இப்புலத்தில் மேற்கொள்ளப்பட்ட ஓர் ஒப்பியல் ஆய்வாகும். சோழ மண்டல மீனவர், நரிக்குறவர் பற்றிய பாரதியின் இரண்டு ஆங்கில நூல்கள் மேற்குலக அறிஞர்களின் கவனத்தைப் பெற்றுள்ளன. பிற நூல்களும் மிகுந்த வாசிப்பைப் பெற்றுள்ளன. புதுச்சேரி மொழியியல் பண்பாட்டு ஆராய்ச்சி நிறுவனத்தில் இயக்குநராகப் பணியாற்றி ஓய்வு பெற்று, தற்போது தமக்குப் பிடித்த மானிடவியல் ஆய்வில் தீவிரமாக இயங்கி வருகிறார் பாரதி.

பண்டைத் தமிழ்ப் பண்பாடு

மானிடவியல் நோக்கில் சங்க இலக்கியம்

பக்தவத்சல பாரதி

அடையாளம்

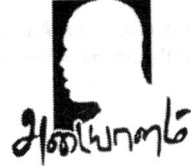

முதல் பதிப்பு 2020
மீளச்சு 2024

© பக்தவத்சல பாரதி

வெளியீடு: அடையாளம், 1205/1 கருப்பூர் சாலை, புத்தாநத்தம் 621310, திருச்சி மாவட்டம், இந்தியா, தொலைபேசி: 04332 273444, 944 37 68004

நூல் வடிவம்: த பாபிரஸ், அச்சாக்கம்: அடையாளம் பிரஸ், இந்தியா
ISBN 978 81 7720 329 5

விலை: ₹ 420

Pandaith Tamizhp Panpaadu is essays on Ancient Tamil Culture in Tamil by Bhakthavatsala Bharathi, Published by Adaiyaalam, 1205/1 Karupur Road, Puthanatham 621310, Thiruchirappalli District, Tamilnadu, India, email: info@adaiyaalam.net

என் வாழ்தினங்களின் நெடும் பயணத்தில்
ஓர் அங்கமாகி ஒளி பாய்ச்சிய
இனிய நண்பர்
முனைவர் இரா. சம்பத்
அவர்களின் தூய நட்புக்கும் புலமைக்கும்

பொருளடக்கம்

நெஞ்சின் அலைகள் vii

1 **சங்க இலக்கியம்**
இன்றைய பொருத்தப்பாடு 1

2 **சமூக உருவாக்கம்**
'குடி' சமூகத்தின் தோற்றம் 16

3 **திணைக்குடிகள்**
நிலைகுடிகளின் பன்மியம் 32

4 **பாண் சமூகம்**
வீரயுக அலைகுடிகள் 73

5 **தாய்த்தாயம்**
ஆதியில் பெண்வழிச் சமூகம் 86

6 **வாழிடங்கள்**
கல்லளை முதல் நெடுநகர் வரை 104

7 **சாதி உருவாக்கம்**
குடிஊழியமுறை சட்டகமாதல் 120

8 **குடும்பம்**
கடும்பிலிருந்து ஒக்கல் வரை 139

9 **மணமுறைகள்**
அகமண, புறமண உருவாக்கம் 152

10 **உறவுமுறை**
இரத்தவழி, மணவழி உறவுகள் 165

11 **சடங்குகள்**
பண்பாடு கண்ணெதிரே செயல்படுதல் 177

12 *சமயம்*
மீவியல் ஆற்றலும் வழிபாடும் 190

13 *பூசாரி*
தேவராட்டி முதல் குயவர் வரை 214

14 *கலைகள்*
பாண் சமூகத்தாரின் பண்பாட்டுக் கோலங்கள் 231

15 *விழாக்கள்*
சமூகம் புத்தாற்றல் பெறுதல் 258

16 *உணவு*
அடிசில் முறைகள் 278

17 *பூசல், போர்*
தமிழ்த் தேசத்தில் வீரயுகக் காட்சிகள் 304

18 *ஆரியமயமாதல்*
சங்க காலத்தில் வடபுலத்தார் வருகை 321

உசாத்துணை 348

சுட்டி 358

நெஞ்சின் அலைகள்

இந்த நூல் சங்க இலக்கியம் பற்றியது. சங்க இலக்கியத்தை முன்வைத்து மனிதகுல வரலாற்றை எழுத வேண்டுமென்பது என்னுடைய நீண்டகாலக் கனவு. சங்க இலக்கியம் நமது தொன்மை மட்டுமல்ல; தமிழ்ப் புலமைநெறியின் குறியீடு. நமது சிந்தனை மரபின் முதுசொம். இதனை மானிடவியல் நோக்கில் ஆழ்ந்து அறிய வேண்டுமென நீண்ட காலமாக எண்ணி வந்தேன்.

இந்த எண்ணம் மேலெழுவதற்குக் காரணமாக அமைந்தது பேராசிரியர் கா.ராஜன் அவர்களின் *தொல்லியல் நோக்கில் சங்ககாலம்* *(2004)* எனும் நூல். இது என்னைக் கவர்ந்த சிறந்த ஆய்வு நூல்களில் ஒன்று. இதைப் போன்றே 'மானிடவியல் நோக்கில் சங்ககாலம்' எனத் தலைப்பிட்டு ஓர் ஆய்வைச் செய்தால் சங்க இலக்கியம் பற்றி இருபெரும் துறைகளின் புரிதல் கிடைக்குமென்று எண்ணினேன்.

சங்க இலக்கிய ஆய்வில் எவரும் சட்டென ஈடுபட இயலாது என்பதை நான் உணர்ந்திருந்தேன். செம்மொழித் தமிழாய்வு மத்திய நிறுவனம் 2006இல் உருவான பிறகு இதில் ஈடுபடும் வாய்ப்புகள் ஏற்பட்டன. இக்காலப் பகுதியில் நிகழ்ந்த உந்துதலின் பயனாகப் *பாணர் இனவரைவியல்* *(2012)* எழுதினேன். எனது மானிடவியல் முனைவர் பட்ட ஆய்வின் ஒருவகையான தொடர்ச்சி என்று இந்நூலினைச் சொல்லலாம். குடுகுடுப்பையடித்து யாசிக்கும் ஜாமக்கோடங்கிகள் பற்றியதே என் முனைவர் பட்ட ஆய்வு.

பத்தாண்டுகளுக்கும் மேலாக எழுதி வந்த சங்க இலக்கிய ஆய்வுக் கட்டுரைகளை ஒழுங்கு செய்து *இலக்கிய மானிடவியல்* *(2014)* நூலை வெளியிட்டேன். இதனைத் தொடர்ந்து சங்க இலக்கியத் தரவுகளை அடிப்படையாகக் கொண்டு *சாதியற்ற தமிழர்-சாதியத் தமிழர்: சாதிக்கு முந்தைய பிந்தைய தமிழ்ச் சமூகம்* *(2018)* எனும் நூலையும், அடுத்ததாகச் *சங்ககால உணவு: பண்டைத் தமிழரின் அடிசில் முறைகள்* *(2020)* எனும் நூலையும் எழுதினேன்.

இந்த நான்கு நூல்களை எழுதியதன் மூலம் சங்க இலக்கியம் பற்றி ஒரு நுண்ணிய 'பார்வை' எனக்கு ஏற்பட்டது. அதனைக் கொண்டு ஒரு மீள்பார்வையாக அல்லது 'மறுபார்வை'யாகப் பண்டைத் தமிழ்ப் பண்பாடு எனும் இந்நூலைப் படைத்துள்ளேன். இந்நூலின் வகிபாகம் பற்றி முதல் இயலின் பின் பகுதியில் குறிப்பிட்டுள்ளேன். அதனால் அது பற்றி இங்குக் குறிப்பிடுவதைத் தவிர்க்கிறேன்.

சங்க இலக்கியம் ஒரு பல்துறை பயில்களம். எல்லா துறையினரும் அறிய வேண்டிய, ஆராய வேண்டிய களம். மானிடவியல் களத்தில் அறிவதற்கு ஏராளமான தளங்கள் உள்ளன. அவற்றில் பதினெட்டுக் களங்களில் மட்டுமே இந்நூலில் கவனம் செலுத்தியுள்ளேன்.

பல்வேறு அறிஞர்கள் திரும்பத் திரும்பப் பேசிய விடயங்களைத் தவிர்த்துள்ளேன். எடுத்துக்காட்டாக, சங்ககாலத் திருமணம் என்று எடுத்துக்கொண்டால் பண்டைய திருமண முறைகள், வதுவைச் சடங்குகள், வட மரபோடு ஒப்பிடுதல், தாலி பற்றிய விவாதம், ஐயர் யாத்தனர் கரணம் போன்ற விடயங்களை முழுவதுமாகத் தவிர்த் துள்ளேன். பலரும் கவனிக்கத் தவறிய அகமண, புறமண உருவாக்கம் பற்றியும், சங்ககால மண விதிகளின் உலகளாவிய பொருத்தப்பாடு பற்றி மட்டும் விவாதித்துள்ளேன். இவ்வாறே ஒவ்வோர் இயலிலும் ஏற்கனவே பேசிய விடயங்களைத் தாண்டிப் புதிய விடயங்களைக் கவனப்படுத்தியுள்ளேன்.

இங்குச் சிலருக்கு நன்றி சொல்ல வேண்டும். இந்த நூலை எழுதும் போது நான் விரும்பிய போதெல்லாம் விவாதத்தில் பங்கெடுத்தவர் எமது நிறுவனத்தின் மேனாள் இயக்குநரும் மொழியியல் அறிஞருமாகிய பேராசிரியர் இரா. கோதண்டராமன் அவர்கள். ஆய்வு ஒரு தவநிலை என்று எங்களுக்குக் கற்றுத் தந்தவர் அவர்.

சங்க இலக்கிய ஆய்வில் மிகவும் தோய்ந்தவர் பேராசிரியர் அ. பாண்டுரங்கன் அவர்கள். சங்க இலக்கியம் தொடர்பாக வெவ்வேறு தலைப்புகளில் நான்கு சிறந்த நூல்களை எழுதியவர். அவற்றில் ஒன்று ஆங்கில நூல். தொகை இயல் (2008) எனும் நூலுக்குப் பேராசிரியர் கா. சிவத்தம்பி எழுதிய அணிந்துரை பேரா. அ. பாண்டுரங்கன் அவர் களின் புலமையைப் பேசுகிறது. அவரிடம் நான் கற்றது அதிகம்.

எமது நிறுவனப் பேராசிரியர் சிலம்பு நா. செல்வராசு அவர்களும் சங்க இலக்கிய ஆய்வில் தோய்ந்தவர். பல ஆய்வு நூல்களை எழுதியுள்ளார். நாங்கள் இருவரும் சேர்ந்து பணியாற்றிய கால்

நூற்றாண்டுக் காலம் மிகவும் இனிமையான நாட்கள். கூட்டாகக் கற்றது ஏராளம். அவருடைய இலக்கியப் புலமை எனக்கும், என்னுடைய மானிடவியல் கருத்துகள் அவருக்கும் பயன்பட்டன. இந்நூலின் மெய்ப்புப்படியை வாசித்து உதவினார்.

பேராசிரியர் இரா. சம்பத் அவர்களும் எனது இலக்கியத் தேடலைச் செழுமைப்படுத்தியவர். யாப்பியல், கவிதையியல் இரண்டிலும் ஆழங்காற்பட்ட வல்லுநர். நாங்கள் இருவரும் அருகருகே அமர்ந்து பணியாற்றிய காலம் முப்பது ஆண்டுகள். இலக்கியம், மானிடவியல் குறித்து எமது விவாதங்களைக் கணக்கில் கொண்டு வர இயலாது. எனது விவாதங்கள் அவருக்கும், அவருடைய விவாதங்கள் எனக்கும் பயன்பட்டன. எனது ஆய்வுலகில் மிக அணுக்கமான நீண்டகால நண்பர் இவர். அதனாலேயே இந்நூலை அவருக்குச் சமர்ப்பித்திருக்கிறேன். புலமை, நேர்மை, ஒழுக்கம் இம்மூன்றையும் ஒருங்கே வசப்படுத்தியவர். எமது நட்புக்கு இவையே அடிப்படை.

எனது சங்க இலக்கிய ஆய்வுகளை அரங்கேற்றம் செய்வதற்கு அழைத்த பேராசிரியர்களை இங்குப் பதிவிட இயலா நிலையில் உள்ளேன். எண்ணற்ற பல்கலைக் கழகங்கள், கல்லூரிகள், ஆய்வு நிறுவனங்கள் என்னை அழைத்தன. அங்கு ஆற்றிய ஆய்வுரைகள் எனது பார்வையை மேம்படுத்தின. இச்சூழலில் அனைவருக்கும் நன்றி பாராட்டி மகிழ்கிறேன்.

வழக்கம்போல் அடையாளம் பதிப்புக்குழு இந்த நூலை நேர்த்தியாகப் பதிப்பித்துள்ளது. அக்குழுவினருக்கு என் நன்றிகள். எனது உயிர்விசை என் குடும்பம். அது கொடுக்கும் ஆற்றல் அளவற்றது. எனது வாழ்தினங்களின் நீண்ட பயணத்தில் ஒவ்வொரு நாளும் எனது இயக்கத்தில் பங்கு பெறுபவர்கள் என் குடும்பத்தார் மட்டுமே. மனைவி ர. விஜயா, மகள் கா. வைஷ்ணவி, மருமகன் வை. கார்த்தி ஆகிய மூவர்க்கும் நன்றி சொல்வது எளிதல்ல.

பாங்கொளத்தூர்
30 நவம்பர் 2020

பக்தவத்சல பாரதி
bharathianthro@gmail.com

பண்டைத் தமிழ்ப் பண்பாடு

மானிடவியல் நோக்கில் சங்க இலக்கியம்

1
சங்க இலக்கியம்
இன்றைய பொருத்தப்பாடு

அற்றைத் திங்கள் அவ்வெண் ணிலவின்
எந்தையும் உடையேம்எம் குன்றும் பிறர்கொளார்
இற்றைத் திங்கள் இவ்வெண் நிலவின்
வென்றுஎறி முரசின் வேந்தர்எம்
குன்றும் கொண்டார் யாம் எந்தையும் இலமே

(பாரிமகளிர், புறநானூறு 112)

சங்க காலம் தொல் பழங்காலம். அப்பழங்கால வாழ்வுமுறை பற்றி நவீனகால பரிசீலனை தேவையாகிறது. ஏனெனில் தமிழ் மரபும் அதன் அடையாளமும் அங்கிருந்தே தொடங்குகின்றன. தொல் பழங்கால அனுபவம் மனித குலத்தின் இயற்கை நிலையாகும். அதிலிருந்து நீண்ட நெடிய தூரம் கடந்து வந்துவிட்டாலும் அதனை இன்றைய நுட்பங்களுடன் அறிய வேண்டும். கால ரீதியிலான அதன் பொருத்தப் பாட்டை மீள் நிர்ணயம் செய்ய வேண்டும். கடந்த காலத்திலிருந்தே நிகழ்காலத்தையும் வருங்காலத்தையும் வடிவமைக்க முடியும். இதற்குச் சங்க இலக்கியம் அடிப்படையாக அமைகிறது.

சங்க இலக்கியம் பாட்டும் தொகையுமாக அமைந்திருக்கிறது. 'சான்றோர் கவி' என்றே தொடக்கத்தில் அழைக்கப்பெற்றது. 'அகவல் பாடல்' என்றும் அழைக்கப்பெற்றது. பின்னாளில்தான் 'சங்க இலக்கியம்' எனப் பெயர் பெற்றது. வாய்மொழிப் பாணர்களாலும், எழுத்தறிவுப் புலவர்களாலும் படைக்கப் பெற்றது. இயற்கை நெறிக் காலம் தொடங்கி, அடுத்தடுத்த காலத்தின் ஊடாகப் பயணித்து வருவது. சமயச் சார்பற்ற இலக்கியம் எனத் தமிழிலக்கியவாதிகளால் விதந்து முன்மொழியப்படுவது (இது புலமை நெறிப்பட்ட விவாதத்திற்குரியது). கி.மு.6லிருந்து தொடங்கும் இரும்புக் காலம்

அல்லது பெருங்கற்படைக் காலகட்டத்திலிருந்தே பாடப்பெற்றது. கணிசமான அளவில் பெண்பாற் புலவர்களால் பாடப்பெற்றது (புலவர்களில் ஒரு பங்கினர் பெண்பாற் புலவர்கள்).

சங்க இலக்கியம் புலனறி நேர்க்காட்சிவாதத்தையும், பட்டறிவு அனுபவவாதத்தையும், நடப்பியல் எதார்த்தவாதத்தையும் கவிதை யாக்கியுள்ளது. இக்கலையாக்கத்தில் செய்நேர்த்தியாகச் செய்யப்பட்ட இலக்கண இலக்கிய மொழித் திறனும், மனம் சார்ந்த அறிதிறனும் (cognition) நுட்பமானவை. படைப்பாளிகளின் உலகப்பார்வையும் (world view) தனித்துவமானது. அகம்-புறம், யாதும் ஊரே..., தீதும் நன்றும்... என விரியும் வாழ்வியல் பார்வைகள் உலகளாவியங்களைப் (universalisms) பேசுகின்றன. மலர்க்குறி, பகற்குறி, இரவுக்குறி, காவல் மரம், உண்டாட்டு, குரவை, துணங்கை என வாழ்வை இயற்கைக் குறியீடுகளோடு பொருத்தி இயற்கையின் மொழியாய் விளங்கு கின்றது. இக்கவிதையாக்கம் அல்லது கலையாக்கம் வாய்மொழி, எழுத்துமொழி என்கிற இணைப் படிமலர்ச்சியைச் (parallel evolution) சாத்தியமாக்கியது. இதனூடாக அது மொழிக் கலையாகவும் வாழ்வியல் கலையாகவும் பரிணமித்து வந்துள்ளது. இதில் தமிழ்ச் சமூகத்தின் வரலாறு, தொல்லியல், சமயம், சமூகம், பண்பாடு, கலை, வேளாண்மை, வணிகம், அறிவியல் எனப் பலவற்றையும் பேசுகின்றது. இவை ஒவ்வொன்றிலும் மனித குலத்தில் தோன்றிய ஆரம்பகால வடிவங்களைக் காட்சிப்படுத்துகின்றது.

இலைதழைகளை ஆடையாக அணிந்த தொல்கூறு முதல் பாதீடு, பண்டமாற்றம், கொடைக்கடன், உண்டாட்டு, உடன்போக்கு, வெறியாடல், தைந்நீராடல், தேவராட்டி, களவேள்வி முதலான கணக்கற்ற தொல்கூறுகளின் ஊடாகப் பண்டைய வாழ்வியலைக் காட்டுகிறது. உலகளாவிய நிலையில் மனிதகுல வரலாற்றை மீட்டெடுப்பதில் சங்க நூல்கள் மிகவும் தொன்மையான சான்றாதாரங்கள் பலவற்றைக் காட்டுகின்றன.

ஒரு மதத்தை மட்டும் சார்ந்திராமல், இயற்கையை மட்டும் பெரிதும் சார்ந்திருந்த சங்ககால வாழ்வியல் மனித குலத்தின் ஆரம்பகால அமைப்புகளைக் (elementary forms) கொண்டது. அவை யாவற்றையும் அன்றைய ஐந்திணை வாழ்வியலின் ஊடாகக் காண வேண்டியுள்ளது. வாழ்வியலின் வெளிச்சத்தில் இலக்கியம் துலக்கமாகும். வாழ்வைக் கலாபூர்வமாக்குவதே இலக்கியம்தான். சங்க இலக்கியம் செவ்வியல் இலக்கியம். அது செல்நெறி

சார்ந்தது. இருபத்தாறு நூற்றாண்டுகளுக்கு முந்தைய மனிதகுல வாழ்வியலைப் பேசுவது. இப்பின்னணியில் சங்க இலக்கியத்தைக் கொண்டும் மனித குலத்தின் நீண்ட நெடிய அறுபடாத வரலாற்றைச் சொல்ல முடியும்.

சங்க இலக்கியங்கள் பேசும் பண்டைய தமிழ் மக்கள் ஐந்திணை களில் வாழ்ந்தாலும் அனைவரும் அவரவர் இயல்மரபுடன் தன்னியல்பான முறையில் தோன்றி வளர்ந்தவர்கள். இவர்களின் வாழ்வு முறை இயல்முறை வளர்ச்சியைக் (orthogenic development) கொண்டிருந்தது. இந்த இயல் மரபை அறிவது தமிழ் மரபின் தனித்துவத்தையும் சுயத்தன்மையையும் அறிவதாக அமையும்.

தமிழர்களின் இயல் மரபோடு வடபுலத்திலிருந்து வந்த ஆரியர் களின் அயல் மரபு ஓரினமாகிக் கலந்துவிட்ட பிறகு இங்குக் கூட்டுத் தன்மையிலான வளர்ச்சி (heterogenic development) அசைவியக்கம் பெற்றது. தமிழர்கள் வள்ளியையும் வணங்கினார்கள்; தேவயானை யையும் தொழுதார்கள். இதனாலேயே இப்போக்கினைக் 'கலப்பு' என்பதைவிடவும், 'கூட்டுத்தன்மை'யானது என்கிறோம். இந்தக் கூட்டுத்தன்மையானது நீண்ட காலகட்டத்தில் அசைவியக்கம் பெற்று வந்துள்ளதால் அதிலிருந்து தமிழ் மரபின் தனித்துவங்களைத் தனியாகப் பிரித்தறிய வேண்டியுள்ளது. இத்தனித்துவங்களைக் காண்பதற்குச் சங்க இலக்கியம் பெரிதும் துணை நிற்கும்.

சங்க காலம்

சங்க இலக்கியத்தின் காலம் இன்னும் துல்லியமாக வரையறுக்கப்பட வில்லை. புதிய புதிய அகழாய்வுகள் செய்யும்போதெல்லாம் இதன் காலம் நீண்டு சென்று கொண்டிருக்கிறது. கீழடிக்குப் பிறகும் நீளக்கூடும். இப்போதைக்குக் கி.மு.600 என நிறுவப்பட்டிருக்கிறது.

கி.மு.600 தொடங்கி கி.பி.100 வரையிலான காலகட்டம் தமிழகத்தில் 'இரும்புக்காலம்' என்று தொல்லியல் அறிஞர்களும், 'சங்க காலம்' என்று இலக்கிய அறிஞர்களும் வரையறுத்துள்ளனர். இக்கால கட்டத்தைப் பற்றி அறிவதற்கு ஐந்து வகையான சான்றாதாரங்கள் கிடைக்கின்றன. அவை: 1. தொல்லியல் பொருள்கள், 2. தமிழி எழுத்துகள் அல்லது குறியீடுகள் கொண்ட பானையோடுகள், 3. பழந்தமிழ்க் கல்வெட்டுகள், 4. செவ்விலக்கியங்கள் (பாட்டும் தொகையும்), 5. மானிடவியல் சான்றுகள்.

இந்தச் சான்றுகளில் இரும்பின் பயன்பாட்டைப் பெரிதும் காண முடிகிறது. ஆதிச்சநல்லூர், சித்தன்னவாசல், கொடுமணல், கிருஷ்ணகிரி முதலான இடங்களில் மேற்கொள்ளப்பட்ட அகழாய்வு களில் இரும்புப் பொருள்கள் கிடைக்கின்றன. பானை, மட்பாண்டங் களில் இரும்பாலான எழுத்தாணி கொண்டு எழுத்துகளும் குறியீடு களும் வரையப்பட்டுள்ளன. செவ்விலக்கியங்கள் எழுத்தாணி கொண்டு எழுதப்பட்டுள்ளன. இவ்விலக்கியங்கள் வாய்மொழியாகப் பாதுகாக்கப்பட்டன என்ற வாதம் ஏற்கப்பட்டாலும் ஒரு கட்டத்தில் எழுத்தாணியின் (இரும்பு) பயன்பாடு வந்துவிட்டதை மறுக்க இயலாது. 'இரும்புத் தலையாத்த திருந்துகணை விழுக்கோல்' (பெரும். 91) உள்ளிட்ட இன்னும் பலதரப்பட்ட இரும்புக் கருவிகளின் பயன்பாட்டைச் சங்க காலத்தில் காண்கிறோம். கல்வெட்டுகளில் இரும்பு உளி கொண்டு எழுதியிருக்கின்றனர். ஆதலின், 'இரும்புக் காலம்', 'சங்ககாலம்' ஆகிய இரண்டும் ஒரு நாணயத்தின் இரண்டு பக்கங்களாகும். ஒரு பொருள் கொண்ட இருவேறு சொல்லாட்சிகள் எனலாம். இரண்டுமே நமக்கு மிக முக்கியமான சான்றுகளைக் கொடுக்கின்றன.

இலக்கியம், கல்வெட்டு, இரும்புக்காலம்

சங்க இலக்கியம், கல்வெட்டு இரண்டும் பல்வேறு இடங்களில் ஒன்றையொன்று பிரதிபலிக்கின்றன. சங்க இலக்கியங்கள் பதிவிடும் பல பெயர்கள் கி.மு.3, 2ஆம் நூற்றாண்டுத் தமிழிக் கல்வெட்டுகளில் காணப்படுகின்றன. சங்க இலக்கியங்களில் 'இளையர்' எனும் சொல் 56 இடங்களில் உள்ளன. சித்தன்னவாசல் கல்வெட்டிலும் இச்சொல் உள்ளது (சங்கரன், கி.இரா. 2016: 34). இவ்வாறே 'அதன்' எனும் சங்க இலக்கியச் சொல் அழகர்மலைக் கல்வெட்டில் உள்ளது. மேலும், 'அந்துவன்' எனும் சொல் அகநானூற்றில் (59: 12) வருகிறது. இப்பெயர் திருப்பரங்குன்றத்துக் கல்வெட்டில் உள்ளது. கொடுமணலின் பானையோட்டுப் பொறிப்பில் உள்ள 'கண்ணன் அதன்' எனும் பெயர் எட்டுத்தொகையில் மூன்று முறை பதிவாகியுள்ளது. இவ்வாறான சான்றுகள் இன்னும் தொடர்கின்றன (விரிவுக்குக் காண்க: சங்கரன், கி. இரா. 2016).

இவ்வாறு, சங்க இலக்கியங்கள், பானை ஓடுகள், கல்வெட்டுகள் ஆகிய மூன்று வேறுபட்ட தளங்களில் இப்பெயர்கள் ஒரு தொடர்ச்சி யுடன் பதிவாகியுள்ளன. அக்கால மேட்டுக் குடிகளின் பதிவுகளாக இவை இருக்க முடியும். இம்மக்களின் அதிகாரம், படிப்பறிவு, தொழிற்

திறன் ஆகிய மூன்றும் ஒன்றிணைகின்ற தளங்களாகவும் இவை காட்சிப்படுகின்றன (மேலது: 24, 40). இவற்றை ஒன்றிணைப்பதில் இரும்பின் பயன்பாடு மிக முக்கியமானதாக உள்ளது. அதனாலேயே இக்காலகட்டத்தை இரும்புக்காலம் என்கிறோம். சங்ககாலம் என இலக்கியத் தளத்திலும், இரும்புக்காலம் எனப் பண்பாட்டுத் தளத்திலும் வேறுபடுத்திக் காண்கிறோம். சங்ககாலம் பற்றிய புரிதலில் தொல்லியல் துறை பெரிதும் பயன்படுவதால் இரும்புக் காலம் எனும் சொல்லாட்சி இடம் பெறுவது தவிர்க்க இயலாததாகும்.

இடைவெளியும் இட்டுநிரப்புதலும்

சங்ககாலம் பற்றிய தேடுதலில் மிகவும் சவாலாக நிற்பது 'தரவுக்களம்' (data base). ஒன்றைப் பற்றிய விவரிப்பில் சங்க இலக்கியம் சொல்வது பல இடங்களில் முழுமை பெறாமல் நிற்கிறது. அது பற்றித் தொல்லியல், கல்வெட்டியல், மானிடவியல் தரவுகள் அந்த இடைவெளியை இட்டு நிரப்பும். இத்தகு களங்கள் நமக்கு ஆர்வ மூட்டுவதாய் அமைகின்றன. ஆனால் சிலவிடங்களில் நிலைமை வேறாக அமைகிறது. இலக்கியம் பேசும் பொருளை மற்ற துறைகள் பேசாது; இலக்கியமும் முழுமையான தரவுகளை அளிப்பதில்லை.

மேற்கூறிய சூழல் சவாலானது. எடுத்துக்காட்டாக, சங்க இலக்கியங்கள் விரிவாகப் பேசாத சமணம் பற்றிய தரவுகள் கல்வெட்டுகளில் கிடைக்கின்றன. இலக்கியங்கள் வாயிலாக முழுமையாக அறிய இயலவில்லை. இத்தகைய சூழல்களில் 'தரவுத் தட்டுப்பாடு' அல்லது 'தரவு இடைவெளி' காணப்படுகிறது. இலக்கியங்களுக்குள்ளும் முழுமை இல்லை. தரவுகளின் சீர்மை தொடரவில்லை.

> குறுந்தொகை, நற்றிணை உள்ளிட்ட தொடக்க காலச் சங்கப் பிரதிகளில் இடம்பெறாத வைதீக மரபு சார்ந்த கருத்து நிலைகள் சிலப்பதிகாரத்தில் உள்வாங்கப்பட்டபோதும், மணிமேகலையில் உள்வாங்கப்படவில்லை... கால மாற்றங்களினால் உருவாகும் கருத்துநிலைகள் சார்ந்து பிரதிகள் உள்வாங்கப்படுகின்றன (அரசு, வீ. 2014: 71).

பேராசிரியர் வீ. அரசு குறிப்பிடுவது போன்ற வேறொரு இடை வெளியை பேராசிரியர் கா. ராஜன் பின்வருமாறு குறிப்பிடுகிறார்.

சங்க இலக்கியத்தில் சமணர்களைப் பற்றிய குறிப்புகளோ, தமிழர் பயன்படுத்திய எழுத்து வரி வடிவங்களைப் பற்றியோ, சங்ககால

மன்னர்கள் வெளியிட்ட நாணயங்களைப் பற்றிய குறிப்புகளோ மிகுதியாகக் காணப்படவில்லை... சமணர்கள் பற்றிய குறிப்புகள் மிகுதியாக இலக்கியங்களில் காணப்படாததால் இவர்கள் சங்ககாலத்தில் செல்வாக்குப் பெற்றுத் திகழவில்லையோ என்ற தோற்றம் ஏற்படுகிறது... தமிழ்ப் பிராமி கல்வெட்டுகளைப் பார்க்கும்போது சங்ககாலத் தமிழகத்தில் சமண சமயம் மட்டுமே தழைத்தோங்கியிருக்க வேண்டும் என்ற தோற்றம் ஏற்படுகிறது *(ராஜன், கா. 2010: 2).*

கா. ராஜன் இது சார்ந்து இன்னும் சில சமனற்ற போக்குகளையும் சுட்டிக்காட்டுகிறார் (காண்க: மேற்சுட்டிய நூல்).

சங்ககாலத்தை மீள் உருவாக்கம் செய்ய முற்படும்போது எழுகின்ற இன்னுமொரு சிக்கல் முன்னிருந்து செல்வதா? பின்னிருந்து வருவதா? என்பதாகும். தொல் பழங்காலத் தரவுகளைப் பகுத்தாயும் போதும், பொருள்கோடல் செய்யும்போதும் இன்றைய நிலையிலிருந்து மெல்ல நகர்ந்து பின்னோக்கிச் செல்ல வேண்டுமா? (தெரிந்ததிலிருந்து தெரியாததை நோக்கிச் செல்லுதல்) அல்லது கடந்த காலத்திலிருந்தே பொருள்கோடல் செய்துகொண்டு இன்றைய நிலையை அடைய முடியுமா? (தெரியாததலிருந்து தெரிந்ததை நோக்கி வருதல்). இச்சிக்கலுக்குத் திட்டவட்டமான முறையியல் இல்லை என்பதே ஆய்வு வரலாறாகும்.

ஓர் இலக்கியவியல் அறிஞராக வீ. அரசு முன்வைத்த சிக்கலைக் கண்டோம். தொல்லியல் அறிஞரான கா. ராஜன் குறிப்பிட்ட இடர்ப்பாட்டையும் கவனித்தோம். தென்னிந்தியாவின் தொடக்ககால வரலாற்றில் புலமை மிக்கவரான வரலாற்று அறிஞர் ராஜன் குருக்கள் குறிப்பிடும் பின்வரும் கருத்தினைக் காண்போம்.

சங்க இலக்கியங்கள் வாய்மொழி மரபோடு நெருங்கிய உறவுடையவை. வாய்பாட்டு அமைப்பிலான வெளிப்படுத்தும் முறை, நனவிலி பொருண்மைகளோடு தொடர்புடைய குறிகளைப் பயன்படுத்துதல் ஆகிய பண்புகளை அவை பெற்றுள்ளன. எனவே தொடர்பாட்டு அணுகுமுறை, வாய்பாட்டு அணுகுமுறை, உளவியல் அணுகுமுறை, குறியீட்டியல் அணுகுமுறை ஆகியவற்றின் வழியாகவே இந்த இலக்கியங்களின் பனுவலாக்கக் கொள்கைகளையும் பாடலின் உண்மையான பொருண்மை களையும் உணர முடியும் (குருக்கள், ராஜன் 2010: 139).

மேற்கூறிய மூன்று அறிஞர்களின் கருத்துகள் ஒரு வகைமாதிரியாக

இங்குச் சுட்டிக்காட்டப்பட்டுள்ளன. இவ்வாறான கருத்துகளின் தொடர்ச்சியை நாம் கவனிக்க இயலும். இச்சூழலில் நாம் கவனிக்க வேண்டிய கருத்து என்னவெனில் சங்கப் பனுவல்களைப் பல்துறை பார்வையோடு அணுக வேண்டும் என்பதாகும். கூடவே, இப்பனுவல்களைக் கவிதையாக்கமாகவோ, கலையாக்கமாகவோ காண்பதைத் தாண்டிச் சமூக-பண்பாட்டுக் கட்டமைப்போடு எவ்வாறு பொருந்தி நிற்கின்றன என்பதையும் அறிய வேண்டும். தமிழியல் ஆய்வுகளில் பல்துறை அணுகுமுறை என்பது ஏற்கனவே ஏற்றுக்கொள்ளப்பட்ட ஒன்றுதான். ஆயினும் அதனை முறையியல் வகையிலும் கோட்பாட்டு வகையிலும் வலுப்படுத்த வேண்டியுள்ளது.

சங்க இலக்கிய ஆய்வில் விரிவும் ஆழமும் கண்டிருக்கின்ற ராஜ் கௌதமன் (2006, 2009) தன்னுடைய ஆய்வு அனுபவத்தின் ஊடாகப் பின்வரும் கருத்தை மிகுந்த கவனத்துடன் பதிவிட்டிருக்கிறார்.

'பாணர்-புலவர் மரபுகளில் களவு' என்ற தலைப்பில் இதுவரை கூறியவை இனி நடத்தவிருக்கின்ற புத்தாய்வுகளுக்குரிய அறிமுக உரையாக அமையலாம். தொல்லியல்/மானிடவியல் கண்டுபிடிப்புகளைத் துணையாகக் கொண்டு இவ்வாய்வுகள் விரிவாக நிகழ்த்தப்பட வேண்டும். மூவேந்தர்களையும், தமிழ்ப் பெண்களின் கற்பையும் பற்றிப் பேசிப் பேசிச் சுயமோகத்தில் ஆழ்ந்து சொக்கிப் போன காலம் மலையேறிவிட்டது (முருகுபோல). தமிழினத்தை அறிவியல் பலத்தால் அகழ்ந்து ஆய்ந்து உலகத்தின் பார்வையில் நிலைநிறுத்துவதும் அதன் மூலவீரியத்தின் உள்ளார்ந்த இனக்குழுக் கட்டமைப்பைக் கண்டறிவதும் கடமையாகிறது. இதனை நிறைவேற்றுவது சாதியத்தால் சாத்தியமில்லை. சாதியத்தின் பதுக்கை மீதே இது சாத்தியம் (2009: 80).

பெருங்கற்காலப் பண்பாட்டின் சுவடுகளைக் கொண்டுள்ள சங்க இலக்கியத்தில் பாணர் மரபுக்கும் புலவர் மரபுக்கும்கூடத் தொடர்ச்சியும் வேறுபாடுகளும் உள்ளன. பாணர்கள் தம் பயணவழிப் புலனறிவைக் கொண்டு கலையாக்கம் செய்தார்கள் என்றால், புலவர்கள் அதனை மெருகூட்டிப் புனைவு அழகியலாக மறுஉற்பத்தி செய்தார்கள் எனலாம். இவ்வாறு பண்பாட்டின் ஒவ்வொரு தளத்திலும் பாணர்-புலவர் மரபுகளுக்கிடையில் காணக்கூடிய இலக்கிய ஆக்கத்தின் உள்ளார்ந்த கருத்தினங்களை ஆய்வு செய்தால் புதிய உள்ளொளிகள் கிடைக்கும் என்கிறார் ராஜ்கௌதமன் (2009: 80). அவரது கருத்துகள் முழுவதும் கவனிக்கத்தக்கவை.

சங்ககாலத்தில் மருத நில மக்கள் முல்லை நில மாடுகளை விலைக்கு வாங்கி விவசாயத்தில் பயன்படுத்தியுள்ளனர். மாடு வணிகப் பொருளானது பற்றிப் புறநானூறு (395) பேசுகிறது. இந்த வணிகத்தில் யாரெல்லாம் ஈடுபட்டார்கள் என்பதை இலக்கியம் பேசவில்லை. ஆனால் நடுகற்களில் வண்ணக்கன், வளஞ்சியர், ஐந்நூற்றுவர், செட்டி முதலான வணிகர்களின் பெயர்கள் பொறிக்கப் பட்டுள்ளன (பூங்குன்றன், ர. 2016: 69). சங்க இலக்கியம் குறிப்பிடாததை நடுகற்கள் குறிப்பிடுகின்றன. ஆகவே இலக்கியத்தில் உள்ள இடைவெளியைக் கல்வெட்டின் துணையோடு முழுமைப்படுத்த முடிகிறது.

சங்க இலக்கியத்தில் நடுகல் பற்றிக் கூறும் பாடல்களில் கரந்தைத் திணை பற்றியே பெரிதும் பேசப்பட்டுள்ளது. வெட்சித் திணை பற்றிய பாடல்கள் குறைவாகவே உள்ளன. சங்கப் பாடல்களைத் தொகுத்தவர்கள் கரந்தைப் பாடல்களுக்கு முக்கியத்துவம் கொடுத்துள்ளார்கள். இலக்கியங்கள் கரந்தைத் திணையை மிகுத்துக் கூறினாலும், கிடைக்கின்ற நடுகற்கள் அக்கோட்பாட்டிற்கு மாறாக உள்ளன (மேலது: 16). இச்சூழலில் இலக்கியத்தைக் கொண்டு ஒரு பகுதியையும், நடுகற்களைக் கொண்டு மறு பகுதியையும் அறிய வேண்டியுள்ளது. அப்போதே இது பற்றிய புரிதல் முழுமை பெறுகிறது.

இவ்விடத்தில் இன்னுமொரு சிக்கலையும் இணைத்துப் பேசினால் சங்க இலக்கிய ஆய்வுகளில் பிற துறைகளின் தேவையை உணர முடியும். தொறுப் பூசல் பற்றி ஏராளமான செய்திகளைத் தரும் நடுகற்கள் அப்பூசல் நடைபெற்ற காலம், இடம், நிகழ்முறை முதலானவை பற்றி எதுவும் குறிப்பிடுவதில்லை. ஆனால் சங்கப் பாடல்கள் 'கல்காய் கானத்துச் சென்று தொறு கொள்வர்' என்று கூறுகிறது. பின்னிரவில் நிரை கவர்ந்து சென்ற முறை, கவர்ந்த நிரையைத் தெய்வத்துக்குப் பலியிடல், நிரை மீட்டலுக்கு முரசு கொட்டுதல், வீரர்கள் மன்றத்தில் கூடுதல், தீப்பந்தங்களுடன் செல்லுதல், நிரை மீட்டல் உள்ளிட்ட நிகழ்வுகளை நடுகற்கள் பேசுவ தில்லை; இலக்கியம் பேசுகிறது (புறம். 257-270). ஆக, இந்த வகையான இடைவெளிகளை நிரப்புவதற்கு இலக்கியச் சான்றுகளும் கல்வெட்டுச் சான்றுகளும் பரஸ்பரம் தேவைப்படுகின்றன. இவற்றோடு மானிடவியல் சார்ந்த தரவுகள் ஒன்றிணைக்கப்படும்போது பொருள் கோடல் மேலும் விரிவு பெறும்.

இவ்வாறு இன்று காணக்கிடைக்கும் இடைவெளிகள் நிரப்பப்பட வேண்டும். அவற்றில் மானிடவியல் சார்ந்த புரிதல்களை இந்நூல் முன்னிலைப்படுத்தும். சங்க இலக்கியம் நமது தொன்மை. அதன் தொடர்ச்சி மிக நீண்டது. இதன் வேர்களையும் அவற்றிலிருந்து வளர்ந்து நிற்கும் கிளைகளையும் அறியாமல் மரபு பற்றிப் பேச இயலாது. இந்த மரபைக் காலந்தோறும் உணர்வதும், துறைகள்தோறும் பயில்வதும், அவற்றைப் பன்முகப் பார்வையில் தெளிவதும் அவசியம்.

சங்க இலக்கியமானது அது பாடப்பட்ட காலத்தின் வாழ்வு முறையைக் காட்டுகிறது. பலதரப்பட்ட மன்னர்கள், பலதரப்பட்ட பிரதேசங்கள், பலதரப்பட்ட மக்கள் ஆகிய அனைத்தையும் தனி நிலையில் பாணர்களும் புலவர்களும் பாடி வைத்தார்கள். அவை யாவற்றையும் ஒருமுகப்படுத்தி ஒரு தொகுப்பாக அடையாளப் படுத்திப் பார்க்கும்போது அவை ஒரு நல்ல கலைப்படைப்பாக உருவாக்கப்பட்டுள்ளன என்பதை அறிகிறோம். இந்தக் கவிதைகள் பின்னாளில் சேகரிக்கப்படுமென்று இந்தப் பனுவல்கள் எழுதப்படவோ தொகுக்கப் படவோ இல்லை. தொகுத்த பின்னர்ப் பார்த்தால் அவற்றில் எதார்த்தம், அனுபவம், புலனறிவு, கூர்நோக்கு, அறிதிறன் (cognition) ஆகிய அனைத்தும் அசைவியக்கம் பெற்றுள்ளன என்பதை அறிகிறோம். இப்பனுவல்களை மானிடவியல் நோக்கில் மறுவாசிப்பு செய்தால் பண்டைத் தமிழர் தொன்மை பற்றிப் புதிய பார்வை கிடைக்கும் என்பதில் ஐயமில்லை.

இலக்கியவியல் ஆய்வில் மானிடவியலின் அவசியத்தை அறிஞர்கள் சிலர் ஏற்கனவே சுட்டிக் காட்டியுள்ளனர். மலாயாப் பல்கலைக் கழகத்தின் தமிழ்ப் பேராசிரியர் சிங்காரவேலு தன் *தமிழரின் சமூக வாழ்க்கை: செவ்வியல் காலம்* (*Social Life of the Tamils: The Classical Period, 1966*) எனும் ஆய்வில் மானிடவியல் கோட்பாடுகளைப் பெரிதும் பயன்படுத்தினார். அந்த நூலில் இத்துறையின் அவசியத்தை வெகுவாக வலியுறுத்தியுள்ளார்.

இவரைத் தொடர்ந்து ஈழத்துப் பேராசிரியர்கள் க. கைலாசபதியும் கா. சிவத்தம்பியும் மானிடவியல் அணுகுமுறையின் அவசியத்தைத் தம் ஆய்வுகளின் ஊடாகக் காட்டியுள்ளனர். *தமிழ் வீரநிலைக் கவிதை* (1968), *பண்டைத் தமிழர் வாழ்வும் வழிபாடும்* (1966) முதலான ஆய்வுகளில் க. கைலாசபதியும், *பண்டைத் தமிழ்ச் சமூகத்தில் நாடகம்* (2005), *பண்டைத் தமிழ்ச் சமூகம்: வரலாற்றுப் புரிதலை நோக்கி* (1998)

உள்ளிட்ட ஆய்வுகளில் கா. சிவத்தம்பியும் மானிடவியலைக் கையாண்டு புதிய வெளிச்சத்தைப் பாய்ச்சினர்.

பேராசிரியர் கைலாசபதியும் சிவத்தம்பியும் லண்டன் பிர்மிங்ஹம் பல்கலைக் கழகத்தில் பேராசிரியர் ஜார்ஜ் தாம்சனிடம் பயின்றவர்கள். தம் நெறியாளர் தாம்சனிடமிருந்து மானிடவியலின் தேவையை இவர்கள் நன்கு அறிந்து கொண்டனர். *'திணைக் கோட்பாட்டின் சமூக அடிப்படைகள்'* (1974) எனும் ஆய்வில் கா. சிவத்தம்பி மானிடவியல் பார்வையை விரிவாகவே கையாண்டார். பழந்தமிழர் வாழ்வில் திணைக் கோட்பாட்டின் வகிபாகத்தை நுட்பத்துடன் விளக்கிக் காட்டினார். ஆனால் ஆய்வு முடிவில் சங்ககாலச் சமூகம் அசமத்துவ மானது எனக் கூறியுள்ளார். இன்றைய மானிடவியல் கோட்பாட்டுப் பார்வையில் இது மறுதலிப்புக்குள்ளாகிறது. ஆய்வு முடிவுகள் மாற்றத்திற்குரியவைதான்.

தொல்லியல் அறிஞர் ர. பூங்குன்றன் தம் ஆய்வுகளில் மானிட வியலையும் இணைத்துப் பல்துறை ஆய்வாக முன்னெடுத்தார். இவர் முக்கியமான ஆய்வுகளைச் செய்துள்ளார். *தொல்குடி, வேளிர், அரசியல்* (2001), *பண்டைத் தமிழகத்தில் அரசு உருவாக்கம்* (2000), *தொல்குடி, வேளிர், வேந்தர்* (2016) முதலான ஆய்வுகளில் மானிடவியல், இலக்கியவியல் முதலான துறைகளின் இணைப்போடு புதிய புதிய உள்ளொளிகளைக் கண்டிருக்கிறார். கோ. சசிகலாவுடன் இணைந்து ர. பூங்குன்றன் எழுதிய *கொற்றவையும் நடுகற்களும்* (2019) இந்த அணுகுமுறையின் தொடர்ச்சியாகும்.

இலக்கியவியல் ஆய்வில் மானிடவியலின் பயன்பாட்டைக் கண்டவர்கள் பற்றி ஆ. தனஞ்செயன் *தமிழ் இலக்கிய மானிடவியல்* எனும் நூலில் (2014) விளக்குகிறார்.

இலக்கியவியல் ஆய்வில் பல்துறை அணுகுமுறை அவசியமாகும். காரணம் சங்க இலக்கியத்தில் கிடைக்கின்ற ஐந்திணை வாழ்வுமுறை பற்றிய தரவுகள் தொடர்ச்சியற்றவை. ஒவ்வொரு திணை பற்றிய புரிதலிலும் விடுபாடுகளும் இடைவெளிகளும் உள்ளன. இவை யெல்லாம் சங்க இலக்கிய ஆய்வில் சவாலானவை. இச்சவால்களை அணுகுவதற்குத் தொல்லியல், மானிடவியல் உள்ளிட்ட பல்வேறு துறை சார்ந்த தரவுகள் தேவைப்படுகின்றன.

மானிடவியல் என்பது உலகளாவிய பண்பாடுகளை ஒப்பிடுகிறது. இந்த ஒப்பியல் முறையியல் மூலம் உலகளாவிய பொதுமை

யாக்கங்களை இனங் காண்கிறது. சங்க இலக்கியமோ பண்டைத் தமிழரின் வாழ்வியல் செல்நெறிகளைப் பேசுகிறது. ஒரு செவ்வியல் சமூகத்தின் அச்சு அசலான இயல் மரபைக் காட்டுகிறது. இந்தப் பின்புலத்துடன் மானிடவியலின் உலகளாவிய ஒப்பியல் நோக்குடன் தமிழ்ச் செவ்விலக்கியம் பேசும் வாழ்வியலையும் இணைத்து ஒப்பிடலாம்.

க. கைலாசபதி சங்க இலக்கியத்தில் விளங்கிக் கொள்ள முடியாத 'பால்வரைத் தெய்வம்' பற்றிக் கிரேக்க நாட்டு 'மொயிரை' தெய்வத்தின் இணை இயல்புகளை ஒப்பு நோக்கி விளக்குகிறார். இத்தகைய பண்பாட்டிடை அணுகுமுறை (cross-cultural approach) புதிய வெளிச்சத்தைப் பாய்ச்சவல்லது.

சங்க இலக்கிய ஆய்வுகளில் 1970களுக்குப் பிறகு ஒரு பெரிய முன்னேற்றம் ஏற்பட்டது. சங்க இலக்கியத்தையும் சங்க காலத்தையும் விதந்து பேசும் பழைய பண்டித மரபிலிருந்து விடுபட்டு ஆய்வுக் கண்ணோட்டத்துடன் அணுகும் பார்வை வளர்ந்தது. தமிழகத்தில் ச. வையாபுரிப்பிள்ளை, நா. வானமாமலை, பி.எல். சாமி, கோ. கேசவன், வி.எஸ். ராஜம், ராஜ் கௌதமன், ஆ. பாண்டுரங்கன், பெ. மாதையன் முதலானவர்களும், ஈழத்தில் சேவியர் தனிநாயகம் அடிகள், க. கைலாசபதி, கா. சிவத்தம்பி ஆகியோரும், மேற்குலகில் கமில் சுவலபில், நார்மன் கட்லர், ஜான் மார், டேவிட் ஷூல்மன், ஜார்ஜ் ஹார்ட், துபியான்ஸ்கி, யரோஸ்லவ் வாச்சக் போன்றவர்களும் முன்னெடுத்த ஆய்வுகள் மூலம் சங்க இலக்கியம் மீதான பாசத்தை விடுத்துப் பகட்டுத் தோற்றத்தைக் களைந்தனர். கோட்பாட்டுப் பின்னணியில் அணுகும் ஆய்வு முறையியலைக் காட்டினர். காய்தல் உவத்தலின்றி நுண்ணிய பார்வைகளை முன்னெடுத்தனர்.

இந்த இலக்கியவாதிகளின் முயற்சிகளையும் தாண்டிச் சங்க இலக்கியத்தை இலக்கியமாகக் கருதும் நிலையிலிருந்து விடுவிக்க வேண்டிய ஒரு தேவையும் உள்ளது. குறிஞ்சி, முல்லை, பாலை ஆகிய மூன்று திணைகளிலும் பிழைப்பாதாரம் தேடும் பொருளாதாரமே (subsistence economy) தொடர்ந்து கொண்டிருந்தது. இத்தகைய பொருளாதாரம் நெய்தலில் ஒரு காலகட்டம் வரை இருந்தாலும், உள்நாட்டு உற்பத்தி, பண்டமாற்றம், வணிகம் முதலானவற்றின் ஊடாக கடல்வழிப் பயணம் ஏற்பட்டது. உள்நாட்டில் ஏற்பட்ட இந்தப் பொருளியல் வளர்ச்சி நெய்தல் மக்களின் பொருளாதாரத்தை மாற்றத் தொடங்கியது. இந்நிலையில், சங்கப் பனுவல்களை இலக்கியம் எனும்

தளத்திலிருந்து விடுவித்து அவற்றை இலக்கியமல்லாத இன்னொரு தளத்திற்கு நகர்த்தும்போதுதான் சமூக, பொருளாதார, பண்பாட்டுக் கட்டமைப்புகளை அறிய இயலும்.

சங்க இலக்கியமும் சிந்துவெளியும்

சங்க இலக்கிய ஆய்வில் ஒரு மிகப்பெரிய வீச்சும் பெரும் வெடிப்பும் உண்டாகியிருக்கின்றன. ஆய்வறிஞர் ஆர். பாலகிருஷ்ணன் (2011, 2016, 2019) முன்னெடுத்துள்ள ஊர்ப்பெயர் ஆய்வுகள் வரலாற்றுக்கும் முற்பட்ட அகண்ட இந்தியத் துணைக்கண்டத்தைத் திராவிடத்தின் அடித்தளமாகக் காட்டுகின்றன. அவருடைய ஆய்வுகள் வானமெங்கும் அதிர்ந்து மின்னும் மின்னலின் பேரொளியாய்க் கண்ணைப் பறிக்கின்றன.

சங்ககால மன்னர்களின் இயற்பெயர்கள் பண்டைய சிந்துவெளி நாகரிகத்தின் பரந்த பிரதேசத்தில் ஊர்ப் பெயர்களாகவும் இடப் பெயர்களாகவும் உள்ளதை ஆர். பாலகிருஷ்ணன் (2019: 149-185) மீட்டுருவாக்கம் செய்திருக்கிறார். இது ஒரு மிக முக்கியமான கண்டுபிடிப்பாகும். பின்வரும் சங்ககால மன்னர்களின் பெயர்கள் சிந்துவெளியில் (இன்றைய ஆப்கானிஸ்தான், பாகிஸ்தான்) ஊர்ப் பெயர்களாக இருப்பதை நிறுவியிருக்கிறார்.

1. அதியன்
2. அஞ்சி
3. திட்டன்
4. திதியன்
5. நல்லி
6. கிள்ளி
7. பேகன்
8. கோடன் (நல்லியக்கோடன்)
9. பாரி
10. பிட்டன் (பிட்டன் கொற்றன்)
11. மூவன்
12. கீரன் (அந்துவன் கீரன்)
13. சாத்தன்
14. அழிசி
15. உதியன்
16. ஆதன்

சிந்துவெளியில் சங்க இலக்கியம் பிரதிபலிக்கப்படுவது ஒரு புதிய கண்டுபிடிப்பு. சங்க காலம் பற்றிய காலக்கணிப்பும், சிந்துவெளியின் காலக்கணிப்பும் இதுவரை வெவ்வேறு என எண்ணி வந்திருக்கிறோம். அண்மையில் நிகழ்த்தப்பட்ட பொருந்தல் அகழாய்வு கி.மு.590 எனும் காலத்தைக் காட்டுகிறது. சிந்துவெளி நாகரிகமோ கி.மு.2600-1900 காலத்திற்குரியது. சங்ககால மன்னர்களின் பெயர்கள் சிந்துவெளியில் ஊர்ப் பெயர்களாக உள்ளன எனும் அறிஞர் ஆர். பாலகிருஷ்ணனின்

கண்டுபிடிப்பு சங்க இலக்கியத்தை வெகுவாக முன்னோக்கிக் கொண்டு செல்கிறது.

ஒரு நாகரிகத்தின் பயணம்: சிந்துவெளி முதல் வைகைவரை (*Journey of a civilization: Indus to Vaigai*, 2019) எனும் இந்த ஆய்வில் ஆர். பாலகிருஷ்ணன் தமிழ்க் கடவுள் முருகனின் தலமாகிய ஏரகம் (திருமுருகாற்றுப்படையில் நக்கீரர் வர்ணிக்கும் தலம்) ஆப்கானிஸ் தானிலும் பாகிஸ்தானிலும் உள்ளதைக் காட்டுகிறார் (மேலது: 176). இவ்வாறே பரங்குன்று, சோலை (பழமுதிர்ச்சோலை), தணிகை (திருத்தணி) முதலான முருகத் தலங்களும்கூட சிந்துவெளிப் பகுதியில் இருப்பதை நிலவியல் படத்தில் காட்டுகிறார் (மேலது: 177).

சங்ககால மன்னர்களின் குடிப்பெயர்களும்கூட சிந்துவெளியில் இடப்பெயர்களாக உள்ளதை ஆர். பாலகிருஷ்ணன் (மேலது: 172) சுட்டிக்காட்டுகிறார். மேலும், சிந்துவெளியில் காணப்பட்ட மேலச்சேரி, கீழச்சேரி முதலான இடப்பெயர்கள் திராவிடம் சார்ந்தவை என்பதை மிகுந்த நுட்பங்களுடன் நிறுவுகிறார். கி.பி. 5, 6ஆம் நூற்றாண்டு வரையிலான கல்வெட்டுகளைக் கொண்டு இச்சேரிகளை சிந்துவெளிக்கும் தமிழகத்துக்குமான தொடர்ச்சியை நிரூபிக்கிறார் (மேலது: 231). இவருடைய ஆய்வு சங்க இலக்கிய ஆய்வில் ஒரு புதிய கண்திறப்பு எனலாம். இத்தகைய புதிய ஆய்வு முடிவுகளையும் கணக்கில் கொண்டு சங்க இலக்கிய ஆய்வு விவாதங்களை முன்னெடுக்க வேண்டியுள்ளது.

நூலின் முறையியல்

இந்த நூலின் விவாதங்களில் சமூக-பண்பாட்டு மானிடவியலின் தர்க்கம் மிகுந்திருக்கும். தேவையான இடங்களில் பண்பாட்டிடை அணுகுமுறை (cross-cultural approach) மெல்லிய இழையாகத் தொனிக்கும். இனவியல் (ethnology), இனவரைவியல் (ethnography) பின்புலத்தில் விவாதங்கள் முன்னிலை பெறும். துறையிடை அணுகுமுறை (inter-disciplinary approach), பல்துறை அணுகுமுறை (multi-disciplinary approach) ஆகிய இரண்டும் இட்டு நிரப்பும் தன்மையில் வெளிப்படும். சங்க இலக்கிய ஆய்வு இன்று இதனையும் கடந்து விட்டது எனலாம். அதனாலேயே பல இடங்களில் துறைகள் கடந்த, எல்லைகள் விரிந்த பார்வைகூடத் (transdisiplinary approach) தேவைப்படுகின்றன. இவையெல்லாம் இன்றைய மானிடவியலின் பலங்கள் எனலாம்.

உண்மையில் இன்றைய மானிடவியல் அணுகுமுறை என்பது ஒரு பரந்த பார்வையாகும். 'நான்கு துறை அணுகுமுறை' (four-field approach) என்பதே அதன் சித்தாந்தம். அந்த நான்கு: 1. கடந்தகால மனிதனை அறிவது, 2. நிகழ்கால-எதிர்கால மனிதனை அறிவது, 3.மனிதனை உயிரியல் ரீதியில் அறிவது, 4. மனிதனை சமூக- பண்பாட்டு ரீதியில் அணுகுவது. இந்த நான்கு திசைகளிலும் பயணிப்பதால் முழுமை சார்ந்த (holistic) புரிதல் கிடைக்கிறது. இந்த நான்கு துறை அணுகுமுறைக்கான எண்ணற்ற துணைப் பிரிவுகள் மானிடவியல் அறிவுப் புலத்தில் உள்ளன. இந்த அறிவியல் போக்குடைய படிப்பு முறையின் ஊடாகச் சங்க இலக்கியத்தை இந்நூல் பரிசீலிக்கின்றது.

பண்டைத் தமிழரின் இயல் மரபினை மானிடவியல் முறையில் அறிவதற்கு இந்நூல் முற்படுகிறது. இயல் மரபின் களங்கள் மிகவும் பரந்தவை. ஆகவே மிகவும் முதன்மையான களங்கள் தேர்ந்து கொள்ளப் பெற்றுள்ளது. இவை பதினெட்டு இயல்களில் விவாதிக்கப் பட்டுள்ளன. இவை பண்பாட்டின் மிக முக்கியமான களங்களாகும். இவற்றைத் தாண்டியும் தமிழ் மரபு தொடர்கிறது. தொழில்நுட்பம், மரபு அறிவு, உலகப் பார்வை (world view), கைவினையாக்கம், வணிகம், வானியல், அறம், நிறுவனச் சமயங்கள், தத்துவம் என இதன் களங்கள் விரிகின்றன. இவை அனைத்தும் இந்நூலின் எல்லைக்குள் சேர்க்கப்படவில்லை. பதினெட்டுக் களங்கள் மட்டுமே தேர்ந்து கொள்ளப்பட்டுள்ளன. இவையே சமூகப் பண்பாட்டு மரபின் மையக் களங்களாக உள்ளன.

இக்களங்களைக் கவனப்படுத்துவதன் மூலம் சங்ககால வாழ்வு முறையின் போக்குகளையும் அவற்றிலுள்ள ஒழுங்கமைவுகளையும் இனங்காணலாம். பண்டைத் தமிழர் முன்னெடுத்த சுயமான இயல் மரபின் தனித்துவங்களை அறியலாம். இவை யாவும் இந்நூலின் பேசு பொருளாகின்றன.

பின்னுரை

தமிழியல் ஆய்வு கணிசமான அளவில் வளர்ச்சி கண்டு வருகிறது. முறையியல் சார்ந்தும், கோட்பாடுகள் சார்ந்தும் இன்று நுட்பங்கள் கூடிக்கொண்டே வருகின்றன. இருப்பினும் ஐரோப்பியமையவாதம் வலுப்பெற்றுள்ளது. மேலைக் கோட்பாடுகளைச் சார்ந்து செல்லும் போக்கு தவிர்க்க இயலாததாக உள்ளது. இன்று மேலைக் கோட்பாடுகள் இல்லாமல் ஆய்வு செய்ய இயலாது என்ற தொனி ஒலிக்கிறது.

இப்போக்கு மேலும் வலுப்பெறக் கூடாது. உலகளாவிய கோட்பாடு களின் தேவை இருந்தாலும், நம்முடைய இயல்மரபின் தனித்துவங்களை அழித்துவிடக் கூடாது. அதனை வலுப்படுத்த வேண்டும். இந்தத் திசை சார்ந்தும் வருங்கால ஆய்வாளர்கள் ஈடுபட வேண்டும்.

இந்தியா ஒரு பழம்பெரும் தேசம். இந்தத் தேசத்தில் சிந்துவெளி நாகரிகம் தொடங்கி இன்றுவரை ஒரு தொடர்ச்சியான வாழ்வு முறை, சிந்தனை முறை இத்துணைக் கண்டத்தின் பூர்வ குடிகளுக்கு உண்டு. தமிழர்களும் இப்பூர்வகுடிகளில் ஒருவராக உள்ளனர். இந்நிலையில் இந்தியவியலில் ஆரியரும் சமஸ்கிருத மரபும் தனிச் சிறப்புடையது என்ற கருத்து நீண்ட காலமாக இருந்து வருகிறது. இத்துணைக் கண்டத்தின் தொன்மைக்கும் தொடர்ச்சிக்கும் திராவிட மரபு சாட்சியமாய் விளங்குகிறது. அவற்றில் சங்க இலக்கியத்திற்கு மிக முக்கியமான பங்குண்டு. அதனைப் பல்துறை அணுகுமுறையோடும், அதனையும் கடந்து இன்று வளர்ந்துவரும் துறைகள் கடந்த அணுகுமுறையோடும் (transdisciplinary approach) ஆராய வேண்டும்.

2

சமூக உருவாக்கம்

'குடி' சமூகத்தின் தோற்றம்

நாடோ கொன்றோ; காடா கொன்றோ;
அவலா கொன்றோ; மிசையா கொன்றோ;
எவ்வழி நல்லவர் ஆடவர்,
அவ்வழி நல்லை; வாழிய நிலனே!

(ஔவையார், புறநானூறு 187: 1-4)

புராதன மனிதன் (primitive man), புராதனச் சமூகம் (primitive society), புராதனப் பண்பாடு (primitive culture), புராதனச் சமயம் (primitive religion), புராதனக் கலை (primitive art) எனக்கூடிய வகையினங்கள் எல்லாம் மனித குலத்தில் தோன்றிய தொன்மை சார்ந்த ஆதி நிலையைக் குறிப்பவை.

இவையெல்லாம் மனித குலத்தில் தொடக்கக் காலத்தில் தோன்றியவை. இயற்கையோடு இயைந்து தோன்றியவை. பண்பாட்டின் அனைத்து ஒழுங்கமைப்பிலும் எளிய அமைப்பு (simple form) கொண்டவை. நீண்ட நெடுங்காலம் நிலைத்து நின்று தொன்மைக்குத் தொன்மையாய், தொடர்ச்சிக்குத் தொடர்ச்சியாய் வந்துகொண்டு இருப்பவை. இந்தப் புராதன சமூகத்தில் எளிய தொழில்நுட்பம் பயன்படுத்தப்பட்டது. எளிய பொருளாதார முறை நிலவியது. எளிய முறையிலான குடும்ப, திருமண முறைகள் இருந்தன. இந்த அனைத்துக் கூறுகளின் ஒருங்கிணைவாக அங்குப் 'புராதனப் பொதுவுடைமை' (primitive communism) தோன்றியது. இதனை மொத்தத்தில் 'புராதனம்' (primitivism) என்றே சொல்லலாம்.

புராதனப் பொதுவுடைமை என்பது ஆதி வகை. இன்றைய பொதுவுடைமையானது பிந்தைய வகை. இரண்டையும் ஒப்பிட்டால் அடிப்படை வேறுபாடுகள் புரியும். இன்றைய பொதுவுடைமை

என்பது வர்க்கங்களாகப் பிரிந்து கிடக்கும் தொழிற் சமூகத்தில் நாம் அடைய விரும்பும் சமத்துவ நிலையாகும். இது இலட்சியமாகவே உள்ளது. முழுவதுமாக நாம் அடைந்துவிடவில்லை அல்லது மிகச் சில நாடுகளில் மட்டும் காண முடிகிறது. உலகெங்கும் சமத்துவம் நிலைபெற வேண்டுமென்பது இதன் இலட்சியமாகும். இதனை எதிர்காலத்தில் அடைய முடியும் என்பதே மார்க்சியத்தின் இலக்காகும்.

புராதனப் பொதுவுடைமை என்பது ஆதிக்குடிகளிடம் புதிய கற்காலத்திலேயே தோன்றிவிட்டது. பெருங்கற்படைக் காலந்தொட்டு (megalithic period) அது வலுப்பெற்று வந்துள்ளது. ஆதிக்குடிகள் மலைகளிலும் காடுகளிலும் இயற்கையுடன் இயற்கையாய் வாழ்ந்து வந்தவர்கள். எளிய தொழில்நுட்பத்தோடு, எளிய முறையில் வாழ்ந்து வந்தவர்கள். விலங்காண்டிகளாகவும் (குறிஞ்சி), காட்டாண்டிகளாகவும் (முல்லை) வாழ்வாதாரத்தை ஈட்டினார்கள்.

இவர்கள் குறிஞ்சியில் வேட்டையாடினார்கள். வனச் சிறுபொருள்களையும் காடுபடு பொருள்களையும் சேகரித்தார்கள். வன்புலத்தில் வேளாண்மை செய்யத் தொடங்கினார்கள். முல்லையில் ஆடு, மாடு மேய்த்தும், வேளாண்மை செய்தும் வாழ்ந்தார்கள். நெய்தலில் மீன்பிடித்தும், உப்பு விளைவித்தும் வாழ்ந்தார்கள். பாலையில் வழிப்பறியும் கொள்ளையும் அடித்தார்கள். கூடவே, வேட்டையாடி உணவுப் பொருள்களைச் சேகரித்தார்கள். இந்த நான்கு திணைகளிலும் வாழ்க்கை முறை எளிமையாக (simple) இருந்தது. சிக்கலான வடிவம் (complex form) பெறவில்லை. பின்வரும் சமூக வடிவங்களைக் கொண்டு இதனைப் புரிந்துகொள்ளலாம்.

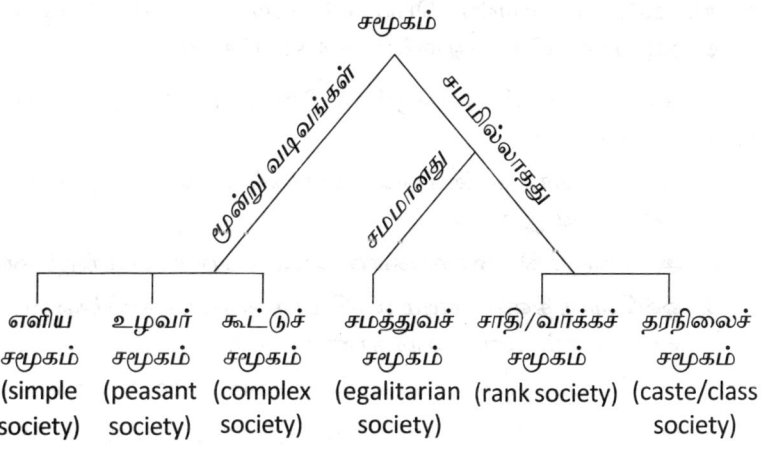

மனிதகுலத்தின் மிக நீண்ட படிமலர்ச்சியில் சமூகமானது பல்வேறு வகைகளில் மாற்றமடைந்து வெவ்வேறு நிலைகளாக உருவெடுத்து வந்திருக்கிறது. சமூகங்களை இரண்டு முறைகளில் வகைப்படுத்திக் காணலாம். ஒன்று: எளிய சமூகம், உழவுச் சமூகம், கூட்டுச் சமூகம் (இன்றைய தொழிற் சமூகம்). இரண்டு: சமூகங்களைச் சமமானவை என்றும் சமமில்லாதவை என்றும் வகைப்படுத்தலாம். தொல்குடி/பழங்குடி அல்லது இனக்குழுச் சமூகங்கள் யாவும் சமத்துவச் சமூக வகையைச் சேர்ந்தவையாகும். சமனற்ற சமூகத்தின் தொடக்க நிலை தரநிலைச் சமூகமாகும். அது அடுத்த கட்டத்தில் மேலும் படிநிலைப் பட்டு, உயர்வு தாழ்வுகளை வளர்த்துக்கொண்ட நிலையில் இந்தியாவில் சாதியச் சமூகமாகவும், ஐரோப்பிய நாடுகளில் வர்க்கச் சமூகமாகவும் உருவெடுத்துள்ளது. மேற்கண்ட படத்தின் மூலம் இதனை விளங்கிக்கொள்ளலாம்.

சங்ககாலச் சமூகம்

சங்க இலக்கியத்தை மானிடவியல் நோக்குடன் கருத்தூன்றி வாசிக்கும் போது அந்தக் காலச் சமூகம் 'குடி' எனும் அமைப்பியல்புடன் இருந்ததைக் காணலாம். அம்குடி, பழங்குடி, முதுகுடி, குரம்பைக்குடி, வேட்டக்குடி, நீள்குடி, விழுக்குடி, வீழ்குடி, செழுங்குடி, பல்குடி போன்ற பெயர்களில் அவை வழங்கப்பட்டன (பூங்குன்றன், ர. 2016: 3). இத்தகைய குடியினர் ஒரு பொதுவான மூதாதையர் வழி வருகின்ற தொல் மூலத்தைக் கொண்டிருந்தார்கள்.

சிறு குடியீரே! சிறுகுடியீரே (குன்றக் குரவை), சிறுகுடி மறவர் (அகம் 297: 16) போன்ற பெயர்கள் பண்டைத் தமிழ்ச் சமூகம் 'குடி' அடிப்படையிலானது என்பதைக் காட்டுகின்றன.

இந்தக் குடிகளிடம் பின்வரும் 15 இனக்குழுப் (tribe) பண்புகள் இருந்தன. அவை:

1. உயர்வு, தாழ்வு இல்லை. வர்க்கப் பண்புகள் இல்லை. தீண்டாமை இல்லை.
2. அனைவரும் திணைக்குடிகளாகவே அடையாளம் பெற்றிருந்தனர்.
3. ஒவ்வொரு திணையிலும் ஒவ்வொரு குடிக்கும் தனித்தனியான பெயர்களும் பண்புகளும் காணப்பட்டன.
4. ஒவ்வொன்றிற்கும் ஒரு சுயாட்சித் தன்மை (autonomy) இருந்தது.
5. ஒவ்வொரு குடியும் தொடர்ச்சியான நிலப் பகுதியில் வாழ்ந்தது.

6. ஒத்த பண்பாட்டைக் கொண்டிருந்தது.
7. ஒத்த மொழியைக் கொண்டிருந்தது.
8. ஒத்த அடையாளம் கொண்டிருந்தது.
9. ‘நாம்’ எனும் உணர்வு கொண்டிருந்தது.
10. சிறிய சமூகமாக இருந்தது.
11. நேருக்கு நேர் சமூகமாகவும் (face-to-face community) இருந்தது.
12. கூட்டுழைப்பைக் கொண்டிருந்தது. அதனால் மக்கள் பாதீடு செய்து குழு வாழ்க்கை வாழ்ந்தனர்.
13. பிழைப்பாதாரப் பொருளாதாரத்தைக் (subsistence economy) கொண்டிருந்தது. இத்தகைய பொருளாதாரத்தில் உபரி (surplus) இருக்காது. சேமிப்பும் இருக்காது. அன்றாடம் காட்சியே நிகழும்.
14. வாழ்வாதாரத்திற்கு எளிய தொழில்நுட்பங்களைக் கொண்டிருந்தது.
15. குடித்தலைவனாட்சி (chieftain) கொண்டிருந்தது.

சாதிய அமைப்பிற்குரிய எந்தப் பண்புகளும் இந்தக் குடிகளிடம் காணப் பட வில்லை. அதனால் படிநிலை (hierarchy) அமைப்புடைய சாதியக் கட்டுமானம் திணைக்குடிகளிடம் ஏற்படவில்லை. வேந்தர்களின் பேரரசு உருவாக்கத்தாலும், மருத நில வேளாண் சூழலாலும் தான் பல்வேறு குடிகள் ஓரிடத்தில் ஒன்று கூடி ஒருவரையொருவர் சார்ந்து வாழ வேண்டிய ஒரு புதிய சமூக உருவாக்கம் நிகழ்ந்தது.

சங்க காலம் வரை நன்கு அறியப்பட்ட குறவர்குடி, எயினர் குடி, கானவர் குடி, ஆயர் குடி, இடையர் குடி, பரதவர் குடி, உமணர் குடி என ஐந்திணைக் குடிகளும் சுதேசியானவை. மேலும் நிலைகுடிகளை நம்பி வாழ்ந்த அலைகுடிகளாகிய பாண்சமூகத்தைச் சார்ந்த 25 வகையான குடிகளும் (பாணர், பொருநர், கூத்தர், துடியர், கிணைவர், அகவுநர் போன்றவர்கள்) ‘குடி’ அமைப்புடைய சமூகமாகக் காணப்பட்டார்கள்.

சங்க இலக்கியத்தில் பயின்று வருகின்ற ‘சில்குடிபாக்கம்’, ‘சில்குடிச் சீறூர்’ என்னும் வழக்குகள் (புறம். 329) இத்தகைய குடிகளின் வசிப்பிடங் களாக இருந்துள்ளன. சில்குடி என்னும் வழக்கு ‘சிறுகுடி’ என்றாயிற்றோ எனக் கருத வேண்டியுள்ளது என்கிறார் பூங்குன்றன் (மேலது: 3). ‘குடி’ என்பது பின்னாளில் பரந்துபட்ட பொருளில் மாற்றம் பெற்று விட்டது என்றும் அதனாலேயே தொல்குடி, வேளிர்குடி, வேந்தர்குடி ஆகிய மூன்று நிலைகளில் அது பயின்று வந்துள்ளது என்றும் ஆராய்கிறார் பூங்குன்றன் (மேலது: 3).

சங்க இலக்கியத்தில் 'சிறுகுடி' எனும் சொல் 68 இடங்களில் வந்துள்ளது (லேமன் & மால்டன் 1993: 191). 'சிறுகுடியீரே! சிறுகுடியீரே! தெய்வங் கொள்ளுமின்' என்று கண்ணகியைத் தெய்வமாக ஏற்றுக் கொள்ளுமாறு குறவர் தம் குடியினரை அழைக்கும் நிகழ்வு சிலப்பதிகாரக் குன்றக் குரவையில் வருகின்றது. ஆதலின் சங்ககாலம் தொடங்கிச் சங்கம் மருவிய காலம் ஊடாகத் தமிழ்ச் சமூகம் நீண்ட காலகதியில் 'குடி' அமைப்பில் இருந்தது என்பதை உறுதியாகச் சொல்லலாம்.

சங்க இலக்கியத்தில் மூன்று இடங்களில் மட்டும் 'முதுகுடி' எனும் சொல் இடம்பெற்றுள்ளது (மாதையன், பெ. 2010: 60-61). புறநானூற்றில் 58, 391 கலித்தொகையில் 105 ஆம் பாடல்களில் முதுகுடி எனும் சொல்லாட்சி வருகிறது. புறநானூற்றின் இன்னுமொரு இடத்தில் (353) 'தொல்குடி மன்னன் மகளே' எனும் வழக்கைக் காண்கிறோம். இச்சொல் வழக்குகள் யாவும் பண்டைத் தமிழரின் அகவயமான இனக்குழுச் சமூக வடிவத்தைக் 'குடி' எனும் சொல் மூலம் காட்டுகின்றன.

குடி அடிப்படையிலான சங்ககாலச் சமூக அமைப்பில் குறுநில ஆட்சி அமைப்புகள் பெரிதும் ஆதிக்கம் செலுத்தி வந்துள்ளன. கடையெழு வள்ளல்கள் மட்டுமல்லாமல் குறுநிலங்களை உரிமை கொண்டாடிய மன்னர்கள் பலர் இருந்தனர். இவர்களைச் சீறூர் மன்னன் (புறம். 197), சீறூர் மதவலி (புறம். 331), சிறுகுடிக் கிழான் (புறம். 388), சீறூர் வண்மையோன் (புறம் 330), சீறூர் நெடுந்தகை (புறம். 324) என்றெல்லாம் சங்க இலக்கியம் குறிப்பிடுகின்றது (செல்வராசு, சிலம்பு நா. 2005: 206). இத்தகைய மன்னர்கள் அந்தந்தப் பகுதியில் வாழ்ந்த சிறுகுடிகளுக்குத் தலைவர்களாக இருந்தார்கள்.

இதுவரை நாம் கண்ட விளக்கங்கள் மூலம் சங்ககாலத்தில் 'குடி' எனும் அமைப்பு தொல்சமூக அமைப்பைச் சார்ந்ததாக இருந்ததை அறிய முடிகிறது. இன்றைய சமூக அறிவியல் சொல்லாட்சியில் அதனைப் 'பழங்குடி' அல்லது 'இனக்குழு' என்று அறியலாம். இவ்வகைச் சமூக முறையில் புராதனப் பொதுவுடைமை நிலவியது.

புராதனப் பொதுவுடைமை

பண்டைத் தமிழ்ச் சமூகத்தில் பல்வேறு திணைகளில் புராதனப் பொதுவுடைமை காணப்பட்டதைப் புறநானூறு வெகு இயல்பாகப் பேசுகிறது. வேட்டையாடி உணவு சேகரிக்கும் குறிஞ்சித் திணை

வாழ்வில் குழு வாழ்க்கை, கூட்டுழைப்பு, கூட்டுறவு, பகுத்தளிக்கும் பாதீடு, பகுத்துண்ணுதல், கொடைக் கடன் முதலான இனக்குழுப் பண்புகள் மேலோங்கி இருந்தன.

குறிஞ்சித் திணையில் ஆண்கள் வேட்டையாடிக் கொண்டு வந்த உடும்பை தீயில் சுட்டு முற்றத்தில் பலருக்கும் பகுத்தளிக்கும் இனக்குழுப் பண்பு பற்றிய குறிப்பு (புறம். 325) உள்ளது.

உடும்பிழுது அறுத்த ஒடுங்காழ்ப் படலைச்
சீறூர் மூன்றில் கூறுசெய் திடுமார் (புறம். 325: 7-8)

உணவுப் பொருள் குறைந்த அளவு இருந்தாலும் அதனை அனைவரையும் நீண்ட பந்தலின் கீழ் அமர்த்திப் பகுத்தளிக்கும் இல்லப் பெண் குறிஞ்சித் திணை சீறூர்களில் இருந்தனர் என்கிறது பின்வரும் புறநானூற்றுப் பாடல்கள்.

... ... உள்ளது
தவச்சிறிது ஆயினும் மிகப்பலர் என்னாள்
நீள்நெடும் பந்தர் ஊண்முறை ஊட்டும் (புறம். 331: 6-8)

இனக்குழு மகளிரின் கொடைப் பண்பை

யாணர் நல்லவை பாணரொடு ஓராங்கு
வருவிருந்து அயரும் விருப்பினள்... (புறம். 326: 11-12)

கற்றறிந்த புலவர்கள் வறுமை அடையாதவாறு தம் விளைபொருளைப் பகுத்துண்ணும் மரபில் வந்தவன் கிள்ளி வளவன் என்று கோவூர்கிழார் பின்வருமாறு பாடியுள்ளார்.

இவரே புலனுழுது உண்மார் புன்கண் அஞ்சித்
தமது பகுத்து உண்ணும் தண்ணிழல் வாழ்நர் (புறம். 46: 3-4)

பிட்டங் கொற்றன் எனும் மன்னனின் ஓர் ஊரில் நிகழ்ந்த இனக்குழு வாழ்வைக் கருவூர்க் கந்தப் பிள்ளைச் சாத்தனார் பின்வருமாறு குறிப்பிடுகிறார்.

கடுங்கண் கேழல் உழுத பூழி
நன்னாள் வருபதம் நோக்கிக் குறவர்
உழாஅது வித்திய பரூஉக்குரற் சிறுதினை
முந்துவிளை யாணர் நாள்புதிது உண்மார்
மரையான் கறந்த நுரைகொள் தீம்பால்
மான்தடி புழுக்கிய புலவுநாறு குழிசி
வான்கேழ் இரும்புடை கழாஅது... (புறம். 168: 4-10)

கேழல் கிளறிய புழுதியில் விளைந்த தினையை நல்ல நாளில் கூடி

உண்ண குறவர் மாக்கள் விரும்பினர். மானிறைச்சியின் நாற்றம் குறையாத மண்பானையில் மரையாவின் நுரைகலந்த தீம்பாலை உலை நீராக்கி, அத்தினையைச் சமைத்து, அகன்ற வாழை இலையில் குடிவாழ் குறவர் பலரும் பகுத்துண்டனர். இத்தகைய ஊரார் குதிரை மலையில் வாழ்ந்தனர் என்கிறது இப்பாடல்.

இவ்வாறான புராதனப் பொதுவுடைமை மிகுந்த இனக்குழு வாழ்வைச் சித்தரிக்கும் இன்னும் பல பாடல்கள் புறநானூற்றில் உள்ளன. இத்தகு வாழ்வைக் காட்டும் எண்ணற்ற பாடல்கள் பாட்டு, தொகை இரண்டிலும் விரவிக் கிடக்கின்றன (விரிவுக்குக் காண்க: *சாதியற்ற தமிழர், சாதியத் தமிழர்*, பக்தவத்சல பாரதி, 2018).

குறிஞ்சியில் நிலவிய புராதனப் பொதுவுடைமை முறை முல்லை, நெய்தல், பாலை ஆகிய திணைகளிலும் காணப்பட்டது. அது பற்றிச் சுருக்கமாகக் காண்போம்.

இடையன் பொத்திய சிறுதீ விளக்கத்துப்
பாணரொடு இருந்த நாணுடை நெடுந்தகை (புறம். 324: 11-12)

இடையன் கொளுத்திய சிறிய தீச்சுடரில் பாணரொடு இருந்தது பற்றி இப்பாடல் குறிப்பிடுகிறது. முல்லைத் திணை மக்கள் வீடு தேடி வரும் இரவலர்க்கும் பாணர்களுக்கும் பகிர்ந்தளித்த உணவை இப்பாடல் கூறுகிறது. உறையிட்ட தயிரும், தொடரிப் பழமும், புளித்த கள்ளும்... வெந்த கறியும், அரிசியுடன் நெய்கலந்த வெண்சோறும் கொடுத்தனர் எனப் பின்வரும் புறநானூற்றின் பாடலொன்று கூறுகிறது.

வாடூன் கொழுங் குறை
கொய்குரல் அரிசியொடு நெய்பெய்து அட்டுத்
துடுப்பொடு சிவணிய களிக்கொள் வெண்சோறு (புறம். 328: 9-11)

புறநானூறு 257ஆம் பாடல் சமூக சமத்துவம் பற்றிப் பேசும் இன்னுமொரு முக்கிய பாடலாகும். வெட்சிப் போர் புரிந்த இனக்குழுத் தலைவன் பற்றிய பாடல் இது. வில்லாற்றல் கொண்ட மறவர் குடித் தலைவன் ஒருவன் தன் வலிமையால் ஆநிரை கவர்ந்து வந்தான். ஆநிரைகளின் எண்ணிக்கை அதிகமாகும். அவன் அவற்றைத் தனக்கான உடைமையாகப் பூணவில்லை. விடிவதற்குள், அவை அனைத்தும் அவ்வூர் குடிகளுக்கு உரிமை ஆனது. தனக்கென வைத்துக் கொள்ளவில்லை. இதனால் அவனுடைய வீட்டில் பால் கரவு இல்லை; தயிர் கடையும் ஒலியும் இல்லை. சாதாரண வாழ்க்கையே வாழ்கிறான். இகழ்வது போலப் புகழும் பாடல் இது. பாலைத் திணை மறவர் குடியினர் சமூக சமத்துவம் பேணிய குடியாகவே வாழ்ந்தார்கள்.

அகநானூறு 89ஆம் பாடல் 'ஆதி சமத்துவம்' பேணப்பட்ட இனக்குழு வாழ்வை மிகச் சிறப்பாகச் சித்தரிக்கிறது. வணிகர்கள் கழுதைகளின் மேல் சாத்துகளை ஏற்றி வந்தனர். திருந்துவாள் வயவர்களைக் காவலராக அழைத்து வந்தனர். வழிப்பறிக்காகக் காத்திருந்த மறவர்கள் அவர்களை வெட்டி வீழ்த்திப் பொருட்களைக் கொள்ளையிட்டனர். பின்னர் துடியன் துடிப்பறை அடிக்க, கொள்ளை கொண்ட அருங்கலங்களைத் தம் குறும்பில் வைத்து கோள் முறைப்படி பகுத்தார்கள். வழிப்பறி, ஊரைச் சூறையாடுதல், வணிகச் சாத்துகளைக் கொள்ளையடித்தல் முதலான கடுஞ் செயல்களில் ஈடுபட்ட மழவர், மறவர், ஆறலை கள்வர் அனைவருமே குடிமுறை பகுக்கும் பண்பைப் பேணி வந்தனர் (நற்.33; குறுந். 331; அகம். 257, 263, 376; கலி.4).

மறுபங்கீட்டுச் சமூகம் உருவாகுதல்

மறுபங்கீட்டுச் சமூகம் என்பது வழங்குதலும் பெறுதலும் சார்ந்த சமூகம் ஆகும். இந்த வழங்குதல் பெறுதல் உறவில் மறுபங்கீடு (redistribution) எனும் பொருளியல் கோட்பாடு செயல்படுகிறது. பேரரசுகளாக விரிவாக்கம் பெற்று ஆட்சி செய்த வேந்தர்களின் ஆட்சி முறைக்கு முன்பு நிலவிய சீறூர் மன்னர், முதுகுடி மன்னர், குறுநில மன்னர் முதலான மன்னர்கள் காலத்தில் மறுபங்கீடு என்பது ஒரு முதன்மையான பொருளியல் முறையாக இருந்தது.

தலைவனாட்சி முறையில் (chiefdom) நடைபெற்ற இந்த நிர்வாகத்தில் ஆட்சிப் பரப்பில் கிடைக்கும் வள ஆதாரங்களில் ஒரு பகுதி மன்னனிடம் வந்துசேரும். அவற்றிலிருந்து மன்னன் மீண்டும் தேவையானவர்களுக்கு அப்பொருள்களை மீள வழங்குவான். தலைவனாட்சி முறையில் வழங்குதலும் பெறுவதும் என்பதுதான் பொருளியல் சீர்மையாக இருந்தது. இதில் மன்னனுக்கும், பொருள் பெறக்கூடியவருக்கும் நேரடி உறவு பேணப்பட்டது. மன்னன் மையமாகவும், அவனைச் சுற்றி வட்ட வடிவில் மற்றவர்கள் சார்ந்திருக்கும் ஒரு சமூக வடிவம் தலைவனாட்சி முறையில் காணப்பட்டது. இதனையே 'சுற்றுமுகச் சமூகம்' அல்லது 'வட்ட வடிவச் சமூகம்' (circular society) என வரையறுக்கலாம்.

சீறூர் மன்னர்கள் சமூக சமத்துவத்தைப் (egalitarianism) பேணி வந்தார்கள். புறநானூற்றில் இதற்குப் பல பாடல்கள் சான்றாக விளங்குகின்றன.

நெடுமான் அஞ்சி எனும் சீறூர் மன்னன் பற்றி ஔவையார் பாடும்போது,

உடையன் ஆயின் உண்ணவும் வல்லன்
கடவர் மீதும் இரப்போர்க்கு ஈயும்
மடவர் மகிழ்துணை நெடுமான் அஞ்சி (புறம். 315: 1-3)

என்கிறார். உணவு இருந்தால் தன்னைத் தேடி வரும் அனைவருக்கும் உவகையுடன் தருபவன். விரும்பாதவர் ஆயினும், மடவர் ஆயினும், இரவலர் ஆயினும் அனைவருக்கும் மகிழ்ச்சியுடன் உணவளிப்பவன் என்கிறார் ஔவையார். பொருள்கள் ஓரிடம் குவியாமல் அவற்றை அனைவருக்கும் செலவிடுதல் என்பது சமத்துவச் சமூகத்தின் பண்பாகும்.

வெண்ணாகனார் பாடிய இன்னுமொரு புறநானூற்றுப் பாடலும் (316) இதே பொருளைக் கூறுகிறது.

கள்ளின் வாழ்த்திக் கள்ளின் வாழ்த்திக்
காட்டொடு மிடைந்த சீயா முன்றில்,
நாட்செருக்கு அனந்தர்த் துஞ்சு வோனே!
அவன் எம் இறைவன்; யாம்அவன் பாணர்;
நெருநை வந்த விருந்திற்கு மற்றுத் தன்
இரும்புடைப் பழவாள் வைத்தனன்; இன்றுஇக்
கருங்கோட்டுச் சீறியாழ் பணையம்; இதுகொண்டு
ஈவது இலாளன் என்னாது, நீயும்
வள்ளி மருங்குல் வயங்குஇழை அணியக்
கள்ளுடைக் கலத்தேம் யாம்மகிழ் தூங்கச்
சென்றுவாய் சிவந்துமேல் வருக (புறம். 316: 1-11)

பகை மன்னரை வென்று, வீரர்களுடன் கள்ளுண்டு, முற்றத்திலே உறங்குகின்றானே, அவனே எம் தலைவன்! யாம் அவன் பாணர்! எனும் பெருமிதம் இப்பாடலில் தொனிக்கிறது. பொருள் வளம் குன்றினாலும் இத்தலைவன் நேற்று வந்த விருந்தினரைக் கவனிக்க தன் புகழ்மிக்க வாளையும், இன்று வரும் விருந்தினர்களை உபசரிக்க சீறியாழையும் பணையம் வைப்பவன். நீவிர் சென்றால் விறலியர்க்கு அணிகலன்களும், உங்களுக்குக் கள்ளும் சோறும் தருவான். நம் வாய் சிவந்து வருக! என ஆற்றுப்படுத்தும் பாடல் சமூக சமத்துவத்தைக் காட்டுகிறது.

வேம்பற்றூர்க் குமரனார் பாடிய புறநானூற்றுப் பாடல் (317) 'மயங்கும் வரை கள்தரும் தலைவன் எமக்கும், பிறர்க்கும், யார்க்கும்

கொடுத்து கொடுத்து அவர்கள் சென்ற பின்னரே உறங்கச் செல்லும் இயல்பினன்' என்கிறது.

... எமக்கும் பிறர்க்கும்
யார்க்கும் ஈய்ந்து துயில்ஏற் பினனே (புறம். 317: 6-7)

இவ்வாறு கொடைப் பண்புடன் விளங்கிய சீறூர் மன்னர்களும் குறுநில மன்னர்களும், முதுகுடி மன்னர்களும் இருந்ததைப் புறநானூற்றுப் பாடல்கள் (319, 320, 324, 328) கூறுகின்றன. பாணர்களுக்குத் தானியங்கள், பரிசுப் பொருட்கள், வழங்கப்பட்டதை மேலும் பல பாடல்கள் (புறம். 201, 203, 320, 330, 331, 333, 334) தெரிவிக்கின்றன. மன்னர்களின் பொருள்கள் யாவும் பொதுத் துய்ப்புக்கு மாறியதை சமூக சமத்துவம் சார்ந்த கருத்தாக்கத்தோடு இணைத்தறியலாம்.

தரநிலைச் சமூகம் உருவாகுதல்

சங்க காலத்திலிருந்தே 'தரநிலைச் சமூகம்' (rank society) எனும் ஒரு வகை தோன்றிவிட்டது. இது திறை செலுத்தும் சமூகம் எனக் கருதலாம். வேந்தர்கள் கீழ் பல்வேறு குடிகள் ஒருவகையான தரநிலையில் கூட்டமைப்பாக இயங்கத் தொடங்கின. வேந்தர்களின் ஆட்சிப் பரப்பு விரிவடையத் தொடங்கியபோது மெல்ல மெல்லக் குறுநில மன்னர்கள், முதுகுடி மன்னர்கள், சீறூர் மன்னர்கள் யாவரும் அந்த வேந்தனின் கட்டுப்பாட்டுக்குள் சென்றனர். மேலும் பல்வேறு பிரதேசங்களைச் சேர்ந்த குடிகளும் தாங்கள் செலுத்த வேண்டிய திறையினை வேந்தர்களிடம் செலுத்தி வந்தார்கள்.

இச்சூழலில் ஒருவகையான தரநிலைச் சமூக முறையை (rank society) வேந்தனுக்குக் கீழ் அவனுடைய நாட்டுக் குடிகளும், அடுத்து அவனுடைய ஆட்சிப் பரப்புக்குள் கொண்டு வரப்பட்ட பிற குடிகளும் பல்வேறு தர வரிசையில் வைக்கப்பட்டனர்.

இந்த தரவரிசைச் சமூகம் சங்ககாலத்தின் இறுதியிலும் சங்கம் மருவிய காலத்திலும் வலுப்பெறத் தொடங்கியது. சில எடுத்துக் காட்டுகளைக் காண்போம்.

எடுத்துக்காட்டு 1: சிலப்பதிகாரம் ஆய்ச்சியர் குரவையில் பாண்டிய மன்னனுக்கு ஊழியம் செய்யும் குடியாக மாறிய ஆயர்களின் வாழ்வு முறை கூறப்பட்டுள்ளது.

மாலை வெண்குடைப் பாண்டியன் கோயிலில்
காலை முரசம் கனை குரல் இயல்பும் ஆகலின்
நெய் முறை நமக்கு இன்று ஆம் என
ஐயைதன் மகளைக் கூஉய்க்
கடைகயிறும் மத்தும் கொண்டு
இடைமுதுமகள் வந்து தோன்றுமன் (சிலப். ஆய்ச். 1)

வெண்கொற்றக் குடையையுடைய பாண்டியன் அரண்மனையில் காலை முரசகள் முழங்கின. அரண்மனைக்கு நெய் ஊற்றும் முறை இன்று நம்முடையது. ஆதலின் மாதரி தன் மகள் ஐயையை கூவி அழைத்துத் தயிர் கடைகின்ற மத்தினையும் கயிற்றையும் எடுத்து வரச் சொல்கிறாள்.

பாண்டிய மன்னனின் அரசாட்சியில் ஒவ்வொரு ஆயர் குடும்பமும் முறை வைத்து நெய் கொடுத்த குறிப்பு இப்பாடல் மூலம் கிடைக்கிறது. மன்னன் மையமாகவும் அவனைச் சுற்றியுள்ள மற்ற குடிகள் அவனுக்குச் சேவைக்குடிகளாக இருந்த சுற்றுவட்டச் சமூக முறை என்று எடுத்துக் கொள்வது ஒரு நிலை. வேந்தர்கள் மற்ற மன்னர்களை அடிமைப்படுத்தி அவர்களை ஒரு தர வரிசையில் பங்காற்றுமாறு பணியச் செய்வது இன்னொரு நிலை. மேற்கூறிய ஆயர்களின் நெய் கொடுக்கும் முறை எத்தகைய சமூக அமைப்பில் உள்ள சேவைச் சமூகத்திற்குரியது என்பதைத் துல்லியமாகச் சொல்வதற்குப் போதிய சான்றுகள் இல்லை.

எடுத்துக்காட்டு 2: தச்சர்கள் மன்னனுக்குத் தேர் செய்து கொடுக்கும் பணியை ஆற்றினார்கள்.

எம்முளும் உளன்ஒரு பொருநன், வைகல்
எண்தேர் செய்யும் தச்சன்
திங்கள் வலித்த கால்அன் னோனே (புறம். 87)

ஒரு நாளைக்கு எட்டுத் தேர்களைச் செய்யும் தச்சன் ஒரு மாதம் வரை தன் திறன்காட்டி ஒரு தேர் செய்தால் எவ்வளவு வலிமை பெறுமோ, அவ்வளவு ஆற்றல் பெற்றவன் எம்முடைய மன்னன் அதியமான் நெடுமான் அஞ்சி என்று ஔவையார் பாடுகிறார். மன்னர்க்குத் தேர் செய்து கொடுக்கும் கடமையைத் தச்சர்கள் கொண்டிருந்தனர் என்பதை இந்தப் பாடல் விளக்குகிறது.

எடுத்துக்காட்டு 3: சிலப்பதிகாரக் குன்றக் குரவையில் குறவர் மக்கள் 'பாண்டியர் வாழ்க' என வாழ்த்திப்பாடும் பாடல் மூலம் இந்த

இனக்குழுச் சமூகம் பாண்டியர் எனும் வேந்தர் ஆட்சியின் ஒரு குடியாக மாறிவிட்டதைக் காண்கிறோம்.

.... என்று யாம்
கொண்டு நிலைபாடி ஆடும் குரவையைக்
கண்டு நம் காதலர்கை வந்தார்; ஆனாது
உண்டு மகிழ்ந்தானா வைகலும் வாழியர்
வில் எழுதிய இமயத்தொடு
கொல்லி ஆண்ட குடவர் கோவே (சிலம்பு. குன்ற. குரவை 26)

இங்குக் கொண்டு நிலை பாடிய பாட்டைக் கேட்டுக் காதலர்கள் ஒன்று சேர்ந்தனர்; பின்னர் மணந்தனர். அது போல இமயத்தில் வில்லைப் பொறித்த குடநாட்டு வேந்தன் கொல்லி மலையையும் ஆண்டு வருகிறான். அவன் தினந்தோறும் உண்டு மகிழ்ந்து வாழ்க எனக் குறவர் குடியினர் பாண்டியனை வாழ்த்துகின்றனர்.

எடுத்துக்காட்டு 4: சிலப்பதிகாரத்தின் கானல் வரியில் குன்றக் குறவர்கள் சோழ மன்னனைப் பின்வருமாறு வாழ்த்திப் பாடுகின்றனர்.

மாஇரு ஞாலத்து அரசு தலை வணக்கும்
சூழியானைச் சுடர்வாள் செம்பியன்
மாலை வெண்குடை கவிப்ப
ஆழி மால்வரை அகவையா எனவே (சிலப். கானல். 52)

இந்த உலகத்து அரசர்களை எல்லாம் தலை வணங்கச் செய்யும் ஆற்றலையும், முகப்படாம் அணிந்த யானையையும், ஒளி மிகுந்த வாளையும், அழகிய மாலைகள் சூடிய வெண்கொற்றக் குடையையும் கொண்டுள்ள சோழ மன்னனே. இந்த நிலவுலகத்தையும் சக்கரவாள மலையையும் உள் அடக்கிக் கவிப்பதாக என்று சோழ அரசனைக் குறவர்கள் வாழ்த்துகின்றனர்.

எடுத்துக்காட்டு 5: எயினர்கள் பாண்டியனைப் பாராட்டும் நிகழ்வு சிலப்பதிகார வேட்டுவ வரியில் (24) இடம் பெற்றுள்ளது.

மறைமுது முதல்வன் பின்னர் மேய
பொறை உயர்பொதியில் பொருப்பன், பிறர்நாட்டுக்
கட்சியும் கரந்தையும் பாழ்பட
வெட்சி சூடுக விறல் வெய்யோனே (சிலப். வேட்டு. 24)

மறைகளின் முது முதல்வனின் பின்னால் வந்த, அகத்தியன், சந்தனம், அகில் போன்ற மரங்களை மிகுதியாகத் தாங்கிக்கொண்டிருக்கிற

பொதிய மலையின் தலைவன் பாண்டியன். இவன் வெற்றியை மட்டுமே விரும்புவன். பிற நாட்டிலுள்ள காடுகளையும் எதிரிகளையும் பாழ்படுத்தி வெட்சி மாலை சூடட்டும் என எயினர்கள் கூத்தாடி வாழ்த்தினர். எயினர்கள் பாண்டியனின் கீழ் வாழும் ஒரு தரநிலைச் சமூகமாக மாறிவிட்டதையே இப்பாடல் காட்டுகிறது.

எடுத்துக்காட்டு 6: மலை மக்கள் சேர மன்னன் செங்குட்டுவனுக்குத் தலைமேல் சுமந்து சென்று கொடுத்த பொருட்கள் பற்றிச் சிலப்பதிகாரக் காட்சிக் காதை குறிப்பிடுகிறது. தமிழ்ச் சமூக உருவாக்கத்தைப் பற்றி ஆராய்வதற்கு இந்தப் பகுதி மிக முக்கியமாகும்.

அளந்து கடை அறியா அரும் கலம் சுமந்து
வளம் தலை மயங்கிய வஞ்சி முற்றத்து
இறைமகன் செவ்வி யாங்கணும் பெறாது
திறை சுமந்து நிற்கும் தெவ்வர் போல;
யானை வெண்கோடும், அகிலின் குப்பையும்,
மான்மயிர்க் கவரியும், மதுவின் குடங்களும்,
சந்தனக் குறையும், சிந்துரக் கட்டியும்,
அஞ்சனத் திரளும், அணி அரிதாரமும்
ஏல வல்லியும், இரும் கறி வல்லியும்,
கூவை நூறும், கொழும் கொடிக் கவலையும்,
தெங்கின் பழனும், தேமாங் கனியும்,
பைம் கொடிப் பாடலையும், பலவின் பழங்களும்,
காயமும், கரும்பும், பூமலி கொடியும்
கொழும் தாள கமுகின் செழும் குலைத்தாறும்,
பெரும் குலை வாழையின் இரும் கனித்தாறும்,
ஆளியின் அணங்கும், அரியின் குருளையும்,
வாள்வரிப் பறழும், மதகரிக் களபமும்,
குரங்கின் குட்டியும், குடாவடி உளியமும்
வரை ஆடு வருடையும், மடமான் மறியும்,
காசறைக் கருவும், ஆசு ஆறு நகுலமும்,
பீலி மஞ்ஞையும், நாவியின் பிள்ளையும்,
கானக் கோழியும், தேன்மொழிக் கிள்ளையும்,
மலைமிசை மாக்கள் தலைமிசைக் கொண்டு (சிலப். காட்சி. 35-55)

அளவிட்டுக் கூறமுடியாத அளவுக்குக் குறிஞ்சித் திணைப் பொருட் களைத் தலையில் சுமந்து சென்ற குறவர்கள் சேரனைக் கண்டு திறை

செலுத்தினர். யானைத் தந்தம், அகில் கட்டைகள், மான் மயிரில் செய்த வெண் சாமரை, தேன் குடங்கள், சந்தனக் கட்டைகள், சிந்தூரக் கட்டிகள், விலையுயர்ந்த நீலக் கற்கள், மிளகுக் கொடிகள், கூவைக் கிழங்கு, தென்னை நெற்றுக்கள், இனிய மாம்பழங்கள், பசுந்தழை மாலைகள், பலா, வெளுள்ளி, கரும்பு, பாக்கு, வாழை, ஆளி, சிங்கம், புலி, யானை, குரங்கு, கரடி இவற்றின் குட்டிகள், வருடை மான், மான்குட்டி, கத்தூரிக் குட்டி, கீரிக் குட்டி, ஆண் மயில்கள், புனுகுப் பூனையின் குட்டி, காட்டுக்கோழி, கிளி முதலானவற்றைத் தலைமேல் சுமந்து வந்தனர். இத்திறைப் பொருட்களை ஒப்படைத்த பின்னர் வேந்தனை நோக்கிப் பின்வருமாறு வாழ்த்திப் பாடினார்கள்.

.... ஆங்கு
ஏழ்பிறப்பு அடியேம்; வாழ்க நின் கொற்றம்!
கானவேங்கைக் கீழ் ஓர் காரிகை
தான் முலை இழந்து, தனித்துயர் எய்தி,
வானவர் போற்ற மன்னொடும் கூடி,
வானவர் போற்ற வானகம் பெற்றனள்

எந்நாட்டாள் கொல்? யார்மகள் கொல்லோ?
நின் நாட்டு யாங்கள் நினைப்பினும் அறியேம்;
பல்நூறு ஆயிரத்து ஆண்டு வாழியர்! என (சிலப். காட்சி. 55-63)

ஏழு பிறப்புகளிலும் நாங்கள் உனக்கு அடியவர்கள். பல நூறு ஆயிரம் ஆண்டுகள் வாழ்வாயாக! என வாழ்த்தினர்.

சிலப்பதிகாரம் காட்டும் பிற்சங்ககாலத் தரநிலைச் சமூகம் என்பது சங்ககாலத்தின் இடை, கடைக்காலங்களிலேயே நன்கு வேரூன்றி விட்டன எனக் கருதவேண்டும். புறநானூற்றுப் பாடல் (87) இதற்குச் சான்றாக அமைகிறது.

எடுத்துக்காட்டு 7: கடையேழு வள்ளல்களில் ஒருவரான அதியமான் தர்மபுரி பகுதியில் (தகடூர்நாடு) ஏழு அரசர்களை வென்ற செய்தி புறநானூறில் (99) கூறப்படுகிறது. சங்க இலக்கியங்களை அடுத்துக் கிடைக்கின்ற கல்வெட்டுகளில் ஏறக்குறைய 15 சுதந்திரமான தன்னாட்சி நாடுகள் இருந்தன. கங்க நாடு, புறமலை நாடு, கோவூர் நாடு, வேள்கலி நாடு, எயில் நாடு, மீகுன்றை நாடு. கீழ்வேணாடு, மீவேணாடு, வேணாடு, கோயினூர் நாடு, சிறுபாழ் நாடு, பங்கள நாடு, தாயனூர் நாடு முதலானவை அவற்றில் அடங்கும் (பூங்குன்றன் 2016: 165).

குறுநில மன்னர்களும் வேந்தர்களும் இனக்குழு மன்னர்களை (சீறூர் மன்னர்கள், முதுகுடி மன்னர்கள்) இரண்டு வகையில் தம் கட்டுப்பாட்டிற்குள் கொண்டு வந்தனர். தங்களுக்குச் சவால் கொடுக்கும் வகையில் வலிமையுடன் விளங்கிய முதுகுடி மன்னர் களுடன் மணவுறவு ஏற்படுத்திக் கொண்டு ஆட்சிப் பரப்பை விரிவுபடுத்திக் கொண்டனர். இதற்கு மாறாக, வலிமை குறைந்த இனக்குழுக்களைச் சண்டையிட்டு அவர்களை வென்று தங்களுடைய கட்டுப்பாட்டுக்குள் கொண்டு வந்தனர். இந்த வகையில் பல்வேறு இனக்குழுக்களின் தலைவர்களை வென்றவன் வேளிர் எனப் பெயர் பெற்றான்.

மேற்கூறிய எடுத்துக்காட்டுகள் அனைத்தும் பரந்த நாட்டாட்சிப் பரப்பைத் தொடர்ந்து விரிவுபடுத்திக் கொண்டிருந்த வேந்தனுக்குக் கீழ் இனக்குழு மன்னர்கள் பலரும் ஒரு வகையான தரவரிசையில் கட்டுப்பட்டிருந்ததைக் காட்டுகின்றன. இக்குடிகளிடம் புராதனப் பொதுவுடைமையின் நீட்சியும் மிச்ச சொச்சங்களும்தொடர்ந்து கொண்டிருந்தன. வேந்தராட்சிக்கு உட்பட்ட உழுகுடிச் சமூகத்திலும், கைவினைக் குடிகளிடமும் பொதுவுடைமையோ சமூக சமத்துவமோ இல்லாமல் மறைந்துவிட்டது.

பின்னுரை

சங்ககாலத்தில் நிலவிய தமிழ்ச் சமூக அமைப்பு மிகவும் புராதனமானது. அது தொல்சீர் பழங்கால அமைப்பைக் காட்டுகிறது. இங்குப் புராதனம, பழங்காலம் என்பவை சமூக அமைப்பைப் பொருத்த மட்டில் இனக்குழு அமைப்புக்குரியது. அதில் கூட்டுண்ணுதல், பகுத்துண்ணுதல், பாதீடு, கொடைக் கடன் முதலான புராதனப் பொதுவுடைமை நிரம்பி இருந்தது. கூட்டுழைப்பும் கூட்டுண்ணுதலும் இனக்குழு மரபுக்குரியவை.

இந்த மரபிலிருந்து விலகி வந்துவிட்ட இன்றைய சாதியச் சமூகத்தில் தனித்திருத்தலும் (அகமண ஒழுங்கு), விலகியிருத்தலும் (சாதிப் படிநிலை, தீட்டு பின்பற்றுதல்) முதன்மையான அம்சங்கள். இந்த நீண்ட படிமலர்ச்சியில் சங்ககாலம் ஓர் ஆரம்பப் புள்ளியாகும். அப்புள்ளியின் தொடக்கத்திலிருந்து தொடங்குவது முழுமைசார்ந்த (holistic) புரிதலை வழங்கும். அதிலும் மானிடவியல் நோக்கில் அறிவது மேலும் கூடுதல் புரிதலைக் காட்டும். அவ்வகையில் இந்த இயலில் ஆதி தமிழ்ச் சமூகம் 'குடி' அமைப்புடைய சமூகம்

என்பதை இனங்கண்டோம். இன்றைய சமூக அறிவியலின் ஊடாக நாம் பேசும் 'பழங்குடி' (tribe) 'இனக்குழு' (ethnic group) என்பதற்கு இணையானதொரு சொல்லாகக் குடி, திணைக்குடி என்பதனைக் கருதலாம்.

3

திணைக்குடிகள்

நிலைகுடிகளின் பன்மியம்

ஆயர் வேட்டுவர் ஆடூஉத் திணைப் பெயர்
ஆவயின் வரூஉம் கிழவரும் உளரே

(தொல்காப்பியம், பொருள், அகம். 22)

பண்டைத் தமிழர் வாழ்வுமுறை ஐந்திணைகளால் அடையாளப் படுத்தப்பட்டது; திணையே வாழ்வாகவும் பேசப்பட்டது. பண்பாட்டின் எண்ணற்ற கூறுகள் 'திணை' என்பதோடு அர்த்தப் படுத்தப்பட்டன. முதல், கரு, உரி என இலக்கிய, இலக்கணம்கூட திணைமயப்படுத்தப்பட்டது. இச்சொல் பன்னிரண்டு வகையான அர்த்தங்களைச் சொல்கிறது என்கிறார் கா. சிவத்தம்பி (2009: 45).

பரந்து விரிந்துள்ள இந்த உலகில் ஐந்து வகையான திணைகளே உள்ளன. அந்த ஐந்திணைகளும் சங்ககாலத் தமிழகத்திலேயே காணப்பட்டது தமிழ்நிலத்தின் தனித்துவங்களில் ஒன்றாகும். உலகெங்கும் பரவியிருந்த ஐந்து நில வகைகள் தமிழகத்தில் நுண்ணியல் பகுதிகளாகக் காணப்பட்டது. இந்த ஐந்திணைகளிலும் வாழ்வுமுறை வெவ்வேறு வடிவங்களில் வளர்ந்து வந்தது. ஒவ்வொரு திணையிலும் மக்கள் தன்னியல்பான இயல்முறை வளர்ச்சியோடு (orthogenic development) அசைவியக்கம் பெற்றிருந்தார்கள்.

மனிதகுலப் படிமலர்ச்சியில் (human evolution) அயல் மரபுகளைவிட இயல் மரபின் தோற்றம் (origin), வளர்ச்சி மாற்றங்கள் யாவும் தனிக்கவனம் பெறுகின்றன. தொடர்ந்து வருகின்ற தமிழரின் இயல் மரபு கவனிக்கத்தக்கதாய் விளங்குகிறது. இவ்வியலில் திணைக்குடிகள் பற்றிக் காண்போம்.

குறிஞ்சித் திணைக்குடிகள்

இலக்கிய மரபில் குறிஞ்சி என்பது மலையும் மலைசார்ந்த பகுதியுமாகும். புவியியல்-நிலவியல் கூற்றுப்படி மலை என்பது தனியாக நிற்காது. மலையில் சிறு புதர்க்காடுகள் தொடங்கி நன்கு வளர்ந்த காட்டு மரங்கள்வரை இருக்கும். சங்க இலக்கியம் குறிப்பிடும் மலைகள் அனைத்துமே கிழக்குத் தொடர்ச்சி மலைகளும், மேற்குத் தொடர்ச்சி மலைகளும் ஆகும். தனி மலைகளாக அமைந்தவை மிகச் சில மட்டுமே.

தமிழகத்தில் கற்காலம் தொடங்கி மனிதகுல வாழ்வு காணப் பட்டாலும், சங்க இலக்கியங்கள் பெருங்கற்படைக்கால வாழ்வு முறையையே (megalithic life) பெரிதும் பதிவிடுகின்றன. இவை குறிஞ்சித் திணையில் பின்வரும் குடிகளைப் பெரிதும் பேசுகின்றன.

வேட்டுவர்

மனிதகுல வரலாற்றில் வேட்டையை மட்டும் நம்பி வாழ்ந்த காலம் மிக்க குறைவு (இங்கோல்டு, டிம். 1986). ஆதியில் கற்கால மக்கள் உணவாதாரம் தேடி அவர்கள் வாழ்ந்த பிரதேசத்தின் ஊடாக மெல்ல நகர்ந்து சென்று கொண்டே இருந்த காலகட்டம் புதிய கற்காலம் (neolithic period) வரை இருந்தது. இந்தக் காலகட்டத்தில் இரைதேடி மெதுவாக நகர்ந்தூறும் நிலை (transhumance) இருந்தது. இத்தகைய சமூகம் 'உணவு தேடி நகரும் சமூகம்' (foraging society) எனப்பட்டது. இத்தகைய சமூகம் பற்றிய குறிப்புகளைச் சங்க இலக்கியம் காட்டவில்லை. அத்தகைய ஆதி நிலை உலகில் புதிய கற்காலம் தொட்டே அற்றுப் போனது எனலாம் (ஷாலின்ஸ் 1972).

வேட்டைக்குச் சென்ற வேட்டுவர்கள் காட்டில் கிடைத்த விலங்கின் இறைச்சியைப் பச்சையாகவே (பச்சூன்) உண்ட ஒரு நிலையும், வேட்டையில் கொன்று உடன் உண்ணும் அவசர நிலையும் 'உணவு தேடி நகரும் சமூகம்' இருந்ததற்கான எச்சங்களைக் காட்டும் சான்றுகளாகும் (அகம். 59, 97, 129, 159, 309).

> பச்சூன் தின்று பைந்நிணம் பெருத்த (புறம். 258: 4)
> கொடுஞ்சிலை மறவர் கடறு கூட்டுண்ணும் (குறுந். 331: 3)
> கொழுப்பு ஆதின்ற கூர்ம்படை மழவர் (அகம். 129)
> ஊன் அவித்தல் அயரும் கவலை (அகம். 159: 10).

சங்க இலக்கியங்கள் குறிஞ்சித் திணையில் வேட்டையாடி உணவு

சேகரிக்கும் நிலையே (hunting and gathering) பெரிதும் பேசுகின்றன. வேட்டை விலங்கின உணவாதாரத்தைத் தருகிறது. சேகரித்தல் தாவரவின உணவாதாரத்தைத் தருகிறது. முந்தியதை ஆண்கள் ஈட்ட, பிந்தியதைப் பெண்கள் கவனித்துக் கொண்டார்கள். இந்த ஏற்பாட்டில் ஆண், பெண் வேலைப் பகிர்வு ஏறக்குறைய சமம் என்றாலும், பெண்கள் ஈடுபட்ட 'சேகரித்தல்' நிலையான உணவாதாரத்தைத் தந்தது. பெண்கள் குழுவாகக் காட்டுக்குள் சென்றால் காய், கனி, இலை, தழை, கொட்டை, கிழங்கு, தேன் உள்ளிட்டவற்றில் எவற்றையாவது சேகரித்துத் திரும்புவார்கள். ஆண்களின் வேட்டை பட்டாபட்டா பாக்கியமாகும். உடனடியாகவும் கிடைக்கும், காலதாமதமாகவும் கிடைக்கும். இதனால் இனக்குழுச் சமூகத்தில் பெண்களின் 'சமூகத் தகுதி' (social status) ஆண்களைவிட மிகுந்திருந்தது.

சங்க இலக்கியங்களை ஆழ்ந்து கவனிக்கும்போது வேட்டுவர் பெரிதும் வேட்டைத் தொழிலைச் சார்ந்தவராகவே காட்டப் பட்டுள்ளனர். குன்றக் குறவர், கானக்குறவர், கானவன் முதலானவர்கள் வேட்டையோடு சேகரித்தலையும் வன்புல வேளாண்மையையும் செய்ததைக் காண முடிகிறது. ஆனால், வேட்டுவர் பற்றிய பதிவுகள் வரும் எல்லா இடங்களிலும் அவர்கள் வேட்டைக் குடியாகவே காணப்படுகின்றனர். வேட்டுவன் என்றும் சில இடங்களில் குறிக்கப்படுகின்றனர்.

இதனால் குறிஞ்சியின் மிக முக்கியமான மூன்று குடிகளில் (வேட்டுவர், கானவர், குறவர்) வேட்டுவரே பழைமையான வாழ்வு முறையைக் கொண்டவர்களாக இருந்ததைக் காண முடிகிறது. பின்வரும் பதிவுகளின் மூலம் வேட்டுவர் தொழிலைக் காண்போம்.

வல்வில் வேட்டுவன் (புறம். 150: 7)
கொலைவல் வேட்டுவன் (நற். 189: 7)
இரும்புலி வேட்டுவன்' (புறம். 19: 5-6)
யானை வேட்டுவன் (புறம். 214: 4)
கைம்மான் வேட்டுவன் (புறம். 320: 3)
கதநாய் வேட்டுவன் (புறம். 33: 1)
முயல் எறிந்த வேட்டுவன் (நற். 59: 3)
பார்வை வேட்டுவன் (நற். 212: 1, 312: 4)
வெட்சிக் கானத்து வேட்டுவர் (புறம். 202: 1)
வெள்வாய் வேட்டுவர் (புறம். 324: 3)

வேட்டைக் கருவிகளில் தொன்மையானவை வில், அம்பு. இவற்றைப் பயன்படுத்தியவன் வேட்டுவன் (புறம். 150). இவன் விலங்குகளை வேட்டையாடிக் கொல்பவன் (நற். 189). வனத்தில் பெரும் விலங்குகளாகிய புலி, யானை இவைகளையும் இவர்கள் கொன்றனர் (புறம். புறம். 19, 214). உணவுக்குச் சிறந்த மான், முயல்களையும், எலி, பறவைகள் உள்ளிட்ட சிறு விலங்குகளையும் இவர்கள் வேட்டையாடினார்கள் (புறம். 320, 324; நற். 59). வேட்டையில் கதநாய்களையும் அடார், கண்ணி, வில், அம்பு முதலான கருவி களையும் பயன்படுத்தினார்கள். 'பார்வை வேட்டுவன்' (நற். 212, 312) என்போர் இறந்த விலங்குகளைப் பதப்படுத்தி அப்போலி விலங்கினை முற்றத்தில் நிறுத்தி உயிருள்ள விலங்குகளைப் பிடித்தும் உணவாதாரத்தை ஈட்டினார்கள். இவ்வகைச் சான்றுகளைக் கொண்டு சங்ககாலத்தில் குறிஞ்சியில் வாழ்ந்த மூன்று முக்கியமான குடிகளில் வேட்டுவர் தொன்மையானவர்கள் எனக் கருதலாம். வேட்டைத் தொழிலைக் கொண்டவர் எனும் பொருண்மையில் அவர்கள் 'வேட்டுவர்' எனும் பெயர் பெற்றிருந்தனர்.

சங்க இலக்கியங்களில் பாணர், புலவர் மாக்கள் சில சொல்லாட்சி களைப் பொதுமைப்படுத்தியிருப்பது நம் கவனத்தை ஈர்க்கிறது. எடுத்துக்காட்டாக, அகநானூறு 270ஆம் பாடல் 'இனமீன் வேட்டுவர்' எனக் குறிப்பிடுகிறது. மீனினத்தை வேட்டையாடும் பரதவரையே 'வேட்டுவர்' எனக் குறிப்பிட்டுள்ளனர். மீன் பிடிக்கும் தொழில் நுட்பத்தைப் புலவர் முன்னிறுத்தியிருக்கின்றனர். கானகத்தில் வில், அம்பு கொண்டு வேட்டையாடியது போல, மீன் வேட்டத்தில் எறிஉளி கொண்டு பெரிய மீன்களைப் பரதவர்கள் வேட்டையாடினர் எனப் புலவர்கள் பாடியுள்ளனர். கானவர்களை 'வில்லேர் உழவர்' என்றும், உப்பு விளைவிக்கும் உமணரை 'உழா உழவர்' என்றும் இந்தப் புலவர் மாக்கள் உவமான ஒப்பியலைப் பயன்படுத்தியுள்ள்னர்.

கானவர்

காட்டைச் சார்ந்து வாழ்ந்த குடியாதலால் இவர்கள் 'கானவர்' எனப் பெயர் பெற்றனர் (வேட்டைத் தொழிலை முதன்மைப்படுத்தியதால் 'வேட்டுவர்' எனப் பெயர் பெற்றதுபோல). பண்டைத் தமிழகத்தில் கானவர் முதன்முதலாகக் காட்டெரிப்பு வேளாண்மையை மேற் கொண்டனர்; பண்டைய வேட்டைத் தொழிலையும் தக்கவைத்துக் கொண்டனர்.

இன்னுமொரு துணைத்தொழிலிலும் ஈடுபடத் தொடங்கினர். கைவினைத் தொழிலுக்கான மூலாதாரப் பொருட்களை மலைகளிலிருந்து தோண்டி எடுத்தனர். மலைக்குன்றுகளில் யானைத் தந்தங்களைக் கொண்டு கிளறி மண்ணடுக்குகளில் புதையுண்ட பொன் படிமங்களை வெட்டி எடுத்தனர் (அகம். 282: 1-4; புறம். 202: 2).

பெரு மலைச் சிலம்பின் வேட்டம் போகிய
செறி மடை அம்பின், வல்வில் கானவன்
பொருதுதொலை யானை வெண்கோடு கொண்டு
நீர் திகழ் சிலம்பின் நன் பொன் அகழ்வோன் (அகம். 282: 1-4).

கடறுமணி கிளரச் சிதறுபொன் மிளிர (புறம். 202: 2)

தமிழ்ச் சமூகத்தின் படிமலர்ச்சியில் வேட்டுவர் சமூகத்திலிருந்து 'கானவர்' சமூகம் பெருமளவு மாற்றம் பெற்ற ஒரு சமூகமாகும். வேட்டையும் சேகரித்தலும் மட்டுமே வாழ்வாதாரம் என்ற நிலையை மாற்றியவர்கள் கானவர். இவர்கள் காடுகளில் முதன்முதலாக வன்புல வேளாண்மையைத் தொடங்கினார்கள். மலைகளில் கற்கள் நிறைந்த பகுதியும் மரங்கள் அடர்ந்த காட்டுப் பகுதியும் இருக்கும். மிச்சமிருந்த பகுதியில் புதர்களை அகற்றி எரிபுன விவசாயத்தைத் தொடங்கினர்.

கானவர் முன்னெடுத்த எரிபுன விவசாயம் மலைச்சரிவு விவசாயமாகவும் (terrace cultivation), காட்டெரிப்பு விவசாயமாகவும் (slash and burn cultivation), இடம்பெயரும் விவசாயமாகவும் (shifting cultivation) அமைந்தது. பண்பாட்டுப் படிமலர்ச்சியில் பழைய நிலையும் தொடர்ந்து கொண்டிருக்கும் என்பதால் இதற்கு முந்தைய 'வேட்டையாடி உணவு சேகரித்தல்' நிலையையும் கானவர்கள் கொண்டிருந்தனர். இந்நிலையில் இவர்கள் சற்று மேம்பட்ட வகையில் 'கலப்புப் பொருளாதாரம்' (mixed economy) சார்ந்த சூழலை உருவாக்கிக் கொண்டார்கள். இது அவர்களின் வாழ்வாதாரத்தை மேலும் வலுப்படுத்தியது.

கானவர்களின் பண்பு நலன்கள் அடிப்படையில் அவர்கள் சங்க இலக்கியங்களில் பல்வேறு வகைகளில் குறிக்கப் பெற்றனர். சில பதிவுகளைக் காண்போம். தொல்குடிச் சமூகம் என்பதால் 'சிறுகுடிக் கானவன்' (அகம். 7: 22) என்றும், வலிமையான வில்லைப் பயன்படுத்தியதால் 'வல்விற் கானவன்' (அகம். 282: 2) என்றும், அதே பொருளில் 'கொடுவிற் கானவன்' (நற். 75: 6) என்றும், சிலை எனும் மரத்தால் செய்த வில்லைக் கொண்டிருந்ததால் 'சிலைவிற் கானவன்' (குறுந். 385: 2) என்றும், வலிமையான கைகளைக் கொண்டிருந்ததால்

'வன்கைக் கானவன்' (நற். 285: 3) என்றும், காட்டெரிப்பு வேளாண்மை செய்ததால் 'மரம்கொல் கானவன்' (குறுந். 214: 1) என்றும், கடுஞ்சுரப் பகுதியில் நடக்கும்போது செருப்பணிந்து சென்றதால் 'தொடுதோற் கானவன்' (அகம். 231: 5) என்றும் அழைக்கப்பட்டனர்.

கானவர்களின் முதன்மைத் தொழில் காட்டெரிப்பு வேளாண்மை. இவர்களின் வேளாண் முறை பற்றிஅறிவதற்குச் சங்க இலக்கியங்களில் பல பதிவுகள் உள்ளன (குறுந். 214; புறம். 159; அகம். 368; நற். 306; இன்னும் பல). இக்குறிப்புகளை எல்லாம் நிரல்படுத்திப் பார்க்கும் போது இந்த வேளாண்மையின் செயல்முறைகளை அறியலாம்.

காட்டெரிப்பு வேளாண்மையில் ஈடுபட்ட கானவர்கள் கண்டறிந்த ஒரு தொழில்நுட்பம் நம்மைக் கவர்கிறது. இந்த மலை விவசாயத்தில் காட்டழிப்பும் எரியூட்டலும் மண்ணின் மேற்பரப்பில் கூடுதலான சூட்டை ஏற்படுத்துகின்றன. இது மண்ணின் அடி ஆழத்தில் உள்ள கனிமங்களைச் சூடாக்கி மேற்பரப்புக்குக் கொண்டுவர உதவுகின்றன. மேலும், எரிக்கப்பட்ட மரங்களின் சாம்பல் தரும் நைட்ரஜன் மண் வளத்தைக் கூட்டுகிறது. சங்க இலக்கியங்கள் இவ்வகை இடத்தைத் 'தினைப் புனம்' என்கிறது.

தினைப்புன வேளாண்மையில் கானவர் செய்த சில முக்கிய செயல்பாடுகளைக் காண்போம். பன்றிகள் கிளரிய இடத்தில் விளைந்த தினை உழுது பயிரிடுவதற்கு ஒரு முன்னுதாரணமாக அமைந்தது என்பதை,

> கிழங்ககழ் கேழல் உழுத சிலம்பில்
> தலைவிளை கானவர் கொய்தனர் பெயரும் (ஐங். 270: 1-2)

எனும் பாடலடிகள் விளக்குகின்றன. விளைந்த தினைக் கதிர்களை உண்ண வந்த களிற்றையும், காட்டுப் பன்றிகளையும், பறவை இனங்களையும் அம்பெய்தியும், எரி கொள்ளி எய்தியும், பரண் அமைத்துக் காவல் செய்தும், இசையெழுப்பி விரட்டியும், இரவில் நெருப்பு உண்டாக்கிக் காவல் காத்தும் காப்பாற்றினார்கள். இது பற்றிப் பல பதிவுகள் உள்ளன.

> கானவர் பொத்திய ஞெலிதீ (புறம். 247: 2),
> கானவன் எறிந்த கடுஞ்செலல் ஞெகிழி (நற். 393: 5),
> புருவைப் பன்றி வருதிறம் நோக்கி
> கடுங்கைக் கானவன் கழுதுமிசைக் கொளிஇய (அகம். 88: 4-5),
> உளைமான் துப்பின் ஓங்கு தினைப் பெரும்புனத்துக்
> கழுதில் கானவன் பிழி மகிழ்ந்து வதிந்தென (அகம். 102: 1-2).

மேற்கூறிய பாடலடிகள் கானவர் தீ மூட்டித் தினைப்புனம் காத்ததையும், அங்கு வந்த பன்றிகளை அம்பெய்தி வீழ்த்தியதையும், காவற் பரணில் கள்ளுண்ட மகிழ்ச்சியுடன் பயிர்களைத் காத்ததையும் காட்சிப்படுத்துகின்றன.

தினை அறுவடை முடிந்த பின்னர் அப்புனத்தைச் சுட்டெரித்தனர். சூடு நிறைந்த அப்புனத்தில் செருப்பணிந்து மற்ற வேலைகளைக் கவனித்தனர். இதனைத், 'தொடுதோற் கானவன் சூடுறு வியன்புனம்' *(அகம். 368: 1)* என்கிறது அகநானூறு *(368)*.

கானவர் உழுது பயிரிட்ட தினை விளைச்ச லாகும்போது பன்றிகள் வந்து மேயத் தொடங்கும். அப்போது மறைந்திருந்து, குறிபார்த்து, அம்பெய்திக் கொன்றிருக்கிறார்கள் *(நற். 336: 3-4)*. விளைந்த தினைக் கதிர்களை அழிக்க வரும் யானைகளை எரிகொள்ளி மூலம் விரட்டினர். இதனைக், 'கானவன் எறிந்த கடுஞ்செலல் ஞெகிழி' *(நற். 393: 5)* எனும் பாடலடி குறிப்பிடுகிறது.

குறவர்

குறவர் மாக்கள் மலைகளில் காட்டெரிப்பு வேளாண்மையையும், காடுகளில் வேட்டையையும், உணவு சேகரித்தவையும் மேற்கொண்டவர்கள். கானக் குறவர்கள் காடு சார்ந்தவர்கள்; குன்றக் குறவர்கள் மலை சார்ந்தவர்கள். இவர்களின் இயற்பெயர்கள் அவர்களின் வாழிடச் சூழலைப் பிரதிபலிப்பதாக உள்ளன. குறவர் குடியினர் புனக் குறவன், பல்கிளைக் குறவர், மலை உறை குறவர், குடிக்குறவர், குன்றுவர், நாடன் என்றெல்லாம் அழைக்கப்பட்டனர்.

கானவர் போன்றே குறவர்களும் காட்டெரிப்பு வேளாண்மையில் ஈடுபட்டிருந்தனர். தினை பயிரிட்ட இடங்கள் 'புனம்', 'ஏனல்', 'துடவை' *(குறுந். 392: 4)* என்று அழைக்கப்பட்டன. மேலும், இந்நிலம் இதை *(அகம். 140: 11)*, முதை *(குறுந். 150: 1, 165: 1)*, புறவு *(நற். 21: 9)*, கொல்லை *(அகம். 89: 17)*, கானம் *(முல்லை. 97)* என்றெல்லாம் அழைக்கப்பட்டன.

கானவர் வாழ்வு முறைக்கும் குறவர் வாழ்வு முறைக்கும் தெள்ளத் தெளிவான வேறுபாடுகளைச் சங்க இலக்கியங்கள் காட்டவில்லை. இவ்விரு குடிகளின் வாழ்விடங்களும் வெவ்வேறானவை என்று சொல்வதற்குச் சான்றுகள் இல்லை. அவ்வாறே தினைப்புன விவசாய முறைகளிலும் வேறுபாடுகளைக் காண இயலவில்லை.

இருவேறு குடிகள் ஒருபோகு நிலையில் வாழ்வாதாரம் ஈட்டுவது சுற்றுச் சூழலின் தாக்கமாகும்.

'காடு கொன்று நாடாக்கி' என்பதே அன்றைய தேவையாக இருந்தது. குறவர்களின் குடியிருப்பும் தினைப் புனங்களும் அதிக தொலைவில் இல்லை. குறவர்கள் மலைகளில் வாழ்ந்தனர் என்பதற்கான சான்றுகள் வலுவாக உள்ளன.

'....கானுழு குறவர்' (நற். 209: 2),

'மலையுறை குறவன் காதல் மடமகள்' (நற். 201: 1),

'மரல்நார் உடுக்கை மலையுறை குறவர்' (நற். 64: 4),

'குன்றம் நண்ணிக் குறவர் ஆர்ப்ப' (குறுந். 346: 2),

'கல்கெழு குறவர்...' (நற். 353: 5),

'குன்றக் குறவன் ஆர்ப்பின் எழிலி' (ஐங். 251: 1),

'குன்றக் குறவர் கொய்தினைப் பைங்கால்' (ஐங். 284: 2).

குறவர் மாக்கள் வனப்பகுதியிலும் வாழ்ந்தனர் என்பதைக் 'கானக் குறவர் மடமகள்' (நற். 102: 8) எனும் நற்றிணை அடி மூலம் அறியலாம்.

வாழிடம் சார்ந்தே தினைப்புனம் உருவாக்கினார்கள். தினைப் புன வேளாண்மையின் செயல்முறையை அகநானூறு பின்வருமாறு விளக்குகிறது.

முதைபடு பசுங்காட்டு அரில்பவர் மயக்கிப்
பகடுபல பூண்ட உழவுறு செஞ்செய்
இடுமுறை நிரம்பி, ஆகுவினைக் கவித்துப்
பாசிலை அமன்ற பயறு (அகம். 262: 1-4)

இந்தப் பாடலில் 'முதைபடு பசுங்காட்டு அரில்பவர் மயக்கி' எனும் தொடர் மலையில் மண்டிக் கிடந்த செடி, கொடிகள், முட்புதர்கள் ஆகியவற்றை நீக்கித் தினைப் புனம் உருவாக்குதலைக் காட்டுகிறது. உழுதல், எரு இடுதல், களை எடுத்தல், வேலி அமைத்தல் ஆகியவை இடுமுறையும் ஆகுவினையும் ஆகும். இங்குப் பயற்றம் பயறு விளைந்தது.

வரகு (புறம். 197); ஐவன நெல் (மதுரை. 288), தினை, ஏனல் (அகம். 28); எள் (புறம். 246), அவரை (குறுந். 82: 4-5), பயறு (அகம். 294: 9), மஞ்சள், இஞ்சி, கிழங்கு, மிளகு (மதுரை. 286-289) முதலானவற்றைக் குறவர்கள் பயிரிட்டனர். இதனை,

நறுங்காழ் கொன்று கோட்டின் வித்திய
குறுங்கதிர்த் தோரை நெடுங்கால் ஐயவி
ஐவன வெண்ணெலொடு அரிகொள்பு நீடி
இஞ்சி மஞ்சள் பைங்கறி பிறவும் (மதுரை. 286-289)

தினைகுறு மகளிர் இசைபடுவள்ளையும்
சேம்பும் மஞ்சளும் ஓம்பினர் காப்போர் (மலைபடு. 342-343)

தினையில் செந்தினை, கருந்தினை *(இறடி)* எனும் இரண்டு வகைகள் இருந்தன *(ராஜ் கௌதமன் 2006: 138).*

தினைப் புனங்களில் விளைந்த மகசூலை யானை, பன்றி, மான், மந்தி, பறவைகள் முதலானவை மேய்ந்து அழித்தன *(நற்.82, 98, 108, 119, 336; அகம். 292, 392; கலி.41; ஐங்.284; குறுந். 346).* பயிர்களைக் காப்பதற்காக இந்த விலங்குகளை விரட்டியும் வேட்டையாடியும் தடுத்தனர். இவ்வகை வேட்டையும் உணவுக்காகப் பயன்பட்டது.

பகற்பொழுதில் குறமகளிர் பரணில் ஏறி எறித்தட்டை, குளிர், தழல், முறி, முதலான கருவிகளை அடித்துத் தினைப் புனம் காத்தனர் *(ஐங்.29; குறந்.72, 217; நற். 389; அகம்.28, 128).* இரவு நேரங்களில் ஆண்கள் தீப்பந்தம் ஏந்தியும், கணை எய்தியும், கிணைப் பறை கொட்டியும், கொம்பு ஊதியும், கவண் கற்களை வீசியும் ஆர்ப்பரித்து விரட்டினார்கள் *(நற். 108; அகம்.94).*

தினைப்புனம் காப்பதற்கு ஏதுவாக உயரமான இடத்தில் பரண் அமைத்தார்கள். இது மலைக்குகை (கல்முகை) மீதும்; வேங்கை மரக் கவட்டிலும், ஆசினிப் பலா மரத்திலும் அமைத்தார்கள் *(கலி. 41; அகம்.392).* இவ்வகைப் பரண்களைக் கழுது, இதணம், பணவை என்றெல்லாம் அழைத்தனர் *(ராஜ் கௌதமன் 2006: 137).*

கானக் குறவர், குன்றக் குறவர் இருவருமே வேட்டை, தினை விவசாயத்தோடு காடுபடு பொருட்கள் சேகரித்தலை கூடுதல் உணவாதாரமாகக் கொண்டிருந்தார்கள். அவர்கள் கிழங்ககழ்ந்தனர் *(குறுந்.233),* தேன் சேகரித்தனர் *(அகம்.322),* மாவடு சேகரித்தனர் *(ஐங்.213),* பலாப் பழம் உண்டனர் *(ஐங்.214, 285, 351),* அதன் பிஞ்சினையும் உண்டனர் *(ஐங். 351, நற்.85),* இன்னும் பல வனச் சிறுபொருட்களைச் சேகரித்தனர்.

கானக் குறவர் வாழ்க்கையை மிகச் சுருக்கமாக நற்றிணை பின்வருமாறு குறிப்பிடுகிறது.

கிழங்கு கீழ்வீழ்ந்து தேன்மேல் தூங்கிச்
சிற்சில வித்திப் பற்பல விளைந்து
தினைகிளி கடியும் பெருங்கல் நாடு (நற்.328)

வேட்டைக் கருவிகள்

குறிஞ்சித் திணையில் வேட்டுவர், கானவர், குறவர் ஆகிய மூன்று குடியினரும் வேட்டையில் ஈடுபட்டு வந்தனர். இவர்கள் பயன் படுத்திய வேட்டைக் கருவிகளில் வில், அம்பு தொன்மையானவை. சங்ககாலத்தில் மறவர், மழவர், பொருநர், ஆறலை கள்வர் முதலானவர்களும் படைக்கருவியாக வில், அம்பினைப் பயன் படுத்தினார்கள். ஆனால், இவை வேட்டைக் கருவிகளாகப் பயன்பட்டுள்ளன. இது பற்றிய பல குறிப்புகள் சங்க இலக்கியத்தில் காணப்படுகின்றன. சிலவற்றைக் காண்போம்.

வில் (வேட்டைக் கருவியாக)

கொடுவில் எயினர் (குறுந்.12: 3),

வில்லுடை வீளையர் (குறுந்.272: 2),

விடுகணை வில்லொடு (குறுந்.274: 3),

வல்வில் இளையர் (குறுந். 275: 6),

நோன்சிலை வேட்டுவ (புறம்.205: 9),

சிலைகெழு குறவர் (புறம்.236: 2),

வில்லெடுத்து ஆர்ப்பின் (புறம்.322: 4),

ஊக நுண்கோல் (புறம்.324: 5),

விற்கழிப்பட்ட நாமப் பூசல் (நற்.65: 7).

உலக அளவில் வேட்டைக் கருவிகளில் மிகவும் தொன்மையானது வில் அம்புதான். இவற்றைச் சங்ககால வேட்டுவர்கள் பரவலாகப் பயன்படுத்தியுள்ளனர். ‘வில்’ என்ற சொல் நேரடியாக விளிக்கப் பட்டாலும், நோன்சிலை, சிலைகெழு, ஊக நுண்கோல் முதலான தொடர்களாலும் வில் குறிக்கப் பெற்றுள்ளது.

அம்பில்லாமல் வில்லின் பயன்பாடு இல்லை. அம்பு வேட்டைக்கும் எதிரிகளை வீழ்த்தும் போரிலும் பயன்பட்டுள்ளன. சில குறிப்புகளைக் காண்போம்.

அம்பு *(வேட்டைக் கருவியாக)*

'மாரி அம்பின்... ' *(அகம். 186: 5),*
'வார்கோல் அம்பினர்... ' *(அகம். 239: 4),*
'அம்பு சென்று... யானை' *(புறம். 19: 9),*
'... அம்பு' *(புறம். 324: 6),*
'எறிகணை...' *(நற். 228: 7),*
'இலைமாண்...' *(நற். 352: 1),*
'... காழ்கோத் தன்ன' *(புறம். 70: 2).*

வார்கோல் அம்பு என்பது நீண்ட கோலின் முனையில் செருகிய அம்பாகும். இது சில இடங்களில் எறிகணை, இலைமாண் என்று குறிக்கப்படுகின்றது. ஓரிடத்தில் (புறம். 70) 'காழ்' (நாராசம்) என்று வருகிறது. இரும்பினால் செய்த அம்பு என்பதையே இச்சொல் குறிக்கிறது. உடை மரத்தின் முள்ளால் அம்பு செய்து இளைஞர்கள் வேலி ஓரத்தில் எலிகளை வேட்டையாடினர் (புறம். 324). இரும்பு முனை பொருந்திய அம்புகளால் யானைகளையும் அக்கால வேட்டுவக் குடியினர் வீழ்த்தியுள்ளனர் (நற். 65). போர்க் கருவியாகப் பயன்பட்ட சூழலில் அம்பானது விடுகணை (குறுந். 274: 3) என்றும், கடுங்கணை (புறம். 263: 7) என்றும், இன்னும் சில பெயர்களிலும் அழைக்கப்பட்டது.

முதல் விவசாயக் கருவி

புதிய கற்காலத்தில் இரண்டு முக்கிய புரட்சிகள் உருவாயின. புதிய கற்காலத்தில் அதுவரை பெண்கள் செய்துவந்த காடுபடு பொருள்கள் சேகரித்தலை விடுத்துத் தங்கள் குடியிருப்பைச் சுற்றி அத்தகைய பொருள்கள் கிடைப்பதற்காகப் பயிரிடத் தொடங்கினார்கள். 'பயிர் விளைவித்தல்' (domestication of plants) தோன்றிய காலகட்டம் அது. அதனால் பெண்களே முதல் விவசாயிகள் எனும் பெயரைப் பெற்றார்கள். இதற்கு இணையாக ஆண்கள் அதுவரை காட்டுக்குச் சென்று வேட்டையாடுவதை விடுத்து அத்தகைய விலங்குகளைக் குடியிருப்பிலேயே வளர்க்கத் தொடங்கினார்கள். முதன் முறையாகக் 'கால்நடை வளர்த்தல்' (domestication of animals) எனும் முறை தோன்றியது.

புதிய கற்காலத்தில் இவ்விரண்டு நிகழ்வுகளும் முதன்முறையாகக் கண்டெடுக்கப்பட்டதால் அவற்றைப் 'பண்பாட்டுப் புரட்சி' ஏற்பட்ட

தோண்டுகழியின் அடுத்தடுத்த வடிவங்கள்

காலம் என்கிறோம். தமிழகத்தில் புதிய கற்காலத்தின் காலம் ஏறக்குறைய கி.மு.4,000 - கி.மு.1,800 என மதிப்பிடப்படுகிறது (நரசிம்மைய்யா, பி. 1980). இக்காலகட்டத்தில் பயிர் விளைவித்தலில் ஈடுபட்ட பெண்கள் பயன்படுத்திய முதல் விவசாயக் கருவி எது தெரியுமா?; அதுவே 'தோண்டுகழி' (digging stick). இது ஒரு நான்கைந்து அடி உயரமுள்ள மெலிந்த குச்சியாகும். அதன் முனை கூர்மையாகச் சீவப்பட்டிருக்கும்.

மனித குலத்தில் தோன்றிய முதல் விவசாயக் கருவியாகிய தோண்டு கழி சங்க இலக்கியத்தில் காணப்படுவது ஒரு வியப்புக்குரிய பதிவு.

இரும்புத் தலையாத்த திருந்துகணை விழுக்கோல்
உளிவாய்ச் சுரையின் மிளிர மிண்டி (பெரும்பாண். 91-92)

எனும் அடிகள் மிக முக்கியமானவையாகும். மனித குலத்தின் ஆதி வரலாற்றைக் கூறும் சான்றுகள் வேறெந்த இலக்கியத்திலும் இருப்பதாகத் தெரியவில்லை (சங்க இலக்கியம் வேறு பல ஆதி சான்றுகளையும் கொண்டிருக்கிறது). தொன்மை சார்ந்த இந்த இலக்கியச் சான்று தவிர வேறெந்தச் சான்றும் இப்போது இல்லை. நிலத்தைக் கிண்டுவதற்கும் கிளறுவதற்கும் தோண்டுகழி பயன் படுத்தப்பட்டது. பெரும்பாணாற்றுப்படை கூறும் தகவலின்படி இந்தக் கருவியின் நுனிப்பகுதி பூண் போன்று இரும்பால் செருகப் பட்டிருந்தது. இது அடுத்தடுத்த கால வளர்ச்சியைக் காடடுவதாகும். இரும்பு முனைக்கு முன்னர் அதன் நுனிப்பகுதி இயல்பான மரமாகவே இருந்திருக்கும்.

பொருளியல் தளத்தில் பெண்களின் விவசாயக் கருவியாக இருந்த தோண்டுகழியானது பழையோள், கானமர்செல்வி, காடமற்செவி, கொற்றவை எனும் வடிவங்களில் ஆற்றல் மிகுந்த தெய்வங்களாக

வடிவெடுத்தபோது, சமயம் எனும் தளத்தில் பின்னாளில் தோண்டுகழி பெண்ணுக்கான மீவியல் ஆயுதமாகப் (சூலாயுதம்) படிமலர்ச்சி பெற்றுவிட்டது. தமிழகத்தில் ஆண்தெய்வங்கள் இல்லாத ஊர்களைக் காணலாம். ஆனால் தாய்த்தெய்வங்கள் இல்லாத ஊர்களைக் காண இயலாது. அந்த வகையில் இன்றைக்குத் தமிழகத்தின் எல்லா ஊர்களிலும் கண்ணுக்குப் புலனாகின்ற சூலாயுதம் பல பத்தாயிரம் ஆண்டுகளைக் கடந்து வந்த பின்னரும் நிலைத்திருக்கிறது. இதனாலும் தமிழ் மரபு நீண்ட, நெடிய, அறுபடாத மரபு என்று கூறலாம்.

மனித குலத்தில் தோன்றிய இந்த முதல் விவசாயக் கருவி இன்றும் தமிழகப் பழங்குடிகளிடம் காணப்படுகிறது. இதனால்தான் தமிழ் மரபை நீண்ட, நெடிய, அறுபடாத மரபு என்கிறோம். ஆனைமலையில் வாழும் காடர் பழங்குடியினர் தோண்டுகழியைப் 'பாறைக்கோல்' எனவும், மேற்குத் தொடர்ச்சி மலைகளில் வாழும் தேன்குறும்பர்கள் இதனைக் 'குழிக்கோல்' எனவும், பளியர்கள் 'காம்பு' எனவும், காணிக்காரர் 'தொட்டகாம்பு' எனவும் கிழக்கு மலைத் தொடர்ச்சி அடிவாரங்களில் வாழும் கொண்ட ரெட்டிகள் 'கொங்கி பொரிகி' எனவும் குறிப்பிடுகின்றனர்.

வாழ்வியல் கோட்பாடு

குறிஞ்சியின் வாழ்வியல் கோட்பாடு பின்வரும் இயங்கியலைக் காட்டுகிறது.

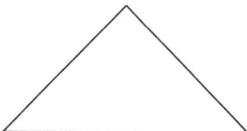

வேட்டை உணவு
வன்புல வேளாண் உணவு
வனச்சிறுபொருட்கள் உணவு
(சேகரித்தல் உணவு)

பாதீட்டின் தோற்றம்

ஆண்கள் குழுவாக மேற்கொண்ட வேட்டையின் மூலம் விலங்கின உணவு கிடைத்தது. பெண்கள் சேகரித்த வனச்சிறு பொருட்கள் மூலம் தாவரவின உணவு கிடைத்தது. இவ்விரு வகையான உணவாதாரங் களுடன் வன்புல வேளாண்மை மூலம் விளைவிக்கப்பட்ட தினை,

வரகு, ஐவன நெல், அவரை, எள், வெண்சிறு கடுகு, இஞ்சி, வாழை முதலான பயிர்களும் உணவாதாரத்தை விரிவாக்கின. பண்டைத் தமிழகத்தில் கி.மு.8000 முதல் கி.மு.5000 ஆண்டுகளுக்குட்பட்ட புதிய கற்காலத்தில் ஆரம்பகால விவசாயம் ஏற்பட்டது.

ஆக, சங்ககாலத்தில் பண்டைத் தமிழர்கள் 'வேட்டை', 'சேகரித்தல்' 'வன்புல வேளாண்மை' ஆகிய மூன்று வகையான உணவாதாரங்களை உருவாக்கிக் கொண்டார்கள். இந்தக் கலப்புப் பொருளாதாரம் (mixed economy) சார்ந்த உணவாதாரம் தற்சார்பு நிலையை நோக்கி நகர்த்தியது. கூடவே, இயற்கையோடு இயைந்த உயிரினச் சூழலியலையும் அது சார்ந்திருந்தது.

இத்தகைய குறிஞ்சி நில வாழ்வில் 'பாதீடு' (பங்கிடுதல்) ஒரு தலையான பொருளியல் கூறாக விளங்கியது. வேட்டையில் கிடைத்த இறைச்சியையும், சேகரித்தல் மூலம் கிடைத்த காடுபடு பொருள் களையும் பங்கிட்டுக் கொண்டனர்.

... கானவன்
வில்லின் தந்த வெண்கோட்டு ஏற்றைப்
புனை இருங் கதுப்பின் மனையோள் கெண்டிக்
குடிமுறை பகுக்கும் நெடுமலை நாட! (கற். 336: 3-6)

எனும் நற்றிணைப் பாடலும்
கானவன் எய்த முளவுமான் கொழுங்குறை
தேங்கமழ் கதுப்பின் கொடிச்சி கிழங்கொடு
காந்தள் அம் சிறுகுடிப் பகுக்கும் (நற். 85: 8-10)

எனும் நற்றிணைப் பாடலும் பாதீட்டின் முறையை விளக்குகின்றன. குறிஞ்சி நிலத்தில் தோன்றிய வேட்டையாடி உணவு சேகரித்தல் என்பது குழு வாழ்க்கை சார்ந்தது. இனக்குழுச் சமூகத்தில் ஆண்கள் குழுவாக வேட்டைக்குச் சென்றார்கள். வேட்டையானது பட்டா பட்டா பாக்கியம். உடனடியாகவும் கிடைக்கும், தாமதமாகவும் கிடைக்கும், கிடைக்காமலும் போகும்.

பெண்களும் குழுவாகச் சேர்ந்து காடுபடு பொருட்களையும் வனச்சிறு பொருட்களையும் சேகரித்தார்கள். பெண்கள் ஈடுபட்ட வனச்சிறு பொருள்கள் சேகரிப்பானது நிலையான உணவு ஆதாரத்தைக் கொடுத்தது.

பெண்கள் காட்டுக்குச் சென்றால் ஏதாவது சில உணவாதாரங் களுடன் குடியிருப்புக்குத் திரும்புவார்கள். இவர்கள் குழுவாகச் செல்வார்கள். குழுவினர் அனைவரும் கால்வழி, மணவழி

திணைக்குடிகள் ✦ 45

உறவினர்கள். இந்த உறவுமுறை அடிப்படையிலேயே உணவாதாரம் ஈட்டப்பட்டது (kin-based production).

ஈட்டிய இறைச்சியையும், காய், கனி, இலை, தழை, பட்டை, மா, பலா, கொட்டை, தேன், கிழங்கு முதலான வனச்சிறு பொருள் களையும் கொடிச்சி (குடிப்பெண்டிர்) சிறுகுடியில் வாழும் பலருக்கும் பகுத்துக் கொடுத்தாள். குறிஞ்சி நில வாழ்வில் 'பாதீடு' ஒரு தலையான வாழ்வியல், பொருளியல் பண்பாக மேலோங்கி இருந்தது.

இத்தகைய வாழ்வு முறையில் மிகை பொருட்களோ உபரியோ சேமிப்போ வைத்துக் கொள்வதில்லை. அன்றாட உணவுக்கான ஆதாரங்களை ஒவ்வொரு நாளும் ஈட்டிக் கொள்வார்கள். அதனால் தான் வேட்டையாடி உணவு சேகரிக்கும் பொருளாதார முறையைப் 'பிழைப்பாதாரப் பொருளாதாரம்' (subsistence economy) என மானிட வியலர்கள் வகைப்படுத்துவார்கள்.

இத்தகைய இனக்குழு வாழ்வில் 'உறவுமுறை சார்ந்த உற்பத்தி' (kin-based production) முறை காணப்பட்டது. உறவுமுறை சார்ந்த உழைப்பில் 'பாதீடு' அடிப்படையானது. ஈட்டிய உணவாதாரத்தைப் பொதுவில் அனைவரும் பங்கிட்டுக் கொண்டதே பாதீடு. இது ஆதிப் பொதுவுடைமை (primitive communism) சார்ந்தது. சமூக சமத்துவம் (egalitarianism) இதன் ஆதார சுருதியாகும். பண்டைய குறிஞ்சி நில வாழ்வில் இந்த அனைத்துக் கூறுகளையும் காணமுடிகிறது.

முல்லைத் திணைக் குடிகள்

காடும் காடு சார்ந்த இடமும் முல்லை. இங்கு ஆயர் வாழ்வும் வன்புல வேளாண்மையும் முக்கியத் தொழில்கள் ஆகும்.

உலகளாவிய நிலையில் பார்க்கும் போது ஆயர் வாழ்வு என்பது புதிய கற்காலத்திலேயே (கி.மு.9000-6000) தோன்றிவிட்டது. பெரும்பாலும் புதிய கற்காலத்திற்குப் பின்னருங்கூட கால்நடை வளர்ப்பு என்பது ஆயர் நாடோடியமாகவே (pastoral nomadism) காணப்பட்டது (ஆல்சின் 1963). *தென்னிந்தியாவில் புதிய கற்கால கால்நடை வளர்த்தவர்கள் (Neolithic Cattle-keepers of South India, 1963)* எனும் நூலில் குறிப்பிடப்பெறும் தென்னிந்திய அகழாய்வுச் சான்றுகளைப் பார்க்கும்போது கி.மு.2000 வாக்கிலிருந்து கி.மு.750 வரையிலும் கால்நடை வளர்த்தவர்கள் பற்றிய குறிப்புகள் கிடைக்கின்றன.

தென்னிந்தியாவில் புதிய கற்காலத்திற்குப் பிந்தைய காலகட்டத்தில், குறிப்பாகத் தக்காணத்து ஆயர்கள் கி.மு.4000 வாக்கில் கால்நடை மேய்ச்சலுக்காகச் சென்ற வழிகள் பின்னாளில் பெருவழிகளாக உருவாயின. தமிழகத்தின் ஆயர்குடிகளிடம்கூட பெருவழி பற்றிய செய்திகள் உள்ளன. அகநானூற்றுப் பாடல்களில் (14, 64, 74) கால்நடை மேய்த்தவர்களின் புலப்பெயர்வுகள் பின்னாளில் பெருவழிகளாக மாறின என்பதை உறுதி செய்கின்றன.

உலக அளவில் பார்க்கும்போது உண்மையில் ஆயர் நாடோடியம் ஒன்றும் விளையாத, வறண்ட நிலப்பகுதிகளிலும், ஓரளவு வறண்ட நிலப்பகுதிகளிலும் தோன்றி நிலைபெற்று வந்துள்ளது. சங்க காலத்திலும், அதற்குப் பின்னரும்கூட ஆயர் வாழ்வைப் பார்க்கும் போது அது உண்மையான நாடோடியமாகத் தெரியவில்லை. ஆயர்கள் நிலையான குடியிருப்புகளில் வாழ்ந்துள்ளனர் (நற். 169; அகம். 284). பருவ காலங்களுக்கு ஏற்ப மேய்ச்சல் நிலங்களைத் தேர்ந்தெடுத்து இடம்பெயர்ந்து கால்நடைகளை வளர்த்து வந்தனர். அரை-நாடோடியம் (semi-nomadism) வாழ்க்கை முறையே சங்ககால ஆயர்களிடம் இருந்ததாக அறிய முடிகிறது.

சங்ககால ஆயர்களின் பொருளாதாரம் உபரியை மையமிடாத, பிழைப்புக்கு மட்டும் ஆதாரத்தைத் தேடுகின்ற பொருளாதாரமாக (subsistence economy) இருந்தது. ஆனால் ஒரு கட்டத்தில் கொல்லைக் கோவலர்கள் வன்புல வேளாண்மையையும் செய்ய ஆரம்பித்தனர் (நற். 266: 1-3). இதனால் இக்கட்டத்தில் ஆயர்கள் கலப்புப் பொருளாதாரத்தை (complex economy) ஏற்றுக் கொண்டவர்களாக மாறினார்கள். சங்க இலக்கியத்தைப் பொறுத்தவரை முல்லைத் திணையில் உழவும் குறும்புனத்தில் புன்செய் பயிரிடுதலும் குறிஞ்சித் திணைக்கடுத்து மேலும் விரிவு பெற்றதைப் பார்க்கிறோம் (அகம். 194: 1-16). முல்லை நிலத்தில் புன்செய் விவசாயம் செய்தவர்களை அகநானூறு (194: 13) கொல்லை உழவர் என்று குறிப்பிடுகிறது.

சங்ககாலத்தில் ஏற்பட்ட காட்டெரிப்பு வேளாண்மை (slash-and-burn agriculture) முதலில் குறிஞ்சித் திணையில்தான் உருவானது. காட்டை வெட்டி அவ்விடத்தில் உள்ள மரங்களையும் புதர்களையும் எடுத்துச் சாம்பலாக்கி அந்த இடத்தில் பயிரிட்டனர். இதே முறையில் முல்லை நிலத்தில் வரகு பயிரிட்டதைக் காண்கிறோம் (நற். 121: 1-5). ஆக சங்ககால ஆயர்கள் பல்வேறு தொழில்கள் செய்து

விரிவான பொருளாதார வாய்ப்புகளை ஏற்படுத்திக் கொண்டார்கள் என்பதைக் காண்கிறோம்.

ஆதிகால மனிதர்களிடம் உணவு சேகரிப்பு முறையில் ஏற்பட்ட பல்வேறு மாற்றங்களை ஆராய்ச்சியாளர்கள் சில கோட்பாடுகளாக வரையறுத்துள்ளனர். அவற்றுள் ஒன்று 'பாலைவனச் சோலை கோட்பாடு' (oasis theory) அல்லது 'வறட்சிக் கோட்பாடு' (desiccation theory). மிகவும் வறண்டு கிடக்கும் பாலைவனத்தில் எங்கோ சில இடங்களில் பசுமை நிறைந்த திட்டுகள் இருக்குமானால் அவ்விடங்களுக்குப் பசியாறவும் தண்ணீர் குடிக்கவும் விலங்குகள் வருவது இயல்பு. அத்தகைய விலங்குகளை ஆதி மனிதர்கள் வேட்டையாடாமல் பிடித்துப் பழக்கி வந்தார்கள் என்பது இக்கோட்பாடு. தொடக்கக் காலத்தில் சில சான்றுகளுடன் உருவான இந்தக் கோட்பாட்டுக்குப் பிற்காலத்தில் வரவேற்பில்லை.

1960களில் கால்நடை வளர்த்தல் பற்றிய அறிஞர்களின் கருத்துகள் மனிதனின் நீண்டகால வேட்கையால் உருவானது என்கின்றன. மக்கள் தொகைப் பெருக்கத்திற்கு ஏற்ப உணவு ஈட்டும் முயற்சியில் உருவானதே கால்நடை வளர்த்தல் என்று ஒரு குழுவினர் முன்மொழிந்தனர்.

அதன்பிறகு உருவான கொள்கை இன்னுமொரு புதிய கருத்தை முன்வைத்தது. ஆதிகால மக்கள் அடுத்தடுத்த வரலாற்றுக் கட்டங்களில் தங்களின் உணவுப் பொருட்களை ஈட்டும் முயற்சியிலும் உணவுப் பொருட்களைப் பேணிப் பாதுகாத்துப் பயன்படுத்துவதிலும் எதேச்சையாக, ஒரு விபத்து போன்று உருவான முயற்சியே கால்நடை வளர்த்தல் என்கிறது இந்த மூன்றாம் வகைக் கோட்பாடு. ஆதியில் இத்தகைய கால்நடை வளர்க்கும் முயற்சியானது தென்கிழக்காசியா, மெக்சிகோவின் மேட்டுநிலப் பகுதி, தென் அமெரிக்காவின் அமேசான் காடுகள் ஆகிய பகுதிகளில் தனித்தனியே உருவானது; ஒன்றுக் கொன்று தொடர்பில்லை.

இந்தியத் துணைக் கண்டத்தில் விரிவாக ஆய்வு செய்த தொல்லியல் அறிஞர் கோர்டான் சைல்டு (G.Child) அவர்களும் தொடக்ககால வேளாண்மை புதிய கற்காலத்திலேயே தோன்றிவிட்டது எனத் தன்னுடைய மனிதன் தன்னையே உருவாக்கிக் கொள்கிறான் (*Man Makes Himself, 1951*) எனும் நூலில் குறிப்பிடுகிறார். பண்டைய தமிழகத்தில், குறிப்பாக முல்லைத் திணையில் தோன்றிய வேளாண்மை

மலைச் சரிவு விவசாயம் (terrace cultivation), அல்லது எரிபுன விவசாயம் (slash and burn cultivation), அல்லது இடம்பெயரும் வேளாண்மை (shifting cultivation) எனக் குறிப்பிடலாம். இது வேட்டுவர்களின் உணவு ஈட்டும் முயற்சியிலிருந்து விடுபட்டு உணவு உற்பத்தி செய்யும் முயற்சியாகவே தோன்றியது (ஸ்மித் 1999; ரிண்டோஸ் 1984). வறட்சியும் உணவுப் பொருட்கள் கிடைக்காமையும் உணவு உற்பத்தி நோக்கி ஆதி மனிதனைத் தூண்டின. உணவு உற்பத்திக்கு மக்கள் தொகை விரிவாக்கம் ஒரு காரணியாகச் செயல்பட்டது என பின்ஃபோர்டு (L. Binford) போன்ற அறிஞர்கள் முன்வைத்தனர்.

இன்றைய அறிஞர்கள் ஓர் ஒருங்கிணைந்த கோட்பாட்டை (synthetic theory) முன்வைக்கின்றனர். வேட்டுவ மக்களின் வேட்டையாடி உணவு சேகரிக்கும் முறையில் ஏற்பட்ட நெருக்கடியே உணவு உற்பத்தி நோக்கி (விவசாயத்தை நோக்கி) அவர்களை நகர்த்தியது என்கின்றனர். காடுகளிலிருந்து நகர்ந்து புதிய சூழலில் உணவு உற்பத்திக்கான முயற்சியில் ஈடுபட முனைந்தனர். காடுகளில் இயற்கை வளங்கள், காடுபடு பொருட்கள் போன்றவை கிடைப்பதில் இருந்த ஏற்றத் தாழ்வு, மக்களின் உணவுத் தேவைகளின் பெருக்கம், இவற்றோடு தொடர்புடைய பிற கூறுகள் இணைந்து தொடக்ககால வேளாண்மைக்கு வழிகோலின என்றனர். எனினும், இந்தக் கோட்பாடுகள் பற்றியதொரு முடிவுரா விவாதம் பண்பாட்டு மானிடவியலில் இன்றும் தொடர்ந்து கொண்டிருக்கிறது.

தென்மேற்கு ஆசியாவில் மிகவும் தொன்மையான சான்றுகள் கிடைக்கின்றன. கி.மு.11,000-9,000 ஆண்டுகளுக்கு முன்பேயே கால்நடை வளர்த்தலும் பயிர்களை வர்த்தலும் மேற்கொள்ளப் பட்டுள்ளன (சைல்டு 1951; ரிண்டோஸ் 1984; ஸ்ட்ரூவர் 1970). தென்னிந்தியச் சூழலில் இக்காலகட்டம் கி.மு.9000-6000 வரை நிலவியது. ஆல்சின் (1963) தென்னிந்தியப் பகுதிகளில் மேற்கொண்ட அகழாய்வுகளில் கி.மு.750 வரையிலும் கால்நடை மேய்க்கும் வாழ்வியல் கூறுகளைக் கண்டெடுத்துள்ளார்.

புதிய கற்காலத்தில் தென்மேற்காசியாவில் கி.மு.9000-8000 வாக்கில் விவசாயக் கிராமங்கள் ஏற்பட்டதைத் தொல்லியல் சான்றுகள் விரிவாகக் கூறுகின்றன (ஹவிலேண்ட் 1989: 221). ஆனால் இத்தகைய கிராமங்கள் மீசோ அமெரிக்கா, பெரு போன்ற புத்துலகில் (New World) கி.மு.4500க்குப் பிறகுதான் உருவாயின (மேலது: 221). எனினும்

திணைக்குடிகள் ✦ 49

சங்ககாலத்தில் வரகு, தினை, சாமை போன்ற சிறுதானியங்கள் இங்கேயே பயிரிடப்பட்டவையாக இருக்க, கடல்வழி வணிகத்தால் அயலகத் தாவரங்கள் இங்குக் கொண்டு வரப்பட்டன. மக்காச்சோளம், உருளைக்கிழங்கு போன்றவை இந்தியாவிற்கு 17ஆம் நூற்றாண்டில் அறிமுகப்படுத்தப்பட்டன.

நீலகிரியில் தேயிலை 1832-1833இல் கேத்தி என்னுமிடத்தில் பயிரிடப்பட்டது. தென் அமெரிக்காவிலிருந்து உருளைக் கிழங்கை 1822இல் ஜான் சுல்லிவன் இங்கு அறிமுகப்படுத்தினார் (பக்தவத்சல பாரதி 2013: 146-47).

ஆயர்களின் நிலமும் வாழிடமும்

காடும் காடு சார்ந்த இடமும் 'முல்லை' எனப்பட்டது. காட்டை ஒட்டியே ஆயர் சமூகத்தினர் வாழ்ந்தனர். அதனால்தான் ஆயர்கள் 'காடுறை இடையன்' எனப்பட்டனர். இவர்கள் வாழ்ந்த காட்டு நிலப் பகுதிகள் 'முல்லை', 'புறவு', 'வன்புலம்' என்றெல்லாம் குறிக்கப் பெற்றன. மேய்ச்சல் நிலம் 'விடுநிலம்' எனப்பட்டது.

முல்லைத் திணையில் பயிரிடாமல் தரிசாய்க் கிடந்த நிலமானது 'கொல்லை' (அகம். 89: 17) என்றும், மரங்கள் அடர்ந்த முல்லைப் பகுதி 'புறவு' (சிறு. 169). 'கானம்' (குறுந். 21: 4) என்றும் பெயர் பெற்றன. முல்லைத் திணையில் விவசாயம் ஏற்பட்ட காலத்தில் மரங்களை அழித்து விளைநிலமாக்கப்பட்ட புதிய புனமானது 'இதை' (அகம். 394: 3) என்றும், பழைய விளைநிலம் 'முதை புனம்' (குறுந். 105: 1) என்றும் அழைக்கப்பட்டன. எனினும், குறிஞ்சி, முல்லை ஆகிய இரண்டு திணைகளும் மண்வளமும் நீர்வளமும் குறைந்த பகுதிகள் என்பதால் இவை 'வன்புலம்' என்றே வகைப்படுத்தப் பட்டது. 'வன்புலக் கேளிர்க்கு வருவிருந்து அயரும்' (புறம். 42: 17), 'வித்தி வான்நோக்கும் புன்புலம்' (புறம். 18) ஆகிய பாடலடிகள் மூலம் இத்தகைய வன்புல நிலத்தை அறிய முடிகிறது.

ஆயர்குடித் தலைவர்கள்

முல்லைத் திணை 'குறும்பொறை' எனக் கூறப்படுவதுண்டு. காடு என்பது இதன் பொருள். முல்லை நிலம் காடு சார்ந்தது என்பதால் இது 'காடுறை உலகம்' என்றே கூறப்பட்டது. இது குறும்பொறை என்றும் கூறப்பட்டதால் முல்லை நிலத் தலைவர்கள் 'குறும்பொறை நாடன்' என அழைக்கப்பட்டனர். முல்லை நிலத் தலைவர்கள் அண்ணல்,

நாடன், தோன்றல் என்றெல்லாம் குறிக்கப் பெற்றனர். அண்ணல் என்பதற்கு அரசன், கடவுள், தலைமை, பெருமையிற் சிறந்தோன், முல்லை நிலத் தலைவன் எனப் பொருளாகும். காக்கும் கடவுளாகிய திருமாலைப் போல் முல்லைநில மாக்களைக் காப்பவர் அண்ணல் எனப்பட்டார் (முத்துச்சாமி 1993:11). கானநாடன், நாடன் எனும் பெயர் களும் முல்லை நிலத் தலைவர்களுக்கு உண்டு. தோன்றல் எனும் சொல்லுக்கு அரசன், தலைமை, தலைவன் எனும் பொருள்கள் உண்டு. அதனால் முல்லைநிலத் தலைவன் 'தோன்றல்' என்றும் அழைக்கப்பட்டான்.

ஆயர் குடிகள்

முல்லைத் திணையில் பின்வரும் சமூகத்தார் வாழ்ந்ததைச் சங்க இலக்கியங்கள் குறிப்பிடுகின்றன.

அண்டர். அண்டர் முல்லைநிலக் குடியினர் என்று பதிற்றுப்பத்து *(88: 9)* கூறுகிறது. அண்டர்களின் தலைவன் கழுவுள் எனப்பட்டான் (பதிற். *88.7*). அண்டர்கள் எருது வளர்த்தார்கள் (குறுந். *117: 3*) .

ஆயர். ஆயர்களில் கோட்டினத்தாயர் (எருமை ஆயர்), கோவினத்தாயர் (பசு ஆயர் - கலி. *106: 32*), புல்லினத்தாயர் (ஆட்டாயர் - கலி. *111: 5, 113.9*) ஆகிய மூன்று பிரிவினர் இருந்தனர். இவர்களில் அறம் சார்ந்த ஆயர்கள், மறம்சார்ந்த ஆயர்கள் (புல்லினத்தாயர்) இருந்ததைப் புறநானூறு பின்வருமாறு காட்டுகிறது.

அறவை நெஞ்சத்து ஆயர்வ ளரும்
மறவை நெஞ்சத்தாயி வாளர் (புறம். *390: 1-2*)

மறக்குணம் கொண்ட ஆயரையே புல்லினத்தாயர் என்கிறது முல்லைக்கலி *(113: 9)*.

.... பகையஞ்சாப்
புல்லினத் தாயர் மகனேன்... (மு. கலி. *113: 6-7*)

எனும் அடிகள் மூலமும் இதனை உறுதிப்படுத்தலாம். இந்த மறவர் பிரிவினரே பின்னாளில் ஆநிரை கவர்ந்தலைத் தடுக்க உதவினர் (வாணி அறிவாளன் *2015: 176-183*). மேலும் காண்க: 'பொதுவர்.'

இடையர். இடையர்கள் பல்வேறு வகையாக உருவகப்படுத்தப் பட்டுள்ளனர். 'காடுறை இடையன்' (அகம். *394: 13*), 'வன்கை இடையன்' (நற். *169: 9*), 'மறித்துரூஉத் தொகுத்த பறிப்புற இடையன்' (அகம். *94:4*), 'தண்டுகால் ஊன்றிய தனிநிலை இடையன்' (அகம். *274: 8*) என்றெல்லாம் அழைக்கப்பட்டனர்.

குடவர். 'குடவர் புழுக்கிய பொங்கவிழ்ப் புன்கம்' என்கிறது சங்கப்பாடல் (அகம். 393: 16). ஆநிரைகளை மிகுதியாக உடைய புல்லி என்பவனுடைய நாட்டில் குடவர்கள் ஆநிரைகளை வளர்த்து வாழ்ந்தனர்.

கோவலர். கோவலர் குடியினர் குருந்தங் கண்ணிக் கோவலர் (ஐங். 439: 2). பல்லான் கோவலன் (ஐங். 476.3), ஆபெயர் கோவலர் (அகம். 214: 12). கோற்கைக் கோவலர் (அகம். 54: 10), கொடுங்கோற் கல்லாக் கோவலர் (அகம். 74: 15-16), வழூச் சொற் கோவலர் (கலி. 106: 4), கொல்லைக் கோவலர் (நற். 289: 7) என்றெல்லாம் அறியப்பட்டார்கள். கோவலர் பசுக்களை மேய்த்தனர். வேளாண்மை செய்பவர்களாகவும் மாறினர். அதனால் இவர்கள் 'கொல்லைக் கோவலர்', 'விதையர்' எனவும் பெயர் பெற்றனர்.

பூழியர். இவர்கள் பயில்சோலை மலியப் பூழியர் (நற். 192: 3), பூழியர் (குறுந். 163: 1), பூழியர் கோவே (பதிற். 21: 24) என்றெல்லாம் கூறப் பட்டனர். பூழியர் வெள்ளாடுகள் வளர்த்ததாகக் குறுந்தொகை (163) கூறுகிறது; ஆட்டு மந்தையைக் கொண்டிருந்தார்கள் என்று நற்றிணை (192: 3-5) கூறுகிறது. இவர்களைத் தனிக் குடியினராகக் கொள்ளலாம்.

பொதுவர். இவர்களின் பண்புநலன்களால் பல்வேறு அடைமொழிகள் உருவாயின. கண்ணப் பொதுவன் (கலி. 102: 37), மலரணி கண்ணிப் பொதுவன் (கலி. 105: 64), குருந்தம்பூங் கண்ணிப் பொதுவன் (கலி. 111: 7), காயாம் பூங் கண்ணிப் பொதுவன் (கலி. 103: 57), தாளாண்மை கூறும் பொதுவன் (கலி. 101: 44), சினப் பொதுவர் (கலி. 105: 7), பொய்யில் பொதுவர் (கலி. 107: 33), கல்லாப் பொதுவன் (கலி. 112: 3) என்றெல்லாம் அறியப்பட்டனர்.

வாழ்வியல் கோட்பாடு

முல்லைத் திணையின் வாழ்வியல் கோட்பாடு பின்வருமாறு அமைகிறது. முல்லைப் பாடல்களை முழுமையாக ஆழ்ந்து நோக்கினால் அங்கு எருமை, பசு, ஆடு, காளை ஆகியவற்றை ஆயர்கள் வளர்த்துள்ளனர். முல்லைத் திணையில் ஆயர் பெண்கள் பூக்கள், பால், மோர், தயிர், வெண்ணெய், நெய் போன்ற பல்பொருட்களை மற்ற குடியினருக்குக் கொடுத்துப் பண்டமாற்றமாக நெல், பொன், பசு, எருமை உள்ளிட்டவற்றைப் பெற்றுக் கொண்டார்கள் (அகம். 224: 6-7; பெரும்பாண். 154-168; குறுந். 221).

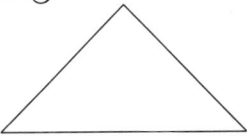

கால்நடைகள் தரும் உணவு
(பால் பொருட்கள் - விலங்கின உணவு)

வன்புல வேளாண் உணவு பண்டமாற்றம் சார்ந்த உணவு
(தாவர உணவு) (உப்பு, பிற வகைகள்)

பண்டமாற்றத்தின் தோற்றம்

கால்நடை வளர்த்தல் முல்லைக்குரிய ஆரம்பகால வாழ்வாதாரமாக இருந்தாலும், பின்னாளில் கலப்பை கொண்டு உழுது பயிரிடும் வேளாண்மையும் ஏற்பட்டது (அகம். 194). இதனைச் செய்தவர்கள் கொல்லைக் கோவலர் எனப்பட்டனர் (நற். 266, 289). பின்வரும் பாடல் இதனைப் பேசுகிறது.

கொல்லைக் கோவலர் குறும்புனஞ் சேர்ந்த
குறுங்காற் குரவின் குவியிணர் வான்பூ
ஆடுடை இடைமகன் சூடப் பூக்கும் (நற். 266: 1-3)

நற்றிணை 121, குறுந்தொகை 155வது பாடல்களைக் காணும் போது முல்லை மக்கள் கால்நடை வளர்ப்புடன் உழவர்களாகவும் விளங்கியதை 'விதையர்', 'முதையல்' (பழங்கொல்லை), உழவர் முதலான சொற்கள் கூறுகின்றன.

தொகுத்துக் காணும்போது முல்லைத் திணையின் உணவாதாரம் கலப்புப் பொருளாதாரத்தைச் சார்ந்திருந்தது. கால்நடை வளர்த்தல் முதன்மைத் தொழிலாகவும், வன்புல விவசாயம் துணை ஆதார மாகவும் இருந்துள்ளன. இந்த இரண்டின் அடிப்படையிலேயே உணவாதாரம் இருந்தது.

குறிஞ்சியில் 'பாதீடு' மையமாக அமைய, முல்லையில் 'பண்ட மாற்றம்' மிகவும் முக்கியமாக அமைந்தது. பங்கிடுதலுக்கடுத்துப் பொருள்களின் பரிமாற்றம் உணவு ஆதாரத்திற்கு வழிகோலியது. மானுட நுகர்வு முறையில் பாதீடும் பண்டமாற்றமும் அடுத்தடுத்த வளர்ச்சியை உண்டுபண்ணின. பாதீடு ஓர் இனக்குழுவுக்குள் நிகழ்ந்தது. பண்டமாற்றம் இனக்குழுக்களுக்கிடையில் நிகழ்ந்தது. இவற்றில் பரிவர்த்தனையின் பரிமாணம் மாறுபடுவதைக் காண வேண்டும்.

பாலொடு வந்து கூழொடு பெயரும்
ஆடுடை இடைமகன் (குறுந். 221: 3-4)

எனும் குறுந்தொகைப் பாடலடிகளும்

நெய்விலைக் கட்டிப் பசும்பொன் கொள்ளாள்
எருமை நல்ஆன் கருநாகு பெறூஉம்
மடிவாய்க் கோவலர் குடிவயின் சேப்பின் (பெரும்பாண். 164-166)

எனும் பெரும்பாணாற்றுப் பாடலடிகளும் முல்லை நிலத்து மக்களின் பண்டமாற்றத்தைப் பேசுகின்றன. பண்டமாற்றம் பொதுவாகச் சமச்சீர் பரிமாற்றத்தின் (balanced reciprocity) அடிப்படையில் மேற்கொள்ளப்படும். இதில் கொடுப்பதும் பெறுவதும் சமமாக அமையும். பாதீட்டில் சமச்சீர்மை முக்கியமாவதில்லை. ஏற்ற இறக்கம் காணப்படும் விலங்கை வீழ்த்தியவன் தலைக் கறியைப் பெறுவான். மற்றவர்கள் சிறிது குறைவாகவும் பெறக்கூடும் (ஷாலின்ஸ் 1972).

மருதத் திணைக் குடிகள்

சங்க இலக்கியத்தில் வேளாண் சமுதாயம் (2004) பற்றி ஆராய்ந்த பெ. மாதையன் வேளாண்மையோடு தொடர்புடைய பின்வரும் சிறு சமூகங்களை நிரல்படுத்திக் காட்டியுள்ளார் (2010/2004: 31). உழவு செய்த பிரிவினர் வருமாறு:

அகவர் (பொரு. 220)
உழவர் (குறுந். 155-1; பதி. 20:22; புறம். 13:11, 395:1; அகம். 366:8)
உழவன் (குறுந். 13:15, 18:14; புறம். 230:3, 289:3)
ஏராளர் (பதி. 76:11)
ஏரின்வாழ்நர் (புறம். 375:6)
ஏரோர் (சிறு. 233)
தொழுவர் (நற். 195:6; புறம். 24:1, 209:2, 379:3)

களமர் எனும் சொல் உழவர் எனும் பொருளில் வந்துள்ளது (பொரு. 194; மதுரை. 260; மலை. 469; நற். 125: 9; அகம். 366: 3; புறம். 387: 25; பரி. தி. 1: 27).

உழவுப் பணிகள் தவிர பிற வேளாண் பணிகள் செய்த பிரிவினர் வருமாறு:

அரிஞர் (அகம். 84: 12, புறம். 348: 1)
அரிநர் (பதி. 19: 22, ஐங். 190: 2)
அரிவணர் (நற். 400: 3)
அரிவார் (குறுந். 375: 4)

கடைசியர் (புறம். 61: 1)

களமர் (வயற்பணி செய்வோர் - பொரு. 194; மதுரை. 260; மலை. 469; நற். 125: 9; அகம். 366: 3)

உழுதுண்போர் (பரி.தி.1: 27)

உழுதுண்பார் (புறம். 387: 25)

தொழுவர் - வினைஞர் (நெடு. 49)

வாழ்வியல் கோட்பாடு

மருதத் திணையின் வாழ்வியல் கோட்பாடு பின்வருமாறு அமைகிறது. மருதத் திணையில் தோன்றிய நன்செய் வேளாண்மையில் நெல்லும் கரும்பும் மிக முக்கியமான பயிர்களாகும் (அகம். 220: 13; புறம். 385:

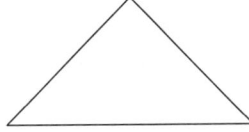

வேளாண் உணவு (உற்பத்தி சார்ந்தது)
குடிஊழியப் பரிமாற்றம் (தொழில்களைப் பரிமாறிக் கொள்ளுதல் - புதிய சமூக வடிவம்)
சந்தை உணவு (உபரியை விற்றுத் தேவைகளை வாங்குதல்)

உற்பத்தியின் தோற்றம்

9; பதிற். 13: 3). இவற்றைப் பயிரிடக் காடுதிருத்தி நாடாக்கும் முயற்சி களையும் குளந்தொட்டு வளம் பெருக்கும் முயற்சிகளையும் வேந்தர்கள் மேற்கொண்டனர்.

காடு கொன்று நாடாக்கிக்
குளந்தொட்டு வளம் பெருக்கிப்
பிறங்கு நிலை மாடத் துறந்தை போக்கிக்
கோயிலொடு குடிநிறீஇ (பட்டினப். 283-286)

எனும் பட்டினப்பாலை அடிகள் கரிகாற்சோழனின் செயலைப் பாராட்டுகின்றன.

மருதத் திணையில் செந்நெல் சோறு சிறப்பான உணவு. இந்த நெல் சோறு மற்ற திணைகளில் இல்லாத ஒன்று. மருதத்தில் உணவு உற்பத்தி செய்யும் சமூகம் இருந்தது. அது உடைமைச் சமூகமாகவும் இருந்தது. இங்கு நன்செய் நிலம் அடிப்படை ஆதாரமாக விளங்கியது.

உழுதுண்போர், உழவித்துண்போர் எனும் இருபிரிவினர் இருந்தனர். வர்க்க வேறுபாடுகள் வலுப்பெற்றுவிட்ட இச்சூழலில் உணவு ஆதாரங்களும் வேறுபடத் தொடங்கின. திணை வாழ்வு முறையில் உணவு சார்ந்த வேறுபாடுகளும் தொடர்ந்து அதிகரித்தன (சிவ சுப்பிரமணியன், ஆ. 2019)

பண்டைத் தமிழரின் வாழ்வு முறையில் மருதத்தின் தனித்துவம் என்னவென்றால் உற்பத்தியும் உபரியும் அதிகரித்தன; வேளாண்மையும் வணிகமும் வலுவடைந்தன. இவற்றையொட்டி கைவினைக் கலைகளின் பெருக்கமும் அதிகரித்தது. கூடவே கைவினைக் கலைகளில் நுணுக்கமும் (craft specialization) பெருகியது. இந்த அசை வியக்கங்களின் காரணமாகச் சங்க காலத்திலேயே முப்பத்தைந்துக்கும் மேற்பட்ட தொழில்கள் காணப்பட்டன (மணவழகன், ஆ. 2010). இவை யாவும் வாழ்வியல் முறையிலும் பிரதிபலித்தன.

முல்லைத் திணையில் பெருகியிருந்த பண்டமாற்றம் மருதத்தில் 'குடி ஊழிய முறை'யாக (Jajmani system) மாற்றம் பெற்றது. முல்லையில் பண்டங்களைப் பரிமாறிக் கொண்டதுபோல், மருதத்தில் பல்வேறு குடிகளும் தத்தம் ஊழியங்களைப் பரிமாறிக் கொண்டனர். இதுவும் ஒருவகையான பரிமாற்றம்தான். இப்பரிமாற்றமானது ஒரு புதிய சமூக வடிவமாகப் படிமலர்ச்சி பெற்றது.

நெய்தல் திணைக் குடியினர்

நெய்தல் திணைக்குரிய பூர்வ குடியினர் பரதவர், பரதர், கடலர், திமிலர், நுளையர், உமணர், வலைஞர், வளையோர், அளவர் ஆவர். சங்ககாலத்தில் ஐந்திணைகளிலும் வெவ்வேறு வகையான குடியினர் வாழ்ந்ததன் மூலம் அப்பிரதேசத்தின் அனைத்து வகையான வள ஆதாரங்களையும் ஈட்டினார்கள். அக்குடிகளிடையே வெவ்வேறு தொழிற் பிரிவுகள் இருந்திருக்கின்றன. மனிதகுலப் படிமலர்ச்சியில் உருவான பல்வேறு கட்டங்களாக இதனைக் காண வேண்டும்.

நெய்தற் திணையில் வாழ்ந்த குடிகளில் பரதவர்கள் திமில்களில் கடலுக்குச் சென்று மீன் பிடித்தார்கள். பரதர் குடியினர் நாவாய், வங்கம் முதலான பெரும் தோணிகளில் கடல் வழியாக வணிகம் செய்தார்கள். பரதவர் வேறு பரதர் வேறு என ஆய்வாளர்கள் கூறுகின்றனர் (விரிவுக்குக் காண்க: ராஜ் கௌதமன் 2006: 153). சங்ககாலத்திலேயே நெய்தல் தேசங்களைப் பரதவர் குடியினர் ஆட்சி செய்துள்ளனர். 'பரதவர் கோமான் பல்வேல் மத்தி கழா அர்முன்துறை'

(அகம். 226) எனும் பாடலடி பரதவர் குடித் தலைவன் மத்தி என்பவனுக்கு கழார்முன் துறை உரியது என்கிறது.

பரதவர்கள் பல்வேறு வகையாக அழைக்கப்பட்டுள்ளனர். 'கொடுந்திமில் பரதவர்' (நற். 175: 1), 'திண்திமில் பரதவர்' (நற். 388: 2), 'பெருங்கடற் பரதவர்' (குறுந். 320: 1), 'வான்திமிற் பரதவர்' (அகம். 350: 12) என்றெல்லாம் குறிக்கப்பெற்றனர். மீனவர்கள் 'மீன்வேட்டுவர்' (அகம். 270: 3) என்றும் கூறப்பட்டனர்.

மேலும் வங்கம், நாவாய் ஆகிய கலன்கள் தொலை தூரப் பயணத்திற்கும், பண்டங்களை ஏற்றி வணிகம் செய்வதற்கும் பயன் பட்டன. தோணியானது கடலில் நங்கூரமிட்டு நிற்கும் நாவாயிலிருந்து பொருட்களைக் கரைக்குக் கொண்டு வருவதற்கும் (புறம். 243: 7-9), கட்டுமரம் கரையோரங்களில் மீன்பிடிக்கவும் (அகம். 280: 9) பயன்பட்டன. அதேநேரம் அம்பியும் தோணியும் மீன்பிடிக்கவும் மக்களை ஏற்றிச் செல்லவும் பயன்பட்டன. இதனை,

வாள்வாய்ச் சுறவின் பனித்துறை நீந்தி,
நாள்வேட்டு எழுந்த நயனில் பரதவர்
வைகுகடல் அம்பியின் தோன்றும் (அகம். 187)

கடல் பாடவிந்து தோணி நீங்கி (அகம். 50)

எனும் அகநானூற்று அடிகள் விளக்குகின்றன. சங்ககால நெய்தல் நில மக்களின் தொழில்சார் அறிவானது மீன்பிடிக்கலங்கள் செய்தல், அதனைப் பயன்படுத்துதல் ஆகியவற்றுக்கு அப்பால் மீன் பிடிக்கும் வலைகளையும் தயாரித்தனர்.

சங்ககாலத்தில் மீன்பிடிப்பதற்கு வலை (பெரும். 274), தூண்டில் (அகம். 216), உளி (குறுந். 304) போன்றவை பயன்படுத்தப்பட்டன. 'கொடு முடி வலைஞர்' (மதுரை. 556), 'வரிவலைப் பரதவர்' (நற். 111: 3), 'புதுவலைப் பரதவர்' (அகம். 10: 10) ஆகிய குறிப்புகள் அக்காலத்தில் மீன் பிடிப்பதற்குப் பல்வேறு வலைகள் பயன்பட்டதைக் காட்டுகின்றன. பெருவலை (நற். 74: 1), நுண்வலை (அகம். 70: 3) ஆகிய வலைகளும் மீன்பிடிக்கப் பயன்படுத்தப்பட்டன. இவை யாவும் நெய்தல் சமூகத்தாரின் மரபுசார் அறிவினைக் காட்டுகின்றன.

நெய்தல் நில மக்கள் கடலில் மீன்பிடிக்கச் செல்வதற்கும், வாணிகம் செய்வதற்கும் வெவ்வேறு கடற்கலங்களை உருவாக்கிப் பயன்படுத்தி யுள்ளனர். ஆரம்பத்தில் மரங்களை இணைத்துக் கட்டிய கட்டுமரத்தைப் (புனை - அகம். 280: 9) பயன்படுத்தியுள்ளனர். 'வங்கம்' (பதிற். 3-5,

அகம். 255, மதுரை. 536-544), 'நாவாய்' (நற். 295: 6, புறம். 126: 15, பட்டி. 174, பெரும். 320, மது. 83), 'திமில்' (புறம். 24, குறுந். 304), 'தோணி' (அகம். 50), 'அம்பி' (படகு - நற். 315: 3), 'கலம்' (புறம். 386: 14, அகம். 152), 'பாய்மரக் கப்பல்' (வளியுடைத்த கலம் - புறம். 26: 2) ஆகிய கடற்கலன்களும் பயன்படுத்தப்பட்டன.

இந்தக் கலங்களில் திமில் என்பது நிரைதிமில் (மது. 116, கலி. 149), கொடுந்திமில் (அகம். 65, 70, 330, குறுந். 304, நற். 199, பட்டி. 112), நெடுந்திமில் (அகம். 60), திண்திமில் (அகம். 240, 340, நற். 331, 372) எனும் பெயர்களில் வழங்கப்பட்டது. இவற்றில் கொடுந்திமில் (அகம். 70: 1) என்பது உள்ளிடம் அகன்றும் இரு முனைகளும் குறுகி வளைந்தும் செய்யப்பட்ட மீன்பிடிப் படகு ஆகும். நெடுந்திமில் (அகம். 60: 3), திண்திமில் (அகம். 240: 5) என்பன பெரிய வலைகள், அதிக மீன்கள் ஆகியவற்றைத் தாங்கும் இடமும் திண்மையும் உடையன. இந்தக் கடற்கலங்கள் கடலில் வேகமாகச் செல்பவை. இவ்வகையில் நுட்பமான கடற்கலன்களை வடிவமைக்கும் மரபுசார் அறிவுடையவராக நெய்தல் நிலமக்கள் இருந்துள்ளனர்.

1. தொடக்கநிலைத் தொழில்நுட்பம் (Elementary technology): ஆரம்ப காலத்தில் செய்யப்பட்ட கட்டுமரம், பஃறி முதலான கலங்கள் எளிய தொழில் நுட்பங்களோடு செய்யப்பட்டன.
2. இடைநிலைத் தொழில்நுட்பம் (Intermediate technology): தோணி, அம்பி, திமில் முதலானவை சற்று மேம்பட்ட தொழில் நுட்பங்களோடு செய்யப்பட்டன.
3. மேல்நிலைத் தொழில்நுட்பம் (Higher-level technology): அதிகமான சரக்குகளைத் தொலைதூர நாடுகளுக்குக் கொண்டு செல்லும் வகையில் நாவாய், வங்கம் முதலான கலங்கள் உயர் தொழில் நுட்பத்துடன் உருவாக்கப் பட்டன.

உப்பு விளைவித்தலும் விற்றலும்

நெய்தல் நில பரதவர்கள் கடற்கரையிலும் கழிக்கரையிலும் உவர் நிலத்தில் உப்பை விளைவித்தனர். ஏர்பூட்டி உழாமல் வெள்ளுப்பை விளைவிக்கும் பாங்குடையவர் உமணர் என்பதை 'உழா உழவர்' என்று கூறினர். இதனை,

> நேர்கட் சிறுதடி நீரின் மாற்றி
> வானம் வேண்டா உழவின் எம்
> கானலஞ் சிறுகுடி… (நற். 254.10-12)

உவர்விளை உப்பின் உழாஅ உழவர்
ஒழுகை உமணர் வருபதம் நோக்கிக்
கானல் இட்ட காவற் குப்பை (நற். 331.1-3)

எனும் நற்றிணைப் பாடல்கள் விளங்குகின்றன.

விளைந்த உப்பினை எருது பூட்டிய சகடத்தின்மூலம் (வண்டி) ஏற்றிப் பக்கத்து ஊர்களுக்கும் தூரத்துப் பகுதிகளுக்கும் செல்லும்போது வண்டியின் சக்கரங்கள் ஆழ்மணலில் புதைந்துவிடுமாம். அவற்றைத் தூக்கி முன்னோக்கி ஓட்டும்போது பேரொலி எழுப்பினார்கள். இவற்றை நற்றிணை பின்வருமாறு விவரிக்கின்றது:

... உமணர்
வெண்கல் உப்பின் கொள்கை சாற்றிக்
கணநிரை கிளர்க்கும் நெடுநெறிச் சகடம்
மணல்மடுத்து உரறும் ஓசைக் கழனிக்
கருங்கால் வெண்குருகு வெரூஉம் (நற். 4.7-11)

உப்பு வணிகர்கள் உப்பினை விற்பதற்காகவும் நெல்லுக்குப் பண்டமாற்றாகவும் கொடுப்பதற்கு கடுமையான வெயில் காலத்திலும் சுற்றித் திரிந்துள்ளனர். வண்டியில் பூட்டிய எருதுகளை விரைந்து நடப்பதற்குக் கதழ்கோல் (தாற்றுக் கோல்) கொண்டு அடித்து ஓட்டினர். இதனை அகநானூறு பின்வருமாறு விவரிக்கிறது:

பெருங்கடல் வேட்டத்துச் சிறுகுடிப் பரதவர்
இருங்கழிச் செறுவின் உழாஅது செய்த
வெண்கல் உப்பின் கொள்ளை சாற்றி
என்றூழ் விடர குன்றம் போகும்
கதழ்கோல் உமணர்... (அகம். 140.1-5)

நெய்தல் நிலத்து உப்பினை வண்டிகளில் மட்டுமல்லாது மூட்டை களாகக் கழுதைகளில் ஏற்றி மேற்கேயுள்ள ஊர்களுக்குக் கொண்டு சென்றனர் (அகம். 207: 1-6). 'அத்திரி' எனும் கோவேறு கழுதைகள் உள்நாட்டு வணிகத்திற்காக வெளிநாடுகளிலிருந்து இறக்குமதி செய்யப்பட்டன (அகம். 350: 6-7; நற். 273: 7-9).

பரதவர்கள் மீன்பிடித் தொழிலோடு பெரிய உப்பங்கழியாகிய வயலிலே உழாமலே வெண்மையான கல் உப்பினை விளைவித்தனர். உப்பு விளைவித்த பரதவர்களைச் சங்ககாலப் புலவர்கள் 'உவர்விளை உப்பின் உழாஅ உழவர்' (நற்.331) என்று குறிப்பிட்டனர். குறிஞ்சிநில மக்களை 'வில்ஏர் உழவர்' என்றும், நெய்தல் நில மக்களை 'உழா

உழவர்' என்றும் புலவர்கள் வர்ணித்திருப்பதைப் பார்க்கும் போது மருத நிலத்தின் வயல்சார்ந்த உழவர்களை மையமிட்டு மற்றவர்களை ஒப்பிட்டுக் கூறும் மரபு வெளிப்படுகிறது. நில வேளாளர், கடல் வேளாளர் என்றெல்லாம் யாழ்ப்பாணத்தில் வகைப்படுத்தும் மரபு இதனுடைய தொடர்ச்சி என்றே கருத வேண்டியுள்ளது.

முத்துக் குளித்தல், சங்கு குளித்தல், பவளம் எடுத்தல்

சங்ககாலம் தொட்டு மீனவரின் பொருளியல் வாழ்வு கலப்புப் பொருளாதாரம் (mixed economy) சார்ந்ததாகவே இருந்தது. மீன்பிடித்தல், முத்துக்குளித்தல், சங்குகுளித்தல், பவளம் எடுத்தல், உப்பு விளைவித்தல், மீன்-உப்பு விற்றல், கடலோடி வணிகம் செய்தல், பணியாற்றுதல், மரக்கலம் கட்டுதல் முதலான தொழில்களில் ஈடுபட்டிருந்தனர். ஒரு சமூகம் ஒன்றுக்கும் மேற்பட்ட தொழில்களில் ஈடுபடுவது என்பது கலப்புப் பொருளாதாரத்திற்கு வழிவகுக்கிறது. இது வாழ்வாதாரத் தகவமைப்பாகவும், குறிப்பிட்ட பிரதேசத்தின் வளங்களை வென்றெடுத்து வாழும் தொழில்நுட்ப அறிவை வளர்த்துக் கொண்டதாகவும் அமைகின்றது. சங்ககாலப் பரதவர்களின் மரபான, பாரம்பரியமான அறிவு முறை இவ்விரண்டையும் கொண்டதாகவே காணப்படுகின்றது.

சங்ககாலத்தில் கொடுமணம் (பதிற். 67: 1-2), பந்தர் (பதிற். 74: 5-6) ஆகிய இடங்களில் முத்தெடுத்தல் சிறப்புடன் நடைபெற்றது. பாண்டிய நாட்டில் கொற்கைக் குடாவிலும் (நற். 23: 6) நடைபெற்றது. பெருந்துறையில் எடுத்த முத்து 'பெருந்துறை முத்து' (அகம். 27: 9) என்றே கூறப்பட்டது. 'வலம்புரி மூழ்கிய வான்திமில் பரதவர்' (அகம். 350: 12) என்று அகநானூறு கூறுகிறது. பரதவர் வலம்புரிச் சங்குகளை எடுத்துள்ளனர். 'வேளாப் பார்ப்பான்' என்போர் சங்குகளை அணிவளையாகச் செய்தனர் (அகம். 24: 1-2). 'கோடீர் எல்வளை' (ஐங். 200), 'கோடீர் இலங்குவளை' (குறுந். 31: 5) என வளையல்கள் பலவகையாகச் செய்யப்பட்டன.

வாழ்வியல் கோட்பாடு

நெய்தல் திணையின் வாழ்வியல் கோட்பாடு பின்வரும் இயங்கியலைக் கொண்டிருக்கிறது.

நால்வகைத் திணைகளிலும் நான்கு விதமான பொருளாதாரம் வாழ்வாதாரத்தைத் தந்தது. நெய்தல் திணைப் பொருளாதாரம் குறிஞ்சி,

```
                    மீன் பிடித்தல் (சேகரித்தல்)
                    உப்பு விளைவித்தல் (உற்பத்தி)
              சங்கு, பவளம் முத்துக்குளித்தல் (உற்பத்தி)

                              △

கடல்வழி வணிகம்,                          மீன், கருவாடு விற்றல்
கலங்கள் கட்டுதல்                              (பண்டமாற்றம்)
     (வணிகம்)
```

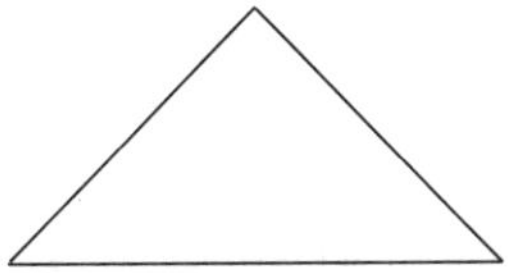

சேகரித்தல், பண்டமாற்றம், உற்பத்தி, வணிகம்

முல்லை, மருதம் ஆகியவற்றிலிருந்து மிகவும் விரிவு பெற்றது. பின்வரும் முக்கோணத்தைக் காண்போம்.

நெய்தலில் சேகரித்தல், பண்டமாற்றம், உற்பத்தி, வணிகம் ஆகிய நான்கு முக்கிய கூறுகள் வாழ்வாதாரத்திற்கும் உணவாதாரத்திற்கும் வகை செய்தன. மீன்பிடித்தல் சேகரித்தலாக அமைந்தது. உப்பு விளைவித்தலும், சங்கு பவளம் முத்துக் குளித்தலும் உற்பத்தி சார்ந்தவையாக அமைந்தன.

கடலில் பிடித்த மீன்களைப் பிற இடங்களுக்குக் கொண்டு சென்று விற்றனர் அல்லது பண்டமாற்றம் செய்தனர். அதிகம் பிடிபடும்போது மீன்களை உணக்கிக் கருவாடாக்கிப் பின்னர்ப் பண்டமாற்றம் செய்தனர் (நற். 49).

மேற்கூறியவற்றைக் கருத்தூன்றி ஆராயும்போது குறிஞ்சியில் 'பாதீடு' முதன்மையான வாழ்வாதாரமாக விளங்க, முல்லையில் அதுவே பண்டமாற்றமாக உருவெடுத்ததைக் காண்கிறோம். நெய்தலில் சேகரித்தல், பண்டமாற்றம் ஆகிய இரண்டும் தொடர்ந்தாலும் சங்கு, பவளம், முத்து ஆகிய விலை உயர்ந்த பொருட்களின் உற்பத்தியும் கடல்வழி வணிகமும் புதிய வாழ்வாதாரங்களாக உருவாயின.

வேட்டையாடி உணவு சேகரிக்கும் சமூகங்களில் உணவாதாரம் ஆண்கள் ஈடுபடும் வேட்டை வாயிலாகவும், பெண்கள் ஈடுபடும் காடுபடு பொருட்கள் (வனச் சிறுபொருட்கள்) சேகரித்தல் வாயிலாகவும் ஈட்டப்படுகின்றது. ஆண்கள் வேட்டையாடி வருவதன் மூலம் விலங்கின உணவும், பெண்கள் சேகரித்தல் மூலம் தாவரவின உணவும் கிடைக்கின்றன. இத்தகைய பொருளாதாரத்திற்கு அடிப்படை

யாக விளங்கும் காடு என்பது வேட்டுவச் சமூகத்தார் அனைவருக்கும் பொதுவானது. இங்கு உடைமை என்பது அனைவருக்கும் பொதுவானது (common property). அவ்வாறே இவர்கள் உணவாதாரத்தை ஈட்டுவதற்குப் பயன்படுத்தும் தொழில்நுட்பம் என்பது ஜனநாயகத் தன்மை கொண்டது; எளிய தொழில்நுட்பம் சார்ந்தது (democratic/ simple technology). இத்தகைய சமூக உடைமை, எளிய தொழில் நுட்பம் சார்ந்த சமூகங்களில் பெண்களின் சுயாட்சித்தன்மை (female autonomy) அதிகம் காணப்படுவது இயல்பு.

நெய்தல் சமூகங்களிலும் வேட்டுவச் சமூகத்தில் காணப்படுவது போன்றதொரு பெண் சுயாட்சித் தன்மையைக் காண முடியும். காரணம் நெய்தல் திணையிலும் கடல் அனைவருக்கும் பொதுவானது; கைவினை சார்ந்த மீன்பிடித் தொழிலில் கையாளப்படும் தொழில் நுட்பம் அனைவருக்கும் தெரிந்த ஒன்று; மிகவும் எளிமையான ஒன்று.

ஆடவர்கள் மீன்களைக் கரைக்குக் கொண்டு வந்து சேர்ப்பதோடு அவர்களுடைய பணி முடிவு பெறுகிறது. கரை சேர்ந்த பின்னர் இளைப்பாறிவிட்டு வலையைச் செப்பனிடும் பணி மட்டுமே அவர்களுடையது. கரைக்கு வந்து சேர்ந்த மீன்களை அங்கேயே தம் சமூகத்தின் பெண்களுக்கு ஏலம் விட்டோ, அவற்றை வீதிகளில் சென்று விற்றோ பணமாக்கி குடும்பத்திற்குத் தேவையான பொருட்களை வாங்கிக் கொண்டு வீடு திரும்புவது பெண்களின் பணியாகும். குடும்ப நிர்வாகம் பெரிதும் பெண்களைச் சார்ந்துவிடுகிறது. இத்தகைய சூழலில் நெய்தல் நிலப் பெண்களும் வேட்டுவச் சமூகத்தில் உள்ளது போன்று சுயாட்சித் தன்மை மிகுந்தவர்களாக உள்ளனர்.

சங்ககால நெய்தல் திணைப் பெண்கள் பிடித்து வரப்பெற்ற சுறா உள்ளிட்ட மீன்களை அரிந்து உப்பிட்டுக் காயவைத்துக் கருவாடு (உப்புக்கண்டம்) போடுகின்றனர்.

மீன்களையும் கருவாடுகளையும் மற்ற திணையினருக்குக் கொடுத்துப் பண்டமாற்றம் செய்யும் பணியையும் பெண்கள் செய்துள்ளனர் (அகம். 60: 4, 320: 1-14). மீன்களைக் கொடுத்து நெல் பெற்றதை 'மீன்நொடுத்து நெற்குவைஇ' (புறம். 343.1) என்றும், மீனுக்கு ஈடாகப் பயறு பெற்றதை 'அரிகாற் பெரும் பயறு நிறைக்கும்' (ஐங். 47: 1-3) என்றும் குறிப்பிடப்பட்டதைக் கொண்டு அறியலாம்.

பாலைத் திணைக் குடிகள்

குறிஞ்சியும் முல்லையும் கோடையில் திரிந்ததால் பாலை தோன்றியது. கோடையின் வறட்சியிலும் இந்நிலத்தில் பாலை மரம் வாடாமல் கண்ணுக்குப் புலப்பட்டதால் 'பாலை' என்ற பெயர் இத்திணைக்கு வந்தது என்ற ஒரு கருத்தும் உண்டு.

பாலைத் திணையில் எயினர், மழவர், மறவர், கள்வர், மீளி, விடலை, காளை, கூளியர் ஆகிய குடியினர் முதன்மை யானவர்கள்.

மழவர்

மழவர்கள் அடிப்படையில் வீரர்கள். இவர்கள் பாலையில் வாழவில்லை. பாலையில் வேந்துவிடு தொழில் மட்டும் செய்தனர். இத்தொழில் சார்ந்த விடயங்களைக் காண்போம். தொல்காப்பியத்தில் 'மழ' என்பதற்கு இளமை என்று பொருள் கூறப்பட்டுள்ளது (தொல். உரி. 14). மன்னனுக்கும் காவல் வீரர்களாக மழவர்கள் விளங்கினார்கள் (பதிற். 24: 58). மழவர்கள் சேர நாட்டுத் தொல்குடியினர். இவர்கள் தேர்ப்படை, குதிரைப் படை இரண்டையும் வழிநடத்தினர் என்பதை,

உறுகண் மழவர் உருள்கீண் டிட்ட
ஆறுசெல் மாக்கள் சோறு பொதி வெண்குடை (அகம். 121)

என்ற பாடல் மூலம் அறியலாம். சங்கப் புலவர்கள் அதியமானையும் ஓரியையும் 'மழவர் பெருமகன்' என்று பாடியுள்ளனர் (புறம். 88; நற். 52). இதனால் மழவர் என்றால் மன்னன் என்ற ஒரு கருத்தும் உண்டு.

சங்க இலக்கியம் முழுவதையும் பரிசீலிக்கும்போது மழவர்கள் ஆகோள் பூசலில் ஈடுபட்டவர்களாகவே பெரிதும் காணப்படு கின்றனர் (அகம். 35, 53, 63, 67). அரசர்கள் தங்கள் செல்வத்தைப் பெருக்கிக் கொள்ள ஆகோள் பூசலில் வீரர்களை 'வேந்துவிடு தொழில்' மூலம் ஈடுபடுத்தினர். முல்லை நிலத்தில் வளமான ஊர்களில் உள்ள கால்நடைகளைக் கொள்ளை அடித்ததால் ஆகோள் பூசல்கள் நிகழ்ந்தன.

புறப்பொருள் வெண்பாமாலை நிரை கவர்தலை 'தன்னுறு தொழில்' என்றும், 'மன்னுறு தொழில்' என்றும் சொல்கின்றது. நிரை கவர்தலும், மீட்டலும் முல்லை, பாலைத் திணைகளில் எப்போதும் நடைபெறும் நிகழ்வுகளாக இருந்தன.

கால்நடைகள் தங்கியிருந்த காவற்காடுகளையும் தொழுக்களையும் மழவர்கள் காவல் காக்கும் பணியில் ஈடுபட்டிருந்தனர். பெரும்பாலும், நிரை காத்தலில் மழவர்கள் ஈடுபட்டனர். ஆநிரை கவர்தல், காத்தல் இரண்டுமே 'தொறுப் பூசல்' எனப்பட்டது. பழந்தமிழில் தொறு, நிரை, ஆயம் ஆகிய அனைத்துமே கால்நடைக் கூட்டத்தைக் குறிப்பவை. நடுகற்களிலும்கூட ஆன்தொறு, பன்றித்தொறு, மறித்தொறு, எருமைத்தொறு போன்றவை எழுதப்பட்டுள்ளன. 'பூசல்' என்பது அரசர்களுக்கிடையில் நடைபெற்ற பெரும் போரினைக் குறிக்காது. மாடுபிடி சண்டையையே இது குறிக்கும். இப்பூசல் 'விளிபடு பூசல்' என்றும், 'சேக்கோள்' என்றும் பின்வருமாறு குறிக்கப்பட்டன. விளிபடு பூசல் வெஞ்சுரத்து இரட்டும் *(அகம். 239: 6)*, சேக்கோள் அறையும் தண்ணுமை *(அகம். 63: 18)*, சிறுகுடி மறவர் சேக்கோள் தண்ணுமைக்கு *(அகம். 297: 16)*.

மழவர்கள் அவர்கள் பயன்படுத்திய கருவியாலும், உடல் வலிமையாலும், வீரதீரச் செயலாலும், அணிந்திருந்த அணிகலனாலும், இன்னும் பிற குணநலன்களாலும் பின்வருமாறு உருவகப்படுத்தப் பட்டனர்.

'வன்கண் மழவர்' *(அகம். 187: 7)*

'கடுங்கண் மழவர்' *(அகம். 91: 11, 309: 2)*

'குறும்படை மழவர்' *(அகம். 35: 4)*

'கூர்ம்படை மழவர்' *(அகம். 129: 12)*

'வெளவல் மழவர்' *(அகம். 269: 4)*

'செங்கண் மழவர்' *(அகம். 101: 5)*

'நோன்சிலை மழவர்' *(அகம். 119: 9)*

'உறுகணை மழவர்' *(அகம். 121: 11)*

'விழுத்தொடை மழவர்' *(அகம். 131: 6)*

'வன்கை மழவர்' *(புறம். 90:11)*

'கல்லா மழவர்' *(நற்.387: 4; அகம்.127: 15)*

'உருவக்குதிரை மழவர்' *(அகம். 1: 2)*

மழவர்கள் ஆநிரைக்கான தொறுப் பூசல்களில் ஈடுபட்டதோடு வழிப்பறி கொள்ளை முதலானவற்றிலும் அவ்வப்போது ஈடுபட்டனர். ஓலைச் சுவடிகளுடன் அடுத்த நாட்டுக்குச் சென்று கொண்டிருந்த ஒரு பார்ப்பானின் கையில் பொன் உள்ளது என்று தவறுதலாக எண்ணி

அவனைப் பெருவழியில் கொன்றுவிட்ட நிகழ்வு பற்றி அகநானூறு (337) கூறுகிறது. வணிகச் சாத்துகளை வழிமறித்துக் கொள்ளையடிக்கும் பண்பு இல்லாத வாழ்க்கைக்குரியவர் என அகநானூறு (245) கூறுகிறது. பெருவழியில் வந்த வருநர், வம்பலர் மாக்களிடமிருந்து கொள்ளை யடித்தனர் (அகம். 159, 91, 127; குறுந். 274).

மறவர்

மறவர்கள் அடிப்படையில் போர் வீரர்கள். இவர்கள் பாலைத் திணையில் வாழும் குடியில்லை. ஆனால் வாழ்வின் பெரும் பகுதி யைப் பாலையில் செலவிட்டுள்ளனர். வேந்துவிடு தொழிலைச் செய்தனர். சங்க காலத்தில் ஆநிரை கவர்தலும் (வெட்சி), ஆநிரையை மீட்டலும் (கரந்தை) சார்ந்த தொறுப் பூசல் (ஆகோள் பூசல்) ஏறக்குறைய அன்றாட நிகழ்வாகவே இருந்தது. இதில் மறவர்கள் முக்கியப் பங்காற்றினர். கூடவே மன்னர்களின் படை வீரர்களாகவும் பங்காற்றினர்.

புறநானூறு 260வது பாடலில் வெட்சி கரந்தைப் போர் 'ஊர்ப் பூசல்' எனப்படுகிறது. ஆநிரை கவர்வோர் 'மீளியாளர்' (வெட்சியர்) என்றும் (புறம். 260: 13) அவற்றை மீட்போர் 'கரந்தையார்' என்றும் (புறம். 340: 8), அவர்களின் தலைவன் 'உரையன்' (புகழ் பெற்றவன்) என்றும்அறிய முடிகிறது (ராஜ் கௌதமன் 2009: 12). ஆகோள் பூசலில் இனக்குழுவின் மூத்த இல்லத்தைச் சேர்ந்த 'மூதிலாளர்' (மூது+ இல்+ஆளர்) குடி வழியினரும், ஊர்த் தலைவனாகிய 'வேலோன்' (புறம். 323: 7) என்பவரும் முக்கியத்துவம் பெற்றிருந்தனர். ஊர்த்தலைவன் வேந்தனுக்காகப் போரிட்டுப் புண்பட்டதையும் காண்கிறோம் (ராஜ் கௌதமன் 2009: 20).

புறநானூறு காட்டும் வெட்சித்திணையில் 'உண்டாட்டு' பற்றிய பாடல்கள் அதிகம். உண்டாட்டு என்பது வெற்றிக் களிப்பும் கொண்டாட்டமும் ஆகும். வெட்சி வீரர்கள் கவர்ந்து வந்த ஆநிரைகளையும் பொருள்களையும் தமது குழுவினருடன் கூறு போட்டுப் பகிர்வது,குடித்து, உண்டு ஆடும் கொண்டாட்டமே உண்டாட்டு. இது பற்றி விவரிக்கும் வர்ணனையைப் புறநானூற்று 257, 258, 260ஆம் பாடல்களில் காணலாம். ஆநிரை மீட்கும் கரந்தைப் போரில் இறக்கும் வீரர்கள் நடுகல் ஆக்கப்பட்டனர் (புறம். 260, 261). இறந்த வீரரின் நடுகல்லைப் பல்ஆன் கோவலர்கள் வேங்கைப் பூவால் தொடுத்த மாலையைச் சூட்டி வழிபட்டார்கள் (புறம். 265). பெருவழி செல்லும் வணிகர்களும் வணங்கினர்.

கரந்தைப் போர் தொடங்குவதை 'அரிக்குரல் தண்ணுமை' (முழவு) அடித்துத் தெரிவிக்க, மறவர் ஊர் மன்றத்தில் கூடினர் (புறம். 270: 8-10). மீட்பதற்காகக் கூடிய கரந்தை வீரர்களை வழி அனுப்பி வைக்கும்போது அந்தக் குழுவிலிருந்த 'விரகு அறியாளர்' எனும் இனக்குழுவின் பூசாரியாகிய அறிவர் (நற். 269: 9; குறுந். 190: 3) அறிவிப்பார். மரபுப்படி அவர்களுக்குக் கரந்தை மாலை சூட்டி அனுப்பி வைத்தனர்.

இத்தகைய வாழ்வு முறையைக் கொண்ட மறவர்கள் சங்க இலக்கியங்களில் பலவாறு அழைக்கப்பட்டதைக் காண்போம்.

'கடுங்கண் மறவர்' (அகம். 87: 7)
'வல்வில் மறவர்' (புறம். 259: 3)
'வார்கோல் மறவர்' (புறம். 43: 10-11)
'ஒளிறுவாள் மறவர்' (புறம். 227: 4)
'கொலைவேல் மறவர்' (குறுந். 283: 5)
'தெறிகோல் மறவர்' (அகம். 284: 8)
'வீங்குசிலை மறவர்' (அகம். 89: 10)
'கொடுஞ்சிலை மறவர்' (குறுந். 297: 1)
'நாணுடை மறவர்' (அகம். 67: 8)
'கோல்தொடி மறவர்' (நற். 48: 6)
'கலிகெழு மறவர்' (அகம். 169: 3)
'புனைகழல் மறவர்' (புறம். 31: 9)

மறவர்கள் ஆநிரை கவர்ந்த நிகழ்வை அகநானூற்றின் 239ஆம் பாடல் பின்வருமாறு வர்ணிக்கிறது.

புலிஎன உலம்பும் செங்கண் ஆடவர்
ஞெலியொடு பிடித்த வார்கோல் அம்பினர்
எல்ஊர் எறிந்து, பல்ஆத் தழீஇய
விளிபடு பூசல் வெஞ்சுரத்து இரட்டும்
வேறுபல் தேஅத்து ஆறுபல நீந்தி (அகம். 239: 3-7)

புலியைப்போல் முழங்கி, தீக்கொள்ளி பிடித்து, கூர்மையான அம்புடன் இரவில் பகை ஊரில் கொள்ளையிடுவர். அவ்வேளை மொழி வேறுபட்ட பகுதிகளில் அவர்கள் எழுப்பும் ஒலியும் ஆரவாரமும் வெஞ்சுரங்களில் எதிரொலிக்கும்.

எயினர்

பாலைத் திணையில் வேட்டையாடி உணவு சேகரிக்கும் குடியினராக எயினர் காணப்பட்டனர். இவர்கள் ஆகோள் பூசல், வழிப்பறி, கொள்ளை முதலான செயல்களில் ஈடுபட்டனர். இவர்கள் கொற்றவையை வழிபட்டவர்கள். இவர்களின் பெண் பூசாரி சாலினி என்பவள். இந்தத் தெய்வத்திற்கு ஆண் பூசாரி இல்லை.

முல்லைத் திணையில் காட்டெல்லையில் எயினர்கள் குடியிருப்பு இருந்தது. பகைப்படையினர் நாட்டினுள் புகாதவாறு தடுக்கும் பொறுப்பு எயினர்களுடையது. அடர்ந்த காட்டெல்லை 'எழில்' எனப் பட்டது. இந்த எயிலைக் காத்தமையால் எயினர், எயிற்றியர் என அழைக்கப்பட்டனர். இந்தக் காடுகளின் குறும்புகளில் (வேலியிட்ட சீறூர்) தங்கிக் காட்டைக் காத்தவர்கள் குறும்பர் எனப்பட்டனர்.

எயினர் வில், அம்பு உள்ளிட்ட கருவிகளைக் கொண்டு மான், உடும்பு, முயல், கணமா, முளவுமா முதலான பல்வேறு விலங்குகளை வேட்டையாடி உண்டனர் (புறம். 177; அகம். 249, 265, 309; ஐங். 37, 364). எஞ்சிய ஊனை எயிற்றியர் பாறையில் பரப்பிக் காய வைத்துப் (வாடூன்) பதப்படுத்தினர். பெண்களும் சிறார்களும் வனச்சிறு பொருட்களைச் சேகரித்தனர் (புறம். 181).

உளியைப் போன்ற வாயை உடைய கோல்களால் கரம்பு நிலங்களைத் தோண்டிப் புல்லரியை எடுத்துண்டனர்.

புற்றுகளை உடைத்து எறும்பு சேகரித்த புல்லரிசியைச் சேகரித்தனர் (அகம். 319, 377). தம்மை நாடிவந்த பாண் சமூகத்தாருக்கு ஊன் சோற்றைத் தேக்கிலையில் வைத்து உபசரித்தனர் (பெரும்பாண். 89-105).

இத்தகைய எயினர் குடியினர் சங்க இலக்கியங்களில் பலவாறு குறிக்கப்பட்டதைக் காண்போம்.

கொடுவில் எயினர் (அகம். 319; குறுந். 12)

தொலைவில் எயினர் (ஐங். 363)

முளைமா வல்சி எயினர் (ஐங். 364)

அகநானூறில் (319) ஒரு பாடல் எயினருக்கும் மறவருக்கும் இடையே ஏற்பட்ட பூசலைக் குறிப்பிடுகிறது.

கொடுவில் எயினர் குறும்பிற் கூக்கும்
கடுவினை மறவர் வில்லிடத் தொலைந்தோர் (அகம். 319: 3-4)

வளைந்த விற்களைக் கொண்ட எயினர் குறும்பிற்குப் (குடியிருப்பு), படையோடு கொடுந்தொழில் புரியும் மறவர்கள் சென்றார்கள்.

எயினர்கள் வெம்மையான பாறையின்மேல் ஏறி அம்புகளைத் தீட்டுவார்கள் என்கிறது குறுந்தொகை.

உலைக்கல் லன்ன பாறை யேறிக்
கொடுவில் எயினர் பகழி மாய்க்கும் (குறுந். 12: 2-3)

எயினர்கள் வலைகளை விரித்து முயல்வேட்டையையும் (பெரும்பாண். *106-107*), நாயின் உதவியோடு சிறு விலங்குகளையும் பிடித்துண்டனர் (பெரும்பாண். *110-117*).

கள்வர்

'ஆறு அலை கள்வர் படைவிட அருளின்' என்கிறது பொருநராற்றுப் படை (21). ஆறலை கள்வர் எனும் சொல்லாட்சி சங்க இலக்கியத்தில் அதிகம் இடம் பெறவில்லை. பிற்கால உரையாசிரியர் பயன்படுத்திய தொடராக அது உள்ளது. 'அத்தக் கள்வர்' (அகம். 7: 14), வேட்டக் கள்வர் (அகம். 63: 17) முதலான தொடர்கள், உரையாசிரியர் சொல்ல முனைந்த ஆறலை கள்வர் போன்றவர் அல்லர். எட்டுத் தொகை அகப்பாடல்களில் பேசப்படுவது வழிப்பறி அல்ல. அது புவியியல், அரசியல், வணிகப் பொருளியல் சார்ந்த முரண்பாடும் போருமாகும் என்கிறார் பாவெல் பாரதி (2014: 177)

அத்தக் கள்வர் ஆதொழு அறுத்தென
பிற்பாடு பூசலின் வழிவழி ஓடி (அகம். 7: 14-15)

எனும் பாடலானது பசுக்கூட்டங்களைக் கவர்ந்து செல்லும் வெட்சி வீரர்களைக் கரந்தை வீரர்கள் விரட்டிச் செல்வது போல, உடன் போக்கில் மகளைக் கவர்ந்து சென்ற தலைவனைத் தேடுவது போல் காட்சிப்படுத்தப்பட்டுள்ளது. 'வேட்ட கள்வர்' எனும் தொடரும் தலைவியின் பண்பு நலனை ஒப்பிட்டுக் காட்டும் ஓர் உவமையாகவே கையாளப்பட்டுள்ளது.

வீடு புகுந்து திருடுதல், கொள்ளையடித்தல், வழிப்பறி செய்தல் முதலான பொருளில் நேரடியாகக் கள்வர் எனும் சொல் இலக்கியங்களில் இடம்பெறவில்லை. இது பற்றிய மிக விரிவான ஆய்வை பாவெல் பாரதி (2014) முன்னெடுத்திருக்கிறார். மேலதிக ஆய்வுகளும் தேவையாகின்றன.

கூளியர்

சங்க இலக்கியங்களில் கூளியர் பற்றிப் பல குறிப்புகள் உள்ளன. கூரிய நல்ல அம்பினையும் கொடிய வில்லினையும் கொண்டவர்கள் கூளியர் என்கிறது மலைபடுகடாம் (421-426). இதையே 'கூர்நல் அம்பின் கொடுவில் கூளியர்' என்கிறது புறநானூறு (23: 5). மறவர்களாகவும் இவர்கள் குறிக்கப்பட்டுள்ளனர் (பதிற். 19: 1-2).

'குரங் கன்னபுன் குறுங் கூளியர்' என்று ஆறலை கள்வராக வர்ணிக்கிறது புறநானூறு (136.13). ஏவல் செய்வோராக திருமுருகாற்றுப்படை (282-286) விவரிக்கிறது. பிணங்களின் ஊனினை உண்டு களிக்கும் பேய்கள் என்று பதிற்றுப்பத்து (36: 11-12) குறிப்பிடுகிறது. படைவீரர்கள் செல்லும் கரடுமுரடான கற்கள் உடைய வழியைச் சீர் செய்வோராகவும் கூளியர் இருந்துள்ளனர்.

பழையர்

பழையர் எனும் வேடர்கள் காடுகள் அடர்ந்த மலைப்பகுதியில் வாழ்ந்தார்கள். பழையர் பெண்டிர் காட்டில் மலர்ந்த பூக்களைப் பறித்து மூங்கில் குழாய்களில் சேகரித்துக் குன்றகச் சிறுகுடிகளிடம் கொடுத்துப் பண்டமாற்றம் செய்தார்கள் என்பதை

பைங்குழை தழையர் பழையர் மகளிர்
கண்திரள் நீள்அமைக் கடிப்பின்தொகுத்து
குன்றகச் சிறுகுடி மறுகுதொறும் மறுகும்
சீறூர் நாடு ... ...

என்று அகநானூறு (331: 5-8) குறிப்பிடுகிறது.

வாழ்வியல் கோட்பாடு

குறிஞ்சியும் முல்லையும் கோடையில் திரிவதால் பாலை தோன்றுகிறது. கோடையின் வறட்சியிலும் இந்நிலத்தில் பாலை மரம் வாடாமல் கண்ணுக்குப் புலப்படுவதால் பாலை என்ற பெயர் இத்திணைக்கு வந்தது என்ற ஒரு கருத்தும் உண்டு. பாலைத் திணையின் வாழ்வாதாரம் மற்ற திணைகளிலிருந்து மாறுபட்டுக் காணப்பட்டது.

பாலைத் திணை வாழ்வு வேட்டையாடி உணவு சேகரித்தல் தவிர, கொள்ளையடித்தல், வழிப்பறி செய்தல், ஆநிரை கவர்தல் முதலான கொடுஞ் செயல்கள் நிறைந்ததாக இருந்தது. இதனைப் போர் பற்றிய மானிடவியலோடு புரிந்து கொள்ளவேண்டும். சங்ககாலம் என்பது

வீரயுகக் காலம். சீறூர் மன்னர்கள், முதுகுடி மன்னர்கள், குறுநில மன்னர்கள் பல்கிப் பெருகியிருந்த காலமது. இவர்கள் தன்னாட்சியுடன் ஆட்சி செய்த காலமும் உண்டு வேந்தர்களின் கட்டுப்பாட்டுக்குள் வந்து திறை செலுத்தி ஆண்ட காலமும் உண்டு. இவர்கள் பல்வேறு சூழ்நிலைகளில் போரிட்டுக் கொண்டார்கள். மகட்கொடை மறுத்தலுக்குக்கூட போர் நடந்திருக்கிறது (புறம். 336-356).

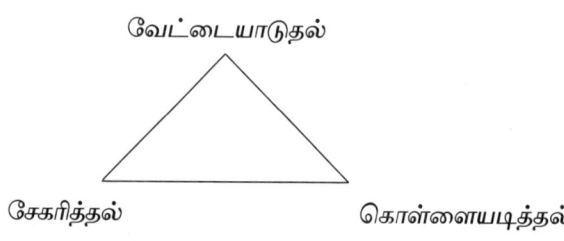

வீரயுகக்கால ஆதாரங்கள்

எதிரி நாட்டு வளங்களை முழுவதும் அழித்தொழிப்பது தான் வெற்றி பெறும் மன்னனின் இறுதி இலக்காக இருந்தது. இவ்வாறான வெட்சிப் போரில் ஈடுபட்ட மறவர், மழவர், பழையர் ஆறலை கள்வர் முதலான பாலைக் குடிகள் போர் இல்லாத காலத்திலும் போரில் சூறையாடியது போன்ற செயல்களின் நுண் வடிவங்களில் ஈடுபட்டு வாழ்க்கை நடத்திக் கொண்டிருந்தார்கள். போர் செய்யும் மறக் குடியினர் போரற்ற காலத்தில் தம் உணவாதாரத்திற்காகக் கொள்ளையடித்தலும், வழிப்பறி செய்தலும், ஆநிரை கவர்தலும் செய்தார்கள். இவற்றை மன்னர்கள் கண்டு கொண்டதில்லை. போருக்குப் பிந்தைய காலத்தில் ஒரு வகையான முறைசாரா சலுகைகளை அனுபவிப்பது போன்றதொரு செயலாகக் கொள்ளையும் வழிப்பறியும் காணப்பட்டன.

பின்னுரை

சங்ககாலத்தில் ஐந்திணைகளிலும் வாழ்ந்த 'நிலைகுடியினர்' முதன்மை வகையினர். இக்குடிகளில் வசதி படைத்தவர்களிடமும் மன்னர்களிடமும் சென்று பரிசில் பெற்று வாழ்ந்த பாணர்களாகிய 'அலைகுடியினர்' இரண்டாம் வகையினர். ஒவ்வொரு வகையிலும் ஏறக்குறைய 20-25 குடியினர் இருந்ததைக் காண்கிறோம்.

சங்ககாலத் திணைக்குடியினர் ஐந்திணைகளிலும் பரவி வாழ்ந்ததால் ஐந்து பெரும் படிமலர்ச்சி நிலைகளை வெளிப்படுத்தினர். உலகளாவிய

நிலையிலும் இந்த ஐந்து பெரும் படிமலர்ச்சி நிலைகளே காணப்பட்டன. கூடுதல் வேறுபாடுகள் சில பிரதேசங்களில் காணப்படுமானால் அவை அந்த ஐந்து பெரும் படிநிலைகளின் துணைப் பிரிவுகளாக அமையும்.

குறிஞ்சித் திணையில் வேட்டையாடி உணவு சேகரிக்கும் நிலையைக் காண்கிறோம். இதுவே இன்றைய மனிதகுல வாழ்வில் ஆதி நிலையாக இருக்கிறது. வேட்டையை மட்டும் நம்பி வாழ்ந்த தொடக்ககால ஆதி நிலை இன்று உலகில் எங்குமில்லை. சங்க இலக்கியமும் இந்த ஆதி நிலையை எங்கும் குறிப்பிடவில்லை. சங்ககாலத்தில் குறிஞ்சியில் வேட்டையாடி உணவு சேகரிக்கும் நிலை மட்டும் காணப்படவில்லை. அங்கு வன்புல விவசாயமும் தோன்றிவிட்டதைக் காண்கிறோம். கானக்குறவர், குன்றக்குறவர் இருவரும் தினைப்புன விவசாயத்திலும் ஈடுபட்டனர்.

முல்லைத் திணையில் ஆயர் வாழ்வு விரிவுபெற்றிருந்தது. நல்லினத்தாயர், புல்லினத்தாயர், கோவினத்தாயர் ஆகியோர் மூன்று முக்கியமான உட்பிரிவினராக இருந்தனர். இவர்கள் கால்நடை வளர்ப்பின் தனித்துவங்களையும் பயன்பாட்டையும் காட்டுகின்றனர். முல்லையில் இடையர், பொதுவர், பூழியர் முதலான குடிகளையும் காண்கிறோம். மேலும், முல்லையில் கொல்லைக் கோவலர்கள் வன்புல வேளாண்மையிலும் ஈடுபட்டனர்.

குறிஞ்சி, முல்லை ஆகிய இரண்டு திணைகளிலும் மக்களின் வாழ்வாதாரத்தைக் கூர்ந்து கவனிக்கும்போது அங்குக் கலப்புப் பொருளாதாரம் (complex economy) நிலவியதைக் காண்கிறோம். ஒன்றுக்கும் மேற்பட்ட வாழ்வாதார வாய்ப்புகளை உருவாக்கிக் கொள்வதே கலப்புப் பொருளாதாரமாகும். இது வாழ்வியல் நெருக்கடிகளைச் சமாளிக்க உதவும் தகவமைப்பாகும்.

நெய்தல் திணை மக்களின் வாழ்வாதாரம் மேலும் விரிவடைந்தது. இவர்கள் கடல் மீன் பிடித்தும் (எறிஈட்டியால் பிடித்ததால் அதனை வேட்டை எனக் கொள்ளலாம்), கருவாடு உலர்த்தியும் (உணவு சேகரித்தல்), சங்கெடுத்தும், முத்துக்குளித்தும், உப்பு விளைவித்தும் (உற்பத்தி), கடல்வழி வணிகம் செய்தும் (உபரி காணுதல்) வாழ்வாதாரங்களைப் பெருக்கிக் கொண்டார்கள். உற்பத்தி, உபரி, வணிகம் ஆகியவை முதன்முதலாக நெய்தலில் தோற்றம் கண்டன.

மருதத் திணையில் உழுவித்தோரும் உழுதுண்போரும் இருந்தனர். கூடவே கைவினைப் பெருக்கம் மிகுதியான அளவு வளர்ந்தது.

பல்வேறு நிலைகளில் கைவினைக் கலைகளின் சிறப்புநிலை (craft specialization) வளர்ந்தது. ஏறக்குறைய முப்பத்தைந்து வகையான கைவினைத் தொழில்கள் சங்ககாலத்திலேயே விரிவடைந்து விட்டன (*மணவழகன், ஆ. 2010*).

ஐந்திணைகளில் பாலைத்திணை பெரிதும் மாறுபட்டிருந்தது. எயினர்கள் வேட்டையாடி உணவு சேகரிக்கும் குடியாகவே வாழ்ந்தார்கள். பழையர்களும் ஏறக்குறைய இதேமாதிரியான வாழ்வியலைக் கொண்டிருந்தார்கள். மறவர், மழவர், வம்பலர் முதலானவர்கள் வேந்துவிடு தொழிலாகிய வெட்சி, கரந்தை முதலான தொறுப் பூசலில் ஈடுபட்டனர். போரிலும் பங்காற்றினர். பூசல், போர்க் காலங்களில் கொள்ளையடித்த, ஆநிரை கவர்ந்த பொருட்களை மன்னனிடம் பெற்று உண்டு களித்தனர். போரற்ற காலத்தில் தம் பசயைப் போக்கிக் கொள்ள மிகச் சிறிய அளவில் வழிப்பறி செய்தார்கள், ஆநிரை கவர்ந்தார்கள். போரற்ற காலத்தில் ஒரு வகையான முறைசாரா சலுகைகளை அனுபவிப்பது போன்றதொரு செயலாகக் கொள்ளையும் வழிப்பறியும் ஓரிரு ஆநிரை கவர்தலும் காணப்பட்டன.

4

பாண் சமூகம்

வீரயுக அலைகுடிகள்

அகவன் மகளே அகவன் மகளே
மனவுக்கோப்பு அன்ன நல்நெடுங் கூந்தல்
அகவன் மகளே பாடுக பாட்டே
இன்னும் பாடுக பாட்டே அவர்
நன்நெடுங் குன்றம் பாடிய பாட்டே

(ஔவையார், குறுந்தொகை 23: 1-5)

சங்ககாலத்தில் ஒவ்வொரு திணையிலும் அதன் முதன்மைச் சமூகங் களை முன்னிலைப்படுத்தியே அத்திணையை அறிகின்றோம். இந்த முதன்மைச் சமூகங்களை அண்டி வாழ்ந்த எண்ணற்ற ஊர் சுற்றும் பாண் குடிகளின் வாழ்வை இணைத்துத் திணைக் குடிகளின் வாழ்வு முறையை அறிந்துகொள்ள வேண்டியது அவசியமாகும். ஒவ்வொரு திணையிலும் வாழ்ந்த நிலைகுடிகளின் வாழ்வியலில் அலை குடிகளின் பங்குபணிகள் பல்வேறு நிலைகளில் பின்னிப் பிணைந்திருந்தன.

சங்ககாலத்தில் ஊர் ஊராகச் சுற்றி வாழ்ந்த 'ஊர் சுற்றும் வல்லுநர்கள்' (travelling specialists) அதாவது பாண் சமூகத்தினர் பல்கிப் பெருகியிருந்தனர். இந்நிலையில் பண்பாட்டில் ஒன்றைப் பற்றிய முழுமையான தேடுதலில் அதன் எல்லா வகையான பகுதிகளையும் இணைத்தே புரிந்துகொள்ள வேண்டியது அவசியம். நிலைகுடிச் சமூகத்தை அறியவேண்டுமானால் அதனோடு தொடர்புடைய சிறுசமூகங்களின் இணைவையும் சேர்த்து அறியும் போதே அப்புரிதல் முழுமைபெறும் *(மாரியாட் 1955: 191).*

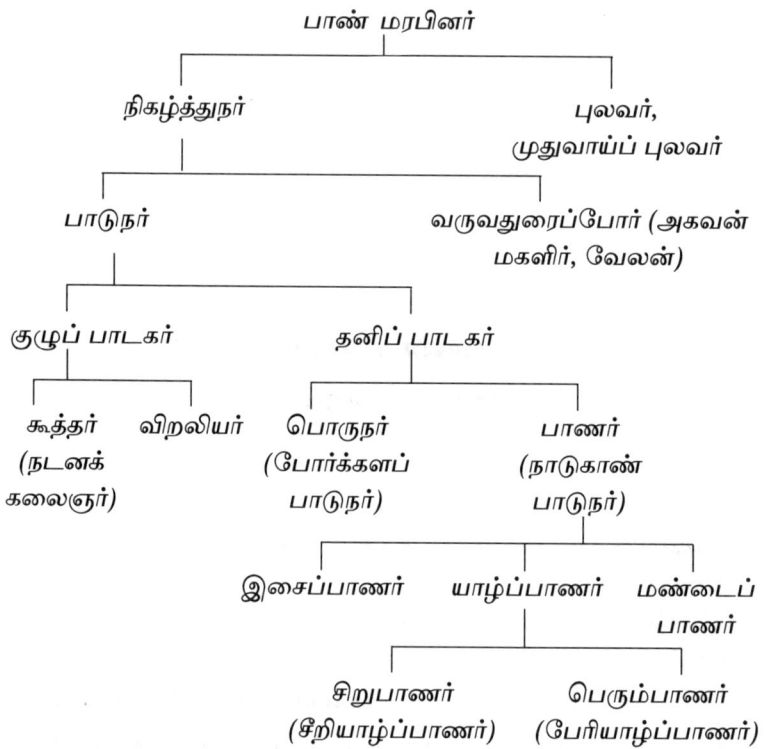

சங்க இலக்கியத்தில் பாண் மரபினரைக் குறிப்பதற்குப் பல்வேறு பெயர்கள் இருந்துள்ளன. அவை வருமாறு:

அகவர்	செயிரியர்
அகவன் மகள்	சென்னி
அகவலன்	துடியன்
அகவுநர்	பண்டர்
அம்பணவர்	பண்ணவன்
ஆடன் மகள்	பரிசிலர்
ஆடற்கூத்தியர்	பறையன்
ஆடுநர்	பாடல் மகடூஉ
ஆடுமகள்	பாடினி
இயவர்	பாட்டியர்
இயவன்	பாடுமகள்
இன்னிசைக்காரர்	பாணன்
ஓவர்	பாணிச்சி

கடம்பன்	பாணிச்சியர்
கண்ணுளர்	பாண் மகள்
கண்ணுளார்	பொருநர்
கலப்பையர்	மதங்கர்
கிணைஞன்	மதங்கி
கிணைமகள்	மாகதர்
கிணைமகன்	முழவர்
கிணைவர்	முழவன்
கிணைவள்	யாழோர்
கிணைவன்	வந்திகர்
குயிலுவர்	வயிரியர்
கூத்தர்	வாயிலோர்
கூத்தன்	விறலி
கோடியர்	வேதாளிகர்
சாந்திக் கூத்தர்	சூதர்

மேற்கூறிய இப்பெயர்கள் மூலம் பாண் சமூகத்தின் பல்வேறு பண்புகளைக் காணலாம். பெரும்பாலும் தொழில் வழியும், இசைக்கும் கருவிகள் வழியும் வேறுபாடுகள் காணப்பட்டன. தொல் தமிழர் சமூக உருவாக்கத்தில் பாண் சமூகத்தின் முக்கியத்துவம் பற்றி அறிய வேண்டும். உலகளாவிய நிலையில் பார்க்கும் பொது சங்க காலத்தில் பாண் சமூகமானது மிக விரிவான ஒரு சமூகக் கட்டமைப்பைக் கொண்டிருந்தது (பக்தவத்சல பாரதி 2012). இப்பாண்மரபினர் தொல்தமிழர் நாகரிகத்திற்குப் பெரிதும் பங்காற்றி யுள்ளனர் என்பதை இவ்வியலில் ஆராயலாம்.

சங்ககாலப் பாண்மரபினர்

சங்ககாலத்தில் பாட்டுக்கலைக்கும், நிகழ்த்துக் கலைக்கும், சடங்குசார் கலைக்கும் பெரும்பங்காற்றியவர்கள் பாண் சமூகத்தார். இவர்களில் முதன்மையானவர்கள் வருமாறு:

1. **பாணர்.** யாழ் எனும் இசைக்கருவியோடு பாக்களைப் பாடும் கலைஞர். இவர்கள் இசைப்பாணர், யாழ்ப்பாணர், மண்டைப் பாணர் என மூன்று வகைப்படுவர். யாழ் கொண்டு பாடும் யாழ்ப்பாணர்களில் சிறுபாணர் (சீறியாழ் கொண்டவர்கள்), பெரும்பாணர் (பேரியாழ் கொண்டவர்கள்) என இருவகைப் படுவார்கள் (புறம். 319).

2. **பொருநர்.** கிணை கொண்டு போர்க்களத்திலும் ஏர்க்களத்திலும் பாடுபவர்கள். பொருநர்களில் ஏர்க்களம் பாடுவோர், போர்க்களம் பாடுவோர், பரணி பாடுவோர் எனும் மூன்று பிரிவினர் இருந்தனர் (புறம். 382).

3. **கூத்தர்.** ஆடிப்பாடி கூத்தாடும் கலைஞர். நாட்டுப்புறக் கூத்து, சடங்குசார் கூத்து, தெய்வக்கூத்து, போர்க்கூத்து முதலானவற்றை ஆடியவர்கள் (பதிற். 41).

4. **விறலியர்.** பாணர், பொருநர், கூத்தர் போன்ற பாண் சமூகத்தில் பெண்பாற் கலைஞர் பாடல், ஆடல்களில் திறன் பெற்றவர்கள் (புறம். 64).

5. **துடியர்.** துடி எனும் கருவியை அடிப்பவர்கள். போர்களத்தில் துடி அடித்து வீரர்களுக்கு உணர்வூட்டுவார்கள் (புறம். 269, 285, 291).

6. **கோடியர்.** கோடு எனும் ஊதுகொம்பை ஊதுவோர். சங்க காலத்தில் கோடியர்கள் முதுவாய்க் கோடியர், சுரம்செல் கோடியர், கடும்பறைக் கோடியர், பல்இயக் கோடியர் என்றெல்லாம் அழைக்கப் பெற்றுள்ளனர் (அகம். 111).

7. **வயிரியர்.** வயிர் என்பது மூங்கில். கோடு போலவே மூங்கிலால் செய்யப்பட்ட ஊதுகொம்பினை இசைத்தவர்கள் வயிரியர் எனப் பட்டனர் (புறம். 164).

8. **கண்ணுளர்.** கண்ணுளர் என்பார் இசையுடன் கூத்து நிகழ்த்துபவர்கள் (மலைபடு. 46-50).

9. **சென்னியர்.** சமயத் தேவைகளுக்காகப் பாடும் பாடகர்கள் (நற். 189).

10. **இயவர்.** 'இயம்' எனும் இசைக்கருவியை இசைத்தவர்கள். போர்க்களத்திற்குச் செல்லும் முன்னர் முரசிற்கு வழிபாடு செய்யும் தகுதி பெற்றவர்கள். போர்க்களத்தில் ஆம்பல் பண்கொண்டு குழலில் இசைத்தவர்கள் (நற். 113: 10-11).

11. **கிணைவர்.** கிணைப் பறையை அடித்தவர்கள். வள்ளல்களைப் பாடித் துயில் எழுப்பியவர்கள்; போர்வீரர்களுக்குக் கிணைப் பறை அடித்து ஊக்கமூட்டியவர்கள்; மலை நிலத்தில் கிணை யடித்து யானைகளை விரட்டியவர்கள் (நற். 108: 4-5).

12. **குறுங்கூளியர்.** ஒருவகைக் கூத்துக் கலைஞர் ஆவர் (புறம். 136; திருமுருகு. 282-283; மதுரை. 690-692). இவர்கள் 'பல்கூளியர்', 'குறும்பல் கூளியர்' என்றும் அறியப்பட்டார்கள். குறுங்கூளியர் ஒருவகை இரவலர்க் கலைஞர்கள் எனப் புறநானூறு (136) கூறுகிறது. உருவெழு கூளியர், கவர்கால் கூளியர் எனும் பிரிவினர்களும் இவர்களில் உள்ளனர்.

13. **நகைவர்.** இவர்கள் ஒருவகை இரவலர்க் கலைஞர்கள். நகைவேழம்பர் எனும் ஒருவகை இரவலர்க் கலைஞரைச் சிலப்பதிகாரம் (5: 52-53) கூறுகிறது. இவர்கள் நகைச்சுவைக் கலைஞர் என்றும், அரசவைக் கோமாளிகள் அல்லது விகடகவி என்றும் சில அறிஞர்கள் கருதுகின்றனர் (ஷாஜகான் கனி 2012: 107-108).

14. **அகவுநர்.** அகவன் மகளிர் கையில் வெண்முனையுடைய நுண்கோல் கொண்டு தெய்வங்களை அகவி (அழைத்து) குறி சொல்பவர்கள் (அகம். 97).

15. **வேலன்.** வேலன் வெறியாட்டு மூலம் மந்திரச் சடங்குகள் செய்து மக்களின் மனநோயைத் தீர்த்தவர்கள் (அகம். 195).

16. **அகவலன்.** ஊரின்பொதுவிடத்திற்குச்சென்று பண்ணிசைத்து, நுண்கோல் கொண்டு போர்க்கள வெற்றியைப் பாராட்டி வாழ்த்துபவர் (பதி. 43: 26-28).

17. **கட்டுவிச்சியர்.** முறத்தில் நெல் பரப்பி எண்ணி அதன் மூலம் குறி சொல்பவர்கள். தலைவியின் நோய் குறித்துச் செவிலி கட்டுவிச்சியைக் கொண்டு கட்டு, குறி காணுதல் முறையாகும் (நற். 288: 4-7). விரிச்சி, கட்டு, கழங்கு, கன்னம் பார்த்தல் இவர்கள் தொழில்களாகும்.

சங்ககாலம் தொடங்கி இன்றுவரை தமிழகக் கிராமங்கள் பல்வேறு குடிகளால் ஒருங்கிணைந்தவையாக உள்ளன. இக்குடிகளுக்கிடையில் முறைப்படுத்தப்பட்ட தொழிலுறவுகளும், ஊழியம், பொருள்கள் ஆகியவற்றைப் பரிமாறிக்கொள்ளுதலும் இருந்து வந்துள்ளன. இதனாலேயே பண்டுதொட்டுக் கிராமங்கள் 'தன்னிறைவு பெற்றவை', 'தற்சார்பு பெற்றவை', 'குட்டிக் குடியாட்சிகள்' (little republics) என்றெல்லாம் வருணிக்கப் பெற்றன. ஒரு கிராமத்தின் தற்சார்புநிலை அதனளவில் முடிந்துவிடுவதில்லை.

ஊராருக்குத் தேவையான உப்பு, வெற்றிலை, பாக்கு, சுண்ணாம்பு, இரும்பு, தங்கம், பிற உலோகங்கள், ஜவுளிகள் போன்ற இன்னும் பல பொருட்கள் ஒரு கிராமத்திற்குள் மட்டுமே கிடைப்பதில்லை. வெளியிலிருந்தே வருகின்றன. இவ்வாறே கிராமத்திற்கான கலைத் தேவைகளும் வெளியிலிருந்தே நிறைவு செய்யப்படுகின்றன. அந்தந்த வட்டாரத்தில் சுற்றித்திரியும் ஊர்சுற்றும் வல்லுநர்களின் தொழிலுறவு களினால் ஊருக்கான தேவைகள் முழுமை பெறுகின்றன.

சங்ககாலத்திலும் ஒவ்வொரு திணைக்குடியினர் வாழ்வும் வெளியிடங்களிலிருந்து வந்து சென்ற கலைஞர்களாலேயே முழுமை பெற்றது. ஒவ்வொரு வகையான கலைஞரும் நிலைகுடியினருக்கு ஒரு குறிப்பிட்ட கலைச்சேவையை நிறைவு செய்தார்கள். பாணர், பொருநர், கூத்தர், கோடியர், வயிரியர், கண்ணுளர், இயவர், கிணைவர், துடியர், கடம்பர், பறையர், அகவுநர், சென்னியர், நகைவர், அகவலன், அகவர், குறுங்கூளியர், கட்டுவிச்சியர் ஆகிய ஒவ்வொருவரும் தனித் தனியான பங்கு பணிகளைச் செய்தார்கள்.

இத்தகைய கலைச் சேவையைச் செய்த பாண் சமூகத்தார் சங்க காலத்தில் பல்வேறு திணைகளையும் பல தேசங்களையும் தம் பயணம் வழி இணைத்தார்கள். இவற்றுக்கிடையே தொடர்ந்து பண்பாட்டுப் பாலம் அமைத்தார்கள்; நிலைகுடிகளின் சமூக வாழ்வில் பல்வேறு பங்குபணிகளைச் செய்தார்கள்.

புறநானூற்றில் 138ஆம் பாடல் பாணர்கள் எங்கெங்கெல்லாம் சுற்றித் திரிந்தார்கள் எனக் கூறுகிறது.

ஆனினங் கலித்த அதர்பல கடந்து
மானினங் கலித்த மலையி னொழிய
மீனினங் கலித்த துறைபல நீந்தி
உள்ளிவந்த வள்ளுயிர்ச் சீறியாழ்
சிதாஅர் உடுக்கை முதாஅரிப் பாண (புறம். 138: 1-5).

இப்பாடல் பாண் சமூகத்தார் ஐவகை நிலங்களையும் சுற்றித் திரிந்ததைக் கூறுகிறது.

'பயணம்', 'நாடு சுற்றுதல்' ஆகிய இரண்டும் ஆற்றுப்படை இலக்கியத்தில் திரும்பத் திரும்ப இடம்பெறும் மிக இன்றியமையாத உள்ளடக்கக் கூறுகளாகும். ஆற்றுப்படை காட்டும் எதார்த்தமாகட்டும் அல்லது பாணர்கள், புலவர்கள் காட்டும் புனைவுகளாகட்டும் இரண்டிலும் இவ்விரண்டு கூறுகளும் முக்கியத்துவம் பெறுகின்றன.

கிரேக்க இலக்கியத்திலும் இத்தன்மையே காணப்படுகிறது (ஹண்டர் & ரூதர்ஃபோர்டு 2009: 1).

பாணர்களின் ஊர் சுற்றும் வழிப்பயணம் பல தேசங்களைக் கடந்து சென்றதை ஆற்றுப்படை நூல்கள் மட்டுமே கூறவில்லை; அக, புற இலக்கியங்கள் பலவும் கூறுகின்றன. 'பெருங்கல் நாடன்' எனப்படும் பெரிய மலைகளுக்குத் தலைவனிடமும் சென்றார்கள் என்பதை நற்றிணை வாயிலாகவும் (நற். 112: 5, 156: 3, 234: 4, 259: 3), குறுந்தொகை வாயிலாகவும் (குறு. 389: 3) அறியமுடிகிறது. மலைகெழு நாடன் (குறுந். 201), குன்றுகெழு நாடன் (குறுந். 252), நல்மலை நாடன் (குறுந். 302), மாமலை நாடன் (குறுந். 308) போன்ற சீறூர், முதுகுடி மன்னர்களைப் பரிசிலர்கள் சந்தித்துள்ளனர். காடுகள் வழியாகவும் வறண்ட நிலங்கள் வழியாகவும் நெடுந்தூரம் பயணம் செய்துள்ளதை அறியமுடிகிறது (புறம். 60: 4-5).

கூத்தர்களின் ஆடல் பாடல் நிகழ்ச்சிகளைக் கண்டுகளிக்கப் பக்கத்து ஊர்களைச் சேர்ந்த மக்கள் கூத்து நடக்கும் ஊரில் கூடினார்கள் (பதி. 30: 18-20). கிராமப்புறங்களில் கழைக்கூத்தாடும் கலைஞர்கள் ஊர் ஊராகச் சுற்றித் திரிந்தார்கள் (நற். 95: 1-2; குறிஞ்சி. 192-95). சமயம் சார்ந்த பொம்மலாட்டமும் ஊர்ப்புறங்களில் நிகழ்ந்துள்ளன (புறம். 33: 16-17). இவ்வாறு பல்வேறு வகையான கலைஞர்கள் ஐவகைத் திணைகளிலும் சுற்றி வந்துள்ளதை ஆற்றுப்படை நூல்கள் வழியும் பிற சங்க இலக்கியங்கள் வழியும் அறியமுடிகிறது.

ஆடுகோட்பாட்டுச் சேரலாதன் புகழினைத் தரணியெங்கும் பாடுக எனப் பரிசிலரை நோக்கி நச்செள்ளையார் பாடுகின்றார். பிட்டங் கொற்றனுடைய புகழினைத் தமிழகம் எங்கும் கேட்குமாறு பாடுக எனக் கூறும் பின்வரும் பாடல் நம் கவனத்தை வெகுவாகவே ஈர்க்கிறது:

கைவள் ஈகைக் கடுமான் கொற்ற
வையக வரைப்பில் தமிழகம் கேட்பப்
பொய்யாச் செந்நா நெளிய ஏத்திப்
பாடுப என்ப பரிசிலர் நாளும்
ஈயா மன்னர் நாண வீயாது
பரந்தநின் வசையில் வான் புகழே (புறம். 168: 17-22).

பரிசிலர்கள் தமிழகம் எங்கும் சுற்றி வந்தார்கள் என்பதை இதன் மூலம் அறிகிறோம். சீறூர் முதல் மூதூர் வரை, மூதூர் முதல் பட்டினம் வரை,

வேட்டுவர் முதல் உழவர் வரை எனப் பாண் சமூகத்தார் எல்லா இடங்களுக்கும் சென்று ஆடிப் பாடிப் பரிசில் பெற்றார்கள். வயிரியர்கள் ஊர் ஊராகச் சுற்றித் திரிந்தனர் என்பதை நற்றிணை (100: 10) குறிப்பிடுகிறது.

பாணர்கள் பாடுவதற்காகப் பயணம் செய்தார்கள். இவர்கள் வள்ளல்களைப் பற்றிப் 'போற்றிப் பாடல்கள்' அல்லது 'புகழ்மாலைப் பாடல்கள்' (encomiastic poems)பாடிப் பரிசில் பெற்றார்கள். இவர்களில் முதுவாய்ப் பாணர்கள் அறிவில் சிறந்தவர்கள். இவர்களின் பாட்டும் வாக்கும் சாகாவரம் பெற்றவை. பிற்காலத்திய ஆழ்வார்கள், நாயன்மார்கள் போன்று இவர்கள் கடவுள்களைப் பாடவில்லை. மன்னர் களையும் கிழார்களையுமே பாடினார்கள். பாணர்கள், ஆழ்வார்கள், நாயன்மார்கள் போன்று தனிநபர்களாக செயல்பட்டதில்லை.

பாணர்கள் எப்போதுமே குழுவாகச் சென்றார்கள் (polycrates). இவர்களின் பாடலும் ஆடலுமாகிய நிகழ்த்துப் படைப்பானது 'கூட்டு அனுபவம்' சார்ந்தது. இவர்களின் படைப்புகள் ஆடல், பாடல், கூத்து எனப் 'பல்லிசைப் பாணர்களின் நிகழ்த்துக் கோவை'யாகவே (polycratean symposia) அமைந்தன. இசைக்கருவிகள் பல இயைந்து நிகழ்த்தும் முறையானது அக்காலத்தில் 'ஆமந்திரிகை' எனப்பட்டது (அரங்கேற்று காதை 138-142). இது குழு இசை சார்ந்தது. இது ஒருவகையான இனக்குழுச் சமூக வடிவத்தின் பிரதிபலிப்பாகவே அமைகிறதெனலாம். சமூகப் பொதுவுடைமையே இதில் காணப் படுகின்ற முதன்மைப் பண்பாகும்.

சங்ககாலத்துச் சமூக முறையைப் பார்க்கும்பொழுது பாண் சமூகத்தார் சங்கச் சமூகத்தில் இரண்டறக் கலந்துவிட்டார்கள். அரசவையானாலும், அகத்துறையானாலும், பாசறையானாலும், பரத்தையர் இல்லமானாலும் எல்லாத் திசைகளிலும் எல்லா இடங்களிலும் இவர்கள் நீக்கமற இடம்பெற்றிருந்தார்கள்.

பாண் கலைஞர்கள் மட்டுமே ஐந்திணைகளிலும் உள்ள பண்பாடு களைப் 'பன்மைப் பண்பாடாகக்' கண்டார்கள்; அவற்றோடு உறவாடிப் பிழைத்தார்கள். இவற்றை ஆற்றுப்படை நூல்களே பறைசாற்றுகின்றன. பெரும்பாணாற்றுப்படையில் 39ஆம் அடி தொடங்கி 392ஆம் அடி வரையிலான 313 அடிகள் பாண் சமூகதத்தாரின் பயண வழியானது பல திணைகளையும் கடந்து செல்வதைக் கூறுகின்றன.

பாணர்கள் ஊர் ஊராகச் சென்று ஆடிப்பாடிப் பிழைக்க வேண்டியவர்கள் என்பதைப் பொருநராற்றுப்படை நேரடியாகவே பதிவு செய்துள்ளது.

சாறுகழி வழிநாள் சோறுநசை உறாஅது
வேறுபுலம் முன்னிய விரகுஅறி பொருந (பொருநர். 2-3).

சிறுபாணாற்றுப்படை மிக நீண்ட பயணத்தைக் கூறுகிறது. இது ஓய்மா நாட்டுக்குச் செல்லும் வழியிலுள்ள எயிற்பட்டினம் (இன்றைய மரக்காணம்), வேலூர் (இன்றைய உப்புவேலூர்), ஆமூர் (இன்றைய நல்லாமூர்) போன்ற ஊர்களின் சிறப்புகளையும் பாணர்கள் மனத்தில் கொள்ள வேண்டிய கருத்துகளையும் ஆற்றுப்படுத்துகின்றது.

'திணைமரபு - பொதுமரபு' சார்ந்த அசைவியக்கம்

சங்ககாலம் தொட்டு உருவெடுத்த தமிழ்ச் சமூகத்தின் பண்பாட்டு உருவாக்கத்தில் ஊர்சுற்றும் வல்லுநர்களான பாண் சமூகத்தார் சீறூர் மக்களின் அல்லது திணைசார் மக்களின் 'தனிமரபு'களை (little traditions) ஒரு புறத்திலும் மருதநில நகரங்கள், நெய்தல் நில வணிகத் துறைமுக நகரங்கள் ஆகிய இடங்களில் வளர்ந்த 'பொது மரபினை' (great tradition) மறுபுறத்திலும் இணைப்பவர்களாகவும், கொண்டு கொடுத்துப் பாலம் அமைப்பவர்களாகவும், ஒரு மரபை இன்னோர் இடத்தில் அறிமுகப்படுத்துபவர்களாகவும் செயல் பட்டுள்ளனர்.

பாண் சமூகத்தாரின் இவ்வகையான இணைப்பாலும் பரிவர்த்தனை யாலும் இருவேறு மரபுகள் கொண்டு கொடுத்து இடைவினை புரியத் தொடங்கின. இத்தகைய அசைவியக்கத்தில் 'கிராமங்களில் நகரியம்' எனும் பண்பையும் (rural-urbanism), 'நகரங்களில் கிராமியம்' (urban-ruralism) எனும் பண்பையும் ஊடாட்டம் செய்பவர்களாக இந்த ஊர்சுற்றும் வல்லுநர்கள் பங்கு பணியாற்றினர். முல்லைத் திணை ஆயர்களின் இசைக் கருவியான குழலானது பிற்காலத்தில் பொது மரபில் வந்துசேர்ந்துவிட்ட ஓர் இசைக் கருவியாக இருப்பதைக் காண்கிறோம். வேலன் வெறியாடல் மூலம் முருக வழிபாடு பிற திணை களுக்கும் அறிமுகமானது. கழைக்கூத்தும் இன்னும் சில நிகழ்த்துக் கலைகளும் பல திணை மக்கள் விரும்பிப் பார்ப்பவையாக வளர்ந்தன. இவ்வாறு வெவ்வேறு பண்பாட்டுக் கூறுகள் பல திணைகளுக்கும் பரவின.

இத்தகைய அசைவியக்கம் அக்காலத்தில் கலைஞர்களால் மட்டுமே சாத்தியமானது. ஐந்து திணைகளிலும் வாழ்ந்த நிலைகுடிகள் அவரவருடைய தனிமரபுகளையே பேணிவந்தார்கள். இவர்கள் அனைவரையும் இணைக்கும் பாலமாகக் கலைஞர்கள் மட்டுமே செயல்பட்டார்கள். இந்தப் பயணக் கலைஞர்கள் பயணத்தினூடாகப் பல்வேறு வகையினங்களில் பாடல்களைப் பாடியுள்ளனர்; ஆடியுள்ளனர். திணைகளுக்கேற்ற பண்களையும் இசைக்கருவிகளையும் பயன்படுத்தினார்கள். நிகழ்த்துதலே பாண் மரபின் தனித்துவமாகும். இது புலவர் மரபிலிருந்து முற்றிலும் வேறுபட்டதாகும்.

மனித குலத்தின் நீண்ட படிமலர்ச்சியானது (evolution) பல்வேறு கட்டங்களைக் கடந்து வந்துள்ளது. தனித்தொதுங்கிய மலைகளில் சிறுகுடிகளாக வாழ்ந்த இனக்குழு தொடங்கிப் பேரரசு உருவாக்கம் வரை சமூக, பண்பாட்டு, அரசியல், சமயம், இலக்கியம் உள்ளிட்ட எல்லாத் தளங்களிலும் படிமலர்ச்சியானது எளிய வடிவத்திலிருந்து (simple form) விலகிக் கூட்டுவடிவம் (complex form) நோக்கி மேன்மேலும் நகர்ந்து வந்துள்ளது. இலக்கியமானது சமூகத்தின் உற்பத்தி என்பதால் அது அந்தச் சமூகத்தின் படிமலர்ச்சியையும் பிரதிபலிக்கின்றது. இந்நிலையில் ஆற்றுப்படை இலக்கியமானது அடிப்படையில் 'வீரயுகம்' எனும் படிமலர்ச்சிக் கட்டத்திற்குரிய தாகிறது. வீரயுகம் மன்னனை மையமிட்ட காலகட்டமாகும்; மன்னன் இறைவனின் மறுவடிவமாக ஏற்றுக் கொள்ளப்பட்ட காலமுமாகும்.

சங்க காலத்தில் வீரயுகச் சமூகத்தையும், பண்பாட்டையும், அரசியலையும் இன்னும் சொல்லப்போனால் நாட்டின் ஒட்டுமொத்த வாழ்க்கை முறையையும் மன்னனை மையமிட்டே முன்னெடுத்துச் செல்ல வேண்டியிருந்தது. அதற்கு வலிமையானதோர் 'அசைவியக்கம்' தேவையாயிருந்தது. இந்த அசைவியக்கத்தினை உந்து செலுத்துவதில் மன்னர்களும் பாணர்களும் (புலவர் உட்பட) ஒன்றிணைந்தனர். இந்த அசைவியக்கத்தின் செல்நெறியை முழுமைப்படுத்துவதில் பாண் சமூகத்தினர் பெரும்பங்கு வகித்தனர். அதனாலேயே அவர்கள் ஒரு விரிவான சமூகப் படிநிலையோடும் (social hierarchy), சமூக அடுக்கமைவோடும் (social stratification), தங்களுக்கான சமூகப் பங்குபணிகளோடும் (social roles), இன்னும் பிற சமூகக் கூறுகளோடும் செயலாற்றினர்.

சங்ககாலம் வீரயுகக் காலமொன்றின் நீட்சியெனலாம். முதுகுடி மன்னன், சீறூர் மன்னன், குறுநில மன்னன், வேந்தர் ஆகிய நான்கு

வகையான சமூக அரசியல் வடிவங்களில் குடிகளின் (clans) சிறப்பு பெரிதும் போற்றப்பட்டது. ஒவ்வொரு குடிக்குரிய வரலாறும் புகழும் திரும்பத் திரும்பப் பேசப்படுவது ஒரு வரலாறாகக் கருதப்பெற்றது. அரசவைகளில் இது புகழ்ச்சிப் பாடல்களாக அரங்கேறியது.

பாண் சமூகத்தார் குல வரலாறு சொல்பவர்களாக (genealogists), குடிவழிப் பெருமை பேசுபவர்களாக, வம்சாவளியின் தொடர்ச்சியைச் சொல்பவர்களாக, முன்னோர்களின் வீரதீரச் செயல்களை எடுத்துரைப்பவர்களாக, போர்க்களத்தில் மறவர்களுக்கு எழுச்சியூட்டுபவர்களாக, வெற்றி பெற்ற மன்னனுக்கு ஆடல் பாடல் மூலம் களிப்பூட்டுபவர்களாக, பொதுமக்களின் அக வாழ்வில் வாயில்களாக நின்று பல்வேறு உதவிகள் செய்பவர்களாக, இவ்வாறு இன்னும் பல வகைகளில் பங்குபணி ஆற்றுபவர்களாகச் செயல்பட்டுள்ளனர்.

பாண் சமூக மரபின் அதிகபட்ச வளர்ச்சியானது வீரயுகக் காலத்தில் தான் ஏற்பட்டது. அக்காலத்தில்தான் அது உன்னதமான உச்சக் கட்டத்தை அடைந்தது. வீரயுகக் காலம் முழுவதும் முதுகுடி மன்னர், சீறூர் மன்னர், குறுநில மன்னர் எனச் சிறிய அளவிலான குடியினர் கோலோச்சினார்கள். இக்குடிகளின் வரலாறே வீரயுகத்தின் வரலாறு. இந்த வீரயுகத்தின் அருமை பெருமைகளை ஆடல் பாடல்களுடன் ஊரெங்கும், நாடெங்கும், நாட்டைக் கடந்தும் பரப்பியவர்கள் பாண் சமூகத்தாரே. இவர்கள் நிகழ்த்து ஊடகமாகச் செயல்பட்டார்கள்.

சில பாணர் கூட்டத்தினர் ஒரு மன்னருக்குரிய பாணர்களாகத் தங்களை அடையாளப்படுத்திக் கொண்டார்கள். அவர் எமக்குத் தலைவர், யாம் அவருக்குப் பாணர் எனும் வகையில் குடிப்பாணர்களும் இருந்ததைக் காணமுடிகிறது (புறம். 316, 398, அகம். 115). இத்தகையதொரு முறையானது இன்றுங்கூடத் தமிழ்ச் சமூகத்தில் நிலவுவதைக் காணமுடிகிறது (காண்க: பக்தவத்சல பாரதி 2009).

விரிவான முறையில் குடிவழி வரலாற்றைப் பேணிக் காத்தவர்களும் இப் பாண் சமூகத்தாரே. புறநானூற்றில் 201ஆம் பாடல் ஒன்றில் புலவர் ஒருவர் 49 தலைமுறைகள் அரசாண்ட வேளிர் குடியின் வழித்தோன்றலாகிய புலிகடிமால் பற்றிப் பேசுகின்றது. பதிற்றுப் பத்திலும் இவ்வகைக் குடிவழி வரலாற்றைக் காணமுடிகிறது. ஒவ்வொரு பதிகத்திலும் தலைவனின் பெற்றோர் பற்றியும், அவனுடைய வாழ்க்கையின் சிறப்புகள் பற்றியும், அவனுடைய ஆட்சிக் காலம் பற்றியும், இன்னும் பலவகையான மரபார்ந்த

செய்திகள் பற்றியும் அறியலாம். குடிவரலாற்றின் நீட்சியாகவே இத்தகைய பாடல்களின் உள்ளடக்கம் அமைந்துள்ளது. வீரயுகக் காலத்தில் மிக முக்கியமான அம்சமாக விளங்கும் குடிவழி வரலாறு பேணுதல் அக்காலகட்ட இலக்கியத்தில் மிக முக்கியமான உள்ளீடாக இருந்ததில் ஆச்சரியமில்லைதான்.

வீரயுகக் காலத்தில் ஏற்பட்ட பாண் சமூக எழுச்சி அடிப்படையில் குடிவழிச் சமூகத்தை (clan based society) ஒட்டியெழுந்ததாகும். ஒவ்வொரு குடியின் வரலாறும் வாய்மொழியாக, வாழ்த்துப் பாடலாகப் பரிசில் பெற்றுப் பாடிய பாணர்களால் போற்றப்பட்டது. பண்டைத் தமிழ்ச் சமூகத்தில் ஏற்பட்ட 'கூறுபாட்டுச் சமூகமுறை' யானது (segmentary lineage system) இந்தக் குடியமைப்புச் சமூக முறையிலிருந்தே தொடர்ந்தது என்பது மிகையான ஒரு கருத்தல்ல. சமூகப் படிமலர்ச்சியாளர்கள் ஏற்றுக்கொண்ட கருத்தேயாகும்.

குடிவழிச் சமூகமுறை பண்டைத் தமிழ்ச் சமூகத்தில் மிகவும் வேரூன்றி இருந்தது. அந்துவன், ஆதனுங்கன், கடம்பன், பண்ணன், விளியன், காரி, பதுமன், எயினன், சித்தன் போன்ற நூற்றிற்கும் மேற்பட்ட முதுகுடி, சீறூர், குறுநில மன்னர்களின் குடிவரலாறு பாண் சமூகத்தவர்களாலேயே பேணப்பட்டது; அவர்களுடைய புகழும் பரப்பப்பட்டது. இக்குடியமைப்புடைய வீரயுகக் காலத்தின் ஒரு சமூக வடிவமாகவே 'பாண் சமூகம்' உருவெடுத்தது. அவர்களைப் பற்றிய ஆற்றுப்படைகளும் உருவாயின. குடிவழிச் சமூகமுறை மெல்ல மெல்ல வேந்தர்களின் ஆட்சிமுறையின் கீழ் உட்செரிக்கப்பட்ட பின்னர் பாண் சமூக மரபு பின்னுக்குத் தள்ளப்பட்டுப் புலவர் மரபு முக்கியத்துவம் பெற்றுவிட்டது.

ஒவ்வொரு திணையிலும் பூர்வீகமாக வாழ்ந்துவந்த திணைக் குடிகள் ஒருபுறமிருக்க, அனைத்துத் திணைகளுக்கும் சென்றுவந்த அலைகுடிகள் மறுபுறம் முக்கியத்துவம் பெறுகின்றனர். இதனை நாம் நுட்பமாகச் சிந்திக்க வேண்டியுள்ளது. சங்ககாலச் சமூக அசைவியக்கத்தில் ஓரிடத்தில் வாழ்ந்த நிலைகுடிகளுக்கும் (settled communities) நிலைகுடிகளை அண்டி வாழ்ந்த அலைகுடிகளுக்கும் (nomads) இடையே பல்வேறு வகையான சமூக, பொருளாதார, கலை உறவுகள் இருந்துள்ளன.

சங்கச் சமூகத்தில் சீறூர் முதல் பட்டினங்கள்வரை பாண் சமூகத்தாரின் பங்கு பணிகள் முதன்மையானதாகக் கருதப்

பெற்றுள்ளன. இயற்கை வெளியில் அங்குமிங்குமாகத் தனித் ஒதுங்கிய சீறுஸர் முதல் வணிகம், நாகரிகம் இரண்டும் சிறந்து விளங்கிய புகார், காவிரிப் பூம்பட்டினம் போன்ற நகரங்கள் வரை அனைத்துப் பகுதிகளுக்கும் சென்று வந்தவர்களாக இந்தக் கலைக் குடிகள் இருந்துள்ளனர்.

சீறூர் முதல் பட்டினங்கள் வரை அந்தந்தப் பகுதியின் சமூக வாழ்வு அப்பகுதியின் நிலைகுடி மக்களின் பங்கு பணிகளால் (roles) மட்டுமே முழுமையடையவில்லை. ஒரு பரந்த வட்டாரம் என்னும் அளவில்தான் அதன் தேவைகளை நிறைவு செய்துகொள்ள முடிந்தது. இன்னும் சொல்லப்போனால் உமணர்கள் கொண்டு வரும் உப்பு உள்நாட்டாரின் தேவையை நிறைவு செய்தது. சீறூர் விழாக்களில் நாடோடிக் கலைஞர்களின் பங்கு தேவையாக இருந்திருக்கிறது. வேலனும் கட்டுவிச்சியும் நிலைகுடிகளின் வாழ்வில் வெறியாடல், வருவதுரைத்தல், மாந்திரீகம் செய்தல் போன்ற சேவைகளைச் செய்து முக்கிய இடம் பெற்றிருந்தனர். இவ்வாறாக எண்ணற்ற பங்கு பணிகளை நாம் பட்டியலிட்டுக் காட்டலாம்.

இந்நிலையில் ஒவ்வொரு வட்டாரத்தின் நிலைகுடிகளின் சமூகம், பொருளாதாரம், சமயம், கலை, போர் முதலிய வாழ்வியல் கூறுகள் பலவற்றிலும் மற்ற குடியினரின் பங்கு பணிகளும் உறவு கொண்டிருந்தன. வெவ்வேறு அலைகுடிகளின் பங்கு பணிகளாலும் குறிப்பிட்ட சில தேவைகள் நிறைவு செய்யப்பெற்றன.

5

தாய்த்தாயம்
ஆதியில் பெண்வழிச் சமூகம்

கெடுக சிந்தை கடிதுஇவள் துணிவே
மூதின் மகளிர் ஆதல் தகுமே
மேல்நாள் உற்ற செருவிற்கு இவள் தன்னை
யானை எறிந்து களத்துஒழிந் தனனே
நெருநல் உற்ற செருவிற்கு இவள் கொழுநன்

(ஒக்கூர்மாசாத்தியார், புறநானூறு 279: 1-5)

மனித குல வரலாற்றில் தாய்வழிச் சமூகம் மிகவும் தொன்மையானது. தாய்வழிச் சமூகத்திற்குப் பின்னரே தந்தைவழிச் சமூகம் உருவானது. சங்ககாலத் தமிழ்ச் சமூகம் ஆதியில் தோன்றிய தாய்வழி மரபையும், அதனையடுத்துத் தோன்றிய தந்தைவழி மரபையும் கொண்டிருந்தது. சங்க காலத்திலேயே முந்தையது குறைந்த அளவிலும், பிந்தையது விரிந்த நிலையிலும் இருந்தன என அனுமானிக்கலாம்.

சங்க நூல்களில் பதிற்றுப்பத்து சேர நாட்டில் சிறந்து விளங்கிய மருமக்கள்தாய முறையை விளக்குகிறது. மற்ற பகுதிகளிலும் இம்முறை காணப்பட்டது. புறநானூறு மூதில்குடி பற்றியும், அக்கால வீரயுகத்தில் இந்த மூதில்குடியைச் சேர்ந்த மூதிலாளர்கள் (குடித் தலைவியர்) தம் குடும்பத்தினரைப் போருக்கு அனுப்பிக் கடமை யாற்றியது பற்றியும் புறப் பாடல்கள் (புறம். 248 - 357) விவரிக்கின்றன. இன்னும் சில நூல்கள் பிற தாய்வழிக் கூறுகளைப் பேசுகின்றன. சங்க காலத்தில் காணப்பட்ட தாய்வழிச் சமூக முறையானது தென் தமிழகத்தில் இன்றும் 15க்கும் மேற்பட்ட சமூகங்களில் காணப்படுவது இம்மரபின் தொன்மையையும் தொடர்ச்சியையும் காட்டுகிறது (பக்தவத்சல பாரதி 2019).

ஒரு சமூகம் தாய்வழி சார்ந்ததா? தந்தைவழி சார்ந்ததா? என்பதைப் பின்வரும் நான்கு கூறுகள்வழி அறியலாம். அவை 1. குடிவழி (descent), 2. திருமணத்திற்குப் பின்னர் மணமக்கள் வாழுமிடம் (residence), 3. சொத்துரிமை (inheritance), 4. குடும்பத்தை நிர்வகிக்கும் அதிகாரம் (authority).

தாய்வழிச் சமூகத்தில் குடும்பத்தின் வம்சாவளி தாய்வழியில் வரும் (matrilineal descent). இத்தகைய சமூக முறையில் திருமணத்திற்குப் பின்னர் மணமக்கள் மனைவியின் தாயகத்தில் (matrilocal residence) வாழ்வார்கள் அல்லது கணவன் அவ்வப்போது மனைவியின் வீட்டுக்கு வந்து செல்லும் பார்வைக் கணவனாக (visiting husband) இருப்பான். மேலும், குடும்பத்தின் சொத்துரிமை அனைத்தும் மூத்த தாயின் வழியில் வரக்கூடியதாக இருக்கும் (matrilineal inheritance). இறுதி யாக, குடும்பத்தின் அன்றாட நிகழ்வுகளையும் மற்ற செயல்பாடு களையும் பெண் தன் கட்டுப்பாட்டில் வைத்திருப்பாள் (matriarchy).

மேற்கூறிய கூறுகளோடு தாய்வழிச் சமூகத்தில் உறவின்முறையும் தாய்வழியில் முக்கியத்துவம் பெற்றிருக்கும். இது ஆதிகாலத்தில் தாய்வழிச் சமூகம் அதன் உன்னத நிலையில் இருந்தபோது காணப்பட்ட ஒன்றாகும். இன்றைய தாய்வழிச் சமூகங்களில் இக்கூறு மெல்ல மெல்ல தேய்ந்து வருகிறது எனலாம். இத்தகைய உறவின்முறையில் 'சேய்வழி அழைத்தல்' ஒரு முக்கியமான பண்பாகும். முதலில் அது பற்றிக் காண்போம்.

சேய்வழி அழைத்தல்

தாய்வழிச் சமூகமே மனித குலத்தின் தொடக்க நிலை என்று உறுதிப்படுத்த இங்கிலாந்து மானிடவியலர் இ.பி. டைலர் 282 சமூகங்களில் தரவுகளைத் தொகுத்து ஆராய்ந்தார். இந்த ஆய்வில் 'சேய்வழி அழைத்தல்' (teknonymy) முறையை இதற்கு முக்கிய ஆதாரமாகக் காட்டினார். குழந்தைகள் பெயரை முன்வைத்து அக்குழந்தையின் தந்தையைக் குறிப்பிடுதல் அல்லது அழைக்கும் முறையே சேய்வழி அழைத்தல் எனப்படும்.

பண்டைக் காலத்தில் தாய் வழிக் குடும்ப முறை (matrilineal system) ஓங்கியிருந்தபோது திருமணத்திற்குப் பிறகு மனைவியின் வீட்டிற்குச் சென்று கணவன் வாழ்ந்து வந்தான் அல்லது அவ்வப்போது சென்று வருபவனாக இருந்தான். இத்தகைய கணவன்மார்களைப் 'பார்வைக் கணவர்கள்' (visiting husbands) குறிப்பிடுவார்கள். பண்டைய

சேரர் தேசத்து நாயர்களிடம்கூட இந்த முறை இருந்தது (கோ, கேத்தலீன் 1993).

தாய்வழிச் சமூக அமைப்பில் மருமகனைத் தன் குடும்பத்து உறுப்பினன் என அங்கீகரிக்காமல், மூத்த தாய் தன்னுடைய மக்களையும், சகோதரி மக்களையும் மட்டுமே குடும்ப உறுப்பினர்கள் என அங்கீகரிப்பாள். அவர்களே அக்குடும்பத்தின் முதன்மை உறவினர். மருமகன் இரண்டாம் நிலை உறவினராகவே கருதப் படுவான். இதனால் தாய்வழிக் குடும்பத்தைச் சேர்ந்த முதல்நிலை உறவினர்கள் அவர்களின் மருமகனை 'இக்குழந்தைகளின் தந்தை' என்று அழைப்பார்கள். குழந்தையின் பெயரால் தந்தை அழைக்கப் படுவது ஆதி தாய்வழிச் சமூகத்தின் பண்பாகும். அது பல சமூகங்களில் எச்சக் கூறாக நிலைபெற்று வந்துள்ளது. சங்க இலக்கியங் களில் சேய்வழி அழைத்தலின் எச்சங்களைக் காண முடிகிறது. மனித குல வரலாற்றை அறிவதில் இச்சான்றுகள் மிக முக்கியமானவை. பின்வரும் பெயர்கள் இதனை உறுதிப்படுத்துகின்றன.

1. அகுதை தந்தை (அகம். 96: 12; குறுந். 298: 5)
2. அரிவையர் தந்தை (புறம். 117: 10)
3. இளையோள் தந்தை (புறம். 341: 3)
4. ஐயை தந்தை (அகம். 6: 3)
5. குறுந்தொடி தந்தை (குறுந். 233: 7)
6. கொடிச்சியர் தந்தை (அகம். 58: 5)
7. சுடர்நுதல் தந்தை (ஐங். 94: 5)
8. சேந்தன் தந்தை (குறுந். 258: 4; நற். 190: 3)
9. நல்லோள் தந்தை (நற். 323: 6)
10. நெடுமொழித் தந்தை (அகம். 17: 7)
11. புதல்வர் தந்தை (புறம். 120: 17)
12. மடந்தையர் தந்தை (புறம். 120: 17)
13. மைந்தர் தந்தை (புறம். 340: 6)

முதலான சுட்டுகைகள் சேய்வழி அழைத்தலைப் பதிவு செய்துள்ளன. அகநானூறு 96ஆம் பாடலில் ஒரு சோழ மன்னன் அவனது மகளாகிய அகுதை பெயரால் 'அகுதை தந்தை' என அழைக்கப் பெற்றுள்ளான். அவ்வாறே அகநானூறு 6ஆம் பாடலில் வரும் தித்தன் உறந்தையை ஆண்ட முற்காலச் சோழனாவான். இவனும் அவனது மகளான

ஐயை பெயரில் 'ஐயை தந்தை' என அழைக்கப் பெற்றான். இவ்வாறு சேயைக் கொண்டு தந்தை அழைக்கப் பெறுவது சங்க இலக்கியத்தில் தாய்த்தாயத்தின் மிச்ச சொச்சமாகப் பதிவாகியுள்ளது அல்லது தாய்த்தாய மரபின் தொடர்ச்சியைக் காட்டுகிறது எனலாம்.

மனைவிவழி அழைத்தல்

மேற்கூறிய பகுதியில் 'சேய்வழி அழைத்தல்' பற்றிக் கண்டோம். இது தாய்வழிச் சமூகங்களில் உலகளாவிய நிலையில் காணப்பட்ட ஒரு கூறாகும். சங்க இலக்கியங்கள் இன்னும் ஒரு படி உயர்ந்து அந்தக் காலத்தின் ஆதி தாய்வழிச் சமூகத்தில் மனைவிவழி கணவன் அழைக்கப்பட்ட முறையையும் கூறுகின்றன. இதனை ஓர் 'இன வரைவியல் வியப்பு' எனலாம். ஏனெனில் உலகில் வேறெங்கும் காண இயலாத ஒரு தனித்துவமான பாங்காக இது காணப்படுகிறது. இது பற்றிச் சங்க இலக்கியங்கள் காட்டும் பதிவுகளைக் காண்போம். முதல் பத்துப் பதிவுகள் பதிற்றுப்பத்தில் உள்ளவையாகும்.

1. ஒடுங்குஈர் ஓதிக் கொடுங்குழை கணவ *(14: 15)*
2. திருந்திய இயல்மொழித் திருந்துஇழை கணவ *(24: 11)*
3. வாள்நுதல் கணவ மள்ளர் ஏறே *(38: 10)*
4. அன்னோர் பெரும! நன்னுதல் கணவ! *(42: 7)*
5. ஆன்றோள் கணவ! சான்றோர் புரவல *(55: 1)*
6. பாவை அன்ன நல்லோள் கணவன் *(61: 4)*
7. சேண்நாறு நறுநுதல் சேயிழை கணவ! *(65: 10)*
8. புரையோள் கணவ! பூண்கிளர் மார்ப *(70: 16)*
9. சேண்நாறு நல்இசைச் சேயிழை கணவ *(88: 36)*
10. வண்டுஆர் கூந்தல் ஒண்தொடி கணவ! *(90: 50)*
11. செயிர்தீர் கற்பின் சேயிழை கணவ! (புறம். *3: 6*)
12. மறுஇல் கற்பின் வாணுதல் கணவன் (திருமுருகு. *6*)
13. மலர்போல் மழைக்கண் மங்கையர் கணவன் (மலைபடு. *58*)
14. கொடியோள் கணவன் (மலைபடு. *424*)

பதிற்றுப்பத்து 55ஆம் பாடலில் 'ஆன்றோள் கணவ' என்று வருகிறது. நிறைந்த குணங்களைக் கொண்ட அரசமாதேவியின் கணவன் என்பது இதன் பொருளாகும். இதே பொருளில் இன்னுமோர் இடத்தில் (பதிற். *61: 4*) 'நல்லோள் கணவன்' என்றழைக்கப்படுகிறான். இன்னுமோர்

இடத்தில் நல்ல நெற்றியினைக் (நுதல்) கொண்ட அரசமாதேவியின் கணவனே! எனும் பொருள்பட 'நன்னுதல் கணவன்' (பதிற். 42: 7) என்று வருகிறது. உயர்ந்த பெண்மணியின் கணவனே எனும் பொருளில் 'புரையோள் கணவ' (பதிற். 70: 16) என்று குறிக்கப் படுவதையும் காணமுடிகிறது. மேற்கூறிய பாடலடிகளில் எல்லாம் கணவனை நேரடியாக விளிக்காமல் இந்தத் தலைவியின் கணவன் என முன்னிலையில் சுட்டப்படுவதைக் காண்கிறோம். இம்முன்னிலைச் சுட்டல் தலைவியின் வழியே தலைவன் முக்கியத்துவம் பெறும் பண்பு வலியுறுத்தப்படுகிறது. அதாவது, தலைவியின் வழியே தலைவன் (கணவன்) அடையாளம் பெறும் பண்பு இந்தப் பாடல்களில் வெளிப்படக் காண்கிறோம்.

பெண்ணின் (தலைவி) சிறப்பைக் கூறி, அத்தகைய தலைவியின் கணவனே! எனப் போற்றும் பாடலடிகள் இன்னும் சில இடங்களில் வருவதைக் காணலாம். 'ஒண்தொடி கணவ!' (பதிற் 90: 50) எனும் தொடர் ஒளி பொருந்திய வளையலை அணிந்த பெண்ணின் கணவனே என்கிறது. புறநானூற்றிலும் இதே பொருள் தொடர்கிறது. 'செய்தீர் கற்பின் சேயிழை கணவ!' (புறம். 3:6) எனும் அடியில் சேயிழை கணவன் என்பது 'குற்றமற்ற கற்புச் செல்வியின் கணவன்' எனும் பொருளைக் குறிக்கிறது. மேற்கூறிய பாடலடிகள் எல்லாம் தலைவியை முன்னிலைப்படுத்துகின்றன; கணவனை இரண்டாம் நிலையில் வைத்துப் பேசுகின்றன. இது தாய்வழிச் சமூகத்தின் இயல்பான பண்பாகும்.

பதிற்றுப்பத்து சேர தேசத்தின் இலக்கியமாகும். சேர மன்னர்களின் வரலாற்றையும் சிறப்பையும் பேசும் படைப்பாகும். பதிற்றுப்பத்தில் ஆறாம் பதிகம் தாய்வழி முறையைப் பேசுகிறது. சேரர் தேசம் மலைநாடு என்பதை நாமறிவோம். இந்நாட்டைப் பற்றி மலைபடு கடாமும் பேசுகிறது. மலைபடுகடாமில் 'மங்கையர் கணவன்' (மலைபடு. 58), 'கொடியோள் கணவன்' (மலைபடு. 424) எனும் இரண்டு பதிவுகள் உள்ளன. பதிற்றுப்பத்தின் தொடர்ச்சியை மலைபடுகடாமிலும் காண முடிகிறது. திருமுருகாற்றுப்படையில் (6) 'மறுஇல் கற்பின் வாணுதல் கணவன்' என்று வருகிறது.

தலைவியின் பெருமைகளைக் கூறி அவளுடைய கணவன் இவன் எனும் கருத்தாக்கம் தாய்த்தாயத்தின் சிறப்பைக் காட்டுவதாகும். உலகளாவிய இனவரைவியலைப் பார்க்கும்போது மனைவிவழி கணவன் அழைத்தல் என்பது மிகவும் தனித்துவமான ஒரு பண்பாட்டுக்

கூறாகும். இது தாய்வழிச் சமூகத்தின் தலையான பண்பாகும். உலக அளவில் காணக்கூடிய தாய்வழிச் சமூகங்களில் இப்பண்பு உள்ளது பற்றி இனவரைவியல் நூல்களில் இடம் பெறவில்லை. சேய்வழி அழைத்தலையே இத்தகைய நூல்கள் பேசுகின்றன. சங்க இலக்கியங் களில் மனைவிவழி கணவன் அழைக்கப்பெறுதல் என்பது தனித்துவமான ஒரு பண்பாகக் காணப்படுகிறது.

தாய்வழி அழைத்தல்

தாயின் பெயரால் மகன், மகள் அழைக்கப்படுவது தாய்வழிச் சமூகத்தின் உன்னத நிலையைக் காட்டுகிறது. சங்க இலக்கியப் புலவர்களில் ஒருவரான அஞ்சியத்தை மகள் நாகையார் (அகம். 352) இவ்வகையில் அழைக்கப்பட்டவளே.

பழையோள் குழவி (திருமுருகு. 259)

முதியோள் சிறுவன் (புறம். 277, 278)

கொற்றவைச் சிறுவ (திருமுருகு. 258)

செம்முதுபெண்டின் காதலஞ் சிறாஅன் (புறம். 276)

முதலான சுட்டுகைகள் எல்லாம் தாய்வழியில் அழைக்கும் முறையைக் காட்டுகின்றன. புராதனச் சமூகத்தில் குடும்பத்தில் இளம் பெண்ணைக் காப்பவள் தாயாகவே இருந்தாள். தலைவி உடன் போக்கில் செல்லும்போது அவளைத் தேடுமாறு சொல்வது அவளுடைய தாய்தான். அதனாலேயே இத்தகைய களவு பற்றிய அகப் பாடல்களில் தந்தைக்கோ தமையனுக்கோ கூற்று இல்லை. நற்றாய் கூற்றே காணப்படுகிறது.

தாய்வழிக் குடும்பம் என்பதாலேயே களவு வாழ்வின்போது தன் மகளை இற்செறித்தல், அலர், அம்பல் கண்டு வருந்துதல் வெறியாட்டு நிகழ்த்துதல், உடன்போக்கில் சென்ற மகளைத் தேடிச் சுர வழியில் செல்லுதல், தமரை அனுப்பி போரிடச் செய்தல் என அனைத்தையும் நற்றாயே முன்னின்று செய்தாள். இவை யாவும் அன்றைய தாய்வழிச் சமூகத்தின் பண்புகளாக வெளிப்பட்டன எனலாம்.

தாய்த் தலைமை

தாய்வழிச் சமூகத்தில் பெண்கள் பல்வேறு நிலைகளில் தலைமை ஏற்றிருந்தார்கள். குறிப்பாக, குடும்பத்தில் பலருக்கும் தலைமையேற்று வழி நடத்தும் வகையில் முதுபெண்டிர் இருந்துள்ளனர். சங்க காலத்தில்

முதுபெண்டிர் பெற்றிருந்த முக்கியத்துவத்தினைப் பின்வரும் கருத்தினங்கள் சிறப்பாக விளக்குகின்றன.

முதுவாய் ஒக்கல் (புறம். 237: 12)
முதுவாய்ப் பெண்டிர் (அகம். 22: 7)
பெருமுது பெண்டிர் (குறுந். 181: 7)
தொல்முது பெண்டிர் (மதுரை. 409)
முதுசெம் பெண்டிர் (அகம். 86: 9)
செம்முது பெண்டிர் (புறம். 276)

இவர்கள் புராதன தமிழ்ச் சமூகத்தில் தலைமை ஏற்றிருந்தனர். தாய் வழியாகவே குலத் தொடர்ச்சியும் வம்சாவளியும் குறிக்கப்பெற்றன. பின்வரும் சான்றுகள் இவற்றை மேலும் வலியுறுத்துகின்றன.

சிறுவர்தாயே பேரிற் பெண்டே (புறம். 270)
செம்முது பெண்டின் காதலஞ்சிறா அன் (புறம். 276)
வால் நரைக் கூந்தல் முதியோள் சிறுவன் (புறம். 277)
முளரிமருங்கின் முதியோள் சிறுவன் (புறம். 278)
என்மகள் ஒருத்தியும் பிறள்மகன் ஒருவனும் (கலி. பாலை. 8)

மேற்கூறிய பாடலடிகளில் வீரனாகிய இளைஞர்கள் 'இவள் மகன்' என்றே குறிக்கப் பெற்றனர். தந்தையை முன்வைத்து மகன்கள் (சிறுவன்) சுட்டப்படவில்லை. மேலும் புறநானூற்றில் வரும் 'பேரிற் பெண்டு' (புறம். 270), 'செம்முதுபெண்டு' (புறம். 276), 'இற்பொலி மகடூஉ' (புறம். 331) ஆகிய தொடர்கள் புராதனத் தமிழ்ச் சமூகம் தாய்வழிச் சமூகம் என்பதை நிரூபிக்கும் கூடுதல் சான்றுகளாகும்.

தனக்குப் பிறக்கும் குழந்தை மகளாகப் பிறக்க வேண்டுமென்று கடவுளிடம் வேண்டும் குறவனைப் பற்றி ஐங்குறுநூறு பின்வருமாறு விளக்குகிறது.

குன்றக்குறவன் கடவுள் பேணி
இரந்தனன் பெற்ற எல்வளைக் குறுமகள்
ஆயரி நெடுங்கண் கவிழச்
சேயதால் தெய்யநீ பிரியும் நாடே (ஐங். 257)

ஆரியர்கள் முழுமையான ஆண் வழிச் சமூகத்தினர். இவர்கள் ரிக் வேதத்தில் மகன் பிறக்க வேண்டுமென்று வணங்குவது பதிவாகி யுள்ளது. ஆனால் மேற்கூறிய ஐங்குறுநூற்றுப் பாடல் ஆதி தமிழ்ச் சமூகத்தில் பெண் குழந்தை கேட்டு வணங்குகிறார்கள். மேலும்,

சங்க இலக்கியங்கள் காட்டும் தாயம் எனும் சொல்லாட்சியும், மூதின் முல்லை முதலிய புறத்துறைகளும் தாய்வழித் தலைமையின் தொடர்ச்சியாகும். மூதின் முல்லைப் பாடல்கள் தாய் வழிக் குடும்ப முறையைக் காட்டுகின்றன. புறநானூற்றில் உள்ள மகட்பாற்காஞ்சிப் பாடல்கள் (336-356) புராதன தமிழ்ச் சமூகத்தை விளக்குகின்றன.

சிலப்பதிகாரத்திலும் தாய்வழிச் சமூகத்தின் தொடர்ச்சியைக் காண முடிகிறது. பாண்டிய மன்னனின் மனைவி கோப்பெருந்தேவி 'குலமுதற்றேவி' (சிலம்பு 16: 136) எனப்படுகிறாள். அவளுடைய குலத்தின் முதன்மையான தேவி அவள் என்பதே அதன் பொருள். இன்னுமோர் இடத்தில் இளங்கோவடிகள் கண்ணகியைக் 'குலக் கொம்பர்' (சிலம்பு 1: 23) என்கிறார். பெண் வழியாகக் குலத்தைக் காட்டும் தாய்வழித் தலைமையின் சொல்லாடலே இது.

மதுரையை எரித்த கண்ணகியின் முன் மதுராபதி தெய்வம் தோன்றும் காட்சியில்,

> கொற்கைக் கொண்கண் குமரித் துறைவன்
> பொற்கோட்டு வரம்பன் பொதியிற் பொருப்பன்
> குலமுதற்கிழத்தி (சிலம்பு 23: 11-13)

என வருகிறது. இப்பாடலில் வரும் 'குலமுதற் கிழத்தி' என்பவள் தாய்வழிச் சமூகத்தின் பெண்வழி வம்சாவளியையே காட்டுகிறது. பின்வரும் சான்றுகளையும் காண்போம்.

மூதில்குடி, மூதிலாளர்

பண்டைத் தமிழ்ச் சமூகம் தாய்வழியில் இருந்தது என்பதை நிரூபிக்கும் கருத்தினங்களாக மூதில்குடி, மூதிலாளர் ஆகிய இரண்டும் அமைந்துள்ளன. புறநானூற்றில் 248ஆம் பாடல் தொடங்கி 357 வரையுள்ள 110 பாடல்கள் அக்கால வீரத் தாய்மார்களின் குடிப் பொறுப்பையும் வீரயுகச் சமூகத்தில் அவர்கள் ஆற்றிய பங்கையும் நினைவு கூறுகின்றன. இவை பற்றிய தரவுகளைப் பேராசிரியர் பெ. மாதையன் (2010) பின்வருமாறு தொகுத்திருப்பதை இங்கு ஒப்பிட்டறியலாம்.

> நறுவிரை துறந்த நரைவெண் கூந்தல்
> இரங்குகா ழன்ன திரங்குகண் வறுமுலைச்
> செம்முது பெண்டின் காதலஞ் சிறாஅன் (புறம். 276: 1-3)
>
> மீனுண் கொக்கின் தூவி யன்ன
> வால் நரைக் கூந்தல் முதியோள் சிறுவன் (புறம். 277: 1-2)

நரம்பெழுந் துலறிய நிரம்பா மென்தோள்
முளரி மருங்கின் முதியோள் சிறுவன் (புறம். 278: 1-2)

எனத் தாயை முதன்மைப்படுத்தி மகன் குறிப்பிட்டுள்ளான். ''தாய்வழி அழைக்கும் இந்த முறை தாய்வழிச் சமுதாயத்தின் கூறாக, வெளிப்பாடாக இடம்பெற்றுள்ளது. இந்தக் குடியே

மூதின் மகளி ராதல் தகுமே (புறம். 279: 2)

தமியன் வந்த மூதி லாளன் (புறம். 284: 4)

பீடுபெறு தொல்குடிப் பாடுபல தாங்கிய
மூதி லாளர் உள்ளும் காதலின் (புறம். 289: 4- 5)

என மூதில்குடி எனக் குறிப்பிடப்பட்டுள்ளது. இந்தக் குடி சார்ந்தோரே மூதிலாளர் எனப்பட்டுள்ளனர். இந்த மூதில்குடி தாயுரிமை உடையதாய் இருந்ததற்கு இந்தப் பாடல்களே சான்றுகளாக அமைகின்றன. இந்தக் குடி சார்ந்த பெண்டிர் இளஞ்சிறுவனைப் போருக்கு அனுப்புவோரோகவும் (புறம். 279), புறமுதுகிடாமல் போர்க்களத்தில் மாண்ட மகனைக் கண்டு ஈன்றபொழுதினும் பெரிதும் உவப்பவர்களாகவும் (புறம். 278), போர்மேல் செல்வதற்கான உண்டாட்டில் மண்டை எனும் பாத்திரத்தில் பெற்றுக் கள் உண்ட மகனைக் கால்கழிகட்டிலாகிய பாடையில் கிடத்தித் தூய வெள்ளாடையைப் போர்த்தவில்லையே என வருந்துபவராகவும் (புறம். 286), போர்க்களத்தில் சிதைந்து கிடந்த மகனின் வீரமாண்பைக் கண்டு வாடுமுலை ஊறிச் சுரந்தவர்களாகவும் (புறம். 295) காட்டப்பட்டுள்ளனர். மகளிர் வீரமும் அவர்தம் போர்க்கள நுழைவும் பற்றிய இந்தப் பாடல்கள் எல்லாம் அக்காலத் தாய்வழிச் சமுதாயத்தின் வெளிப்பாடுகளாகப் புறநானூற்றில் இடம் பெற்றுள்ளன'' (மாதையன், பெ. 2010: 71-72).

தாயகத்தில் வாழ்தல்

தாய்வழிச் சமூகத்தில் உறைவிடம் (வாழிடம்) பெண் வழியிலானது. பெண்கள் பிறப்பு முதல் இறப்பு வரை தங்கள் தாயகத்திலேயே வாழ்வார்கள் என்பது ஆதி மரபு. இது பற்றிய விவரங்கள் சங்க இலக்கியத்தில் இல்லை என்றாலும் தாயகம் பற்றிய குறிப்புகள் பல இடங்களில் வருகின்றன. இதுபற்றி பெ. மாதையன் பின்வரும் குறிப்புகளைத் தொகுத்துக் காட்டியுள்ளார் (மேலது: 71-72).

விண்டுப் புரையும் புணர்நிலை நெடுங்கூட்டுப்
பிண்ட நெல்லின் தாய்மனை (நற். 26: 3- 4)

எனவும்

தாயுடை நெடுநகர்த் தமர்பா ராட்டக்
காதலின் வளர்ந்த மாத ராகலின்
பெருமட முடையரோ (அகம். 310: 7-9)

எனவும் தலைவி வீடு தாய்மனை, தாயுடை நெடுநகர் என்றெல்லாம் அழைக்கப்படுவதும் தாய்வழிச் சமுதாயத்தின் எச்ச வெளிப்பாடாகவே உள்ளது. இத்துடன் உடன்போக்கில் சென்ற தன் மகளின் வரவை எதிர்பார்த்திருக்கும் நற்றாய்

ஆனாது துயருமெங் கண்ணினிது படீஇயர்
எம்மனை முந்துறத் தருமோ
தன்மனை யுய்க்குமோ யாதவன் குறிப்பே(அகம். 195: 17-19)

என எம்மனை எனக் குறிப்பிடுவதையும் இங்கே இணைத்து நோக்கி இதைத் தாய்வழிச் சமுதாயத்தின் எச்சமாகக் கருதவேண்டும். மூதின் முல்லைப் பாடல்களில் வரும் இனக்குழுத் தலைவியர் சமுதாயத் தொடர்புடையவராக, விருந்துபேணலை அடிப்படை நோக்கமாகக் கொண்டவராக, விதைத்தினையை வைத்திருந்தவராக, சமுதாயப் பொதுநோக்கு உடையவராக இருந்தமையும் தாய்வழிச் சமுதாயத்தின் எச்சமாகக் கொள்ளத்தக்கது'' என்கிறார் பெ. மாதையன் (2010: 71-72).

சேர நாட்டில் தாய்த்தாயம்

சேர நாட்டில் மருமக்கள் தாயமுறை இருந்ததற்கான சான்றுகளைப் பதிற்றுப்பத்து மூலம் காண முடிகிறது. பதிற்றுப்பத்தில் இடம்பெறும் 'மருகன்' எனும் சொல் மூவேந்தரில் சேர மன்னர்களைக் குறிப்பிடும் போது மட்டுமே பயன்படுத்தப்பட்டுள்ளது. மருகன் எனும் சொல் தாய்வழிச் சமூக மரபில் தாய், தாயின் சகோதரன் வழியில் வரும் வழித்தோன்றலாய் அமையும் உறவைக் குறிக்கிறது.

அறம் வாழ்த்த நற்கண்ட
விறன் மாந்தரன் விறன் மருகன் (பதிற். 90: 12--13)

எனும் பாடலடிகளில் இளம்சேரலிரும் பொறையைப் போற்றும்போது இரும்பொறையின் தாய்மாமன் மாந்தரன் என்பானது நல்லாட்சி யையும் வெற்றிச் சிறப்புகளையும் கூறி, அவனின் வழித்தோன்றலாய் அமைந்தவன் எனக் குறிப்பிடுகிறார்.

செல்வக் கோவே சேரலர் மருக
... ஆயிர வெள்ள வூழி

வழி யாத வாழிய பலவே (பதிற். 63: 16-21)

இப்பதிகத்தில் கபிலர் செல்வக் கடுங்கோ வாழியாதனைக் குறிப்பிடுகையில் 'சேரலர் மருக' என்று குறிப்பிடுகிறார். 'சேரர்களின் வழித்தோன்றலாய் அமைந்தவன்' என்று இங்குக் குறிக்கப்படுகிறது. புலவர்கள் சேர மன்னர்களை வாழ்த்தும்போது தாய்வழிச் சமூக மரபான மாமன்மாரின் சிறப்புகளைப் போற்றும் மரபைக் காண முடிகிறது. பதிற்றுப்பத்தில் சேரர்களின் தாய்த்தாய மரபும் தாய்வழி முன்னோர்களை வாழ்த்தும் மரபும் காணப்படுகின்றன.

பதிற்றுப்பத்து பதிகங்களில் பாட்டுடைத் தலைவனின் தாய்வழிக் குடியில் வரும் மாமன்மாரை முதலில் குறிப்பிடுவது நம் கவனத்திற் குரியது. வம்சாவளியும் குடியுரிமையும் தாய்மாமன்மாரை அடியொற்றி அமைகிறது. அதனாலேயே சேரர் தேசத்தில் அவர்கள் முதன்மைப் படுத்தப்பட்டார்கள். பதிகங்களில் இரண்டாவதாகத் தந்தையின் பெயர் குறிக்கப் பெறுகிறது. மேலும், பதிகங்களில் வரும் 'தேவி' எனும் சொல் இரண்டாவதாகக் குறிக்கப்பெற்ற மன்னனின் மனைவியாகையால் முதலில் குறிக்கப்பெற்ற மன்னனின் சகோதரியாவாள். இந்த முறைப்படி பாட்டுடைத் தலைவன் மருமக்கள்தாய முறையில் குடியுரிமை பெறுவதைக் காண முடிகிறது. இம்முறையில் குடியுரிமை சொந்த மக்களுக்குச் செல்வதில்லை; சகோதரியின் மக்களுக்குச் செல்வதைக் காண முடியும். நாவலர் சோமசுந்தர பாரதியின் *சேரர் தாயமுறை (1935)* நூலையும், கவிமணி தேசிய விநாயகம்பிள்ளையின் *மருமக்கள்வழி மான்மியம் (1942)* நூலையும், நாஞ்சில் நாடனின் *நாஞ்சில் நாட்டு வேளாளர் வாழ்க்கை (2005)* நூலையும் படித்துத் தாய்த்தாய முறையின் மற்ற விடயங்களை முழுமையாக அறியலாம்.

தாய்வழிச் சமூகத்தில் தாய்மாமன் வாழ்வின் எல்லா நிலைகளிலும் முக்கிய பங்கு வகிக்கிறார். ஆதித் தாய்வழிச் சமூகத்திலிருந்து தந்தை வழிச் சமூகமாக மாறிவிட்ட பின்னருங்கூட தமிழ்ச் சூழலில் தாய்மாமன் முக்கியத்துவத்தை உணர முடிகிறது. ஆதியில் அதன் உண்மையான தாய்வழி முறையில் தாய்மாமன் எத்தகைய முக்கியத்துவத்தைக் கொண்டிருப்பார் என்று இப்போது நம்மால் ஊகிக்க முடியும். இன்றுங்கூட கேரளத்தில் தாய்மாமன்கள் (காரணவன்) குடும்பத்தின் (தரவாடு) அனைத்து நிகழ்வுகளிலும் முக்கிய இடம் வகிக்கிறார்.

பண்டைய சேரர் தேசத்தில் அரசுரிமை தாய்வழியில் பேணப் பட்டது. அரசன் இறந்தால் அடுத்த பட்டம் மகனுக்குக் கிடையாது.

மகளுக்கே பட்டம். அதாவது மகள் அரசி, மருமகன் அரசன். இவ்வாறே குடியின் சொத்தும் மகனுக்குச் செல்லாமல் அவனுடைய சகோதரி மக்களுக்குச் சேரும்.

தாய்த் தெய்வம்

மனித குல வரலாற்றில் தொடக்கக் காலத்தில் பெண்ணே முதன்மை பெற்றிருந்தாள். குழந்தை பிறப்பும், பூப்பும், பாலுறவும் பெண்ணை மகத்துவமாக்கின. அவையன்றி ஆதியில் காட்டில் உணவுப் பொருட்கள் சேகரிப்பையும், பயிர் செய்தலையும் பெண்களே முன்னின்று செய்தனர். மானுட உற்பத்தியில் (இனப்பெருக்கம்) அவள் மட்டுமே அடையாளம் பெற்றாள். ஏனெனில் தொடக்கத்தில் பல ஆண்கள் ஒரு பெண்ணுடன் உடலுறவு கொண்டார்கள். இதனால் ஆண் அடையாளம் ஏற்படவில்லை. இந்த மகத்துவங்களால் தாய்வழிச் சமூகம் இயல்பாகத் தோன்றியது. அச்சமூகத்தின் எல்லா தளங்களிலும் பெண் மையம் உருவானது. அதன் ஒரு பகுதியாகத் தாய்த் தெய்வமும் உண்டானது.

சங்க காலத்தில் தாய்த் தெய்வங்கள் திணையின் பண்புகளோடு வெளிப்பட்டன. ஆதியில் வாழ்வானது காட்டைச் சார்ந்திருந்தது. அங்குக் கானுறை தெய்வங்களும், மலையுறை தெய்வங்களும் வழிபடும் தெய்வங்களாயின. சேர நாட்டில் அயிரை மலையில் இருந்த தெய்வம் 'அயிரை' (பதிற். *88: 12*) எனப் பெயர் பெற்றது. காட்டில் இருந்ததால் காடுகாள், காடுகிழாள், கானமர்செல்வி (அகம். *345*), காடுறை கடவுள் (பொருநர். *52*), பெருங்காட்டுக் கொற்றி (கலி. *89*) என்றெல்லாம் அழைக்கப்பட்டன.

இன்னொரு நிலையில் இத்தெய்வங்கள் அணங்குடை மகளிராக வடிவம் பெற்றனர். வரையர மகளிர் (ஐங். *191: 4*; அகம். *342: 12*), சூரர மகளிர் (அகம். *32: 7*; குறுந். *53: 7*), அர மகளிர் (நற். *356: 4*; அகம். *162: 25*), சூலி (குறுந். *218: 1*) எனப் பெண்ணின் வடிவில் தெய்வங்கள் தோற்றம் கொண்டன. மேலும், பழையோள் (திருமுருகு. *259*), மலைமகள் (திருமுருகு. *257*), வள்ளி (நற். *82*), கொற்றவை (புரி. *11: 100*), துணங்கையஞ்செல்வி (பெரும்பாண். *459*) எனத் திணையின் பன்மைக் கூறுகள் மெல்ல மெல்ல மனிதப் பண்பேற்றம் பெற்றன. உலக அளவில் மனிதகுல வரலாற்றில் தோன்றியது போன்றே, சங்ககாலத்திலும் தாய்த் தெய்வங்கள் தொன்மைக்குரிய தெய்வங்களாக இருந்துள்ளன.

தாய்வழிச் சமூகத்தின் மேலுமொரு சான்றாகச் 'சேயோன் மேய மைவரை உலகம்' (தொல். பொருள். அகத் 5) என்பதைக் காணலாம். சேயோன் என்பதற்குச் 'சேய்(தாய்) வழி வந்த மகன்' என்பதே பொருள். ஆக, முருகன் தாய்வழி வந்த பண்டைத் தமிழ்க் கடவுள் என்பதைத் தொல்காப்பிய நூற்பா குறிப்பிடுகிறது. தாய்வழி மரபில் ஆண்பால் தெய்வ உருவாக்கம் முருகன் வழியே நடைபெறுகிறது. போருக்குத் தன் கணவனை/மகனைத் தாய் அனுப்பி வைப்பது போன்று வீரயுகச் சமூகத்தில் இனக்குழுவின் நலன்களைப் பேணுபவனாக முருகன் படைக்கப்பட்டான். முருகன் ஆணாயினும் அவன் பெண்ணுக்கான ஆணாகவே செயல்பட்டான்.

பெண் பூசாரி

ஆண் பூசாரிகளுக்கு முன்பு பெண்கள் முருகனின் பூசாரிகளாக இருந்துள்ளதைச் சங்க இலக்கியங்கள் ஆவணப்படுத்தியுள்ளன. பழமுதிர்ச்சோலையில் குறமகள் முருகாற்றுப்படுத்திய செய்தியைத் திருமுருகாற்றுப்படை (218-249) கூறுகிறது.

குருதிச் செந்தினை பரப்பிக் குறமகள்
முருகு இயம் நிறுத்து முரணினர் உட்க
முருகு ஆற்றுப்படுத்த உருகெழு வியல் நகர் (திருமுருகு. 242- 244)

குறமகள் நிகழ்த்திய முருக வழிபாடு அச்சம் தரத்தக்கதாக இருந்துள்ளது. குறமகளான தேவராட்டி இரண்டு வண்ண ஆடை களை உடுத்திக் கொள்கிறாள். தன் கையில் சிவந்த நூலைக் காப்பு நாணாகக் கட்டிக் கொள்கிறாள். ஆட்டுக் கிடாயை வெட்டி அதன் குருதியை வெள்ளரிசியோடு கலந்து பிரப்பங்கூடையில் பள்ளயம் வைக்கிறாள். மஞ்சளையும் சந்தனத்தையும் கரைத்து வெறிக்களத்தில் தெளிக் கின்றாள். பூக்களை மாலையாகத் தொடுத்துச் சூட்டுகிறாள். இன்னும் சில சடங்கு நடைமுறைகளைச் செய்து முருகனுக்குரிய மந்திரங்களை உச்சரித்து, இசைக்கருவிகளை முழங்கச் செய்து முருகனை வெறியயர் களத்தில் எழுந்தருளும்படி குறமகள் முருக வழிபாட்டை நடத்துகிறாள் (மேலது: 218-249).

இந்தக் குறமகளாகிய தேவராட்டிகள் (மந்திரவாதப் பூசாரிணிகள்) நடத்திய வெறியாடல் பின்னாளில் வேலன்மார்களால் நடத்தப் பட்டது. முருகப் பூசாரியாக மாறிய இவன் கட்டுவிச்சிகளைப் போன்று பண்டைய சமூகத்தில் ஆண் மந்திரவாதியாகவும், மருத்துவனாகவும், பூசாரியாகவும் ஒருங்கிணைந்து சாமியாடியாகச் செயல்பட்டான்.

இந்த வேலன்கள் பின்னாளில் ‘தேவராளன்’ என்றும், ‘படிமத்தான்’ என்றும் அழைக்கப் பெற்றனர்.

வேலன்மார்கள் முதன்முதலில் பூசாரியாகச் செயல்படத் தொடங்கிய போது ஆதி பெண் பூசாரிகள் போன்று பெண் வேடமிட்டுச் சடங்குகள் செய்தனர். அதன் பின்னர் மெல்ல மெல்ல பெண் வேடத்திலிருந்து விடுபட்டு ஆண்களாகவே நின்று பூசைகள் செய்தனர்.

சிலப்பதிகாரத்தில் வேட்டுவ வரியில் கொற்றவையின் பூசாரியாகச் சாலினி இருந்தாள். இவள் கொற்றவை கோலம் பூண்ட சிறுமிக்குப் பூசைகள் செய்து வழிபாடு நடத்தியதை வேட்டுவ வரியில் காண்கிறோம். கோவலனும் கண்ணகியும் மதுரை நோக்கிப் பயணம் செய்தபோது எயினர்கள் வாழும் பிரதேசம் வழியாகச் சென்றார்கள். பயணக் களைப்பு ஏற்பட்டதால் கொற்றவை கோயில் இருந்த சோலையில் சிறிது நேரம் இளைப்பாறினார்கள். அப்போது சாலினி கண்ணகியைப் பார்த்து, ‘கொங்கமர் செல்வியே, குடமலையாட்டியே, தென்தமிழ்ப் பாவையே, உலகமெல்லாம் போற்றும் திருமாமணியாக வருவாய்’ என வாக்குரைத்தாள். அடித்தட்டுப் பிரிவைச் சேர்ந்த எயினர் குலத்தின் பெண் பூசாரியாகிய சாலினி, உயர்குலமாகிய வணிககுலக் கண்ணகியைப் பார்த்து நீ தெய்வமாகப் போகிறாய் என்று வருவதுரைத்தது அணங்காற்றலுடைய சாலினியைக் காட்டுகிறது. கீழோர் மேலோரைத் தன்வயப்படுத்தும் சாத்தியம் பெண்ணால் இங்கு நிகழ்ந்தது.

திணையும் பெண்ணும்

திணை எனும் சங்க இலக்கியச் சொல் ‘வாழிடப் பிரதேசம்’ எனும் பொருளையே பெரிதும் முதன்மைப்படுத்துகிறது. அடுத்து, அப்பிரதேச மக்களின் ‘ஒழுகலாறு’ என்பதையும் அர்த்தப்படுத்துகிறது. ஆகவே, திணை என்பது ஒரு பக்கம் இயற்கையின் கோட்பாடாகவும், மறுபக்கம் பண்பாட்டின் கோட்பாடாகவும் ஒரு நாணயத்தின் இரண்டு பக்கங்கள் போல் அகம், புறம் எனத் தொழிற்படுகின்றது.

புணர்தல் பிரிதல் இருத்தல் இரங்கல்
ஊடல் அவற்றின் நிமித்தம் என்றிவை
தேருங்காலை திணைக்குரிப் பொருளே (தொல். பொ. அகம். 16)

முல்லை குறிஞ்சி மருதம் நெய்தலெனச்
சொல்லிய முறையாற் சொல்லவும் படுமே (தொல். பொருள். 4)

இந்தக் கூறுகள் யாவும் முதல், கரு, உரி என ஓர் ஒழுங்குமுறையில் (system) இயக்கம் பெறுகிறது எனவும், இவையே வாழ்வு, பழக்க வழக்கம், ஒழுக்கம், விழுமியம் (values), நெறிமுறைகள் (norms) என எல்லாவற்றையும் வடிவமைக்கின்றன. இவையே 'திணை' எனும் கோட்பாட்டின் உள்ளீடாகும். இதன் இயங்கியல் தர்க்கம் பின்வருமாறு தொழிற்படுகிறது.

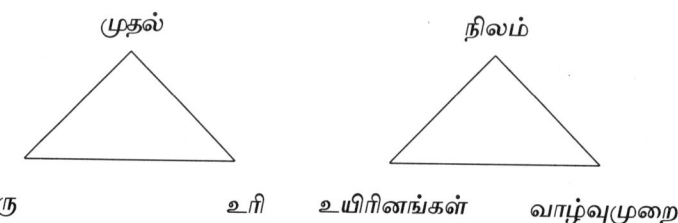

பண்டைத் தமிழ்ச் சமூகத்தில் திணையும் பெண்ணும் ஒரே சீர்மையில் இணைகின்றன(ர்). திணையே பெண்ணாக, பெண்ணே திணையாகக் கருத்துருவாக்கம் பெற்றிருந்த முறை என்பது இரண்டும் ஓரியல் சீர்மையோடு இயக்கம் பெற்றிருந்ததைக் குறிக்கிறது. பின்வரும் அட்டவணை இதனைத் தெளிவுபடுத்துகிறது.

திணைப்பெயர்	குறிஞ்சி	நெய்தல்	பாலை
பொதுப்பெயர்	குறவர்	நுளையர்	எயினர்
பெண்பாற் பெயர்	குறத்தி	நுளைச்சி	எயிற்றி
ஆண்பாற் பெயர்	சிலம்பன்	சேர்ப்பன்	காளை

திணையும் பெண்ணும் ஓரியல் சீர்மை பெறுதல்.

இந்த அட்டவணையில் திணைக்குடியின் பொதுப்பெயரும் பெண்பாற் பெயரும் ஒன்றிணைவதைக் காண்கிறோம். குறவர்-குறத்தி, நுளையர்-நுளைச்சி, எயினர்-எயிற்றி ஆகிய பெயர்கள் திணை-குடி-பெண் ஆகிய மூன்றும் ஒரு கருத்தாக்கத்தில் இணைவதைப் பார்க்கிறோம். பெண்ணின் முதன்மைத் தன்மையையே இது காட்டுகிறது. தாய்வழிச் சமூக அமைப்பில் பெண்ணே முதன்மை யானவள் என்பதை இதன் மூலம் உறுதிப்படுத்தலாம்.

திருமணமும் தாய்த்தாயமும்

சேர வேந்தர்கள் இருபெரும் மரபில் வந்தவர்கள். ஒன்று: உதியஞ்சேரல் மரபினர். இரண்டு: இரும்பொறை மரபினர். உதியஞ்சேரல் மரபில் வந்த இமயவரம்பன் நெடுஞ்சேரலாதனும், இரும்பொறை மரபில் வந்த செல்வக் கடுங்கோ வாழியாதனும் வேளாவிக்கோ பதுமன் என்பவனின் இரு பெண்களை மணந்தவர்களாக அறியப்படுகின்றனர். இதனால் சேர வேந்தரின் இரு மரபினரும் தாய்த்தாயராக விளங்கினர் என்பது புலனாகிறது. சேரர்களின் தாய்த்தாய மரபின் இன்னும் பல அம்சங்களைப் பதிற்றுப்பத்தில் காணலாம்.

தாய் வழிச் சமூகங்களில் பெண்ணின் திருமணம் அவளுடைய தாயகத்தில் நடைபெற்றது. அதன் எச்சமாகவே, ஆண்வழிச் சமூகமாக மாறிய பின்னருங்கூட இன்றும் திருமணத்தின் தொடக்க நிகழ்ச்சியான 'நிச்சயதார்த்தம்' பெண்ணின் தாயகத்தில் நிகழ்கிறது. சங்க காலத்தில் திருமணம் இரவு தொடங்கி விடியற்காலையில் நடந்தது. அதன் தொடர்ச்சியாகவே இன்றும் 'பெண் அழைப்பு' எனும் பெயரில் திருமணத்திற்கு முதல் நாள் இரவு திருமண நிகழ்வுகள் தொடங்கி விடுகின்றன.

பெண்ணும் குலவிருத்தியும்

இன்றும் தமிழகத்தில் தலைப்பிரசவம் பெண்ணின் பிறந்தகத்தில் (தாய்வீட்டில்) நிகழ வேண்டுமென்பது மரபு. இது பண்டைய தாய்வழிச் சமூகத்தின் எச்சக் கூறாகும். சில சமூகங்களில் தலைப் பிரசவம் மட்டுமல்லாமல் அடுத்த பிரசவமும் தாய்வீட்டிலேயே நிகழ வேண்டுமென்று விரும்புகின்றனர். இனச் சந்ததியின் தோற்றம் தாய்வழித் தாயகத்தில் நிகழ வேண்டும் என்பது தாய்வழி மனப்பான்மை.

தலைப்பிரசவம் மட்டுமல்லாமல் குலவிருத்திக்கான முதல் சடங்காகிய 'சாந்தி முகூர்த்தம்' மணப்பெண்ணின் தாயகத்தில் நிகழ வேண்டும் என்பதும் மேற்கூறிய கருத்தாக்கத்தின் தொடர்ச்சியே. தாய்வீடு என்பது தாயாதியின் குறியீடு; வம்சாவளியின் மையப் புள்ளியாக அமைகிறது.

பின்னுரை

இந்தியாவில் தாய்வழிச் சமூகம் பற்றி ஆராய்ந்தவர்களில் முக்கியமானவர் ஜெர்மனி ஹைடல்பர்கு பல்கலைக்கழகத்தின் சமூக மானிடவியல் பேராசிரியர் யு.ஆர். எரன்ஃபெல்ஸ் (இவர்

பின்னாளில் சென்னைப் பல்கலைக்கழகத்தில் மானிடவியல் துறைத் தலைவராகவும் பணியாற்றினார்). இவர் எழுதிய இந்தியாவில் தாயுரிமை (Mother-Right in India, 1941) நூலிலும், 'தாய்வழி நாகரிகத்தின் சுவடுகள்' (Traces of a Matrilineal Civilization) எனும் கட்டுரையிலும் இப்பொருண்மை பற்றி விரிவாக ஆராய்ந்துள்ளார்.

பண்டைத் தமிழகத்தில் நிலவிய தாய்வழிச் சமூகத்திற்கான அவதானிப்புகளை எரன்ஃபெல்ஸ் காணவில்லை. காரணம் சங்க இலக்கியப் புலமை அவருக்கு இல்லை; பதிற்றுப்பத்து பற்றியும் அறிந்திருக்கவில்லை. ஆனால் இலங்கையின் கிழக்குப் பகுதியிலும் (மட்டக்களப்பு), வடக்குப் பகுதியிலும் (யாழ்ப்பாணம்) நிலவிய முக்குவச் சட்டம், தேசவழமைச் சட்டம் பற்றி ஸ்டான்லி தம்பையா மூலம் ஹெய்ன்ஸ் பெக்கர்ட் (Heinz Bechert) நன்கு அறிந்துள்ளார். மலபார், சிலோன் பகுதிகளில் தாயுரிமை எவ்வாறு தோன்றி, வளர்ந்து, நிலவியது என்பதை ஆராயும் எரன்ஃபெல்ஸ் தாயுரிமைச் சமூகத்தில் பலகணவர் முறை (polyandry) இருக்குமென்கிறார். தாய்வழிச் சமூக அமைப்புக்குரிய ஒரு திருமண வடிவமாகப் பலகணவர் முறையைக் காட்டுகிறார். டென்னிஸ் மெக்கில்வ்ரே (1982, 1989), ஞானமுத்து தில்லைநாதன் (2005) முதலானவர்கள் இலங்கைத் தமிழர்களிடம் உள்ள தாய்வழிக் 'குடி' முறையை விளக்குகின்றனர்.

புராதனத் தமிழ்ச் சமூகம் தாய்வழிச் சமூகம் என்பதற்குச் சங்க இலக்கியங்களில் நிறையவே சான்றுகள் உள்ளன. சங்ககாலத்தில் தமிழ்ச் சமூகம் பெருவாரியாக ஆண் மையச் சமூகமாக இருந்துள்ளது என்பதையும் காண்கிறோம். சங்க காலத்திற்குப் பின்னர் தாய்வழிச் சமூகங்கள் முற்றிலுமாக அழிந்துவிட்டன என்று கருத முடியாது. தமிழ் மரபு தொன்மையானது மட்டுமல்ல; தொடர்ச்சியான மரபு என்பதற்குச் சான்றுகள் உள்ளன. அந்த வகையில் ஆதி தாய்வழி மரபு இன்றும் தமிழகத்தில் தென் மாவட்டங்களில் காணப்படுவது இதனை மெய்ப்பிக்கும் சான்றுகளாகும். தமிழகத்தில் தென்மாவட்டங்களே தமிழ்ப் பண்பாட்டின் ஆதி கூறுகளைக் கொண்டிருக்கின்றன. வட தமிழகத்தைக் காட்டிலும் தென்தமிழகம்தான் பண்பாட்டு ரீதியில் பெரிதும் பாதிப்படையாத பகுதியாக விளங்குகிறது.

தமிழகத்தில் இன்று பல சமூகங்கள் தாய்வழிச் சமூகங்களாக உள்ளன. அவை வருமாறு: கோட்டைப் பிள்ளைமார், செவலைப் பிள்ளைமார் (சிவகலைப் பிள்ளைமார்), இல்லத்துப் பிள்ளைமார், நாங்குடி வேளாளர் (நற்குடி வேளாளர்), நாஞ்சில் நாட்டு வேளாளர்,

அரும்புக்கட்டி வேளாளர், நாஞ்சில் முதலி, ஆப்பநாடு கொண்டையம் கோட்டை மறவர், காரண மறவர், ஆம்பநேரி மறவர், அஞ்சு கொத்து மறவர், கிறித்தவ மறவர், செறுமர், மரைக்காயர், கயலர் (மரைக்காயரில் ஒரு பிரிவினர்), அய்யனவர், சக்கரவர் (ஒரு பிரிவினர் மட்டும்) தாய்வழி மரபைக் கொண்டவர்கள். பண்டைய முதுவர், குமரி மாவட்டத்தின் பழைய கோட்டாறு செட்டியார் போன்றோர் தாய்வழி மரபைக் கொண்டிருந்தனர் (பக்தவத்சல பாரதி 2019). இலங்கையில் மட்டக்களப்புத் தமிழர்களிடமும், யாழ்ப்பாணத்தில் சற்று மாறிய நிலையிலும் இலங்கையில் சோனகரிடமும் (Moors) இம்முறை உள்ளது (தில்லைநாதன், ஞானமுத்து 2005).

தமிழகத்தில் இன்று காணக்கூடிய மேற்கூறிய தாய்வழிச் சமூகங்களில் குடிவழி மட்டுமே (descent) தாய்வழியில் பேணப்படுகிறது. திருமணத்திற்குப் பின் மணமக்கள் தங்குமிடம் மனைவியின் தாயகமாக இல்லாமல் கணவனின் தந்தையகமாக (patrilocal) மாறிவிட்டது. அதுபோலவே சொத்துரிமையும் பெண்வழி அமையாமல் ஆண்மக்களுக்குச் சமமாகக் கொடுக்கும் முறை ஏற்பட்டுவிட்டது. மேலும் குடும்ப நிர்வாகமும் தந்தைக்குப் பின் மூத்த ஆண்மகனிடம் (primogeniture) வந்து சேருகிறது. ஆக, இன்றைய தாய்வழிச் சமூகத்தில் குடிவழி, உறைவிடம், சொத்துரிமை, குடும்ப நிர்வாகம் ஆகிய நான்கு முக்கிய கூறுகளில் குடிவழி தவிர மற்ற மூன்று கூறுகளும் தந்தைவழிச் சமூக முறைக்கு மாறிவிட்டன. கேரளத்தில் 1930களுக்குப் பின் மருமக்கள் தாய்முறை சட்டத்தின் வழி முடிவுக்குக் கொண்டு வரப்பட்டபின் அதன் தாக்கம் தமிழகத்திலும் எதிரொலித்தது (விரிவுக்குக் காண்க: பக்தவத்சல பாரதி 2019).

இத்தகைய தாய்வழிச் சமூக முறையைக் கேரளத்தில் 'மருமக்கள் தாயம்' எனவும், கர்நாடகத்தில் 'அளியசந்தானம்' எனவும், மண்டிகர் போன்ற நாடோடிச் சமூகத்தில் 'கருமதாயம்' எனவும் சொல்லப் பட்டன. வரலாற்றில் இதன் தேய்மானம் பெண்ணை இரண்டாம் நிலைக்குத் தள்ளிவிட்டது. ஆயினும் சங்ககாலம் முதல் சமகாலம் வரை தமிழகத்தில் தாய்வழிச் சமூகம் காணப்படுவது அதன் தொன்மையையும் தொடர்ச்சியையும் காட்டுகிறது.

6

வாழிடங்கள்
கல்லளை முதல் நெடுநகர் வரை

சிறுகுடியீரே சிறுகுடியீரே
வள்ளிகீழ் வீழாவரைமிசைத் தேன்தொடா
கொல்லை குரல்வாங்கி ஈனா மலைவாழ்நர்
அல்ல புரிந் தொழுகலான்

(கபிலர், கலித்தொகை 39)

சங்ககாலத்தில் மக்களின் வாழிடம் (குடியிருப்பு) திணை வேறுபாடு களுக்கேற்ப மாறுபட்டிருந்தது. அது ஊர் (குறுந். 320: 7), சீறூர் (அகம். 9: 10), கரம்பைச் சீறூர் (புறம். 285: 17), குரம்பை (அகம். 12: 9), குடி (நற். 82:), கானலம் சிறுகுடி (அகம். 54: 14), பதி (பொருநர். 121), பாடி (முல்லை. 28), சேரி (மதுரை. 619), பாக்கம் (நற். 207: 3), சிறுகுடிப்பாக்கம் (நற். 323: 6), பட்டினம் (அகம். 205: 12), இருக்கை (நற். 131: 7), பேரூர் (குறுந். 223: 1), மூதூர் (ஐங். 15: 3) எனப் பலவாறு அழைக்கப்பட்டது.

சங்க இலக்கியங்களில் 'சீறூர்' பற்றிய பதிவு 48 இடங்களில் இடம்பெற்றுள்ளது (மாதையன், பெ. 2007: 302). இவற்றில் இரண்டு சீறூர்கள் நெய்தல் நிலத்தில் உள்ளன. மற்ற சீறூர்கள் யாவும் குறிஞ்சி முல்லைத் திணைகளில் காணப்படுகின்றன. சீறூர் என்பது தொல்குடி மக்களின் வாழ்விடமாகும். அதற்கெனத் தனித்துவமான பண்புகள் உள்ளன. இனவரைவியலர்கள் இத்தகைய ஊர்களை 'இயற்கை சார்ந்த ஊர்கள்' என்பர்.

நிலம், விலங்கு, தாவரம் ஆகிய மூன்றும் நெருக்கத்துடன் உறவாடும் சமூக முறையைக் கொண்ட ஊரே சீறூர் ஆகும். அதனால் அந்த மூன்று இயற்கைக் கூறுகளையும் 'துணைச் சமூக அமைப்பு' (para-social system) என்பார்கள். சங்கச் சமூகத்தில் குறிஞ்சி, முல்லை

இரண்டிலும் சீறூர் வாழ்வென்பது இயற்கையை முழுவதுமாகச் சார்ந்தது எனலாம். மற்ற சமூகக் குழுக்களைச் சாராமல் நேரடியாக இயற்கையைச் சார்ந்தே வாழவேண்டிய தகவமைப்பு இதன் அடிப்படைப் பண்பாகும்.

சிதறிய குடியிருப்பு

சங்க இலக்கியத்தை ஆழ்ந்து வாசிக்கும்போது சங்ககாலக் குடியிருப்புகள் அடிப்படையில் மூன்று வகைகளாக இருந்துள்ளதைக் காணமுடிகிறது. குறிஞ்சியின் மலைப் பகுதிகளில் குடியிருப்புகள் பெரிதும் சிதறலாகவே இருந்துள்ளன. பாணர்கள் பரிசில் தேடிச் சென்ற வழிப்பயணம் நமக்கு இதனைத் தெளிவுபடுத்துகின்றது. ஒன்று அல்லது இரண்டு மூன்று வீடுகளைச் சுற்றி வீட்டுத் தோட்டமும் புழங்கும் இடமும் தினைப்புனமும் இருக்கும். அதற்கடுத்துச் சில குடிசைகளும் அவற்றிற்குரிய தோட்டமும் நிலபுலமும் இருக்கும். இவ்வாறான சிதறிய முறையிலான அமைப்பு மலைத் தொடர்களில் காணமுடிகிறது.

இப்படியாகக் குறிஞ்சி முழுவதும் மலைகளில் வாழ்வதற்கெனக் கட்டப்பட்ட குரம்பை வீடுகள் சிதறிக் காணப்பட்டன (ஐங். 252). இத்தகைய 'சிதறிய குடியிருப்பு' (scattered settlement) முறையை இன்றுங்கூட இமயமலையின் அடிவாரம் தொடங்கி, மகாராட்டிரத்தின் சாத்புரா மலைகள் ஊடாக, மேற்குத் தொடர்ச்சி மலை வந்து முடியும் தமிழகம்வரை வாழும் குறிஞ்சிநிலப் பூர்வ பழங்குடிகளிடம் காணலாம்.

ஆற்றுப்படை இலக்கியங்களை வாசிப்பதன் வழி இத்தகையதொரு புவியியல் பண்பாட்டு முறையினைச் சங்ககாலம் தொட்டுக் காண முடிகிறது. சிதறிய குடியிருப்புமுறை வாழ்க்கைக்கான ஒரு முக்கிய தகவமைப்பாகவே உருவாக்கம் பெற்றது. சுற்றுச்சூழல் மனிதனுக்குத் தரும் ஆற்றலின் (energy) அளவைப் பொறுத்துக் குடியிருப்பின் அளவும் அதைச் சுற்றிய சுற்றுச் சூழலின் பரப்பும் அமையும். அதிகமான இயற்கை வளமிருந்தால் குடியிருப்புப் பெரியதாகவும் வீடுகள் அதிக எண்ணிக்கையிலும் இருக்கும். வளம் குறைந்து காணப்பட்டால் வீடுகளின் எண்ணிக்கை இயல்பாகவே குறைந்து, சிதறிக் காணப்படும்.

கேரளாவிலும் தமிழகத்திலும் உள்ள குடியிருப்பு அமைப்புகளை விளக்கும் போது மென்சர் (1996: 137-152) நீர் ஆதாரமே குடியிருப்பு வேறுபாடுகளுக்குக் காரணம் என்கிறார். நீர்வளம் மிகுந்த கேரளத்தில்

வீடுகள் தோட்டம் தோறும் சிதறிக் காணப்படுகின்றன. அதற்கு அங்குள்ள நீர்வளமே காரணம் என்கிறார். தமிழகத்தில் நீர் ஆதாரம் குறைவானது. அதனால் ஓரிடத்தில் குளம், கிணறு வெட்டி அங்கு நீர் ஆதாரத்தை ஏற்படுத்திக் குடியிருப்பு உருவாக்கம் பெறுகிறது. பின்னர் அக்குடியிருப்பு அங்கு மெல்ல மெல்ல விரிவாக்கம் அடைகிறது என்கிறார்.

விரிந்த குடியிருப்பு

ஆற்றுப்படை நூல்கள் வழி அடுத்த வகையான விரிந்த குடியிருப்பு முறையை அறிய முடிகிறது. ஒரு குடியிருப்பில் பாதிக்கும் மேற்பட்ட வீடுகள் ஓரிடத்தில் அடுத்தடுத்து ஒன்று சேர்ந்தாற் போல் ஒரு தொகுப்பாக இருக்கும். மீதமுள்ள பாதியளவு வீடுகள் இந்த மையக் குடியிருப்பிலிருந்து விலகிச் சற்றுச் சிதறியவாறு நிலபுலங்களில் இங்குமங்குமாகக் காணப்படும். இத்தகையதொரு 'விரிந்து செல்லும் குடியிருப்பு முறை' (lineal settlement) முல்லைத் திணையிலும், சில இடங்களில் குறிஞ்சியிலும் கூடக் காணப்பட்டதை ஆற்றுப்படை நூல்கள் நமக்குத் தெளிவுபடுத்துகின்றன. சுற்றுச் சூழலுக்கும் மக்களுக்கும் இடையே அமையக் கூடிய உறவின் பிரதிபலிப்பாகவே இவ்வகைக் குடியிருப்பு முறையும் ஏற்பட்டது.

நெருங்கிய குடியிருப்பு

மூன்றாவதாக, ஓரிடத்தில் தொகுப்பாக, அடர்தியாக, தொடர்ச்சியாகக் காணப்படும் 'மையம் சார்ந்த நெருங்கிய குடியிருப்பு முறை' (nucleated settlement) இருந்ததையும் சங்க இலக்கியங்கள் வழி காணமுடிகிறது. மருதத் திணைக் கிராமங்கள் இவ்வகையைச் சேர்ந்தவை. மிகச் சில இடங்களில் மட்டும் தண்டலை (சோலை, பூந்தோட்டம்), உழவர்களின் தோட்டம், தோப்பு உள்ளிட்ட இடங் களில் நிலத்தை கவனிக்கும் உழவர்கள் தனி வீடுகளில் வாழ்ந்தனர். இத்தகைய வீடுகள் அவர்களுடைய மையம் சார்ந்த குடியிருப்பு முறையின் நீட்சியாகவே காணப்பட்டன எனலாம். பெருமணல் உலகம் என்றழைக்கப்பட்ட நெய்தலிலும்கூட இந்த அமைப்பையே காணமுடிகிறது. இத்தகைய ஊர்களில்தான் ஊரின் நடுவில் மன்றமும், (அரச) மரத்தடியில் பஞ்சாயத்துப் பேசும் முறையும், மன்றத்தைச் சுற்றிப் பல தெருக்கள் ஒன்றுக்கடுத்து ஒன்றாகவும், அவற்றில் வீடுகள் நெருக்கமாகவும், வரிசையாகவும் இருக்கும்படியான அமைப்பு காணப்படுகிறது.

மேற்கூறிய விளக்கங்களைக் காணும்போது சங்ககாலத்தில் நிலைகுடிகளிடம் குறைந்த அளவு மூன்று வகையான குடியிருப்பு அமைப்புகள் இருந்ததைக் காண முடிகிறது.

1. குறிஞ்சி: சிதறிய குடியிருப்பு

2. முல்லை: விரிந்த குடியிருப்பு

3. நெய்தல், மருதம்: மையம் சார்ந்த குடியிருப்பு

இருப்பிடங்கள்

சங்ககால மக்கள் வசித்த வீடுகள் பலவகையாக இருந்தன. இந்த இருப்பிடங்கள் கல்லளை (புறம். 86), அகம் (நற். 297: 9), இல் (அகம். 370), இல்லம் (அகம். 4: 1), இருக்கை (பெருநர். 253), குடி (அகம். 7: 22), குடில் (பெரும்பாண். 226), குரம்பை (புறம். 129: 1), குடம்பை (அகம். 381: 7), சிற்றில் (அகம். 394: 9), மனை (அகம். 367: 4), சிறுமனை (புறம். 29: 20), மாடம் (அகம். 167: 14), நெடுநகர் (புறம். 287: 9), நகர் (அகம். 61: 16), புக்கில் (புறம். 221: 6) என்றெல்லாம் அழைக்கப்பட்டன.

இருப்பிட வகையாலும், கட்டிய முறையாலும், வடிவத்தாலும், பயன்பாட்டாலும் இப்பெயர்கள் இடப்பட்டன. பெயர்கள் வகைப்பாடு சார்ந்தவை என்று குளோத் லெவிஸ்ட்ராஸ் கூறுகிறார். சங்ககால வீடுகளின் வெவ்வேறு பெயர்களும் அடிப்படையில் தனித்தனி வகையினங்களையே காட்டுகின்றன. பாட்டு, தொகை இரண்டையும் கூர்ந்து வாசிக்கும்போது இந்த வீடுகளின் அமைப்பு, கட்டும் முறை, பயன்பாடு, வீட்டெதிரில் உள்ள பந்தல், செடிகொடிகள், வீட்டுக்கான அரண் (வேலி) முதலான பல்வேறு கூறுகள் ஒரு காட்சிப் படம்போல் விரிகின்றன. வீட்டைச் சுற்றிக் காணப்படும் புழங்கு பொருள்கள் பற்றிய வர்ணனையும் நம் கண்முன் காட்சியளிக்கிறது.

புல், ஓலை பயன்பாடு

ஆதியில் வசிப்பிடங்களின் கூரைகள் புல், இலை, தழை, கீற்று, மடல் போன்றவற்றால் வேயப்பட்டன. தினை, வரகு இவற்றில் கற்றையாலும் மூடப்பட்டன. 'ஈத்திலை வேய்ந்த எய்புறக் குரம்பை' (பெரும்பாண். 88) எனும் அடி ஈச்ச மர ஓலையால் வேயப்பட்ட கூரையைக் குறிக்கிறது. பனை ஓலையும் பயன்பட்டது என்பதை 'அட்டில் ஓலை தொட்டனை நின்மே' (நற். 300: 12) மூலம்

அறியலாம். தாழை மறத்தின் அடிப்புறத் தூறுகளைக் கொண்டும் கூரை வேயப்பட்டுள்ளது. நற்றிணைப் பாடலடி 'தடந்தாட் தாழைக் குடம்பை' (நற். 270: 1) எனக் கூறுகிறது. தாழை என்பது ஒருவகைக் குறுமரம் என்றும், தென்னை என்றும் இருவேறு பொருள்கள் உள்ளன. சங்ககாலத்தில் தென்னையின் பயன்பாடும் இருந்துள்ளதைக் காண்கிறோம். 'கூவை' எனும் ஒருவகைச் செடியினைக் கொண்டும் கூரை வேயப்பட்டது என்பதைக்

கூவை துற்ற நாற்கால் பந்தர்ச்
சிறுமனை ... . (புறம். 29: 19-20)

எனும் புறநானூறு அடி மூலம் அறிகிறோம். காய்ந்த புற்களாலும் வளம் குன்றாத இருப்பிடங்கள் உருவாக்கப்பட்டன என்பதைக்

'காயல் வேய்ந்த தேயா நல் இல்' (அகம். 270: 5) எனும் அகநானூற்று அடி மூலம் அறிகிறோம்.

புதிய வைக்கோல் மூலம் வேயப்படும் வீடுகள் 'தேயா நல் இல்' எனப்பட்டது. நெல், திணை, வரகு முதலானவற்றின் வைக்கோல் கூரை வேயப் பயன்பட்டன.

புதுவை வேய்ந்த கவின்குடில் முன்றில் (பெரும்பாண். 225)

எனும் அடியில் 'புதுவை' என்பதற்குப் புதிய வைக்கோல் எனப் பொருள்.

குறிஞ்சியில் வசிப்பிடங்கள்

மலையும் மலைசார்ந்த இப்பகுதியில் குறவர், கானவர் உள்ளிட்ட சிறுகுடியினர் உருவாக்கிய குடிசைகள் 'குரம்பை' எனப்பட்டன.

'குன்றக் குறவன் புல்வேய் குரம்பை' (ஐங். 252: 1).

எனும் பாடலடி ஊகம்புல் கொண்டு வேயப்பட்ட வீட்டைக் குறிக்கிறது. இத்தகைய குரம்பையை அகநானூறும் 'புல்வேய் குரம்பை புலர ஊன்றி' (அகம். 172: 10) என்கிறது. இத்தகைய குரம்பைகள் கம்புகளை நட்டு எழுப்பப்பட்டதை 'நடுகாற் குரம்பைத் தன் குடிவயிற் பெயரும்' (நற். 285: 7) எனும் நற்றிணை அடி மூலம் அறியலாம்.

குறிஞ்சித் திணைக் குறவர்கள் தம் குரம்பைகளை நீர் வசதி உள்ள இடத்தில், காற்றோட்டம் உள்ள பகுதியில் அமைத்து, அவற்றைச் சுற்றி வீட்டுத் தோட்டங்களை உருவாக்கி அவற்றில் செடி கொடிகளை வளர்த்தார்கள் என்கிறது பின்வரும் அகநானூற்று அடிகள்.

நீரிழி மருங்கின் ஆர்இடத்து அமன்ற

...

குறிஇறைக் குரம்பைநம் மனைவயின் பகுதரும்(அகம். 272: 7-11)

இவ்வகை வீடுகள் அழகிய சூழலில் அமைந்திருந்தன என்பதையும் இப்பாடல் கூறுகிறது.

குறிஞ்சியில் கானக் குறவர்கள் வன்புல வேளாண்மை செய்த காலத்தில் தினைப்புனம் காப்பதற்காகச் சிறு பரண்கள் அமைத்தனர். சில நேரங்களில் தற்காலிக குரம்பைகளையும் ஏற்படுத்திக் கொண்டார்கள். இவற்றில் தங்கி காவல் காத்தனர் என்பதை

வேழம் காவலர் குரம்பை ஏய்ப்ப (பெரும்பாண்.51)

எனும் அடிகள் வாயிலாகவும்,

ஏனல் அம்காவலர் ஆனாது ஆர்த்தோரும்

...

குறவர் ஊன்றிய குரம்பை ... (அகம். 126-9)

எனும் அடிகள் வாயிலாகவும் அறியலாம்.

குறிஞ்சியில் வசிப்பிடங்கள் பாதுகாப்பாக இருக்கவேண்டும் என்பதற்காக வேலிகள் அமைத்து அரண் செய்து கொண்டார்கள்.

'குன்ற வேலிச் சிறுகுடி ...' (அகம். 232: 6),

'பெருங்கல் வேலிச் சிறுகுடி ...' (நற். 213: 6),

'வேரல் வேலிச் சிறுகுடி' (நற். 232: 4).

குன்றுகளும், மலைகளும் குறவர் குடிகளுக்கு இயற்கையாக அரண் அமைத்ததையும், மூங்கில் முட்களைக் கொண்டு இவர்களாக வேலி அமைத்துக் கொண்டதையும் மேற்கூறிய பாடலடிகள் காட்டுகின்றன.

முல்லையில் வாழிடங்கள்

முல்லைத் திணை ஆயர்கள் தம் வசிப்பிடத்தில் கால்நடைகளுக்கெனத் தனியி ம் ஒதுக்கினார்கள். வீட்டின் ஆடுகளைக் கட்டினார்கள். வீட்டின் தாழ்வாரத்தில் ஆடுகளுக்குத் தழையினைக் கயிறு கட்டி தொங்க விட்டனர். ஆடு, மாடுகள் அதிகமாயிருக்கும்போது தனிக் கொட்டகை அமைத்து வரகுக் கற்றைகளால் வேய்ந்தனர். அக்கூரையின் மேல் விலங்குகளின் தோலினைப் பரப்பி வைத்தனர். விலங்குகளிட மிருந்தும் ஆநிரை கவரும் பகைவர்களிடமிருந்தும் காப்பதற்கு

வீட்டைச் சுற்றி முள் வேலியிட்டனர். இத்தகைய வாழிடம் குறுங்கால் குரம்பை எனப்பட்டது. பெரும்பாணாற்றுப்படை இத்தகைய வீட்டை,

குளகுஅரை யாத்த குறுங்கால் குரம்பை
...
இடுமுள் வேலி எருப்படு வரைப்பின் *(பெரும்பாண். 148-154)*

எனச் சித்தரிக்கின்றது.

முல்லை நிலத்தில் கால்நடை வளர்ப்போடு உழவுத் தொழிலும் வாழ்வாதாரமாக இருந்தது. கொல்லைக் கோவலர்கள் வன்புல வேளாண்மையில் ஈடுபட்டனர். அவர்களுடைய வீடுகளின் முன் கலப்பை, சிறிய வண்டி உள்ளிட்ட தொழிற்கருவிகளும், வரகு முதலிய தானியங்களைத் திரிக்கின்ற திரிகைகள் முதலான புழங்கு பொருட் களும் சூழ்ந்திருந்தன. முற்றத்தில் தானிங்கள் சேமித்து வைக்கும் கூடுகள் பெண் யானைகள் நிற்பது போன்று தோற்றமளித்தன. மழைக்கால மேகங்கள் போன்று கரிய வைக்கோலால் கூரை வேயப்பட்டிருந்தது. இத்தகைய குடிசைகள் உள்ள சீறூர் பற்றிப் பெரும்பாணாற்றுப்படை பின்வருமாறு வர்ணிக்கிறது.

பிடிக்கணத்து அன்ன குதிருடை முன்றில்
களிற்றுத் தாள்புரையும் திரிமரப் பந்தர்
குறுஞ்சாட்டு உருளையொடு கலப்பை சார்த்தி
நெடுஞ்சுவர் பறைத்த புகைசூழ் கொட்டில்
பருவ வானத்துப் பாமழை கடுப்பக்
கருவை வேய்ந்த கவின்குடிச் சீறூர் *(பெரும்பாண். 186-191).*

முல்லைத் திணையில் ஆநிரை கவர்தலும், மீட்டலும் அடிக்கடி நிகழும் மறச்செயல்களாகும். அதனால் முல்லை நில வீரர்களின் வீடுகளில் வேல் வைக்கப்படும் சூழமைவினை ஒரு புலவர் நயம்பட விவரித்திருக்கிறார்.

பிறர்வேல் போலாதாகி இவ்வூர்
மறவன் வேலோ பெருந்தகை உடைத்தே
இரும்புறம் நீரும் ஆடி கலந்து இடைக்
குரம்பைக் கூரை கிடக்கினும் கிடக்கும் *(புறம். 332: 1-4).*

முல்லை நில மறவர்களின் வேல்கள் அவர்கள் வாழும் சிறு குடிசையின் கூரையில் பாதுகாப்பாக இருக்கும். முதுமகளிர் மாலை சூட்டி, யாழிசைத்து, பாட்டுப் பாடி இந்த வேல்கள் வீதிகளில் எடுத்துவரப்படும் என்பதையும் அறிய முடிகிறது.

முல்லை நில மறவர்கள் போர்க்களங்களில் தற்காலிக கூடாரங்கள் அமைத்துத் தங்கியதை முல்லைப்பாட்டு விவரிக்கிறது.

ஓடா வல்வில் தூணி நாற்றி
கூடம் குத்திக் கயிறுவாங்கு இருக்கை
பூத்தலைக் குந்தம் குத்தி கிடுகு நிறைத்து
வாங்குவில் அரணம் அரணம் ஆக (முல்லை. 39-42).

மூன்று கம்புகளை நட்டு, அவற்றைக் கயிற்றால் இறுகக் கட்டி, கிடுகுகளால் போர்த்தி இந்தத் தற்காலிக கூடாரங்களை அமைத்தனர். இக்கூடாரம் முன்பு தத்தம் வலிமையான வில்லினை ஊன்றி அதன் மீது அம்பாரத் துணியைத் தொங்கவிட்டனர். வீரர்கள் தங்கும் போர்ப்பாசறையாக இது விளங்கியது.

நெய்தல் வசிப்பிடங்கள்

கடலும் கடல் சார்ந்த பகுதியும் நெய்தல் திணை. இச்சூழலில் கிடைக்கும் மரவடைகளைக் கொண்டு சிறுகுடில்கள் கட்டி மீனவர்கள் வாழ்ந்தனர்.

புலால்அம் சேரி புல்வேய்க்குரம்பை (அகம். 2002),
குறியிரைக் குரம்பை கொலைவெம் பரதவர் (அகம். 2101),
குறுங்கூரைக் குடிநாப்பண்
...
வலை உணங்கும் மணல் முன்றில்
வீழ்த் தாழை தாள் தாழ்ந்த
...
சினைச் சுறவின் கோடு நட்டு
மனைச் சேர்த்திய வல் அணங்கினான் (பட்டின. 81-88).

நெய்தல் நிலத்தில் கிடைக்கும் வேழ மறத்தை வெட்டித் தூண்களாக அமைத்து, வாஞ்சி, காஞ்சி மரக் கம்புகளைக் கலந்து, தாழை நாரினால் கட்டி, தருப்பை எனும் நாணல் வகைப் புற்களால் கூரை வேய்ந்து தம் குரம்பைகளை அமைத்தனர்.

வேழம் நிரைத்து வெண்கோடு விரைஇ
தாழை முடித்துத் தருப்பை வேய்ந்த
குறியிறைக் குரம்பை பறியுடை முன்றில் (பெரும்பாண். 263-265).

என்கிறது பெரும்பாணாற்றுப்படை. வசிப்பிடங்கள் பாதுகாப்பாக இருக்க நெய்தல் நில மக்களும் வேலி அமைத்தனர்.

கண்டல் வேலிக் கழி சூழ் படப்பை
முண்டகம் வேய்ந்த குறியிரைக் குரம்பை (நற். 207: 1-2),
ஒலி காவோலை முள் மிடை வேலி (நற். 38: 8).

தாழை மரங்களையும், முற்றிய பனை மட்டையையும் அதன் ஓலைகளையும் கொண்டு தம் குரம்பைகளுக்கு வேலியமைத்தனர்.

மருதநில வீடுகள்

மருத நிலம் நாகரிக வாழ்வின் தொட்டில். இங்கு வேந்தராட்சி நடைபெற்றது. கோட்டைகளும், அரண்மனைகளும், நல்ல கோயில் களும் உருவான இடம். இவற்றின் தாக்கம் பேரூர்களிலும் மூதூர்களிலும் காண முடிந்தது. இங்கு வாழ்ந்த உழவர்களின் வீடுகள் செங்கற்களாலும் மண்ணாலும் கட்டப்பட்டன. நெல் வைக்கோல், தென்னம் ஓலை முதலானவற்றால் வேயப்பட்டன.

உழவர்களின் வசிப்பிடங்களில் ஆநிரைகளைக் கட்டும் நெடும் தாம்புகள் பிணைக்கப்பட்ட முளைக்கால்கள் காணப்பட்டன. தானியங்களைச் சேமித்து வைக்கும் ஏணிக்கும் எட்டாத நெற்கூடுகள் இருந்தன இவற்றை 'குமரி மூத்த கூடு' என்றனர். மருத நில வீடுகளின் தன்மையைப் பெரும்பாணாற்றுப் படை பின்வருமாறு வர்ணிக்கிறது.

தண்பணை தழிஇய தளரா இருக்கை
பகட்டா ஈன்ற கொடுநடைக் குழவிக்
கவைத்தாம்பு தொடுத்த காழூன்று அல்குல்
ஏணி எய்தா நீல்நெடு மார்பின்
...
குமரி மூத்த கூடுஓங்கு நல்இல் *(பெரும்பாண். 242-250).*

மருதநிலத்தில் தென்னந் தோப்புகளில் எளிய குடிசைகள் அமைத்து வாழ்ந்த உழவர்களின் மனைகளில் மஞ்சளும் மணம் வீசும் பூந்தோட்டமும் இருந்தன. ஒவ்வொரு தோப்பிலும் அந்நிலத்தவர் வாழும் குடும்பம் அங்கு வசித்து வந்தது. இதனைப் பெரும் பாணாற்றுப்படை,

வந்தோட்டுத் தெங்கின் வாடுமடல் வேய்ந்த
மஞ்சள் முன்றில் மணம்நாறு படப்பை
தண்டலை உழவர் தனிமனைச் சேப்பின் (பெரும்பாண். *354-356).*

மருதநில வீடுகள் சிறப்புடையவை, வளமையானவை, உறுதி யானவை எனும் வகையில் 'நல்இல்', 'தளரா இருக்கை', 'துளங்கா

இருக்கை' என்றெல்லாம் வர்ணிக்கும் புலவர்கள், அங்குப் பசி, வறுமை இல்லா சூழல் இருந்தது என்பதையும் பாடியுள்ளனர்.

அந்தணர் வாழிடம்

சங்கச் சமூகத்தில் அந்தணர் வசிப்பிடங்கள் தனித்துவத்துடன் காணப்பட்டன. பசுக்களும், அவற்றின் கன்றுகளும் கட்டியுள்ள பந்தலையும், ஆவின் சாணத்தால் மெழுகிய தரையையும், இல்லுறை தெய்வங்களையும், கவின்மிகு தோற்றத்தையும் கொண்ட வீடுகளில் அந்தணர்கள் வசித்தனர். இவர்களின் வீடுகளில் கோழி களையும் நாய்களையும் காண முடியாது. ஆனால் அவர்கள் கிளிகளை வளர்த்தனர். இத்தகு தனித்துவங்கள் கொண்ட பதிகளின் சிறப்பைப் பெரும்பாணாற்றுப்படை பின்வருமாறு விவரிக்கின்றது.

> செழுங்கன்று யாத்த சிறுதாட் பந்தர்
> பைஞ்சேறு மெழுகிய படிவ நல்நகர்
> மனைஉறை கோழியொடு ஞமலி துன்னாது
> வளைவாய்க் கிள்ளை மறைவிளி பயிற்றும்
> மறைகாப்பாளர் உறைபதிச் சேப்பின் (பெரும்பாண். 297-301).

பாலை வசிப்பிடங்கள்

பாலை நிலத்தில் எயினர்கள் வேட்டையாடி உணவு சேகரித்து வாழ்ந்தனர். மறவர், மழவர் முதலானவர்கள் போர்வீரர்களாக வாழ்ந்தனர். ஆறலை கள்வர் வழிப்பறி செய்தும் கொள்ளையடித்தும் வாழ்ந்தனர்.

எயினர்களின் வீடுகள் 'குரம்பை' எனப்பட்டன. 'ஈய்த்திலை வேய்ந்த எய்புறக் குரம்பை' (பெரும்பாண். 88) (எய்=முள்ளம்பன்றி) எனும் தொடர் இக்குடிசையின் பண்பை விளக்குகிறது. வீட்டில் உள்ள உணவுப் பண்டங்களை அணில், எலி போன்றவை சேதப் படுத்தாமல் இருப்பதற்காக முள்ளம் பன்றியின் முதுகில் உள்ள முட்கள் போன்று ஈச்சமர ஓலைகளால் கூரை வேயப்பட்டது. வீட்டின் முன்னர் முன்றில் எனக்கூடிய முற்றம் இருந்தது. 'புல்வேய் குரம்பை' (குறுந். 235: 5), 'இலைவேய் குரம்பை' (மதுரை. 310) என்றெல்லாம் பாலை நிலத்து வீடுகள் இனங்காணப்பட்டன.

பாலை நிலக் குரம்பைகளுக்கு உறுதியான நிலைகளும் வலுவான கதவுகளும் பொருத்தப்பட்டன (அகம். 311) சில குரம்பை களில் மரக்கழிகளை ஒருசேர இணைத்துக் கட்டிய 'கட்டுக்கதவு'

பொருத்தப்பட்டிருந்தது (புறம். 325)

ஒடுங்காழ்ப் படலைச் சீறில் முன்றில் (புறம். 325: 7)

எனும் பாடலடிகள் தெளிவுபடுத்துகின்றன.

பாலைநில குடியிருப்புகள் காட்டரண்கள் சூழ அமைந்திருந்தன. முள்வேலியிட்டும் கற்களை மதிலாக உயர்த்தியும் அரண்கள் அமைத்தனர். இவை மிளை, வேலி, குறும்பு என்றழைக்கப்பட்டன.

கொடுவில் எயினர் குறும்பிற்கு ஊக்கும் (அகம். 319: 7),
வாழ்முள் வேலிச் சூழ்மிளைப் படப்பை (பெரும்பாண். 126),
ஊர்முது வேலி ...
அருமிளை இருக்கையதுவே (புறம். 326: 1, 7),
பெருங்குறும்பு உடுத்த வன்புல இருக்கை (புறம். 181: 5),
கடுங்கண் மறவர் கல்லெழு குறும்பின் (அகம். 87: 4).

ஆறலை கள்வர்கள் காட்டு வழியில் கல்லளைகளில் (மலைக் குகைகள்) தங்கிய வணிகச் சாத்துகளிடமிருந்து வழிப்பறி செய்தனர் (புறம். 86; மலைபடு. 255). ‘இரவுக் குறும்பு’ எனுமிடத்தில் தங்கியும் கொள்ளை யடித்தனர் (அகம். 97).

பாலை நில எயினர்கள் குடியிருப்பில் வேட்டை இறைச்சி தென்படுமாதலால் அதனைக் கொத்திச் செல்வதற்குப் பருந்துகள் வட்டமிடும். குறும்பில் புலால் நாறும் வேல்களும், மணிகள் கோர்க்கப்பட்ட கேடயங்களும், அம்புக் கூடுகளும், வீட்டின் முன் பந்தலில் துடிப்பறைகளும் தொங்கும். முள் மரங்கள் வரிசையாக நட்டு வேலி இடப்படும். இந்த வர்ணனையைப் பெரும்பாணாற்றுப்படை பின்வருமாறு விவரிக்கிறது.

வைந்நுதி மழுங்கிய புலவுவாய் எஃகம்
வடிமணிப் பலகையொடு நிரைஇ முடிநாண்
சாபம் சார்த்திய கணதுஞ்சு வியல்நகர்
ஊகம் வேய்ந்த உயர்நிலை வரைப்பின்
வரைத்தேன் புரையும் கவைக்கடைப் புதையொடு
கடுந்துடி தூங்கும் கணைக்காற் பந்தர்
தொடர்நாய் யாத்த துன்அருங் கடிநகர்;
வாழ்முள் வேலிச் சூழ்மிளைப் படப்பை
கொடுநுகம் தழீஇய புதவின் செந்நிலை
நெடுநுதி வயக்கழு நிரத்த வாயில்
கொடுவில் எயினக் குறும்பில் சேப்பின்... (பெரும்பா. வ: 118-133).

சங்ககாலமும் சிந்துவெளியும்

சங்ககால ஊர்ப் பெயர்கள் பல இன்று பாகிஸ்தானில் உள்ளன. கொற்கை, அழூர், கல்லூர், தொண்டி முதலான பெயர்கள் பாகிஸ்தானில் ஊர்ப் பெயர்களாக உள்ளன (பாலகிருஷ்ணன், ஆர். 2019: 144). நல்லி எனும் பெயர் பாகிஸ்தானின் வடமேற்குப் பிரதேசத்தில் பல இடங்களில் ஊர்ப் பெயர்களாக உள்ளன. கல்லூர், கலூர் எனும் வழக்குகளும் பல இடங்களில் உள்ளன. பசூர், தொண்டி, அரணி, மைலம், மனூர், அழூர், ஊரல், கொற்கை முதலான பெயர்களும் ஊர்ப் பெயர்களாகக் காணப்படுகின்றன (மேலது: 142).

சங்ககால இடப்பெயர்களில் உள்ள பல முன்னொட்டுகள் சிந்து வெளியில் ஊர்ப்பெயர்களாக இருப்பது ஒரு விபத்தல்ல (மேலது: 140). இவ்விரண்டு பிரதேசங்களுக்குமான நேர்த் தொடர்ச்சியைக் காட்டுகிறது. இவ்வாறான வழக்குகளின் ஒரு நீண்ட பட்டியலை ஆர். பாலகிருஷ்ணன் (மேலது: 40-41) தன் நூலில் கொடுத்துள்ளார். அவற்றிலிருந்து மிகச் சில சான்றுகளைக் காண்போம்.

ஆப்கானிஸ்தானில் சங்ககால ஊர்ப் பெயர்கள் பல உள்ளன. கொற்கை, கொற்கே, துறை, காடு, சோலை, கானம், கல் முதலான எண்ணற்ற பெயர்கள் உள்ளதையும் காண்கிறோம் (மேலது: 132). சங்க

சங்ககால முன்னொட்டு	சங்ககால வழக்கு	சிந்துவெளியில் இடப்பெயர்
ஆரலை	ஆரலை காடு	அரல்கட் (பாகிஸ்.)
குதிரை	குதிரை மலை	குதிர் (பாகிஸ்.)
தகடு	தகடூர்	தகடு (பாகிஸ்., ஆப்கன்.)
அலை	அலைவாய்	அலை (பாகிஸ்., ஆப்கன்.)
முனை	முனையூர்	முனை (ஆப்கன்.)
குல	குலமுற்றம்	குல (ஆப்கன்., பாகிஸ்.)
வாகை	வாகை பறந்தலை	வாகை (பாகிஸ்.)
கரும்பு	கரும்பனூர்	கரும்பர் (பாகிஸ்.)
நொச்சி	நொச்சி நியமம்	நொச்சி, நொச்ச (பாகிஸ்.)
குமரி	குமரியம்	குமரி (பாகிஸ்., ஆப்கன்)

ஆதாரம்: பாலகிருஷ்ணன், ஆர். (2019: 150).

பிரதேசக் குடிகள் (Territorial clans)

சங்கப் பெயர்	சிந்துவெளியில் பெயர்	இன்றைய நாடு
அடியர்	அடியன்	பாகிஸ்தான்
மலையர்	மலை	ஆப்கானிஸ்தான், பாகிஸ்தான்
மலவர்	மலா	ஆப்கானிஸ்தான்
கொங்கர்	கொண்கர்	பாகிஸ்தான்
கோசர்	கொசர்	பாகிஸ்தான்
புலியர்	புலி	ஆப்கானிஸ்தான்
அண்டர்	அண்டர்	ஆப்கானிஸ்தான், பாகிஸ்தான்
குறவர்	குறவே	பாகிஸ்தான்
குன்றவர்	குன்ற, குன்றை,	பாகிஸ்தான்
	குன்ரக்	குமரி (பாகிஸ்., ஆப்கன்)
வேளிர்	பெல்	ஆப்கானிஸ்தான், பாகிஸ்தான்
	வேலன்	பாகிஸ்தான்
	வெலோ	ஆப்கானிஸ்தான்
அருவலர்	அரிவலா	பாகிஸ்தான்
ஆவியர்	அர்வல்	ஆப்கானிஸ்தான்
	அவி	ஆப்கானிஸ்தான்

ஆதாரம்: பாலகிருஷ்ணன், ஆர். (2019: 150).

இலக்கியம் குறிப்பிடும் நிலப் பெயர்கள் பலவும் சிந்துவெளியில் இடப்பெயர்களாக இருப்பதையும் அறிகிறோம் (*மேலது: 134*).

இன்று தமிழகத்தில் வாழும் தொதவர், கோத்தர், படகர் முதலான இனக் குழுக்களின் பெயரும், ஒடிசாவில் வாழும் கூய், கோந்த் முதலான பழங்குடிகளின் பெயரும், தமிழ், குடகு, துளு, கோண்டி முதலான மொழிகளின் பெயர்களும் பிற வட திராவிட மொழிகளின் பெயர்களாகிய பெங்கோ, மண்டா, கோலாமி, நய்க்கி, பர்ஜி, கடபா, குருக், மால்டோ, பிராகூய் முதலானவையும் சிந்துவெளியில் இடப்பெயர்களாக விளங்குகின்றன (*மேலது: 122*).

சேர, சோழ, பாண்டிய மன்னர்களின் பெயர்களும், மற்ற அரசர்களின் பெயர்களும்கூட சிந்துவெளியில் ஊர்ப்பெயர்களாக இருப்பதை **ஆர். பாலகிருஷ்ணன்** மிக விரிவாக விளக்கியிருக்கிறார் (மேலது:

இனக்குழுப் பெயர்கள்

சங்கப் பெயர்கள்	சிந்துவெளியில் இடப்பெயர்கள்	இன்றைய நாடு
ஆயர்	அயர்	பாகிஸ்தான்
களமர்	களமர்	பாகிஸ்தான்
மறவர்	மரவர், மரவரா	பாகிஸ்தான், ஆப்கானிஸ்தான்
எயின்	அய்ன்	ஆப்கான், பாகிஸ்தான்
காளை	களை	பாகிஸ்தான்
விடலை	விடல	பாகிஸ்தான்
மீளி	மிளிகாட்	ஆப்கானிஸ்தான்
இடையர்	இடை	ஆப்கானிஸ்தான்
கடையர்	கடை	பாகிஸ்தான்

ஆதாரம்: பாலகிருஷ்ணன், ஆர். (2019: 150).

151-175). இவை எல்லாவற்றையும்விட சங்ககாலப் புலவர்களின் பெயர்கள் சிந்துவெளி இடப்பெயர்களாக இருப்பது ஒரு பெரும் வியப்பாக உள்ளது (மேலது: 178). இயற்பெயர்களுக்கு முன்பு ஊர்ப் பெயர்களை வைத்து அழைக்கும் முறையில் சிந்துவெளி ஊர்ப் பெயர்கள் இருப்பதும் இது ஒரு பழம்பெரும் மரபு என்பதைக் காட்டுகிறது (மேலது: 178).

சங்ககால ஊர்ப் பெயர்களில் பின்னொட்டாக அமைந்தவை சிந்துவெளியில் ஊர்ப் பெயர்களாக இருப்பதையும் ஆர். பால கிருஷ்ணன் பட்டியலாகக் கொடுத்துள்ளார் (மேலது: 139). அந்தப் பட்டியலிலிருந்து சில எடுத்துக்காட்டுகளை அடுத்த பக்கத்தில் வரும் அட்டவணையில் காணலாம்.

பின்னுரை

சங்ககாலத்தில் மக்கள் வழ்ந்த வசிப்பிடங்கள் சூழல் அடிப்படையில் மாறுபட்டிருந்தன. தொல்காப்பியம் மக்கள் வாழ்ந்த இடங்களை 'ஊர்' என்றே குறிப்பிடுகிறது. ஆனால் சங்க காலத்தில் திணைச் சூழலுக்கேற்ப பின்வரும் வகைகளில் வாழிடங்கள் காணப்பட்டன.

குறிஞ்சித்திணை ஊர்கள்: சிறுகுடி, குடி, குரம்பை, குறிச்சி
முல்லைத்திணை ஊர்கள்: பாடி, சேரி, பள்ளி

சங்ககாலப் பின்னொட்டு	சிந்துவெளியில் இடப்பெயர்களாக உள்ள முறை
ஊர்	ஊர் (ஆப்கன்.), அமுர், கல்லூர் (பாகிஸ்.)
நாடு	மேனாடு (ஆப்கன்), மினாடு (ஆப்கன்), கில்நாட் (பாகிஸ்.), மரைநாட் (பாகிஸ்.), அங்கைநாட் (பாகிஸ்.)
ஆறு	பலாறு (பாகிஸ்), கம்பறு (ஆப்கன்), கோதாறு (பாகிஸ்.)
வாயில்	வெய்ல் (பாகிஸ்)
காடு	க(ா)டு (ஆப்கன், பாகிஸ்), வேகாடு (ஆப்கன்)
சேரி	செரி (பாகிஸ்), பதன்செரி, சங்கர்செரி, செரி (பாகிஸ்.)
துறை	துறை (பாகிஸ்.)
குன்று	குன்று (பாகிஸ்.)
தலை	தலை (பாகிஸ்), அனிதலை, மொரந்தலை (பாகிஸ்.)
பள்ளி	சபள்ளி (பாகிஸ்.)
பாக்கம்	செரிபாக்க (பாகிஸ்.)
கானம்	க(ா)னம் (பாகிஸ்.)
பொறை	பொறை (பாகிஸ்.)
நகர்	நகர், எலம்நகர், கலுநகர், குருநகர் (பாகிஸ்.)
குற்றம்	குற்றம் (பாகிஸ்., ஆப்கன்)
பேரி	பேரி, மைரபேரி (பாகிஸ்.)
பேர்	அலக்பேர் (பாகிஸ்)
பாரம்	அடப(ா)ரம் (ஆப்கன்), கிர்ப(ா)ரம் (பாகிஸ்.)
மணி	மணி, கரிமணி, நன்டமணி (பாகிஸ்.)
மலை	மலை, ஒபமலை, சசன்மலை (பாகிஸ்.) கர்மலை, கரமலை (ஆப்கன்.)
மலை	செங்கமா, குர்மா (பாகிஸ்.)

மருதத்திணை ஊர்கள்: ஊர் (மூதூர், பேரூர்)

நெய்தல் திணை ஊர்கள்: பட்டினம், பாக்கம்

பாலைத் திணை ஊர்கள்: பறந்தலை, குறும்பு

குறிஞ்சியிலும் பாலையிலும் சிதறிய குடியிருப்பு முறையைக்

(scattered settlement) காண்கிறோம். மலைகளும் காடுகளும் பாலையும் இத்தகைய குடியிருப்பு வகைக்குக் காரணமாக அமைந்தன. முல்லையில் கால்நடைகள் உடைமையாக வளர்ந்தன; செல்வமாகவும் அமைந்தன. கால்நடைகளை மேய்க்கவும், தண்ணீர் குடிக்கவும், இரவில் பட்டியலில் அடைத்து வைக்கவும், இளங்கன்றுகளை ஈனுபவற்றைப் பாதுகாக்கவும் அங்கு நேர்க்கோட்டு வாழிடமுறை (lineal settlement) தோன்றியது. ஒற்றை சமூகம் வாழும் இடமாகவும் காணப்பட்டது.

நெய்தல், மருதம், இரண்டிலும் மையம் சார்ந்த, அடர்த்தியான வாழிடம் (nucleated settlement) உருவானது. அதிகமானவர்கள் ஓரிடம் தங்கி வாழ வேண்டிய சூழலில், அனைவருக்கும் தண்ணீர் தேவையை ஈடு செய்ய வேண்டிய சூழலில் மையம் சார்ந்த வாழிடம் ஏற்பட்டது.

சங்ககாலத்திற்கும் சிந்துவெளி நாகரிகத்திற்கும் உள்ள நேரடித் தொடர்பை ஆர். பாலகிருஷ்ணன் (2019) ஆய்வுகள் மூலம் அறிகிறோம். இதன் மூலம் சங்ககாலத்தின் 'காலம்' பற்றிய ஆய்வு மேலும் மாற்றமடையும்.

7

சாதி உருவாக்கம்

குடிஊழிய முறை சட்டகமாதல்

ஈன்று புறந்தருதல் என்தலைக் கடனே;
சான்றோன் ஆக்குதல் தந்தைக்குக் கடனே;
வேல்வடித்துக் கொடுத்தல் கொல்லற்குக் கடனே;
நன்னடை நல்கல் வேந்தற்குக் கடனே;
... ...
களிறுஎறிந்து பெயர்தல் காளைக்குக் கடனே

(பொன்முடியார், புறநானூறு 312)

பண்டைத் தமிழ்ச் சமூகம் குடிச் சமூகமாக இருந்தது என்பதைச் 'சமூக உருவாக்கம்' எனும் இயலில் கண்டோம். குடிச்சமூகத்தின் பண்பு களை இங்கு மீள எண்ணிப் பார்க்கலாம். ஐந்திணைகளிலும், குறிப்பாக, குறிஞ்சி, முல்லை, மருதம், நெய்தல், பாலை ஆகிய திணைகளில் நிலைகுடிகளாக விளங்கிய திணைக்குடியினர் சுயேச்சையாகவும் தன்னிச்சையாகவும் தற்சார்புடன் காணப்பட்டனர்.

எந்த வகையான ஏற்றத்தாழ்வும், படிநிலையும், சார்புத்தன்மையும் இல்லாமல் தன்னியல்புடன் அசைவியக்கம் பெற்றிருந்தனர். இத்தன்மையானது சீறூர் மன்னர், முதுகுடி மன்னர், குறுநில மன்னர் ஆகியோரின் ஆட்சிமுறை இருந்த வரையில் காணப்பட்டது. 'குடி' எனும் அடையாளத்தைத் தவிர வேறெந்த அடையாளமும் அப்போது இல்லை. 'சாதி' எனும் சுட்டுகை சங்ககாலத்தில் பின்பகுதியில் ஏற்பட்ட ஒன்றுதான்.

ஆதியில் சாதி எனும் சொல்

பழந்தமிழ் இலக்கணமாகிய தொல்காப்பியம் 'மக்கள்' எனும்

வகைப்பாட்டையே முன்னெடுத்தது. மனிதர்கள் ஆறறிவுடையார் எனும் நிலையைச் சுட்டுவதற்காக இவ்வகைப்பாடு கையாளப்பட்டது.

உயர்திணை என்மனார் மக்கட் சுட்டே (தொல். 484),
மக்கள் தாமே ஆறறி உயிரே (தொல். 1532).

'மக்கள்', 'மாந்தர்' எனும் சொல்லாட்சிகளையும் தொல்காப்பியர் கையாண்டுள்ளார்.

மாவும் மாக்களும் ஐயறி வினவே (தொல். 1531),
கண்ணினும் செவியினும் திண்ணிதின் உணரும்
உணர்வுடை மாந்தர் (தொல். 1221.)

தொல்காப்பியர் கையாண்ட பகுப்பு முறை அல்லது சுட்டுகையைச் சங்க இலக்கியப் புலவர்களும் கையாண்டுள்ளனர்.

நிலமிசைப் பரந்த மக்கட்கு எல்லாம் (புறம். 126: 11),
ஆவும் ஆனியற் பார்ப்பன மாக்களும் (புறம். 9: 1),
சில நீர் வினவுநர் மாந்தர் (புறம். 154: 3).

சங்ககாலத்தில் பரந்த பொதுநிலையிலிருந்து, குறுகிய சிறப்பு நிலையைக் (நுண்ணிலை) குறிப்பதற்கு 'இனம்' எனும் சொல்லே பயன்பட்டது. விலங்கினத்திலிருந்து (genus) சிறப்பினத்தைப் (species) பிரிப்பதற்கு 'இனம்' எனும் சொல் கையாளப்பட்டுள்ளது.

இனம்சால் யானை (புறம். 137: 1)
ஆனினம் கலித்த அதர்பல கடந்து
மானினம் கலித்த மலையின் ஒழிய
மீனினம் கலித்த துறைபல நீந்தி (புறம். 138: 1-3)

இந்தக் கருத்தாக்கத்தைப் பயன்படுத்தியே மக்களும் பாகுபடுத்தப் பட்டனர்.

'எம் இனத்து ஆயர் மகளிர்' (கலி. 103: 7) எனும் சொல்லாட்சி ஆயர்களை மேலும் பின்வருமாறு வகைப்படுத்தியது. 'கோவினத்தாயர்' (கலி. 107: 3), 'புல்லினத்தாயர்' (கலி.107: 2), 'நல்லினத்தாயர்' (கலி. 104: 6), 'கோட்டினத்தாயர்' (கலி. 105:) ஆனினம், மானினம், மீனினம் போலவே மக்களையும் 'இனம்' என்று பாகுபடுத்தும் தொன்மை நிலை ஒன்று இருந்துள்ளது.

ஆயினும், சங்ககாலத்தில் 'குடி' எனும் சுட்டுகையே பரவலாக இருந்தது.

துடியன் பாணன் பறையன் கடம்பன் என்று

இந்நான்கு அல்லது குடியும் இல்லை (புறம். 335: 7-8)

எனும் பாடலடிகள் இதற்கு மிகச் சிறந்த எடுத்துக்காட்டாகும்.

'அணையக் கண்ட அம்குடிக் குறவர்' (நற். 108: 3),

'குடிமுறை குடிமுறை தேரின்' (குறுந். 130: 4),

'இரவல் மாக்கள் சிறுகுடி பெருக' (பதிற். 59: 7),

'ஒரு குடிப் பிறந்த பல்லோர் உள்ளும்' (புறம். 183: 5),

'தொல்குடி மன்னன் மகளே' (புறம். 353: 11)

இவ்வாறு 'குடி' எனும் சொல் தனித்த சமூகக் குழுக்களை இனங்காட்டி வகைப்படுத்தியுள்ளதை அறிகிறோம் (விரிவுக்குக் காண்க: பக்தவத்சல பாரதி, 2018: 13-33).

சாதியை நோக்கிய அசைவியக்கம்

சீறூர் மன்னர், முதுகுடி மன்னர், குறுநில மன்னர் ஆகியோர் ஒடுக்கப்பட்டு வேந்தர் ஆட்சிமுறை ஏற்பட்டவுடன் சமூகக் கட்டமைப்பில் மாற்றங்கள் நிகழ்ந்தன. வீரயுகத்திற்குப் பின்னர் வர்க்க வேறுபாடுகள் வலுவும் முனைப்பும் பெற்றுவிட்டன. இச்சூழலில் சீறூர் மன்னர் களின் செல்வாக்கும், முதுகுடி மன்னர்கள், குறுநில மன்னர்களின் செல்வாக்கும் வேந்தர்கள் ஆட்சிக்காலத்தில் பெரிதும் மறையத் தொடங்கின. அரச சபையில் மன்னர்களையும் அவர்களுடைய சுற்றத்தாரையும் மகிழ்விப்பதற்குப் பாணர்கள் ஆடிப் பாடினார்கள். வேந்தர்களின் பேரரசு உருவாக்கத்தின் போது பாணர்கள் நிராகரிக்கப் பட்டுப் புலவர்கள் அந்த இடத்தைப் பிடித்தார்கள். சங்க காலத்தின் பிற்காலத்தில் பாணர் மரபு நிராகரிக்கப்பட்டது. இதனை நெடுநல்வாடை, பதிற்றுப்பத்து ஆகியவற்றின் ஊடாகக் காண்கிறோம். வேந்தர்கள் ஆட்சி வலுப்பெற்றவுடன் தமிழ்ச் சமூக அமைப்பு வேந்தரை மையமிட்டதாக உருமாறியது.

வேந்தனைச் சுற்றிலும் குடிகள்

சங்ககாலத்தின் பிற்பகுதியில் தமிழ்ச் சமூகமானது வேந்தனை மையமிட்ட சமூகமாக உருவெடுத்தது. இதில் வேந்தனே முதன்மையானவன். அவனைச் சுற்றிலும் மற்ற குடிகள் இருந்தன. பின்னாளில்தான் தமிழ்ச் சமூகம் செங்குத்துப் படிநிலையாக மாறியது. ஆனால் சங்ககாலத்தில் நிலவிய சமூகம் வேந்தனை மையமிட்ட வட்ட வடிவச் சமூகமாகவே (circular social system) இருந்தது. இச்சமூகம்

சாதியைப் போல் செங்குத்துப் படிநிலையில் (vertical hierarchical system) அமையவில்லை. வேந்தன் மையத்திலும் மற்ற குடியினர் அவனைச் சுற்றி வட்டமாகப் பக்கவாட்டிலும் இருந்தனர். இதனால் மன்னனோடு நேர்த் தொடர்பு கொண்ட குடிகளாக இருந்தனர். மன்னனைச் சுற்றிலும் பக்கவாட்டில் இருந்ததால் இடையில் யாருடைய தொடர்பும் இல்லாமல் மன்னனுக்கு நேரடியாக வினையாற்றும் நிலையில் இக்குடியினர் இருந்தனர்.

இந்த வட்ட வடிவச் சமூக அமைப்பை விளங்கிக் கொள்வதற்குப் பல்வேறு வகையாக சான்றுகள் சங்க இலக்கியங்களில் உள்ளன. முதலில் புறநானூற்றின் 312வது பாடலைக் காண்போம்.

ஈன்று புறந்தருதல் என்தலைக் கடனே!
சான்றோன் ஆக்குதல் தந்தைக்குக் கடனே!
வேல் வடித்துக் கொடுத்தல் கொல்லர்க்குக் கடனே!
தண்ணடை நல்கல் வேந்தர்க்குக் கடனே!
ஒளிறு வாள் அருஞ்சமம் முருக்கிக்
களிறு எறிந்து பெயர்தல் காளைக்குக் கடனே! (புறம். 312)

இந்தப் பாடல் முக்கியமானது. வேந்தன் மையமிட்ட சமூக அமைப்பில் ஒவ்வொரு குடிக்கும் என்னென்ன கடமை இருந்தது என்பதைக் குறிப்பிடுகிறது. வேந்தனின் அரசாட்சியில் ஒவ்வொரு குடியினரும் ஒரு வகையான தொழிலைச் செய்து கடமையாற்றி யுள்ளனர்.

சாதியச் சமூகம் செங்குத்துப் படிநிலையில் அமைந்ததாகும். ஆனால் சுற்றுவட்டச் சமூகம் அப்படியன்று. இதனால் சுற்றுவட்டச் சமூகத்தில் வேந்தனுக்கு மேலே பிராமணர்கள் செல்வாக்கு செலுத்தும் நிலை உருவாகவில்லை. சாதியச் சமூகம் உருவான பின்னர்தான் பிராமணர்கள் உயர்ந்த நிலை அடைந்தனர். அப்போது அவர்களுக்குத் தானம் கொடுப்பது ஒரு மரபாக ஏற்பட்டது. ஆனால், பூர்வகாலத்தில் தானம் அளிக்கும் மரபு குடிச் சமூகங்களில் ஒரு கட்டம் வரை ஏற்படவில்லை என்பதைப் பலரும் விவாதிக்கின்றனர். குளோரியா ரஹேஜா (Gloria Raheja) தானத்தில் நஞ்சு (The Poision in the Gift, 1988) எனும் ஆய்வில் இந்தியச் சூழலில் பிராமணர் ஆதிக்கம் ஏற்படுவதற்கு முன்பே இருந்த சமூக அமைப்பை ஆராய்ந்தபோது அது மன்னனைச் சுற்றியிருந்த சமூக முறையை இனங்காண்கிறார். அந்தக் கட்டத்தில் பரிசில் அளிக்கும் மரபே இருந்தது.

குவிமையம் நோக்கிய சுற்றுவட்டச் சமூக முறை
(சாதிக்கு முந்தைய தமிழ்ச் சமூகம் - வேந்தர் நோக்கிய சமூக முறை)

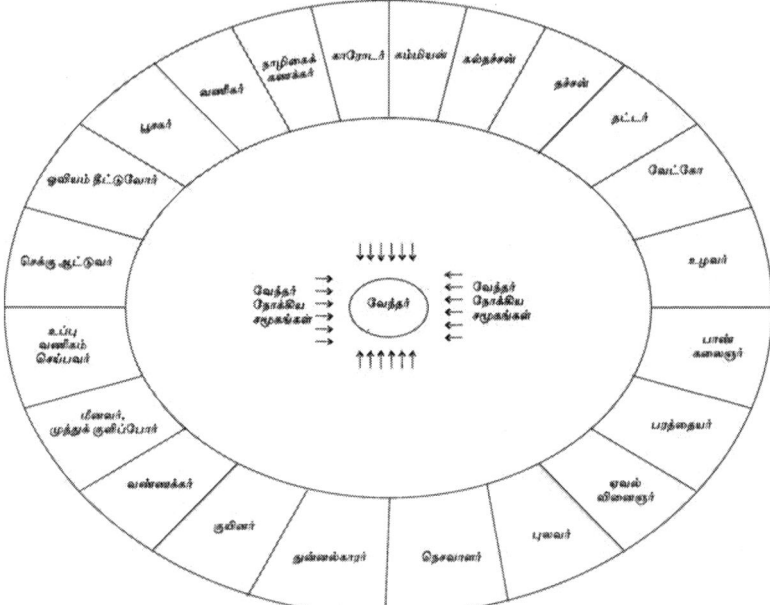

பிராமணர்கள் உயர்நிலை அடைந்து மன்னனை ஆதிக்கம் செய்வதற்கு முன்னர் அவர்கள் மற்ற குடிகளைப் போன்று ஒருவராக இருந்தனர். ஒரு திருமணம் நடைபெறுகிறதென்றால் அத்திருமணம் சிறப்புடன் நடப்பதற்கு உதவிய வண்ணார், அம்பட்டர், குயவர், பிராமணர் ஆகிய அனைவருக்கும் ஊழியச் செலவு அளிக்கப்பட்டது. ஆக, திருமணம் செய்து கொண்ட மணமக்களும், சம்பந்திகளாக இணைந்த இரு குடும்பங்களும் நல்லாசியுடன் நலமுடன் வாழ்வதற்காக வண்ணார், அம்பட்டர், பிராமணர் ஆகிய மூவருக்கும் ஊழியச் செலவு கொடுக்கப்பட்டது. இத்தகைய கருத்தாக்கம் சுற்றுவட்டச் சமூக முறையிலும் இருந்தது. பின்னாளில் சாதிய முறை வலுப்பெற்ற பின்னர் இந்த ஊழியச் செலவு பற்றிய கருத்தாக்கம் மாற்றம் பெற்றது.

வேந்தனைச் சார்ந்து மன்னர்கள்

வேந்தர்களின் வளர்ச்சியால் இனக்குழுச் சமுதாயம் (குடி) ஒரு காலகட்டத்தில் சிதையத் தொடங்கியது. அதுவரை பரந்துபட்ட தமிழகத்தைப் பல்வேறு சீறூர் மன்னர்கள். முதுகுடி மன்னர்கள்,

குறுநில மன்னர்கள் ஆண்டு வந்தனர். இவர்களில் குறுநில மன்னர்களின் எண்ணிக்கை நூற்றிருபது என்று ஸ்மித் *(1914: 439)* குறிப்பிடுகிறார். சேர மன்னர்களின் வம்சாவளியைக் குறிப்பிடும் போது கபிலர் 49 தலைமுறைகள் அரசாண்ட வேளிர்குடி மன்னர்களின் கால்வழித் தொடர்ச்சியைக் குறிப்பிடுவதால் (புறம். *201*) ஸ்மித் சொல்லும் எண்ணிக்கை நிச்சயம் குறையாது என்று தோன்றுகிறது. துரை. அரங்கசாமி *(1968)* குறிப்பிடும் தலைவர்கள் பட்டியலும் இதற்குச் சான்றாக விளங்குகிறது.

குறுநில மன்னர்களின் ஆட்சி சிதையத் தொடங்கிய பின்னர் அவர்களில் பலர் வேந்தர்களைச் சார்ந்து வாழத் தொடங்கினார்கள். நாஞ்சில் வள்ளுவன் சேர மன்னனை அண்டி வாழ்ந்த செய்தியை மருதன் இளநாகனார்,

ஈதல் ஆனான் வேந்தே! வேந்தர்குச்
சாதல் அஞ்சாய் நீயே (புறம். *139*)

என்று பாடியுள்ளார். அதாவது, ‘வேந்தர்க்காகப் போரில் உயிர்விட அஞ்சாதவன் நீ’ என்று வர்ணித்தார். அவ்வாறே பிட்டங்கொற்றன் எனும் மன்னன் சேர வேந்தன் கோதையைச் சார்ந்து வாழ்ந்ததை வடம வண்ணக்கண் தாமோதரனார்.

வன்புல நாடன் வயமான் பிட்டன்
ஆர்அமர் கடக்கும் வேலும் அவன் இறை
மாவன் ஈகைக் கோதையும் (புறம். *172*)

என்று பாடியுள்ளார். மேலும், நாலைக்கிழவன் நாகன் என்பான் பாண்டிய வேந்தனுக்குப் படைத் துணை புரிந்தும், வினை புரிந்தும் உதவியாக இருந்தான் என்று வடநெடுந்தத்தனார் குறிப்பிடுகிறார் (புறம். *179*). அவ்வாறே வேந்தர்க்கு உலந்துழி உலக்கும் என்று ஒரு குறுநில மன்னனைப் புலவர் ஆலத்தூர் கிழார் பாடுகிறார் (புறம். *324*).

வேந்தர்களைச் சார்ந்து வாழும் ஒரு புதிய நிலைக்கு மன்னர்கள் ஆட்பட்டதை இன்னும் பல பாடல்கள் மூலம் அறிய முடிகிறது (புறம். *287, 306, 314, 318, 326*).

வல்லார் என்ற ஊரின் தலைவனாகிய பண்ணன் என்பவன் தன்னுடைய வாள் வன்மையால் வேந்தர்க்கு வெற்றி தேடித் தந்தான் என்றும், அதன் மூலம் கிடைத்த பொருட்களைப் பரிசிலர்க்கு வழங்கி வந்தான் என்றும் சோணாட்டு முகையலூர்ச் சிறுகருந்தும்பியார் குறிப்பிடுகிறார் (புறம். *265*).

படைத் துணை வேண்டும்போதெல்லாம் வேந்தர்களுக்கு மலையமான் திருமுடிக்காரி உதவியுள்ளான். அதன் மூலம் பெற்ற பொருட்களை இரவலர்களுக்குப் பரிசில் கொடுத்தான் எனக் கபிலர் திருமுடிக்காரியைப் பாராட்டுகிறார் (புறம். 122). இவ்வாறாக இன்னும் சில குறுநில மன்னர்கள் தம்மை நாடும் வேந்தர்களுக்கு உதவி செய்து, அதன் மூலம் கிடைக்கும் வருவாயைப் பாண் சமூகத்தாருக்குக் கொடுத்து வந்துள்ளனர் என்பதையும் அறிய முடிகிறது.

குறுநில மன்னர்களில் அதியன், தந்துமாறன், நம்பி நெடுஞ் செழியன், பண்ணி முதலானவர்கள் பாண்டிய வேந்தர்களுக்குப் போர்ச் செயல்களில் உதவி செய்து அவர்களைச் சார்ந்து வாழ்ந்துள்ளனர். மலையமான் திருமுடிக்காரி, பண்ணன், மத்தி முதலான மன்னர்கள் சோழ வேந்தர்களுக்கு உதவியிருக்கின்றனர். மூவேந்தர் யார் வேண்டினாலும் மலையமான் திருமுடிக்காரி உதவி செய்துள்ளான். நாஞ்சில் வள்ளுவன், பிட்டங் கொற்றன் முதலான மன்னர்கள் சேர வேந்தர்களுக்கு உதவியிருக்கின்றனர்.

இவ்வாறு எண்ணற்ற குறுநில மன்னர்கள் வேந்தர்களுக்காகப் போரில் ஈடுபட்டு அதிகமான விழுப்புண் பெற்றுள்ளனர் (புறம். 281); சிலர் உயிரையும் கொடுத்துள்ளனர் (புறம். 285). இதனால் வேந்துதலை அயரும் அருந்தலைச் சுற்றமாயினர். காலகதியில் இனக்குழுக்கள் முழுவதுமாக அழிக்கப்பட்ட பின்னர் இனக்குழுத் தலைவர்கள் வேந்தர்களிடம் சேர்ந்து அவர்களிடம் படைத் தலைவர்கள் ஆனார்கள். இக்காலச் சூழலில் சிற்றரசர்களில் சிலர் மூவேந்தர்களிடம் அடி பணியாமல் சுதந்திரமாக ஆட்சி செய்து வந்தாலும் கொள்கை யளவிலேனும் அவர்கள் மூவேந்தர்களில் எவரேனும் ஒரு வேந்தருக்குக் கீழ்ப்படிந்தவராகக் கருதப்பட்டனர் (சுப்பிரமணியன், ந. 1985: 51).

தமிழ் மண்ணில் மூவேந்தர் என்று அடையாளங்காணும் மரபு எப்போது தோன்றியது என்பதைத் துல்லியமாக வரையறை செய்ய இயலவில்லை. தொல்காப்பியர் காலத்திற்கு முன்பே மூவேந்தர் மரபு நிலைபெற்று விட்டதை 'வண்புகழ் மூவர் தண்பொழில் வரைப்பு' எனும் நூற்பாவினாலும் (தொல். பொருள். 384.3) மூவேந்தர்களின் அடையாள மாலைகளைக் குறிப்பிடும்போது,

போந்தை வேம்பே ஆரெனவரூஉம்
மாபெருந்தானையர் மலைந்தபூவும் (தொல். பொருள். 63: 4-5)

எனும் நூற்பாவினாலும் அறிய முடிகிறது. சங்க இலக்கியங்களிலும் சிலப்பதிகாரத்திலும் மூவேந்தர் பற்றிய பதிவுகள் தொடர்வதைக் காண

முடிகின்றது. 'முரசு முழங்குதானை மூவருள்ளும்' (புறம். 35: 4), 'தமிழ்கெழு மூவர்' (புறம். 31: 14), 'முரசு முழகுதானை மூவர்' (பெரும்பாண். 33), 'முடிகெழுவேந்தர் மூவர்' (சிலம்பு 30, கட்டுரை 1) முதலான பதிவுகளைக் காண முடிகின்றது.

வளமான நிலங்களைக் கைப்பற்றும் போர்களில் சீறூர் மன்னரும் அவருடைய படைக் குழுவினரும் வேந்தர்களால் தூது அனுப்பி அழைக்கப்பட்டனர் (புறம். 284). வளர்ச்சி பெறாத அந்தச் சீறூர் மன்னர்கள் தமது சுற்றத்துடன் தாம் சார்ந்த வேந்தரின் வெற்றிக்காக அச்சமின்றி உயிரையும் பொருட்படுத்தாமல் களத்தில் வீரப்போர் புரிந்தனர். இவ்வாறு மன்னர்கள் வேந்தர்களின் கட்டுப்பாட்டுக்குள் வந்து சேர்ந்தனர்.

வேந்தர்களிடமிருந்து மன்னர்கள் நிலக்கொடை பெறுதல்

சீறூர் மன்னர்கள் எளிய வாழ்க்கை முறையைக் கொண்டிருந்தனர். புன்செய் வேளாண்மையும் வேட்டையும் சேகரித்தலும் வாழ்க்கைக்குப் போதுமானதாக இல்லை. இதனால் வரகைக் கடன் பெற்று உண்டனர். வாள், யாழ் முதலான பொருள்களைப் பணயம் வைத்து வரகு, தினை பெற்று விருந்தளித்தனர் (புறம். 316-327). வேந்துவிடு தொழில் மூலம் உணவுத் தேவையை ஈடு செய்தனர் (புறம். 306, 314, 318, 320, 321, 324, 326).

இத்தகைய வறுமை நிலையிலிருந்து விடுபட எண்ணிப் பின்னாளில் மருதநிலத்து ஊர்களை (தண்ணடைகள்) வேந்தர்களிடமிருந்து கொடையாகப் பெற்றுச் சிறுகுடியினர் வேளாண்மையில் ஈடுபட்டனர்.

நெல்லுடை நெடுநகர்க் கூட்டுமுதல் புரளும்
தண்ணடை பெறுதல் யாவது? (புறம். 287: 9-10),

துறைநனி கெழீஇக் கம்புள் ஈனும்
தண்ணடை பெறுதலும் உரித்தே (புறம். 297: 7-8)

முதலான புறப்பாடல்கள் மருத நிலங்களைக் கொடையாகப் பெற்றுச் சீறூர் மன்னர்கள் விவசாயம் செய்ததைக் கூறுகின்றன. நிலத்தைக் கொடையாகப் பெற்றதனால் வேந்தர்களுக்குச் சீறூர் மன்னர்கள் படைத் தலைவர்களாகவும் பங்காற்றினர். இத்தகு நிலத்தில் விளைந்த விளைச்சல் சீறூர் மன்னர்களுக்கு உரியதாக இருந்தது (புறம். 327: 1-7).

வேந்தர்கள் தாம் வென்ற நிலங்களில் வன்புலங்களைச் சீறூர் மன்னர்களுக்குக் கொடுத்தனர்.

அலமரும் கழனித் தண்ணடை ஒழிய
இலம்பாடு ஒக்கல் தலைவற்கு ஓர்
கரம்பைச் சீறூர் நல்கினன் எனவே (புறம். 285: 15-17)

சில இனக்குழுவினர் வேந்தரிடம் வருமானம் தருகிற வளமான மருதநில வயல்களைப் பெறுவதற்கு வேண்டுகோள் விடுத்தனர். வேந்தனும் வளமான நிலங்களைக் கொடுத்துள்ளான்.

இளநீரைத் தரும் மரங்கள் நிறைந்த நன்செய் நிலங்களும், கூவை இலையால் கூரை வேயப்பட்ட நாற்கால் வீடுகளில் இருந்து விடுபட்டு வளமான வாழ்க்கைக்கு மாறினர் எனும் குறிப்பையும் காண முடிகிறது.

... தெங்கின்
இளநீர் உதிர்க்கும் வளமிகு நன்னாடு
பெற்றனர் உவக்கும்நின் படைகொள் மாக்கள்
பற்றா மாக்களின் பரிவு முந்து உறுத்துக்
சுவை துற்ற நாற்கால் பந்தர்ச்
சிறுமனை வாழ்க்கையின் ஓரீஇ, வருநர்க்கு (புறம். 29: 15-20)

இதன் மூலம் வன்புலக் குடிகள் மென்புலக் குடிகளாக மாறினார்கள் என்பதை அறியலாம்.

மறுபங்கீட்டுச் சமூகம் உருவாகுதல்

மறுபங்கீட்டுச் சமூகம் என்பது வழங்குதலும் பெறுதலும் சார்ந்த சமூகம் ஆகும். திருவள்ளுவர் மறுபங்கீட்டுச் சமூக முறையைப் பின்வருமாறு பதிவிடுகிறார்.

வழங்குவது உள்வீழ்ந்தக் கண்ணும், பழங்குடி
பண்பில் தலைப்பிரிதல் இன்று (குறள் 955).

பழைமைக் கொடைப் பெருமையுடைய நற்குடி மக்கள் தங்களிடம் இருக்கும் செல்வம் குறைந்தாலும் தாம் பிறருக்குக் கொடுக்கும் கொடைக் குணத்திலிருந்து பின்வாங்க மாட்டார்கள். வள்ளல் தன்மையையும், அருட்குணத்தையும், பிறர்க்கு வழங்கும் பண்பையும் கொண்ட பெருமைமிகு குடியினரைப் 'பழங்குடி' என்கிறார் திருவள்ளுவர்.

இந்தக் குறள் 'வழங்குதலும் பெறுதலும்' எனும் பொருளியல் முறையைப் பிரதிபலிக்கக்கூடிய ஓர் அடிக்கருத்தைக் காட்டுகிறது. இந்த 'வழங்குதல் பெறுதல்' உறவில் 'மறுபங்கீடு' (redistribution) எனும் பொருளியல் கோட்பாடு செயல்படுகிறது. பேரரசுகளாக விரிவாக்கம் பெற்று ஆட்சி செய்த வேந்தர்களின் ஆட்சி முறைக்கு முன்பு நிலவிய

சீறூர் மன்னர், முதுகுடி மன்னர், குறுநில மன்னர் முதலான மன்னர்கள் காலத்தில் மறுபங்கீடு என்பது ஒரு முதன்மையான பொருளியல் முறையாக இருந்தது.

தலைவனாட்சி முறையில் (chiefdom) நடைபெற்ற இந்தச் சீறூர், முதுகுடி, குறுநில மன்னர்களுக்கு அவனுடைய நாட்டாட்சிப் பரப்பில் கிடைக்கும் வள ஆதாரங்களில் ஒரு பகுதி மன்னனிடம் வந்து சேரும். அவற்றிலிருந்து மன்னன் மீண்டும் தேவையானவர்களுக்கு அப்பொருள்களை மீள வழங்குவான். தலைவனாட்சி முறையில் வழங்குதலும் பெறுவதும் என்பதுதான் பொருளியல் சீர்மையாக இருந்தது. இதில் மன்னனுக்கும், பொருள் பெறக்கூடியவருக்கும் நேரடி உறவு பேணப்பட்டது. மன்னன் மையமாகவும், அவனைச் சுற்றி வட்ட வடிவில் மற்றவர்கள் சார்ந்திருக்கும் ஒரு சமூக வடிவம் தலைவனாட்சி முறையில் காணப்பட்டது. இதனையே 'சுற்றுமுகச் சமூகம்' அல்லது 'வட்ட வடிவச் சமூகம்' (circular society) என வரையறுக்கலாம்.

தரநிலைச் சமூகம் உருவாகுதல்

தமிழ்ச் சூழலில் தரநிலைச் சமூகம் (rank society) எனும் வகையில் திறை செலுத்தும் சமூகம் வேந்தர்கள் காலத்தில் உருவானது. வேந்தர்கள் கீழ் வாழும் பல்வேறு குடிகள் ஒருவகையான தரநிலையில் கூட்டமைப்பாக இயங்கின. வேந்தர்களின் ஆட்சிப் பரப்பு விரிவடையத் தொடங்கியபோது மெல்ல மெல்லக் குறுநில மன்னர்கள், முதுகுடி மன்னர்கள், சீறூர் மன்னர்கள் யாவரும் அந்த வேந்தனின் கட்டுப்பாட்டுக்குள் சென்றனர். இவர்களின் பிரதேசங்களைச் சேர்ந்த குடிகளும் தாங்கள் செலுத்த வேண்டிய திறையினை வேந்தர்களிடம் செலுத்தத் தொடங்கினர். இந்த முறை ஒருவகையான தரநிலைச் சமூக முறையைக் (rank society) காட்டுகிறது. வேந்தனுக்குக் கீழ் அவனுடைய நாட்டுக் குடிகளும், அடுத்து அவனுடைய ஆட்சிப் பரப்புக்குள் கொண்டு வரப்பட்ட மன்னர்களின் குடிகளும் பல்வேறு தர வரிசையில் வைக்கப்பட்டனர்.

சாதி உருவாகுதல்

வேந்தர் ஆட்சி முறை ஏற்பட்ட பின்னரே 'குடி' அமைப்பிலான சமூக முறை சாதியாக மாறத் தொடங்கியது. ஆனால் அது கி.பி. 4-5ஆம் நூற்றாண்டுகள்வரை நீர்மைத் தன்மையுடன் தொடர்ந்து கொண்டிருந்தது.

*10-13*ஆம் நூற்றாண்டுகளில்தான் சாதிப்படிநிலை இறுக்கம் அடைந்தது. செங்கம் கல்வெட்டு ஒன்று 1278இல் 'அந்தணர் தலையாக அரிப்பன் கடையாக' அனைத்துச் சாதிகளையும் பற்றிப் பேசுகிறது (தெஇக. *7: 118*-கராஷிமா & சுப்பராயலு *2017: 16*). குடுமியான் மலைக் கல்வெட்டு 'அந்தணன் தலையாக பள்ளன் கடையாக' என்று கூறுகிறது. ஒரு விரிவான சாதிப் படிநிலை நிலவுடைமைக் காலத்தின் உச்ச கட்டத்தில் தான் உருவாகிறது என்பதை இந்தக் கல்வெட்டு மூலம் அறிகிறோம் (மேலது *40*). பொது ஆண்டு *10-13*ஆம் நூற்றாண்டு களில்தான் சாதி ஒரு சமூக நிறுவனம் என்ற வகையில் ஓரளவு முழுமை யடைந்தது என்பதற்குக் கல்வெட்டுச் செய்திகள் சான்று பகர்கின்றன (கராஷிமா & சுப்பராயலு *2017: 14*).

இக்காலகட்டத்திற்கு முன்பு சற்று இலகுவான, நீர்மைத் தன்மை யுடன் சமூகப் படிநிலை காணப்பட்டது எனலாம். கறான கட்டிறுக்க மான வடிவத்தில் இவை வடிவம் பெறவில்லை. பண்டைய விழுமியங்களைப் பின்னுக்குத் தள்ளிவிட்டு வேந்தன் முன்னிலை பெற்ற தருணம் சமூக மாற்றத்தின் புதிய வேகத்தைக் காட்டுகிறது. 'நீர் நிலை பெருக', 'குளம் தொட்டு வளம் பெருக்கி' (பட்டின. *284*), 'நெல் பல பொலிக' (ஐங். *1*) என்று நெல்லும் நீரும் முதன்மைப்படுத்தப் பட்ட நிலையோடு வேந்தர்கள் முன்னிலை பெறும் சூழல் உருவாகியது.

நெல்லும் உயிரன்றே நீரும் உயிரன்றே
மன்னன் உயிர்த்தே மலர்தலை உலகம் (புறம். *186: 1-2*)

என நெல்லைவிட இந்த உலகத்திற்கு உயிராக விளங்குபவன் மன்னனே என்ற புதிய சூழல் உருவாகக் காண்கிறோம்.

இதற்கும் அடுத்த கட்டத்தில் வேந்தர்கள் வேளாண் பொருளாதாரத்தை விட வணிகப் பொருளாதாரத்திற்கு முக்கியத்துவம் தந்தார்கள்.

நெல்லும் நீரும் எல்லார்க்கும் எளியஎன
வரைய சாந்தமும் திரைய முத்தமும்
இமிழ்குரல் முரசம் மூன்றுடன் ஆளும்
தமிழ்கெழு கூடல் தண்கோல் வேந்தே (புறம். *58: 10-13*)

இந்த நீண்ட சமூகப் படிமலர்ச்சியில் சாதியின் தோற்றம் பற்றிய உசாவல் மட்டுமே இப்போது நமது கவனத்திற்குரியதாக உள்ளது. சாதிமுறை எவ்வாறு தோன்றியது என்பதற்கு முக்கியமான சில கோட்பாடுகள் இருப்பினும், ஹோகார்ட், மக்கிம் மாரியட், அண்ணல் அம்பேத்கர் கோட்பாடுகளை இங்குக் காண்போம்.

ஆர்தர் மௌரிஸ் ஹோகார்ட்

சாதி பற்றிய ஆய்வில் ஹோகார்ட் (Arthur Maurice Hocart) முன்வைத்த கருத்துகள் அனைவராலும் பேசப்பட்டுள்ளன. முதல் உலகப் போருக்குப் பின்னர் இலங்கையில் தொல்லியல் ஆணையராகப் ணியாற்றிய காலத்தில் இவர் சாதி பற்றிய ஆய்விலும் மூழ்கிவிட்டார். அவர் பிரெஞ்சில் 1938இல் வெளியிட்ட நூல் 1950இல் மொழியாக்கம் செய்யப்பட்டுச் சாதி: ஓர் ஒப்பியல் ஆய்வு (*Caste: A Comparative Study*, 1950) எனும் தலைப்பில் வெளியிடப்பட்டது. இந்த நூலில் முடியாட்சியின் ஒரு சமூக வடிவமாகச் சாதி உருவாக்கம் பெற்றது என்கிறார் ஹோகார்ட். இது ஒரு புதிய சிந்தனையாக இருந்தது.

பிஜி, தொங்கா, சமோவா தீவுகளின் முடியாட்சிக் காலத்தில் சாதியை ஒத்த சமூக வடிவம் ஏற்பட்டது என்றும், இது இந்தியத் துணைக் கண்டத்திற்கு மட்டுமே உரிய ஒன்றல்ல என்றும் கூறுகிறார் ஹோகார்ட். பண்டைய ரோம், எகிப்து, கிரேக்கம், பெர்சியா, தென் பசிபிக் தீவுகள் (குறிப்பாகப் பிஜி) ஆகிய இடங்களில் முடியாட்சி தோன்றிய போது இத்தகைய சமூக வடிவமும் உருவானது என்கிறார்.

முடியாட்சியில் தங்கள் தேசம் சிறக்கவும் போரில் வெற்றி பெறவும் மன்னர்கள் கடவுளர்களின் ஆற்றலைப் பெறுவதற்காக யாகங்களையும் வேள்விகளையும் சடங்குகளையும் தொடர்ந்து செய்வார்கள். இந்நிலையில் வேதகால முடியாட்சிகூடச் சடங்கியல் கட்டுமானம் பெற்றதாகவே உருவானது (kingship is a sacrificial organization). முடியாட்சியின் மாண்பு தொடர்ந்து சிறப்புடன் செயல்படுவதற்கு நான்கு வருணச் சமூக முறை உருவானது என்கிறார் ஹோகார்ட். இந்நான்கு பிரிவினர்களும் மன்னனின் வேள்வியும் யாகமும் சிறப்புடன் நிகழ்வதற்கு உரிய சடங்கியல் பங்கு பணிகளை ஒரு தொழிற் பகுப்பாகவே ஏற்றுச் செயல் பட்டனர். இத்தகைய பங்கு பணிகள் பின்னாளில் இறுகிப் போய்விட்ட நிலையில் தொழிற் சமூகமாக மாறி, இறுதியில் சாதிகளாக உருவாகிவிட்டன என்கிறார் ஹோகார்ட்.

ஹோகார்ட்டின் கோட்பாடு சங்ககால வேந்தர்களுக்கு முற்றிலும் பொருந்தக்கூடியதாகும். தலையாலங்கானத்துச் செருவென்ற பாண்டியன் நெடுஞ்செழியன் வேள்வி செய்ததைப் புறநானூறு (26) குறிப்பிடுகிறது.

ஆன்ற கேள்வி யடங்கிய கொள்கை
நான்மறை முதல்வர் சுற்றமாக

மன்ன ரேவல் செய்ய மன்னிய
வேள்வி முற்றிய வாய்வாள் வேந்தே (புறம். 26)

இந்தப் பாடலில் 'மன்னர் ஏவல் செய்ய' என்று வருகிறது. வேந்தர்க்கு ஏவல் செய்யும் நிலையில் மன்னன் இருந்தான் என்பதை இப்பாடல் உணர்த்துகிறது. மன்னர்க்கு மன்னனாக இருந்து வேள்வி நடத்தும் தகுதி வேந்தர்களுக்கே உண்டு என்பதையும் இப்பாடல் உணர்த்துகிறது. ஆக முடியாட்சியின் தேவைக்காக பிராமண உயர்வுநிலை அங்கீகரிக்கப் பட்டது.

குறிஞ்சி தொடங்கி மருதம் வரையிலான சமூக அமைப்பு 'குடி' நிலையிலேயே தொடர்ந்து வந்துள்ளது. வேட்டையாடல், கால்நடை மேய்த்தல், மீன்பிடித்தல், உழவுத் தொழில் எனத் தொழில்கள் மாறியிருந்தாலும் ஆதி தமிழ்ச் சமூகத்தின் 'குடி' அமைப்பானது மருதம்வரை தொடர்ந்து இருந்தது. இந்தக் குடிகளுக்கான ஆட்சி முறை 'மன்னர்' எனும் அமைப்புமுறையில் தொடர்ந்ததைக் காண்கிறோம். குறிஞ்சியில் குறுநில மன்னர்களும் (புறம். 172). முல்லையில் சீறூர் மன்னர்களும் (புறம். 288-335). மருதத்தில் முதுகுடி (நெய்தல் உட்பட) மன்னர்களும் (புறம். 336-355) தலைவனாட்சி முறையில் (chieftain ship) ஆண்டு வந்தனர். வேந்தர் ஆட்சிமுறை ஏற்பட்ட பின்னரே 'குடி' அமைப்பிலான சமூகமுறை சாதியாக மாறத் தொடங்கியது. சாதியமைப்பு கி.பி. 4-5ஆம் நூற்றாண்டுகள் வரை நீர்மைத் தன்மையுடன் தொடர்ந்து கொண்டிருந்தது.

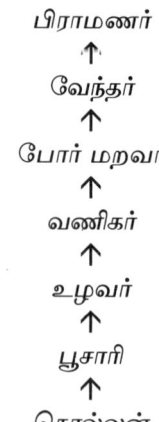

செங்குத்துப் படிநிலைச் சமூகம்-சாதி

பிராமணர்
↑
வேந்தர்
↑
போர் மறவர்
↑
வணிகர்
↑
உழவர்
↑
பூசாரி
↑
கொல்லன்

↑

பொற்கொல்லன்

↑

தச்சன்

↑

கல்தச்சன்

↑

வேட்கோ

↑

கலைஞர்கள்

↑

சேவைக் குடிகள்

↑

புலையர்

↑

பிற இழிசினர்

↑

தோல் தொழிலாளர்

சாதியமைப்பு 10-13ஆம் நூற்றாண்டுகளில்தான் சாதிப்படி நிலை இறுக்கமடைந்தது. செங்கம் கல்வெட்டு ஒன்று 1278இல் 'அந்தணர் தலையாக அரிப்பன் கடையாக' அனைத்துச் சாதிகளையும் பற்றிப் பேசுகிறது (தெஇக. 7: 118 - கராஷிமா& சுப்பராயலு 2017: 16). குடுமியான் மலைக் கல்வெட்டு 'அந்தணன் தலையாக பள்ளன் கடையான' என்று கூறுகிறது.

மக்கிம் மாரியாட்

மாரியாட் (McKim Marriott) அமெரிக்க மானிடவியலர். சிக்காகோ பல்கலைக்கழகத்தில் பணியாற்றியவர். சாதி பற்றிய ஆய்விலும், வடஇந்தியக் கிராமிய வாழ்வியல் பற்றிய ஆய்விலும் இவர் சிறந்த வல்லுநர். இந்தியாவில் உத்திரப்பிரதேசத்திலும் மகாராட்டிராவிலும் களப்பணி செய்தவர்.

இவர் 1955இல் கிராம இந்தியா: சிறு சமூகங்கள் பற்றிய ஆய்வு (*Village India: Studies in the Little Communities*, 1955) எனும் நூலையும், *1960இல் இந்தியாவிலும் பாகிஸ்தானிலும் ஐந்து பிரதேசங்களில் சாதி வரிசையும் சமூக அமைப்பும்* (*Caste Ranking and Community Structure in the Five Regions of India and Pakistan*, 1960) எனும் நூலையும், *1990இல் இந்துக் கருத்தினங்கள் ஊடாக இந்தியா* (*India through Hindu*

Categories, 1990) எனும் நூலையும் எழுதினார். சாதியம் பற்றித் தமக்கு முந்தைய ஆய்வாளர்கள் முன்வைத்த கருத்துகளை நன்கு ஆராய்ந்த பின்னர் மக்கிம் மாரியாட் சாதியமைப்பின் மையப்புள்ளி தூய்மை—தீட்டில் இல்லை, அது 'சேவையைச் செய்வது யார்', 'சேவையைப் பெறுவது யார்' என்பதில் உள்ள வேறுபாட்டில் இருக்கிறது என்கிறார் *(1968: 145-46)*.

இந்தியச் சமூகம் என்பது பெரிதும் பரிமாற்ற நடவடிக்கைகளைச் சார்ந்திருக்கிறது (Indian society is highly transactional) என்பதும், அதுவே அச்சமூக அமைப்பிற்கு ஆதாரமாக அமைகிறது என்பதும் மாரியாட்டின் *(1976)* வாதமாகும். இத்தகைய பரிமாற்ற நடவடிக்கைகளில் 'வழங்குபவர்கள்' (givers) உயர்ந்தவர்களாகின்றனர்; 'பெறுபவர்கள்' (receivers) தாழ்ந்வர்களாகின்றனர். ஆதலின் வழங்குவதும் பெறுவதுமே சாதியமைப்பில் படிநிலையைத் தீர்மானிக்கிறது என்கிறார் மாரியாட்.

இவ்வாறாக ஆய்வாளர்கள் பலரும் தத்தம் கருத்துகளை முன்னிருத்திப் புதிய புதிய விளக்கங்களை முன்வைத்தனர். இந்த நூலின் அளவு கருதி இன்னும் சில அறிஞர்களின் கருத்துகள் தவிர்க்கப்பட்டுள்ளன. இவையனைத்தையும் தொகுத்துப் பார்க்கும் போது அவை யாவும் ஒன்றுக்கொன்று முரண்பட்டவை என்று கூறுவதை விடவும், ஒன்றுக்கொன்று இட்டு நிரப்பும் (complementary) வகையினங்களாகவே உள்ளன எனலாம்.

பி.ஆர். அம்பேத்கர்

அம்பேத்கார் சாதியச் சமூகத்தின் பிடிப்பில் சிக்கித் தவித்த மக்களில் ஒருவராக இருந்ததால் அவர் அகவயமாக அதனை அணுகினார். அதனால்தான் சாதியத்தின் தோற்றம் பற்றிய அனைத்துக் கொள்கைகளையும் அவர் நிராகரித்து, அதன் தோற்றமானது அகமணத் தன்மையிலிருந்து (endogamous nature) பிறந்தது என்றார். அகமணமே சாதியத்தின் முழுமுதலான, முதன்மையான கூறு என்பது அம்பேத்கரின் கருத்து நிலையாகும். சாதியத்தின் மற்ற பண்புகள் எல்லாம் அதற்குள் அடங்கிவிடுகின்ற சிறு சிறு பகுதிகள் என்கிறார். சாதி என்றாலே அது அகமணத்தன்மைக்குள் வந்துவிடுகின்ற ஓர் அமைப்பாக உள்ளது. சாதியின் தன்மைகள், பண்புகள், பிற அகக் கூறுகள் அனைத்தும் அகமணத்திற்குள் வைத்துப் பேசிவிட முடியுமென்றும் கூறுகிறார். வேறுவகையில் சொல்ல வேண்டுமானால்

கலப்புமணம் இன்மையே சாதியின் சாராம்சமாக இருக்கிறது என்கிறார் அம்பேத்கர்.

இந்தியச் சமூக அமைப்பில் புறமணம் என்பது கடுமையாகக் கடைப்பிடிக்கப்பட்டு வந்த, இன்றும் கடைப்பிடிக்கின்ற முறையாகும். இரத்த உறவுள்ள கால்வழியினர் தங்கள் கால்வழிக்கு வெளியே திருமணம் செய்துகொள்ளவேண்டுமென்ற கட்டாயத்தை மட்டுமே புறமணம் கூறுகிறது. இது ஆதியிலிருந்து நடைமுறையில் உள்ள ஒரு பழக்கமாகும். அகமணத்தைப் புறக்கணிக்கும் போது விதிக்கப்படும் தண்டத்தைவிடப் புறமணம் புறக்கணிக்கப்படும் போது விதிக்கப்படும் தண்டம் மிகக் கடுமையாக இருப்பதை அம்பேத்கர் விரிவாக ஆராய்கிறார். அதனால் புறமணம் என்பது தொல்பழங்காலத்திலிருந்து வருகின்ற ஒரு முக்கியமான நடைமுறையாகும். அதனை மீறுதல் கூடாது என்பதற்கு மக்கள் தொடக்கத்தில் மிகுந்த முக்கியத்துவம் கொடுத்தார்கள்.

ஒவ்வொரு சாதியிலும் ஆண்கள், பெண்கள் உபரியாக இருக்கும் போது அப்பிரச்சினையைத் தீர்ப்பதற்கும் அகமண முறையைக் கட்டிக் காப்பாற்றவும் உரிய வழக்கங்களாகவே சதி, கட்டாய விதவைமுறை, குழந்தைத் திருமணம் ஆகியவை தொடக்க காலத்தில் ஏற்படுத்தப் பட்டன. இவை யாவும் மேற்கூறிய பிரச்சினைகளுக்கு உரிய தீர்வாகவும் வழிமுறைகளாகவும் இருந்தன என்கிறார் அம்பேத்கர்.

பிராமணர்கள் தங்களுடைய உயர்ந்த சடங்கியல் தகுதியைத் தக்கவைத்துக் கொள்வதற்குத் தாமாகவே வேலி போட்டுக் கொண்டதால் அது மெல்ல மெல்ல அகமண முறையாக வடிவம் பெற்றது. பிராமணர்கள் அவர்களுக்குள்ளேயே திருமணம் செய்து கொள்ள முடிவெடுத்தார்கள். அதுவே அகமணமாக உருவெடுத்தது. உயர்குடி பிராமணர்கள் பின்பற்றத் தொடங்கிய அகமண முறையை மற்ற குழுவினரும் பின்னாளில் பார்த்தொழுகுதல் (imitation) மூலம் கடைப்பிடிக்கத் தொடங்கினார்கள். அதன் மூலம் அவர்களிடமும் அகமணம் சார்ந்த சாதியம் உருவானது (*இந்தியாவில் சாதிகள்*, பக். 14).

பிராமணர் அல்லாதாரும் அகமண முறையின் தேவையை உணர்ந்தனர். தொழில்வழிப் பிரிவினர் தத்தம் தொழில் இரகசியத்தை (அதாவது தமக்கேயுரிய தொழில்நுட்பத்தை) ஒரு குறிப்பிட்ட வரம்புக்குள்ளேயே வைத்திருக்க வேண்டியிருந்தது. ஒவ்வொரு தொழிற்பிரிவினரும் தத்தம் தொழில்நுட்பங்களைப் பாதுகாத்து

அடுத்தத் தலைமுறையினரிடம் கையளித்துத் தங்கள் தொழில்நுட்ப இரகசியங்களைக் காப்பாற்றி வந்தார்கள். இதன் வாயிலாகவும் அகமணத் தன்மை வலுப்பெற்றது. பின்னர் காலகதியில் அது ஒரு நிறுவனத்தன்மை பெற்று சாதியத்தின் மிக முக்கிய கூறாக வடிவம் பெற்றது. ஆகவே அகமணம் என்பது பிராமணர்களிடமிருந்தே பிறந்தது என்கிறார் அம்பேத்கர். சாதியும் அகமணமும் ஒன்று என்பதை இன்னும் அழுத்தம் திருத்தமாகப் பல்வேறு சான்றுகள் காட்டி அவர் நிறுவுகிறார்.

இந்த அகமணத்தைப் பேணும் முயற்சி பல்வேறு நிலைகளில் மேற்கொள்ளப்பட்டதை அம்பேத்கர் தம் ஆய்வில் விரிவாக விளக்கிச் செல்கிறார். அம்பேத்கர் சாதியத்தின் தோற்றம் குறித்து மிகவும் அகவயமான நோக்கில் ஆராய்ந்தார். இந்தியச் சமூகத்தில் மிக நீண்ட காலமாகப் பின்பற்றிவந்த புறமண முறையின் மீது (exogamous system) அகமண முறையைத் (endogamous system) திணித்ததன் விளைவாகவே சாதிமுறை தோன்றியது என்று கருதினார் (*இந்தியாவில் சாதிகள்*, பக். 12-14).

பிராமணர்கள் ஆதிகாலத்திலேயே யாக, வேள்வி செய்யும் உயர் சடங்குப் பூசகர்களாக அங்கீகாரம் பெற்றிருந்தனர். சமூகத்தில் தங்களின் உயர்வான சடங்கியல் தகுதியைத் தக்கவைத்துக் கொள்ள தமக்குத் தாமே வேலியிட்டுக் கொண்டனர். தம்மைத் தனிமைப் படுத்திக் கொண்டதுடன் மற்றவர்களையும் தனிமைப்படுத்தினர்.

இவ்வாறு ஆதியில் முதலில் வேலியிட்டுக் கொண்ட சமூகமாகப் பிராமணர்கள் உருவாகியிருக்க வேண்டும். இத்தகைய நிலைக்கு அகமணமுறை கருவியாக இருந்திருக்க முடியும். தங்களுடைய தனித்துவத்தில் மற்றவர்கள் நுழையக்கூடாது என விரும்பினார்கள். இதுவே சாதியமுறை தோன்றுவதற்குக் காரணமாக அமைந்திருக்க முடியும் என்பது அம்பேத்கர் கண்ட முடிவு. ஆகவே அகமணம் என்பது பிராமணர்களிடமிருந்தே பிறந்தது என்கிறார். சாதியும் அக மணமும் ஒன்று என்பதை இன்னும் அழுத்தம் திருத்தமாகப் பல்வேறு சான்றுகள் காட்டி அவர் நிறுவுகிறார்.

இந்த அகமணத்தைப் பேணும் முயற்சி பல்வேறு நிலைகளில் மேற்கொள்ளப்பட்டதை அம்பேத்கர் தம் ஆய்வில் விரிவாக விளக்கிச் செல்கிறர். அகமணச் சமூகத்தில் ஆண்-பெண் விகிதாச்சாரம் மாறுபடும் போது அகமணத்துக்குப் பிரச்சினை எழுகிறது எனக் கண்டறிந்தார்.

அம்பேத்கரின் கருத்தை வலுப்படுத்தக்கூடிய சான்றுகள் பண்டைத் தமிழ்ச் சமூகத்தில் இருந்ததைக் காணும் போது அம்பேத்கர் மேற்கொண்ட ஆய்வு காலத்தைக் கடந்து பொருந்தக் கூடியது என்பதை வலியுறுத்திக் கூறமுடியும். சங்ககாலத் தமிழ் மக்கள் புறமண நெறியைத் தவிர்க்க முடியாத திருமண விதியாகப் பின்பற்றினார்கள். 'கௌற்கு உரி மரபின் கிழவன் கிழத்தியை, கொடைக்கு உரி மரபினோர் கொடுப்ப கொள்வதுவே' (தொல். பொருள். 1095). கொள்வதற்கும் கொடுப்பதற்கும் யார் உரியவர்கள் என்ற புறமண விதியை அவர்கள் பின்பற்றினார்கள்.

இருங்கலி யாணர்எம் சிறுகுடித் தோன்றின்
வல்லெதிர் கொண்டு மெல்லிதின் வினைஇ (அகம். 300)

எனும் பாடல் தலைவியின் சிற்றூருக்கு வரும் வேற்று ஊர்த் தலைவனைப் பற்றிக் கூறுகிறது. அக்காலத்தில் நிலவிய ஊர்ப் புறமணத்திற்கு இந்தப் பாடல் நல்லதொரு சான்றாகும்.

யாயும் ஞாயும் யார் ஆகியரோ, எந்தையும்
நுந்தையும் எம்முறைக் கேளிர் (குறுந். 40)

எனும் அடிகளும் சிற்றூர் புறமண முறையைக் காட்டுகின்றன. இத்தகைய பல பாடல்கள் உள்ளன. இரவுக்குறி சார்ந்த பாடல்கள் பலவும் புறமண முறையைக் காட்டுவதாக உள்ளன (அகம். 110, 272).

சங்ககாலத்தில் புறமண விதியைப் பார்க்கும்போது அகமண விதி அவ்வளவு அழுத்தமாக இல்லை எனலாம். புறமண முறைக்குப் பின்னரே அது வலுப்பெற்றது.

பின்னுரை

சங்ககாலத்திலேயே ஆரியமயமாதல் தொடங்கிவிட்டது. ஆனால் எடுத்த எடுப்பில் அது ஆரியர் ஆதிக்கத்தை ஏற்படுத்தவில்லை. அறுவகைத் தொழில்களில் பார்ப்பனர்கள் ஈடுபட்டனர். வேள்வித் தொழில் செய்யாத வேளாப் பார்ப்பனர்களும் இருந்தனர். அவர்கள் சங்கு அறுத்து வளையல் செய்தனர். யானைப் பாகன்களாகவும் இருந்தனர். இதை முல்லைப்பாட்டு (35-38) பின்வருமாறு சொல்கிறது.

சுவை முட் கருவியின் வடமொழி பயிற்றிக்
கல்லா இளைஞர் கவளங் கைப்பக்
கல் தோய்த்து உடுத்த படிவப் பார்ப்பான்
முக்கோல் அசைநிலை கடுப்ப... (முல்லைப்பாட்டு 35-38)

பார்ப்பனர்கள் தலைவனின் காதலியிடம் தூது சென்றார்கள். பாணர்கள் செய்து வந்த இந்தப் பணியைப் படிப்படியாகப் பார்ப்பனர்கள் பிடித்துக் கொண்டார்கள். முதுபாணர்கள் மன்னர் களுக்குச் செய்துவந்த தூது செல்லும் பணியையும் பார்ப்பனர்கள் எடுத்துக் கொண்டனர். இதன் தொடர்ச்சியாகவே சிலம்பில் மாதவிக்காக மாங்காட்டு மறையன் எனும் பார்ப்பனர் தூது வந்தார். குறுந்தொகைப் பாடல் ஒன்றை இங்கு நாம் கவனிக்க வேண்டும்.

பார்ப்பன மகனே பார்ப்பன மகனே
செம்பூ முருக்கின் நல்நார் களைந்து
தண்டொடு பிடித்த தாழ் கமண் டலத்துப்
படிவ உண்டிப் பார்ப்பன மகனே
எழுதாக் கற்பின் நின் சொலுள்ளும்
பிரிந்தோர்ப் புணர்க்கும் பண்பின்
மருந்தும் உண்டோ? மயலோ இதுவே (குறுந். 156)

சங்ககாலத்தில் வேந்தர்கள் சர்வ வல்லமை பெற்றவர்களாக இருந்தனர். வானளாவிய 'அதிகாரம்' கொண்டவர்களாக இருந்தனர். ஆரியர்கள் இங்கு வந்த பின்னர் அவர்கள் செய்த இராசசூயம் (வேள்வி/யாகம்) மீது தமிழ் வேந்தர்கள் கவரப்பட்டனர். தேசத்தில் நீதி, நிர்வாகம், பொருள்வளம், மழைவளம், வேந்தர்க்கான ஆயுள் பலம், பஞ்ச மின்மை, நோய்நொடியின்மை ஆகியவற்றை அடைவதற்குப் பார்ப்பனர் களின் வேள்வி யாகங்கள் உதவும் என நம்பினர்.

சமூகத்தில் தகுதியில் குறைந்திருந்த பார்ப்பனர்கள் அதிகாரத்தில் உயர்ந்திருந்த வேந்தர்களுக்கு அவர்களுக்கு வேண்டிய இறையருளை வேள்விகள் மூலம் பெற்றுத் தந்த செயல்பாட்டின் மூலம் மெல்ல மெல்ல உயர்ந்து மேலே சென்றுவிட்டனர். 'தகுதி', 'அதிகாரத்தை' உட்செரித்துக் கொண்ட வரலாறு என்பதே சாதியத்தின் வரலாறு என்று லூயி துய்மோன் *மானிடப் படிநிலை* (*Homo Hierarchicus*, 1980) எனும் நூலில் விவாதிக்கிறார்.

8

குடும்பம்

கடும்பிலிருந்து ஒக்கல் வரை

மகிழ்துணைச் சுற்றமொடு மட்டு மாந்தி
எம்மனை வாரா யாகி முன்னாள்
நும் மனை சேர்ந்த ஞான்றை அம்மனைக்
குறுந்தொடி மடந்தை உவந்தனள்

(நக்கீரர், அகநானூறு 346)

சங்க இலக்கியங்களில் 'குடி' எனும் சொல்லே குடும்பத்தைக் குறிக்கிறது (மாதையன், பெ. 2010: 61). 'திணை' எனும் சொல்கூட இப்பொருளை உணர்த்துகிறது என்கிறார். க. கைலாசபதி (2006: 346-347). 'கடும்பு' எனும் சொல் சுற்றத்தைக் குறிக்கக்கூடிய பொருளில் வருகிறது என்கிறார். குடும்பத்தின் தோற்றுவாய் இங்குத் தொடங்குகிறது.

கடும்பின் கடும்பசி தீர யாழநின்
நெடுங்குறி யெதிர்ப்பை நல்கியோர் (புறம். 163: 3-4)

எனும் புறநானூற்றுப் பாடலடிகள் கடும்பு சுற்றம் எனும் பொருளை உணர்த்துவதைக் காணலாம். இச்சொல் இன்னும் சில இடங்களிலும் இதே பொருளில் வருவதைக் காணலாம் (மாதையன், பெ. 2010: 62). தமிழிலக்கியத்தில் திருக்குறளில்தான் (1029) முதன் முதலில் குடும்பம் எனும் சொல் ஆட்சி பெறுகிறது. இனி சங்க இலக்கியங்களில் குடும்ப அமைப்புகளைக் காண்போம்.

தாய்வழிக் குடும்பம்

ஒவ்வொரு சமூகத்திலும் அதன் அடிப்படை அமைப்பானது நான்கு முக்கிய கூறுகளால் உருவாக்கப்படுகிறது. அவை 1. சமூகத்தின் குடிவழி முறை 2. மக்கள் வாழுகின்ற உறைவிடமுறை 3. குடும்பத்தின்

தலைமை முறையும் நிர்வாகப் பொறுப்பும் 4. சொத்துரிமை முறை.

1. குடிவழி முறை: ஆதியில் குடும்பங்கள் தாய்வழியில் தம் வம்சாவளியைக் கொண்டிருந்தன.

சிறுவர்தாயே பேரிற் பெண்டே (புறம். 270),

செம்முது பெண்டின் காதலஞ்சிறா அன் (புறம். 276),

வானரைக் கூந்தல் முதியோள் சிறுவன் (புறம். 277),

முளரிமருங்கின் முதியோள் சிறுவன் (புறம். 278),

என்மகள் ஒருத்தியும் பிறள்மகன் ஒருவனும் (கலி. பாலை.8)

போன்ற தொடர்கள் அனைத்தும் சங்க காலத்தில் காணப்பட்ட தாய்வழிச் சமூகத்தின் உன்னத நிலையைக் காட்டுகின்றன. இந்தத் தொடர்களில் சுட்டப்படும் போர்வீரர்கள் இப்படியான 'பெண்ணின் மகன்' என்றே கூறப்படுகின்றனர். தந்தையின் பெயர் கூறப்பட வில்லை. போரிற்பெண்டு, செம்முது பெண்டு, இற்பொலி மகடூஉ (புறம்.331.9) போன்ற வழக்குகள் அனைத்தும் ஆதி கண சமூகத்தில் பெண்கள் கொண்டிருந்த உயர் மதிப்பையும் தலைமைப் பண்பு களையும் காட்டுகின்றன.

2. உறைவிடம்: தாய்வழிச் சமூகமாயின் திருமணத்திற்குப் பின் மணமக்கள் தாயகத்தில் (matrilocal) குடும்பம் நடத்துவார்கள். திருமணத்திற்குப் பின்பும் பெண் தன்னுடைய பிறந்தகத்திலேயே இருப்பாள். கணவன் மனைவியகத்திற்கு வந்து செல்பவராக இருப்பார். உலக அளவில் பார்க்கும்போது சில தாய்வழிச் சமூகங்களில் பிள்ளைகள் தாய்மாமன் அகத்தில் வளரும் நிலை கூட (avunculocal) காணப்படுகிறது. சங்க இலக்கியத்தில் இதற்கான சான்றுகள் இருப்பதாகத் தெரியவில்லை.

சங்க காலத்தில் தாயகமுறை (matrilocal) இருந்துள்ளது. தாய்வழிச் சமூக முறையில் மிக முக்கியமான நான்கு கூறுகளில் இதுவும் ஒன்று. திருமணத்திற்குப்பின் மனைவியின் இல்லத்துக்குச் சென்று கணவன் வாழ்வதே நடைமுறையாக இருந்துள்ளது (அகம். 24: 10, 274: 14, 284: 13).

ஐங்குறுநூற்றில் வரும் இன்னொரு பாடல் மூலம் பெண் குழந்தை பிறக்க வேண்டுமென்று ஆண்டவனிடம் வேண்டிப் பெற்றதை அறிய முடிகிறது. ஆண்டவனிடம் வேண்டியதால் பெண் குழந்தை பிறந்தது என்கிறது இப்பாடல்.

குன்றக்குறவன் கடவுள் பேணி

இரந்தனன் பெற்ற எல்வளைக் குறுமகள்
ஆயரி நெடுங்கண் கலிழச்
சேயதால் தெய்ய நீ பிரியும் நாடே (ஐங்குறு. 257).

தாய்வழிக் குடும்பங்களில் பெண்களே குலத் தொடர்ச்சிக்கு உரியவர்களாக இருப்பதால் பெண்குழந்தைகளின் பேறு மிக முக்கியமானதாக விரும்பப்பட்டது. பெண் குழந்தை பிறந்ததை மேற்கூறிய ஐங்குறுநூற்றுப் பாடல் தெரிவிக்கின்றது. உலகளாவிய நிலையில் மனித குலத்தின் படிமலர்ச்சியில் தாய்த்தாய முறையானது. தொடக்க காலத் தோட்டப்பயிர் சார்ந்த வேளாண் முறைக்கு (horticulture) ஏதுவான ஒரு முறையாக வடிவம் பெற்றது. இத்தகு பொருளாதார முறையில் பெண்களுக்கே முக்கியமான பொறுப்புகள் இருந்தன. அவர்களே வேளாண்மையில் முழுமையாக ஈடுபட்டனர். மானுடப் படிமலர்ச்சியில் ஏற்பட்ட இவ்வடிவம் வேறு பொருளியல் முறைக்கு மாறிய பின்னரும், தாய்த்தாயச் சமூக முறை தொடர்ந்து நிலவி வந்தது (சர்வீஸ் 1962).

3. குடும்பத்தலைமை: தாய்வழிச் சமூகத்தில் குடும்பத்தின் தலைமைப் பொறுப்பும் நிர்வாகமும் மூத்த பெண்ணிடம் இருக்கும். தாயாட்சி முறை (matriarchal) இருப்பதால் பெண்களே அதிகாரம் செலுத்துபவர்களாகவும் நிர்வாகம் செய்பவர்களாகவும் இருப்பர்.

இன்னொரு அகப்பாடல் (அகம். 337: 4-5) தலைவி இருக்குமிடத்தில் தான் பொருள் இருக்கிறது என்பதைக் கூறுகிறது. மகளிர் குடும்பத்தின் செல்வத்தைத் தாய்வழியில் பேணும் உரிமை கொண்டிருந்ததால் பரத்தையிடம் செல்லும் தலைவனைத் தன் தெருப் பக்கமே வரக் கூடாது என விரட்டியடிக்கும் கூற்றையும் காண முடிகிறது (குறுந். 139: 5-6).

4. சொத்துரிமை: மருமக்கள்தாயக் குடும்பங்களில் சொத்தும் பிற குடும்ப உடைமைகளும் பெண்வழியில் மட்டுமே செல்லும். பெண்வழிச் சொத்துரிமை (matri-inheritance) பெண்களுக்கான முக்கியத்துவத்தை நிலைநாட்டும் ஒரு கூறாக அமைகிறது.

தாய்வழி முறையில் குடும்பத்தின் சொத்தும் வளங்களும் செல்வங்களும் பெண்களுக்குச் சென்று சேர்ந்தன. தாய்வழிச் சொத்துகள் பெண்டிருக்கே போய்ச் சேர்ந்தன என்பதை ஒரு மருதத்திணைப் பாடல் (குறுந். 295) தெளிவாகவும் விளக்கமாகவும் கூறுகிறது. இந்தப் பாடல், ஒரேயொரு பசுவினை மட்டும் வைத்துக்கொண்டு வறிய நிலையில்

வாழ்ந்த தலைவனின் நிலையைக் கூறுகிறது. இவன் திருமணம் செய்துகொண்ட பின்னர் தலைவி வாயிலாகக் கிடைத்த செல்வங்களால் வளமான வாழ்க்கையைப் பெற்றான் என்பதை இப்பாடல் தெரிவிக்கிறது.

இவ்வாறான பண்புகள் கொண்ட தாய்வழிக் குடும்பங்கள் சங்க காலத்தில் இருந்துள்ளன. பதிற்றுப்பத்து கூறும் சேரநாட்டு மருமக்கள் தாய முறை இதற்குச் சிறந்த எடுத்துக்காட்டாகும். கூடவே, பிற சங்க இலக்கியங்களில்கூட தாய்வழிச் சமூகம் இருந்ததற்கான மிக முக்கியமான மானிடவியல் தரவுகள் பல உள்ளன (விரிவுக்குக் காண்க: இயல் 5, தாய்த்தாயம்).

தந்தைவழிக் குடும்பம்

இம்மைமாறி மறுமையாயினும்
நீயாகிய ரென் கணவனை
யானாகியர் நின் நெஞ்சு நேர்பவளே (குறுந். 49)

எனும் குறுந்தொகைப் பாடல் ஆண்வழிச் சமூகத்தின் கருத்தியலை நன்கு விளக்குகின்றது.

கணவன் இல்லையேல் வாழ்வே இல்லை எனுமளவிற்கு ஆணின் முக்கியத்துவம் உச்சநிலைக்குச் சென்றுவிட்டதையும் காண்கிறோம். கணவனை நெருப்பில் வைத்து எரியூட்டும்போது தானும் தீயில் பாய்ந்து மாய்த்துக் கொண்டவளின் நிலையைப் பற்றி வழிப்போக்கர்கள் கூறும் பாடலுக்கு 'மூதானந்தம்' என்று துறை வகுத்தார்கள். இதிலிருந்து தொல்காப்பியர் காலத்திலேயே தந்தை வழிக் குடும்பங்கள் உச்சநிலையில் இருந்ததைக் காணமுடிகிறது (தொல். பொருள். இளம். 77: 30-31).

கணவன் இறந்த பின்னர்க் கூந்தலை மழித்துக் கொண்டும் (குறுந். 225, 257; புறம். 113: 8-9, 250: 4, 280: 11), குளிர்ந்த நீரில் மூழ்கியும் (புறம். 62), வளையல்களை உடைத்தும் (புறம். 224, 250: 4, 261, 280: 14), அல்லியுணவு உண்டும், உணவில் கட்டுப்பாடுகள் கொண்டும் (புறம். 246, 250: 5), தரையில் பாயின்றித் துயின்றும் (புறம். 246), கணவனுக்குப் பிண்டச் சோறு அளித்தும் (புறம். 234, 246, 249) கைம்மை நோன்பைக் கடைப்பிடித்து வாழ்ந்த முறை வலுவான ஆண்வழிச் சமூகத்தின் கருத்துகளை வெளிப்படுத்துவதாக அமைகின்றது.

சங்க இலக்கியங்களில் தந்தைவழிச் சமூகத்தின் கூறுகள் இன்னும் பல்வேறு களங்களில் விரவிக் கிடப்பதைக் காணமுடிகிறது. போர், பொருள்வயிற் பிரிவு போன்ற காரணங்களால் தலைவனைப் பிரிந்திருக்கும் பெண்கள் தங்களை அழகுபடுத்திக் கொள்வதில்லை எனும் கருத்து எண்ணற்ற பாடல்களில் இடம்பெற்றுள்ளது (குறுந். 192, புறம். 147, 293, இன்னும் பிற). கணவனில்லாத போது மங்கை அழகாய் இருத்தல் கூடாது. கணவனுக்காவே மனைவி எனும் ஆண் மையச் சமூகத்தின் கருத்து அக்காலத்தில் வலுப்பெற்றிருந்ததையே இது காட்டுகிறது.

அக்காலச் சடங்குமுறைகள்கூட தந்தைவழிக் குடும்பங்களை முதன்மைப்படுத்துகின்றன. குழந்தைகள் இறந்து பிறக்கும் போதும் அல்லது பிறந்து இறக்கும்போதும் அக்குழந்தைகளை வாளால் கீறிப் புதைக்கும் சேரர் மரபிலிருந்த வழக்கத்தைப் புறநானூறு (74) குறிப்பிடுகிறது. ஆண்பிள்ளைகள் வீர மரபுக் குரியவர்கள் என்பதாலேயே இவ்வாறு செய்யப்பட்டது.

குழவி இறப்பினும் ஊன்தடி பிறப்பினும்
ஆளன் றென்று வாளின் தப்பார் (புறம். 74)

இனி, சங்க காலத்தில் குடும்பங்கள் அமைப்பு முறையில் என்னென்ன வகையினங்களாக வேறுபட்டிருந்தன என்பதைக் காண்போம்.

தனிக்குடும்பம்

தனிக்குடும்பத்தின் தொடக்கநிலையைத் தொல்காப்பியம் தெளிவாகச் சுட்டுகின்றது.

ஏனது சுவைப்பினும் நீகை தொட்டது
வானோர் அமிழ்தம் புரையுமால் எமக்கென (தொல்.பொருள். 144)

என்று குறிப்பதன் மூலம் தலைவனும் தலைவியும் புதுமணத் தம்பதியராகக் குடும்ப வாழ்க்கையைத் தொடங்குவதை அறிய முடிகிறது. இவ்வாறு தனிக்குடும்பம் (nuclear family) தோன்றுவதற் கான தொடக்கநிலைக் குடும்பங்கள் சங்க இலக்கியத்தில் மிகுதியாகக் காணலாம்.

அகத்திணையில் பல பாடல்கள் தனிக்குடும்பம் தொடங்கும் கட்டத்தையே முதன்மைப்படுத்துகின்றன. இந்தப் பாடல்களில் களவுத் திருமணமே பெரிதும் பேசப்பட்டுள்ளது. பெற்றோரின் உடன்பாடு இல்லாமல் தம் விருப்பப்படி உடன்போய்த் தனிக்குடும்பம் நடத்தும்

களவு மணம் அகப்பாடல்களில் பெரிதும் காணமுடிகிறது (பாண்டுரங்கன் 2008: 178). இதன் பிறகே பெற்றோர் இசைவு பெற்ற மணம் பரவலாகியது. இத்தகைய மாற்றம் உடைமை சார்ந்த, ஆண் தலைமை சார்ந்த குடும்பத்தின் தோற்றத்தைக் காட்டுகிறது.

குடும்ப முறையில் ஏற்பட்ட மாற்றம் வாழிடத்திலும் (residence) மாற்றத்தை ஏற்படுத்தியது. சுதந்திரமாக உடன்போகிய தலைவனும் தலைவியும் புதிய இடத்தில் வாழிடத்தை (neolocal) அமைத்து வாழத் தலைப்பட்டனர். அடுத்து ஏற்பட்ட பெற்றோர் இசைவுபெற்ற மணத்தில் தலைவி கணவனின் தந்தையகத்திற்கு (partilocal) வந்து வாழத் தலைப்பட்டாள். திருமண முறையும் வாழிட முறையும் மெல்ல மெல்ல மாறி வந்ததை இதன்வழி அறியலாம்.

தனிக்குடும்பம் குழந்தைகள் பிறப்பதற்கேற்பவும், அவர்களின் வளர்ச்சி நிலைகளுக்கேற்பவும் அடுத்தடுத்த கட்டங்களில் வளர்ந்ததைச் சங்க இலக்கியங்களின் வழி விரிவாகவே அறிய முடிகிறது. இளமகவுநிலைக் குடும்பங்களின் காட்சிகளை ஐங்குறுநூறு தெளிவு படுத்துகிறது. பாணர் முல்லைப் பண்ணைப் பாட, மனைவி முல்லை மலர் மாலையைச் சூடிக்கொள்ள, தலைவன் தன் மகனுடன் மகிழ்ந்திருந்த காட்சியை ஐங்குறுநூறு (408) வழி அறியமுடிகிறது. ஐங்குறுநூற்றின் 401ஆம் பாடல்வழி ‘மறியிடைப் படுத்த மான்பிணை போல்’ மகனை நடுவணாகக் கொண்டு தலைவனும் தலைவியும் வாழ்ந்ததையும் அறிய முடிகிறது.

இல்லற வாழ்வில் ஈடுபட்ட தலைவனும், தலைவியும் ஈன்றெடுக்கும் குழந்தையின் வரவால் ‘தனிக்குடும்பம்’ விரிவுபெறுகிறது. முதல் மகனைப் பெற்றெடுத்த தலைவி தன் குழந்தையுடன் படுத்துறங்கும் காட்சியை ‘முது பெண்டாகித் துஞ்சுதியோ’ (நற். 370) எனத் தலைவன் மகிழ்கிறான். தனிக்குடும்பத்தின் அமைப்பை நற்றிணையில் வரும் இப்பாடல் மூலம் அறிய முடிகிறது.

தனிக்குடும்பத்தில் தாய் தந்தையர் குழந்தையைச் சீரோடும் சிறப்போடும் வளர்த்த காட்சியொன்று நம் நெஞ்சையள்ளும் காட்சியாக உள்ளது.

> பால்பெய் வள்ளம் சால்கை பற்றி
> என்பாடு உண்டனை யாயின் ஒருகால்
> நுந்தை பாடும் உண் என்று ஊட்டி (அகம். 219: 5-7)

எனும் பாடல் தனிக்குடும்பத்தின் பாசத்தைக் காட்டுகிறது. தாய் தன்

குழந்தைக்குப் பால்சோறு ஊட்டும்போது தனக்காக ஒரு வாய், தந்தைக்காக ஒரு வாய் வாங்கிக் கொள் என அன்பினையும் பாசத்தையும் பொழிவதைக் காணமுடிகிறது. தாய், தந்தை, குழந்தை மூவருமுள்ள தனிக்குடும்பம் மிகவும் நெருக்கமானது என்பதால் இது தொடக்கநிலை/எளிய/நெருக்கமான குடும்பம் (elementary/simple/immediate family) எனப்படும்.

சங்க இலக்கியங்களில் எளிய/நெருக்கமான குடும்பம் அல்லது தனிக்குடும்பத்தின் இறுதிக் கட்ட வளர்ச்சியையும் நாம் காண முடிகிறது. கணவன், மனைவி, வயது வந்த மகள், இளமகவு மகன் கொண்ட குடும்பமே இறுதிக் கட்டமாகும். மழைபெய்து கொண்டிருக்கும் இரவுப் பொழுதில் காதலன் வெளியில் காத்திருக்கிறான் எனத் தெரிந்து தலைவி எழுந்து வெளியே செல்ல நினைக்கிறாள். தாயோ தன் சிறுவயது மகனைத் தழுவிக் கொண்டு மகளை அன்னாய் என விளித்துத் தான் உறக்கம் கலைந்து இருப்பதையும் காவலையும் வெளிப்படுத்தி விடுவதைக் குறுந்தொகைப் பாடல்வழி (161) அறிய முடிகிறது. இவ்வகைக் குடும்பம் இளமகவு, முதிர்மகவு கொண்ட தனிக்குடும்பத்தின் வளர்ந்த நிலைக்கு எடுத்துக்காட்டாய் விளங்குகிறது. இவ்வகைக் குடும்பங்களில் பெற்றோரின் காவல் வலுப்பெறும் சூழல் ஏற்படுகிறது.

தனிக்குடும்ப அமைப்பை ஆராயும்போது இன்று இரண்டு கேள்விகள் விடை காண வேண்டியனவாக உள்ளன. தனிக்குடும்ப வகை சமூகப் படிமலர்ச்சியில் இறுதியாக ஏற்பட்ட ஒன்று. இது இன்றைய தொழிற்சமூகத்தில் பெரும்பான்மையாக காணப்படுகிறது என்பது ஒரு வாதம். ஆனால் பல ஆதிக் குடிகளிடம் தனிக்குடும்ப முறை முக்கியமான குடும்ப முறையாக இருப்பதையும் இன வரைவியல் ஆய்வுகள் சுட்டிக் காட்டுகின்றன. இது ஒரு தொல் வடிவமாகவே இருந்து வருகிறது என்பது இன்னொரு வாதமாகும்.

சங்க இலக்கியத்தில் நமக்குக் கிடைக்கும் தனிக்குடும்ப முறையானது எந்தெந்தத் திணைகளில் காணப்படுகிறது என்பதை நோக்க வேண்டும். பிற்காலத்தில் நிலஉடைமை உள்ளிட்ட வேளாண் சமூகங்களில் விரிந்த குடும்பத்தின் (கூட்டுக் குடும்பம்) அளவு மிகுந்திருப்பதை ஆய்வுகள் நமக்கு உணர்த்துகின்றன (கோலண்டா 1987). தனிக்குடும்ப அமைப்பு சமூகச் சமத்துவத்திற்கும் சமூகத்தில் மையத்தன்மை உருவாகாமல் இருப்பதற்கும் (decentralization) உதவக் கூடிய ஓர் எளிய அமைப்பாகும்.

விரிந்த குடும்பம்

சங்க காலத்தில் தனிக்குடும்ப அமைப்பு விரிவுபெற்று இவர்களுடன் பெற்றோர் ஒருவரின் தந்தையும் உடன் வாழும் 'விரிந்த குடும்ப' (extended family) முறையைக் காண முடிகிறது. இது நேர்வழி விரிந்த குடும்ப முறையாகும். ஒக்கூர் மாசாத்தியார் பாடியுள்ள புறநானூற்றுப் பாடலின் (279) மூலம் இத்தகைய குடும்பத்தை அறிய முடிகிறது. முதல் நாள் போரில் தந்தை இறக்கிறார்; அடுத்த நாள் போரில் கணவன் இறக்கிறான்; மறக்குடி மகள் இறுதியாகத் தன் மகனை மூன்றாம் நாள் போருக்கு அனுப்புகிறாள். மூவரும்இறந்து விடுகின்றனர். கணவன், மனைவி, மகன் ஆகியோருடன் தந்தை சேர்ந்து வாழ்ந்த நேர்வழி விரிந்த குடும்ப (lineally extended family) முறையை இப்பாடல்வழி அறியலாம்.

குறுந்தொகைப் பாடலில் வேறொரு வகையான விரிந்த குடும்ப அமைப்பினைக் காண முடிகிறது. கணவனை எதிர்பார்த்துப் புன்னை மர நிழலில் தோழியுடன் காத்திருக்கும் தலைவி, மீன் வேட்டைக்குச் சென்ற தன் தமையன்மர்கள் படகுகளில் திரும்பி வருவதைக் காண்கிறாள். தலைவன், தலைவி, தமையன்மார், தாய், தந்தை ஆகியோருடன் சேர்ந்து ஒரு விரிந்த குடும்பமாக வாழ்ந்ததை இக்குறுந்தொகைப் பாடல் (123) நமக்குக் காட்டுகிறது.

> காமம் சான்ற கடைக் கோட் காலை
> ஏமம் சான்ற மக்களொடு துவன்றி
> அறம்புரி சுற்றமொடு கிழவனும் கிழத்தியும்
> சிறந்தது பயிற்றல் இறந்ததன் பயனே (தொல். கற். 51)

இல்லற வாழ்வின் இறுதிக் காலத்தில் பெருமைகள் நிறைந்த மக்களுடன் நிறைந்து, அறத்திணை விரும்பிய சுற்றத்தோடு சேர்ந்து, தலைவனும் தலைவியும் மனையறம் காத்தலே கடந்த காலத்தின் பயனாகும் எனச் சங்க கால மக்கள் எண்ணினார்கள். விரிந்த குடும்பத்தின் இந்தக் கருத்தைத் தொல்காப்பியம்வழி அறியலாம்.

பலதார மணக் குடும்பம்

ஒன்றுக்கும் மேற்பட்ட மனைவியரை மணந்து வாழும் குடும்ப அமைப்பு இது. தொல்காப்பியம் பலதார மணக்குடும்பத்தைக் காட்டுகிறது. 'தொன்முறை மனைவி' என முதல் மனைவியும், 'பின்முறை வதுவை' என இரண்டாம் மனைவியும் சுட்டப் பெறுகின்றனர். மகப்பேறு வேண்டி இரண்டாம் மனைவியை

மணந்து வாழும் நிலை 'பலதார மணக் குடும்பம்' (polygynous family) ஏற்படக் காரணமாக இருந்துள்ளது. அதனாலேயே இது 'மகப்பேறு மணம்' என்று கருதப்பெற்றது. முதல் மனைவிக்குக் குழந்தை இல்லாவிட்டால் தனது தகுதிக்கேற்ற மற்றொரு பெண்ணை மகப்பேற்றிற்காக இன்னொரு திருமணம் செய்வதை முதல்மனைவி மகிழ்வுடன் ஏற்றுக் கொண்டதைத் தொல்காப்பியம் (பொருள். 172, கற். 31-33), ஐங்குறுநூறுவழி அறிய முடிகிறது.

நின்னினுஞ் சிறந்தனள் எமக்கே நீநயந்து
நன்மனை யருங்கடி யயர
எம்நலஞ் சிறப்ப யாமினிப்பெற் றோளே (ஐங். 292)

என்கிற கபிலர் பாடல் தன் கணவன் மணந்து கொண்ட புதிய மனைவியை (வழிமுறைக் கிழத்தி) மூத்த மனைவி (தொன்முறைக் கிழத்தி) இன்முகத்துடன் வரவேற்பதைக் காட்டுகிறது.

சங்ககாலத் தலைவன் பரத்தையருடன் பழகி வாழ்ந்தாலும் தொன்முறைக் கிழத்தியே குடும்ப உரிமையும் அதிகாரமும் கொண்டிருந்தாள். மேலும், குல வாரிசைப் பெற்றுத் தரும் உரிமையையும் அவளே கொண்டிருந்தாள் (நற். 330, அகம். 176). சங்க காலத்தில் பல மனைவி மணக்குடும்பம் மகப்பேற்றை முன்னிறுத்தியே ஏற்பட்டிருக்கிறது. கூடவே, தலைவன் குடும்பத்திற்கு வெளியே பாலியல் வாழ்வைக் கொண்டிருந்தாலும் தொன்முறை மனைவிக்குப் பிறக்கும் குழந்தைகளே வாரிசாகக் கருதப்பட்டார்கள். சமூகத்தில் செல்வச் செழிப்பால் பல மனைவி மணக்குடும்பங்கள் இருந்துள்ளதையும் சங்க இலக்கியம்வழி காணமுடிகிறது.

ஆண் மையச் சமூகங்களில் உணவு சேகரிக்கும் பொருளாதார முறையிலும், வேளாண்மையை மையமிட்ட பொருளாதார முறையிலும் பலமனைவி மணமுறை ஒரு விரும்பத்தக்க முறையாக மனிதகுல வரலாற்றில் ஏற்பட்டுள்ளது. உழைப்பை நல்கும் பெண் நபர்கள் தேவைப்படுவதே இவ்வகை மணத்திற்கு அடிப்படை ஆகும். பெற்ற குழந்தையைப் பாலூட்டி வளர்க்கும் காலத்தில் கணவன் தன் பாலியல் வேட்கையைத் தீர்க்கும் வகையில் இன்னொரு மனைவியுடன் பழகும் முறையாகவும் பல மனைவி மணமுறை பழங்குடிச் சமூகங்களில் உண்டானது.

சிதைந்த குடும்பம்

குடும்பத்தின் தொடர்ச்சியான இயக்கத்தில் அதன் உறுப்பினர்கள்

சில கட்டங்களில் கூடுவதும் சில கட்டங்களில் குறைவதும் இயல்பானதுதான். குறைந்த அளவு கணவன் மனைவி உள்ள நிலையே தனிக் குடும்பத்தின் அடிப்படை அமைப்பாகும். இவ்விருவரில் ஒருவர் பிரிய நேரிடும்போது அந்தக் குடும்பம் 'சிதைந்த குடும்ப'மாக (broken family) உருமாறுகிறது. இத்தகைய நிலையைத் தொல்காப்பியர் 'கடிமனை நீத்தபால்' என்கிறார். மனைவியை இழந்து வாழும் நிலையை இது குறிக்கிறது.

நிலையாமையைப் பாடுவது காஞ்சித் திணை. இத்திணைக்குரிய பாடல்கள் மூலம் அக்கால கட்டத்தில் சிதைந்த குடும்பத்தின் பல்வேறு பண்புகளை அறிய முடிகிறது. ஆநிரையை மீட்கச் சென்ற தலைவன் நடுகல் ஆகிவிடுகிறான். அச்சூழலில் தலைவி தன் தலையை மழித்துக் கொள்கிறாள் (இப்பழக்கத்தைப் பின்னர் ஆரியர்கள் ஏற்றுக் கொண்டனர்); வளையல்களையும் அணிகலன்களையும் களைந்து விடுகிறாள்; கைம்மை நிலையை அடைகிறாள் (புறம். 250). இந்தச் சூழலானது கணவனை இழந்து வாடும் குடும்பச் சிதைவைக் காட்டுவதாகும். கணவனை இழந்து தனிமகளாய் வாடுவது 'முதுபாலை'யில் விவரிக்கப்பட்டுள்ளது. குடும்பச் சிதைவுகளை அறிய இத்துறை பெரிதும் உதவுகிறது.

புறநானூற்றின் 246ஆம் பாடல் கணவன் இறந்த பின்பு கைம்மை நோன்பு மேற்கொள்ளும் பெண்ணின் நிலையை நன்கு விளக்குகின்றது.

பல்சான்றீரே பல் சான்றீரே
… … … …
காழ்போல் நல்விளர் நறுநெய் தீண்டாது
அடைஇடைக் கிடந்த கைபிழி பிண்டம்
வெள் எள் சாந்தொடு புளிப்பெய்து அட்ட
… … … …
பெருந்தோள் கணவன் மாய்ந்தென அரும்புஅற
வள்இதழ் அவிழ்ந்த தாமரை
நள்இரும் பொய்கையும் தீயும் ஓரற்றே (புறம். 246)

கணவன், மகன், மனைவி ஆகிய மூவர் உள்ள தனிக்குடும்பத்தில் கணவன் இறக்க நேரிட்டபோது மனைவி தன் மகனை வளர்த்து ஆளாக்குவதற்காக வாழத்தலைப்பட்டதைக் காணலாம். கணவனைத் தொடர்ந்து தனது மகனையும் இழக்கும் சூழலில் தன்னையும் மாய்த்துக் கொண்டு தன் குடும்பத்தை முடித்துக் கொண்ட தாயின் நிலையையும் காணமுடிகிறது (தொல். பொருள். இளம். 32-33).

சிதைந்த குடும்பத்தில் இரண்டு நிலைகள் உண்டு. 1. ஆண் பிரியப் பெண் மட்டும் தனிமைப்படுதல் 2. பெண் இறக்க ஆண் மட்டும் தனிமையில் வாடுதல். இவ்விரண்டு நிலைகளையும் தொல்காப்பியர் குறிப்பிடுகிறார். மனைவி இறந்தபின் கணவன் மட்டும் தனிமனிதனாய் வாழும் நிலை 'தபுதார நிலை' (தொல். பொருள். இளம். 28). கணவன் இறந்தபின் மனைவி மட்டும் தனிமையாக வாழும் நிலை 'தாபத நிலை' (தொல். பொருள்.இளம். 29). இரண்டுமே சிதைந்த குடும்ப அமைப்பின் கூறுகளாய் இனங்காணப்பட வேண்டியவையே.

கணவன் இறந்தபின் வாழ்வதில் பயனில்லை எனும் கருத்து சங்க காலத்தில் இருந்திருக்கிறது. அந்நிலையில் மனைவி தன் உயிரை மாய்த்துக் கொண்டு குடும்பத்தின் இருப்பை அழித்துவிட்ட சூழலையும் சங்க காலத்தில் காண முடிகிறது. போர்க்களத்தில் வேலால் குத்தப்பட்டு இறந்து கிடக்கும் கணவனைக் கண்ட மனைவி அவ்வேலால் தன்னைக் குத்திக்கொண்டு இறந்த காட்சியைக் காணமுடிகிறது (தொல். பொருள். இளம். 12-13). இன்னொரு சூழலில், போர்க்களத்தில் இறந்து கிடக்கும் தன் கணவன் தலைமீது தன்முலையும் முகனும் சேர்த்து அணைத்துக்கொண்ட நிலையில் உயிரை மாய்த்துக் கொள்வதையும் காணலாம்.

கணவனுடன் மனைவி இறந்த நிலையைக் காணும் வழிப் போக்கர்கள் அதனை 'மூதானந்தம்' என்றார்கள் (தொல். பொருள். இளம். 22, 23). கணவனை இழந்தபின் தனக்கு வாழ்வில்லை என்று எண்ணிய மனைவி அழலில் இடப்பட்ட கணவனுடன் தீப்பாய்ந்து தன்னை மாய்த்துக் கொள்கிறாள். இதனைத் தொல்காப்பியர் 'நல்லோள் கணவனொடு நனியழல் புகீஇ' என்கிறார் (தொல். பொருள். இளம். 77. 30-31). இறப்பால் ஏற்படும் குடும்பச் சிதைவுகள் குடும்பம் அற்றுப்போகும் நிலைக்குத் தள்ளிவிட்டதையும் இவற்றின்வழி அறிய முடிகிறது. தொல்காப்பியர் குறிப்பிடும் காஞ்சித் திணை இதனை நன்கு விளக்கும்; தாபத நிலை, தபுதார நிலை, முதுபாலை போன்றவை இவ்வகையைச் சார்ந்தவையாகும்.

தொல்காப்பியர் காஞ்சித் திணைக்குரிய துறைகளைச் சுட்டும் நூற்பாவில் பெண்ணின் மூன்று நிலைகளைக் குறிப்பிடுகிறார். அவை வருமாறு:

நீத்த கணவற் நீர்த்த வேலின்
பெயர்த்த மனைவி வஞ்சியானும்

… … … …

கணவனொடு முடிந்த படர்ச்சி நோக்கிச்
செல்வோர் செப்பிய மூதானந்தமும்
நனிமிகு களத்திடைக் கணவனை இழந்த
தனிமகள் புலம்பிய முதுபாலையும்
… … … …
காதலன் இழந்த தபாத நிலையும் (நூ. 77)

மேற்கூறிய நூற்பாவில் தொல்காப்பியர் கணவனொடு உடனுயிர் விடும் பெண்ணின் நிலையைக் குறிப்பிடுகிறார். அடுத்து, கணவனின் சிதையோடு உடன்கட்டையேறிய பெண்ணின் நிலையைக் குறிப்பிடுகிறார். கணவன் தாழியில் அடக்கம் செய்யப்பட்டபோது தானும் அதிலுறைந்து அடங்கிப் போக விரும்பியதை 'கலஞ்செய் கோவே கலஞ்செய் கோவே' எனும் புறுநானூற்றுப் பாடல்வழி (256) அறியமுடிகிறது. இறுதியாக, கணவன் இறந்தபின் கைம்மை நோன்பு மேற்கொண்ட பெண்ணைக் குறிப்பிடுகிறார். பிற்கால இலக்கியங்களில் இந்நிலைகள் முறையே தலைக் கற்பு, இடைக் கற்பு, கடைக் கற்பு என மூன்று வகையாகச் சுட்டப்படுகின்றன. மணிமேகலை (ஊர் அலர் உரைத்த காதை 114-119). இம்மூன்று நிலைகளையும் காட்டுகின்றது. கணவனை இழந்தபின் கைம்மை நிலையில் வாழ முற்பட்டபோது 'தமரகம்' புகுந்தனர் (மணிமேகலை 5: 137-140). கணவனின் இறப்பிற்குப்பின் அவனது உறவினர்களோடு வாழ்ந்த இடமே தமரகம் எனப்பட்டது.

பின்னுரை

மனிதகுல வரலாற்றில் தோன்றிய குடும்ப வகைகளை லூவி ஹென்றி மார்கன் வரிசைப்படுத்திக் காண்கிறார். அவற்றோடு சங்ககாலக் குடும்ப வகைகளை ஒப்பிட்டுக் காணலாம். மிகவும் ஆதியில் தோன்றிய இரத்த உறவுக் குடும்பம் (consanguine family) சங்க காலத்தில் இல்லை. இரத்த வழியில் வரும் சகோதர- சகோதரிகளுக்கிடையில் ஏற்பட்ட திருமணத்தால் இத்தகைய குடும்பங்கள் தோன்றின. சங்ககாலத் தமிழ்ச் சமூகம் மண உறவில் தகாப்புணர்ச்சிக் (incest), கோட்பாட்டைக் கடைபிடித்தனர். தகாப்புணர்ச்சி நேராமல் அதனை விலக்கி வைத்து மணத்துணையைத் தேட வேண்டும் என்ற வரையறைகளைத் தெளிவாகப் பின்பற்றினார்கள் என்பதைக் கண்டோம்.

மார்கன் குறிப்பிட்ட இரண்டாவது வகைக் குடும்பம் 'குழுமணக் குடும்பம்' (punaluan family) ஆகும். இத்தகைய குடும்பமும் சங்ககாலத்தில் இல்லை. ஒரு குழுவைச் சேர்ந்த ஆண்கள் இன்னொரு குழுவைச் சேர்ந்த பெண்களை மணப்பதால் உருவாகுவதே குழுமணக் குடும்பம். இத்தகைய குடும்பம் பண்டைய தமிழ்ச் சமூகத்தில் இல்லை.

மார்கன் கூறும் 'நிலையற்ற பிணைப்புடைய மணக்குடும்பம்' (syndiasmian family) என்பது ஆணும் பெண்ணும் திருமணத்திற்குப் பின்னர் நிலையாக இணைந்து வாழாமல் நினைக்கும்போது மணவுறவைத் துண்டித்துக் கொண்டோ, பிற துணையுடனோ வாழ்வார்கள். சங்க இலக்கியத்தில் ஒன்றுக்கும் மேற்பட்ட வகையான பரத்தையர் இருந்தாலும் அவர்களால் நிலையற்ற மணக் குடும்பம் காணப்படவில்லை.

மார்கனின் படிமலர்ச்சி வரிசையில் இடம்பெறும் இறுதி இரண்டு வகைகள் சங்ககாலத்தில் மிகவும் பரந்த நிலையில் இருந்தன. அவை தந்தைத் தலைமைக் குடும்பம், ஒரு துணை மணக் குடும்பம் (monogamian family). இவ்விரண்டு குடும்ப முறைகள் பற்றி இவ்வியலில் ஏற்கனவே நாம் கண்டோம்.

மார்கன் கண்டறிந்த ஐந்து வகைகளையும் தாண்டி பண்டைய தமிழ்ச் சமூகத்தில் காணப்பட்ட வேறு குடும்ப முறைகளை நாம் மீள எண்ணிப் பார்க்கும்போது 'தாய்வழிக் குடும்பம்' தனித்துவம் பெறுகிறது. குடும்பத்தில் மகப்பேற்றிற்காக வேண்டி இரண்டாம் தாரம் திருமணம் நிகழ்ந்துள்ளது. கணவனின் இறப்புக்குப் பின்னர் உடன்கட்டை ஏறியதால் உண்டான குடும்பமும், கைம்மை கடைபிடித்ததால் உண்டான குடும்பமும் சிதைந்த குடும்பமாகக் காணப்பட்டன. இவை தமிழ்ச் சூழலில் காணப்பட்ட தனித்துவங்கள் எனலாம்.

9
மணமுறைகள்
அகமண, புறமண உருவாக்கம்

யாயும் ஞாயும் யார்ஆகியரோ
எந்தையும் நுந்தையும் எம்முறைக் கேளிர்
யானும் நீயும் எவ்வழி அறிதும்
செம்புலப் பெயல் நீர் போல
அன்புடை நெஞ்சம் தாம் கலந்தனவே

(செம்புலப் பெயனீரார், குறுந்தொகை 40: 1-5)

உலகளாவிய நிலையில் ஒவ்வொரு சமூகத்திலும் திருமண விதிகள் உள்ளன. அடிப்படையில் இந்த விதிகள் இருவகைப் பட்டவை. ஒன்று: ஒருவர் யாரையெல்லாம் திருமணம் செய்யக்கூடாது என்று 'தடை விதிக்கும் விதி' (prohibitory rule). இரண்டு: எவரையெல்லாம் திருமணம் செய்யலாம் எனும் 'விருப்பத்தைத் தெரிவிக்கும் விதி' (preference rule). இரண்டாவது விதியைவிட முதல் விதி மிகவும் கண்டிப்பானது. இந்த விதியைப் பின்பற்றாத சமூகமே இல்லை எனலாம்.

சகோதரன், சகோதரி உள்ளிட்ட இரத்த உறவுள்ளவர்களை மணக்கக்கூடாது என்பது தடை விதிகளில் முதன்மையானது. ஒரு குலத்தைச் சேர்ந்தவர்கள் அதே குலத்தில் திருமணம் செய்யக்கூடாது என்பது அடுத்த தடை விதியாகும். மண உறவுக்குப் பொருத்தமான வேற்றுக் குலத்தவரை மணக்க வேண்டுமென்ற கட்டுப்பாடு மேற்கூறிய விதியின் தொடர்ச்சியாகும். இவற்றில் முந்தையது எதிர்மறை விதி என்றும், பிந்தையது நேர்மறை விதி என்றும் பொருள் காணலாம்.

சங்ககாலத்தில் மணப்பெண் கொடுப்பதற்கும், அவளைப் பெறுவதற்கும் ஒரு முறை உண்டு என்பதைத் தொல்காப்பியம் 'கொளற்குரிய மரபு', 'கொடைக்குரிய மரபு' என வரையறுத்துள்ளது.

கொளற்குரி மரபிற் கிழவன் கிழத்தியைக்
கொடைக்குரி மரபினோர் கொடுப்பக்கொள் வதுவே (தொல். கற். 1)

இத்தகைய வரையறை நாடு, ஊர், இல், குடி, பிறப்பு முதலானவற்றைக் கணக்கில் எடுத்துக் கொண்டது என்பதையும் தொல்காப்பியம் கூறுகிறது.

நாடும் ஊரும் இல்லும் குடியும்
பிறப்பும் சிறப்பும் இறப்ப நோக்கி (தொல். பொருள்.)

இந்நூற்பாவில் வரும் 'இல்' என்பது 'இல்லம்' எனப் பொருள்படும். இது வகையறா, பரம்பரை, குலம் எனக்கூடிய கால்வழிக் குழுக்களைக் குறிக்கிறது. இன்றும் குமரி மாவட்டத்தில் வாழும் இல்லத்துப் பிள்ளைமாரிடம் பள்ளி இல்லம், முத்து இல்லம், தோரண இல்லம், மஞ்ச நாட்டு இல்லம், சோழிய இல்லம் எனக்கூடிய புறமணக் குலப் பிரிவுகள் உள்ளன. இந்தக் குலப் பிரிவுகளில் அண்ணன்-தம்பி முறை, மாமன்-மச்சான் முறை என்ற பாகுபாட்டின் வழி மணவுறவுகள் நிச்சயிக்கப்படுகின்றன. இத்தகைய விதிமுறைகள் சங்ககாலத்திலேயே தோன்றிவிட்டன என்பதையே மேற்கூறிய தொல்காப்பிய நூற்பா காட்டுகிறது.

நற்பேற்றின் குறியீடு 'திருமணம்'

மானுட வாழ்வு திருமணத்தால் முழுமை பெறுகிறது என்பது உலகளாவிய சமூகங்களில் போற்றப்படும் ஒரு விழுமியமாகும். சங்ககாலப் பெண்களும் திருமணத்தை நாடி நின்றனர். 'திருமணம் பெண்ணின் நற்பேறு' என ஐங்குறுநூறு (276) மிகவும் வெளிப்படையாகக் கூறுகிறது. 'இவளை விரும்பாவிட்டாலும், நல்ல மலைநாடனின் பெண்டு எனும் வகையிலாவது இவளை வரைந்து மணம் கொண்டு செல்வாய்' (நயவாள் ஆயினும் வரைந்தனை கொண்மோ, ஐங். 276: 4) என ஒரு பெண் தன் ஏக்கத்தை வெளிப்படுத்துகிறாள். மேலும் அதே பாடலின் இறுதி அடியில் 'எனக்கு நன்மலைநாடனின் மனைவி எனும் நிலையைக் கொடு' (நன்மலை நாடன் பெண்டெனப் படுத்தே, ஐங். 276: 6) எனும் வேண்டுகை உள்ளது. இந்தப் பாடலடிகள் மூலம் திருமணமே பெண்ணிக்கு நன்மதிப்பை வழங்குகிறது என்பதை அறியலாம்.

சங்ககாலத்தில் பெண்ணிக்கு ஏற்பட்ட இந்த விருப்பங்கள் எவ்வாறு நடைமுறையில் சாத்தியமாயின என்பதை அறிய வேண்டும். மேலும், தலைவன், தலைவி ஈடுபட்ட களவு, கற்பு முதலானவற்றில் நிகழ்ந்த மணமுறைகள் பலவாக அமைந்தன. இவற்றை நாம் பரிசீலிக்க முயலும்போது பண்டைத் தமிழரின் மணமுறைகளையும் அவற்றை ஒழுங்குபடுத்திய விதிமுறைகளையும் கண்டறியலாம். இவற்றில் மனித குலத்தில் தோன்றிய அகமணம், புறமணம் குறித்த கருத்தாக்கங்கள் பண்டைத் தமிழர்களிடம் எவ்வாறிருந்தன என்பதை இனி வரும் பகுதிகளில் காண்போம்.

புறமணம்

மனித சமூகம் இரத்தவழி உறவுள்ளவர்களுடன் திருமணம் செய்யக்கூடாது என்று சிந்தித்த வேளையில் புறமணம் (exogamy) எனும் கருத்தாக்கம் தோன்றியது. இரத்த வழியினரை மணம் செய்தால் அது தகாப்புணர்ச்சி (incest) ஆகிவிடும் என்று சிந்தித்த வேளையிலும் புறமணம் எனும் கருத்தாக்கம் உருவானது. 'புறம்' என்றால் புறத்தே (வெளியே) செல்லுதல் என்று பொருள். அதாவது, ஒருவர் அவர் சார்ந்த குழுவுக்கு வெளியே திருமணம் செய்து கொள்ளும் முறை புறமணம் ஆகும். சங்ககாலத்தில் புறமணமானது பின்வரும் நிலைகளில் தொழிற்பட்டிருந்தது. அதே நேரத்தில் அது குடி, வட்டாரம், திணை, நாடு முதலானவை சார்ந்த புறமணமாகவும் காணப்படுவது இயல்பு.

திணைப் புறமணம்

ஒரு திணையைச் சேர்ந்தவர் வேறொரு திணைக்குரிய நபரை மணந்த முறையானது திணைப் புறமணமாக அமைந்தது. இதனைத் 'திணைக் கலப்பு மணம்' என்றுகூட வரையறுக்கலாம். 'யாயும் ஞாயும் யாராகியரோ' எனும் குறுந்தொகைப் பாடல் (40) திணைப் புறமணத்தைக் குறிப்பிடுகிறது. தலைவனும் தலைவியும் வெவ்வேறு திணைகளைச் சேர்ந்தவர்களா? ஒரு திணைக்குள் வெவ்வேறு வட்டாரங்களைச் சேர்ந்தவர்களா? என்பதைத் துல்லியமாக இப்பாடல் குறிப்பிடவில்லை. அதனால் இப்பாடல் திணைப் புறமணத்தைக் குறிப்பிடுகிறது என்றும் கொள்ளலாம், வட்டாரப் புறமணத்தைக் குறிப்பிடுகிறது என்றும் சொல்லலாம்.

திணைப் புறமணத்திற்கு மிகத் தெளிவான ஓர் எடுத்துக்காட்டைக் காண்போம். நெய்தல் நிலத் தலைவிக்கும், மருதநிலத் தலைவனுக்கும்

ஏற்பட்ட காதலை நற்றிணை (45) கூறுகிறது. தலைவன் உயர்குடி மகன்; செல்வக் குடியினன். தலைவியோ நெய்தல் சிறுகுடியைச் சேர்ந்தவள். இவர்களுக்கிடையே காதல் மலர்ந்ததை

மீன்எறி பரதவர் மகளே...
கடுந்தேர்ச் செல்வன் காதல் மகனே
நும்மொடு புரைவதோ... (நற். 45: 1-9)

என நற்றிணை விவரிக்கிறது. இருவேறு திணைகளைச் சேர்ந்தவர்கள் மனம் ஒன்றிணைவது அக்காலத்தில் நிகழ்ந்துள்ளது.

நெல்லுக்கு உப்பு விற்கும் நெய்தல் நிலப் பெண்ணிடம் மருதத் திணைக்குரியவன் தன் காதலை வெளிப்படுத்துகிறான். அகநானூறு 390ஆம் பாடல் இந்த இருவேறு திணை சார்ந்தோரின் காதலை விவரிக்கிறது. ஐங்குறுநூறு 187ஆம் பாடலும் இருவேறு திணைகளைச் சேர்ந்தவர்கள் கண்ட களவு வாழ்வைப் பேசுகிறது.

சங்ககாலத்தில் நான்கு திணைகளும் தனித்தனியே இயங்கிய நிலை மாறி, பண்டமாற்றத்தின் மூலம் நானிலமும் ஊடாட்டம் கண்ட சூழலில் திணைப் புறமணம் ஏற்பட்டது. புறமணம் பொருளாதார தற்சார்பு நோக்கியது எனும் கோட்பாட்டினர் உள்ளனர். இவர்களின் நிலைப்பாட்டைச் சங்ககாலத் திணைப் புறமணம் ஆதரிக்கிறது. காதல் என்பது உள்ளார்ந்த உணர்வு நிலை என்றாலும் ‘அயல்தன்மை’ (வேற்றுத் திணை) ஓர் ஈர்ப்பை உருவாக்கும்; அது பொருளாதாரச் சார்பு நிலை கொண்டதாக விளங்கும். இதையே மேற்கூறிய மூன்று பாடல்களும் பேசுகின்றன.

குடிப்புறமணம்

இங்குக் ‘குடி’ என்பது சிறு சமூகம் எனும் பொருளில் கையாளப் படுகிறது. சிறுகுடியீரே, சிறுகுடியீரே எனும் பொருண்மையில் வரக்கூடிய சொல்லாட்சியாக இதனைக் கொள்ளலாம். ஒரு சிறுகுடியைச் சேர்ந்தவன் வேறொரு சிறுகுடிப் பெண்ணை மணத்தலே சிறுகுடிப் புறமணம் என இங்கு வரையறுத்துக் கொள்ளலாம்.

சங்க இலக்கியத்தில் முல்லைக் கலியானது ஏறுதழுவல் மணம் எனக்கூடிய ஒரு புதுவகையான மணத்தைக் காட்டுகிறது. முல்லைத் திணைப் பாடல்களைக் கருத்தூன்றி கவனித்தால் அவை ‘அறவை நெஞ்சத்து ஆயர்’, ‘மறவை நெஞ்சத்து ஆயர்’ எனும் இருவகைப் பண்பினரைப் பேசுகிறது (புறம். 390: 1-4). முன்னவர் அறம் சார்ந்தும்,

பின்னவர் மறம் சார்ந்தும் தொழிற்பட்டிருந்தனர். வரலாற்றின் ஒரு கட்டத்தில் ஆநிரைகளைக் காப்பாற்றவும், வேந்துவிடு தொழிலில் ஈடுபடவும் வேண்டிய தேவை ஏற்பட்டதால் ஒரு பிரிவினர் மறச் செயல்களில் ஈடுபட்டனர்.

ஆநிரை வளர்த்தல் எனும் பாரம்பரிய தொழிலில் ஈடுபட்ட ஆயர்களிடம் மற எழுச்சி ஊட்டுவதற்காகவே ஏறு தழுவல் உண்டானது. அறம் சார்ந்த நல்லினத்தாயர் ஆநிரைகளை நிரம்ப வளர்த்து வர, மற வலிமையுடைய புல்லினத்தாயர் ஆநிரைகளைக் காக்கும் பணியில் ஈடுபட்டனர். 'பகையஞ்சாப் புல்லினத்தாயர் மகன்' (முல். கலி. 113: 6-7) எனும் அடிகள் மறத்தொழில் ஆயரைக் குறிப்பிடுகிறது. 'ஏறுடை நல்லார் பகை, மடவரே நல்லாயர் மக்கள்' எனும் அடிகள் மென்மைப் பண்புடைய நல்லினத்தாயரைக் குறிப்பிடுகிறது (முல். கலி. 102: 28-30). நல்லினத்தாயர் தம் மகளைப் புல்லினத்தாயருக்கு விரும்பி மணம் முடிக்கும் நிலையில் அதனைக் குடிப்புறமணம் என வரையறுக்கலாம்.

சங்ககாலத்தில் வேந்தர்கள் முதுகுடி மன்னர்களிடம் மகட்கொடை வேண்டிச் சென்றார்கள். முதுகுடி மன்னர் தம் குடியோடு தொடர்பு இல்லாதவருக்குப் பெண் தர மறுத்தனர். வேந்தர்களின் விருப்பம் குடிப் புறமணத்தைக் காட்டுகிறது (புறம். 338, 341, 343, 345; குறுந். 364).

நன்கு அறியப்பட்ட பெரிய குடிகளுக்குள்ளும் திருமண உறவுகள் ஏற்பட்டன. சேர மன்னன் நெடுஞ்சேரலாதன், வேளிர் குலத்தைச் சேர்ந்த வேளாவிக் கோமான் பதுமனின் மகளை மணந்து கொண்டான்.

குட்டுவன் இரும்பொறை எனும் சேர மன்னன் வேளிர் குலத்தில் தோன்றிய வேண்மாள் அந்துவஞ்செள்ளை எனும் வேளிர் குல மங்கையை மணம் செய்து கொண்டதை,

குட்டுவன் இரும்பொறைக்கு மையூர் கிழாஅன்
வேண்மாள் அந்துவஞ்செள்ளை ஈன்ற மகன் (பதிற். 9ம் பதிகம்)

எனும் பாடலடிகள் கூறுகின்றன.

உதியஞ்சேரலாதன் எனும் சேர மன்னன் நல்லினி எனும் வேளிர் குலப் பெண்ணைத் திருமணம் செய்ததை,

... ... ' ... ... உதியஞ் சேரலற்கு
வெளியன் வேண்மாள் நல்லினி ஈன்ற மகன் (பதிற். 2ஆம் பத்து பதிகம்)

எனும் பாடலடிகள் கூறுகின்றன. முடியுடை வேந்தர்கள் மன்னர்களின் குடியில் தோன்றிய பெண்களை விரும்பி மணந்தனர். தம் நாட்டையும் படை வலிமையையும் வசப்படுத்துவதற்கு மன்னர்களின் உறவை அவர்கள் நாடினர். அதனை மண உறவு மூலம் மேற்கொள்ள விரும்பினர். அதனால் குடிப்புறமணம் தோன்றியது.

வட்டாரம் / ஊர்ப் புறமணம்

சங்ககாலத்தில் மிகப் பரவலாக இருந்த புறமண முறை இதுதான். ஓர் ஊர் அல்லது ஒரு வட்டாரத்திற்குரியோர் வேறோர் ஊரை அல்லது வட்டாரத்தைச் சேர்ந்தவரை மணக்கும் முறையிது. ஊர்ப் புறமணம் (village exogamy) அல்லது வட்டாரப் புறமணம் (regional exogamy) என இதனை வரையறைப்படுத்தலாம்.

தன் தலைவியைக் காதலித்து வந்த தலைவன் ஒரு நாள் அவள் வீட்டிற்குள் வந்துவிட்டான். முருகனே வீட்டிற்கு வந்துவிட்டான் என மகிழ்ந்து பாராட்டி பெண்ணின் தாய் வரவேற்றாள். வந்தவன் யாரென்று தெரியாத தாயாக இருந்ததை இப்பாடல் பின்வருமாறு விளக்குகிறது.

குறிஇறைக் குரம்பைநம் மனைவயின் புகுதரும்
மெய்ம்மலி உவகையன்; அந்நிலை கண்டு
முருகு என உணர்ந்து முகமன் கூறி (அகம். 272: 11-13)

தலைவன் வேற்று ஊரைச் சேர்ந்தவன் என்பதை இந்தப் பாடல் குறிப்பிடுகிறது.

அயலவர் (நொதுமலர்) பெண் கேட்டு வரும் நிகழ்வை ஐங்குறுநூறு (110, 201, 205, 220), குறுந்தொகை (379), நற்றிணை (165, 207) முதலானவை பல பாடல்களில் குறிப்பிடுகின்றன. அயலவர் என்றாலே வேற்று ஊரிலிருந்தோ, புதிய வட்டாரத்திலிருந்தோ வருபவர் என்றே பொருள். இத்தகைய சூழலை விளக்கும் வேறு சில வண்ணனைகளும் சங்க இலக்கியத்தில் உள்ளன.

ஏதிலாளன் காதல் நம்பி
...
நெருநை போகிய பெருமடத் தகுவி (அகம். 275: 10-15)

எனும் பாடலடிகள் புதியவன் ஒருவனின் பொய்மொழியையும் காதலையும் நம்பித் தன் மகள் சென்றுவிட்டாளே எனத் தாய் ஒருவள் துயரமடைவதைக் கூறுகின்றன.

திணைப்புனக் காவலுக்கு வரும் தலைவியிடம் பழகுவதற்குத் தலைவன் தொலைவிலிருந்து வருகிறான் எனப் பல பாடல்கள் கூறுகின்றன (நற். 259; அகம். 92, 308; குறுந். 141, 217). அவனது வாழிடம் தினைப்புனத்திற்கு அடுத்த மலையாக இருக்கலாம் அல்லது அடுத்த ஊராக இருக்கலாம் என்பதை இப்பாடல்கள் உணர்த்துகின்றன.

அகநானூறு 110ஆம் பாடல் தலைவனின் தீராத காதல் ஏக்கத்தைக் குறிப்பிடுகிறது. நாம் இன்று மகிழ்ச்சியுடன் பழகிய இப்பகல் பொழுது மறைந்துவிட்டது, இரவும் வந்துவிட்டது, நானும் சோர்வடைந்துவிட்டேன், அதனால் இன்று இரவு உன்னுடைய சிறுகுடியில் விருந்துண்டு தங்கிச் செல்லலாமா? என்கிறான். இதனை அகநானூறு,

தொடலை ஆயமொடு கடல்உடன் ஆடியும்
சிற்றில் இழைத்தும் சிறுசோறு குவைஇயும்
வருந்திய வருத்தம் தீர யாம் சிறிது
இருந்த மாக எய்து வந்து (அகம். 110: 6-9)

எனப் பதிவு செய்கிறது.

இருங்கலி யாணர்எம் சிறுகுடித் தோன்றின்
வல்லெதிர் கொண்டு மெல்லிதின் வினைஇ (அகம்.300)

எனும் பாடலும் ஊர்ப் புறமணத்திற்கு நல்லதொரு சான்றாகும்.

இவ்வாறு தலைவன் வேற்று வட்டாரத்திலிருந்து/ ஊரிலிருந்து வந்து தலைவியுடன் களவு மேற்கொள்வது பல சங்கப் பாடல்களில் பேசப்பட்டுள்ளது. இப்பாடல்கள் வட்டார அல்லது ஊர்ப் புற மணத்தைக் காட்டும் சான்றுகளாகும்.

அகமணம்

ஒருவர் தாம் சார்ந்த குழுவிற்குள் திருமணம் செய்ய வேண்டுமென்ற முறை 'அகமணம்' (endogamy) எனப்படும். இந்த விதிமுறையை ஊர், வட்டாரம் முதலான கருத்தினங்களுக்கும் விரிவுபடுத்தலாம். அப்போது, ஊர் அகமணம், வட்டார அகமணம் எனும் மணமுறைகள் உருவாகிவிடும்.

சங்ககாலத்தில் திணை அகமணம், குடி அகமணம், வட்டார/ ஊர் அகமணம் முதலானவை முக்கிய மணமுறைகளாகக் காணப் பட்டன.

திணை அகமணம்

சங்க இலக்கியத்தில் மகட்பாற் காஞ்சிப் பாடல்கள் காட்டும் திருமணம் மிகவும் வரையறுக்கப்பட்ட ஒழுங்கு முறையைக் கொண்டதாகும் (மாதையன், பெ. 2010: 82). இந்த வரைமுறைகள் பெரிதும் திணை சார்ந்துள்ளதால் இவ்வகைத் திருமணம் திணை அகமணமாகக் காணப்படுகின்றது. சங்ககாலத்தில் திணை அகமணமே மிகப் பரவலான மண முறையாக இருந்துள்ளது. ஒருவர் அவர் சார்ந்த திணைக் குள்ளேயே திருமணம் செய்து கொண்ட நிகழ்வுகளே மிகவும் அதிகம்.

புறமணத்தைத் தடுத்த காரணிகள்

உடன்போக்கு மேற்கொண்ட காதலர் மீது தலைவியின் தமையர் போர் தொடுத்த நிகழ்ச்சியை ஐங்குறுநூறு (312) பதிவு செய்துள்ளது.

கடை அழிய நீண்டு அகன்ற கண்ணாளைக் காளை
படையொடும் கொண்டு பெயர்வானைச் சுற்றம்
இடைநெறித் தாக்குற்றது ஏய்ப்ப (பரி. 11: 46-48)

எனும் பரிபாடல் பாடலடிகள் உடன்போக்கில் சென்ற காதலர் மீது தலைவியின் சுற்றத்தார் தாக்குதல் நடத்தியதைக் காட்டுகின்றன. தங்கள் பெண் புறத்தே சார்ந்த அயல் நபருடன் சென்றுவிட்டதை மீட்பதற்காக இப்போர் நிகழ்ந்தது. குடிசார் அகமணம் கட்டுமானம் பெற்று விட்டதையே இந்நிகழ்வு உணர்த்துகிறது.

குடி அகமணம்

சங்ககாலத் திருமணம் பெருமளவில் அவரவர் குடிக்குள்ளேயே நிகழ்ந்தது. பலரும் குடி அகமணத்தைக் கடைபிடித்தனர். களவில் ஈடுபட்டு உடன்போக்கில் முடிந்தாலும், கற்பாக மாறி நாடறி நன்மணம் நடந்தாலும் ஒத்த குடிக்குள் மண உறவை ஏற்படுத்திக் கொண்டனர். தலைவன் தலைவி இருவருடைய குடிப் பிறப்பு ஒத்திருந்தது என்று குறிப்பிடும் பாடலொன்று நற்றிணையில் (328) வருகிறது.

கிழங்குகீழ் வீழ்ந்து தேன்மேற் றூங்கிச்
சிற்சில வித்திப் பற்பல விளைந்து
தினைகிளி கடியும் பெருங்கல் நாடன்
பிறப்போ நன்மை யறிந்தனம் (நற். 328: 1-4)

ஐங்குறுநூற்றுப் பாடலொன்று (230) குறவர்குடிப் பெண்ணுக்கும்

ஆணுக்கும் நடைபெற்ற மணத்தைக் குறிப்பிடுகிறது. இவ்வகை மணத்தையே பெரிதும் விரும்பியுள்ளனர். 'குன்ற நாடற் கயவர்நன் மணனே' (ஐங். 230: 5) எனும் பாடலடி 'அக்குன்ற நாடனுக்கே உன்னை மணம் செய்து தருவர். ஆதலின் நீயும் அஞ்சாதிரு' என்கிறது. அறத்தொடு நிற்கும் தலைவிக்குத் தோழி அச்சத்தை நீக்கும் கூற்று இது.

இன்னொரு கலித்தொகைப் பாடலில் (107) அறத்தொடு நிற்கும் தலைவிக்குத் தோழி இவ்வாறு ஆறுதல் சொல்கிறாள். நீயும் ஆயர் மகள், தலைவனும் ஆயர் மகன். அதனால் உன் தாயும் நோக மாட்டாள். களவொழுக்கம் வெளிப்படாமல் மணம் கொள்வாய் என்று தேற்றினாள்.

ஆயர் மகனாயின் ஆயமகள் நீ ஆயின்
நின்வெய்ய னாயின் அவன்வெய்யை நீயாயின்
அன்னை நோதக்கதோ இல்லைமன் நின்னெஞ்சம்
அன்னைநெஞ் சாகப் பெறின் (கலி. 107: 19-22).

குடி அகமணத்தை வெளிப்படையாகப் பேசும் வகையில் 'யானுமோர் ஆடுகள மகளே' (குறுந். 31: 4) என்கிற அடி அமைந்துள்ளது. 'அம்ம வாழி தோழி நம்மொடு, சிறுதனைக் காவலன் ஆகிப் பெரிதுநின்' (ஐங். 230: 1-2) எனும் அடிகளும் இந்தக் கருத்தையே குறிப்பிடு கின்றன. குடி அகமணத்தின் செல்வாக்கையே மேற்கூறிய சான்றுகள் காட்டுகின்றன.

ஊர்/வட்டார அகமணம்

ஓர் ஊருக்குள்ளேயே அல்லது சிறு வட்டாரத்துக்குள்ளேயே நடக்கும் திருமணங்களே அதிகமாகும். நடைமுறை சாத்தியமும் இதுதான். இன்றைக்கும் திராவிடச் சமூகங்களில் மணமக்கள் இருவருடைய வழிடங்களுக்கு இடையே உள்ள தூரம் எட்டு கி.மீ. மட்டுமே. போக்குவரத்து வசதியற்ற சங்ககாலத்தில் இத்தூரம் இன்னும் குறைவாக இருந்திருக்கவும் வாய்ப்புண்டு.

களவை வெளிப்படுத்திப் பெற்றோரின் சம்மதத்துடன் நடைபெறும் நாடறி நன்மணம் பெரும்பாலும் ஊர் அகமணமாக அல்லது வட்டார அகமணமாக அமைகிறது.

நேரிறை முன்கை பற்றி நுமந்தர
நாடறி நன்மணம் அயர்கம் (குறிஞ். 231-232).

மணக்க விரும்பும் பெண்ணுக்குப் பரிசம் தர இயலாத போது அவள்

வீட்டுக்குச் சென்று சிலகாலம் அங்கு உழைத்து அதன் பின்னர் அவளை மணக்கும் சேவை மணம் வட்டார அகமணமாகவே அமைவதுண்டு. முன்பின் தெரியாத நெடுந்தொலைவு மகனைத் தம் வீட்டில் உழைக்க அனுமதிப்பதில்லை. நெய்தல் திணையில் நடந்த ஒரு நிகழ்வை அகநானூறு (280) விவரிக்கிறது.

தன் மகளின் காதலை விரும்பாமல் அதனைத் தடை செய்து, அவளை வீட்டிற்குள்ளேயே இற்செறிக்கும் மனநிலை ஊர்/வட்டார அகமணத்தை நாடும் விருப்பத்தைக் காட்டுவதாகும் (நற். 63, 258, 295, 351; அகம். 122, 150, 315; ஐங். 115, குறுந். 294). பெற்றோர் தம் மரபுப்படி ஏற்பாட்டுத் திருமணம் செய்வதற்கே விரும்பினார்கள்.

எந்தையும் யாயும் உணரக் காட்டி
ஒளித்த செய்தி வெளிப்படக் கிளந்தபின் (குறுந். 374: 1-2)

மேற்கூறிய குறுந்தொகைப் பாடலடிகள் தலைவனின் தமர் வரைவொடு வந்த காலத்தில் தலைவியின் தமரும் அதனை ஏற்றுக் கொண்டனர் என்பதை விளக்குகின்றன. இத்தகைய சூழல்கள் எல்லாம் ஊர்/வட்டார அகமணங்களையே காட்டுகின்றன.

ஊர் அகமணம் நிகழ்ந்ததற்கு நல்லதோர் எடுத்துக்காட்டு குறுந்தொகை 229ஆம் பாடலாகும். இன்று மாமன் மகள், அத்தை மகள் ஆகியோரை உரிமைப் பெண்களாக மணக்க விரும்பும் 'உறவுத் திருமணம்' (cross-cousin marriage) சங்ககாலத்தில் இருந்திருக்க வாய்ப்புண்டு எனக் கருதும் பாடல் இதுவாகும்.

இவன்இவள் ஐம்பால் பற்றவும் இவள்இவன்
புன்தலை ஒரி வாங்குநள் பரியவும்
... ...
துணைமலர்ப் பிணையல் அன்னஇவர்
மணம் மகிழ் இயற்கை காட்டி யோயே (குறுந். 229: 1-7)

இவன் இவளது கூந்தலைப் பற்றுகிறான். இவள் இவனது தலைமயிரை இழுக்க ஓடுகிறாள். இவ்வாறு சிறுவயது முதல் நன்கு பழகிய இவர்கள் அன்பு கலந்து, மணம் புரிந்து மகிழும்படி வைத்தாய்! விதியே நீயும் நல்லதே செய்கிறாய்! என்று இந்தப் பாடல் அமைகிறது. ஊழாற் பிணிக்கப்பட்ட இவர்கள் இன்றைய மாமன் மகன், அத்தை மகள் போல் மிகவும் நெருக்கமான உறவு கொண்டவர்களாய் இருத்தல் வேண்டும் என எண்ணத் தோன்றுகிறது. ஆகவே இந்த உறவுத் திருமணம் ஊர் அகமணமாகவும் அமைந்தது.

பின்னுரை

இரத்தவழி உறவினர் எவருடனும் திருமணம் செய்யக்கூடாது என்று ஏற்படுத்திய தடையே பண்பாட்டின் தொடக்கம் என்கிறார் குளோத் லெவிஸ்ட்ராஸ் (1964 [1949]). இரத்தவழி உறவினர்கள் அனைவரும் தகாப்புணர்ச்சி (incest) உறவுடையவர்கள். அதனால் தகாப்புணர்ச்சி விலக்கு (incest taboo) கடைபிடிக்க வேண்டுமென்ற சிந்தனை ஏற்பட்டபோதுதான் புறமணம் எனும் கருத்தாக்கம் உருவானது என்கிறார். பண்பாடு பற்றிய வரையறைகளில் குளோத் லெவிஸ்ட்ராஸ் கூறிய இந்த வரையறை முற்றிலும் புதுமையானது.

மேலோட்டமாகப் பார்த்தால் தகாப்புணர்ச்சி விலக்கும் புறமணமும் ஓர் எதிர்மறைப் பண்பைப் பெற்றிருப்பது போல் தோன்றும். ஆனால் இவை சமூகம் என்ற பெரும் குழுவை இரத்த உறவுள்ள பல கால்வழிக் குழுக்களாகப் பிரிந்து ஒரு குழுவினர் வேறு குழுவினருடன் மணவுறவு கொள்ள (marring out) வகை செய்கிறது. அதோடு பல கால்வழிக் குழுக்களாகப் பிரிந்துள்ள சமூகத்தில் ஒரேயொரு கால்வழிக்குள்ளேயே பாலுறவுத் தன்னிறைவு ஏற்படாமல் இருப்பதற்கான அமைப்பைக் கட்டுமானம் செய்கிறது. இதன் வழியாகச் சமூகத்தில் குறைந்த அளவு சில கால்வழிக் குழுவினருக்குள் மணவுறவு ஏற்படுத்துகிறது. அதன்வழி சமூகத்தில் பரஸ்பர உறவையும் ஒத்துழைப்பையும் சமூக ஒன்றியத்தையும் ஏற்படுத்தும் அமைப்பைக் கட்டமைக்கிறது. இந்த நிலையில் இவை ஆக்நிலைப் பண்பாக மாறுகின்றன என்கிறார் லெவிஸ்ட்ராஸ்.

பரிமாற்றமானது சமூகத்தில் ஓர் ஆக்கப்பூர்வமான குணம் படைத்தது; ஆக்கப்பூர்வமான இயக்கத்தைத் தூண்டுகிறது. இதனால் தான் சமூகத்தில் காணப்படும் பல்வேறு கூறுகளைவிடவும் திருமணம், உறவுமுறை ஆகியவற்றிற்கு மிகுந்த முக்கியத்துவம் கொடுக்கிறார் லெவிஸ்ட்ராஸ்.

பரிமாற்றம் என்பது ஒரு குறுகிய நிகழ்வல்ல. இதன் பல பரிமாணங்களைத் திருமணம், உறவுமுறை வழி அறியலாம் என்கிறார் லெவிஸ்ட்ராஸ். திருமணமானது குடும்பம், பாலுறவு போன்ற தளங்களையெல்லாம் மீறி அது பொருளியல் பரிவர்த்தனையை ஏற்படுத்துகிறது. மணவுறவு ஏற்படும் நாள் முதல் இதனைத் தொடங்கி வைக்கிறது என்கிறார் லெவிஸ்ட்ராஸ்.

திருமணமானது மணமகன், மணமகள் என்னும் இரு தனி மனிதர்களை இணைக்கும் நிகழ்வு மட்டுமன்று. ஒரு தொடர் வரிசையிலான பொருளாதாரப் பரிவர்த்தனையை அது ஆரம்பித்து வைக்கிறது. திருமணத்திற்குப்பின் மணவுறவால் இணைந்த குடும்பங்களுக்குள் சடங்கு/சமூக நிகழ்வுகளின் போது உணவு, பணம், பொருள், துணிமணி போன்றவை சீர் செய்தல், மொய் எழுதுதல் எனும் வகையில் மாறிமாறிப் பரிவர்த்தனை செய்துகொள்ளப் படுகின்றன. அவற்றோடு பிற உதவிகளும் பரிவர்த்தனை செய்து கொள்ளப் படுகின்றன.

மணவுறவால் இணைந்த குடும்பங்களையும் தாண்டி அந்தக் குடும்பங்களைச் சார்ந்த உறவுக் குழுக்களுக்கிடையேயும் இந்தப் பரிவர்த்தனை உறவுகள் விரிவுபெறுகின்றன. பெண்ணைக் கொடுத்தவர் மட்டும் சம்பந்தி/உறவு வீட்டாருக்கு அன்பளிப்பு கொடுப்பதில்லை. அவருடைய பங்காளிகளும் அன்பளிப்பு கொடுக்கிறார்கள். இந்த அன்பளிப்புகள் மீள்பரிவர்த்தனையாக அடுத்து நடக்கும் நிகழ்வுகளின்போது அன்பளிப்பு கொடுத்தவர்களுக்கு வந்து சேரும்.

இவ்வாறு மணமகன், மணமகள் ஆகிய இரு தனிமனிதர்களைத் தாண்டி அவர்களின் குடும்பம், அவர்கள் சார்ந்த கால்வழியினர் ஆகியோரை இணைத்துக்கொள்ளும் விரிவான பொருளியல் பிணைப்பை மணவுறவு கட்டமைக்கிறது.

தகாப்புணர்ச்சி விலக்கு என்னும் தடையால்தான் ஒருவர் அவர் சார்ந்த குழுவை விடுத்து, பிற குழுவுடன் மணவுறவு கொள்ளும் நிலை அமைகிறது. இவ்வாறு மணவுறவு கொள்ளும் கால்வழிக் குழுக்களுக்கிடையே போட்டி, பொறாமை ஏற்படாமல் அவற்றிற்குள் இணக்கமுள்ள, ஒத்திசைவுடைய ஒருங்கிணைப்பைத் திருமணம் ஏற்படுத்தித் தருகிறது என்கிறார் லெவிஸ்ட்ராஸ். இவ்வாறு திருமணத்தின் வாயிலாக மணப்பெண்களைத் தொடர்ந்து பரிமாறிக் கொள்ளும்போது பகைமைச் சூழலை விடுத்துப் பரிமாற்றத்தையும், சண்டைகளை விடுத்து மண உறவையும், பதற்ற நிலையை விடுத்து நம்பிக்கையையும், பயத்தை விடுத்து நட்பையும் பெற முடிகிறது என்கிறார் லெவிஸ்ட்ராஸ் (1969: 76).

லெவிஸ்ட்ராசும் அவருடைய சிந்தனைக்குழுவைச் சேர்ந்த மாஸ் (1924), லீச் (1961), ஃபாக்ஸ் (1967) ஆகியோரும் முன் வைத்த இக்கோட்பாடு மணவுறவுக் கோட்பாடு (alliance theory) எனப்படும்.

டைலர் *(1888)*, வொயிட் *(1949)*, சர்வீஸ் *(1960)* ஆகியோர் முன்வைத்த பிழைப்பாதாரக் கோட்பாடானது (survival value theory) புறமணம், தகாப்புணர்ச்சி விலக்கு ஆகிய இரண்டும் சமூகம் நன்கு தகவமைந்து வாழ ஏற்படுத்திக் கொண்ட முறைகளாகும் என்று வாதிடுகிறது.

காலசன் *(1953)*, குளுக்மேன் *(1956)*, ஃபளாப் *(1988)* ஆகியோர் முரண்பாடு x ஒத்திசைவுக் கோட்பாட்டை (conflicting-loyalties theory) முன் மொழிந்தனர். இக்கோட்பாட்டின் படி சமூகத்தில் பல கால்வழிக் குழுக்கள் உள்ள நிலையில் அவற்றுக்குள் சில சமயங்களில் நட்பு மேலோங்கும்; சில சமயங்களில் முரண்பாடுகள் மேலோங்கும். எனினும், மணவுறவின் வழி தொடர்ந்து பரிவர்த்தனையை அவை விழைவதால் இரண்டும் சமரசம் செய்து கொண்டு சமூகத்தின் இயக்கம் தொடர வகை செய்கின்றன.

புறமணம், அகமணம் ஆகிய இரண்டும் ஆரம்ப காலத்தில் சமூகத்தில் எத்தகைய அசைவியக்கத்தைத் தூண்டின என்பதை இப்போது நம்மால் நன்கு அறிய முடிகிறது. இவ்விரண்டு கருத்தாக்கங்களும் சங்க இலக்கியத்தில் மிகத் தெளிவாக வரையறுக்கப் பட்டிருந்தன என்பதை நாம் உய்த்துணர வேண்டும்.

10

உறவுமுறை
இரத்தவழி, மணவழி, புனைவியல்வழி உறவுகள்

> ஆயர் மகனாயின் ஆயர் மகள்நீ ஆயின்
> நின்வெய்யன் ஆயி னவன்வெய்யை நீயாயின்
> அன்னை நோதக்கதோ வில்லைமன் நின்னெஞ்சம்
> அன்னைநெஞ் சாகப் பெறின்
>
> (அருஞ்சோழன் நல்லுருத்திரன், கலித்தொகை 107: 20-23)

மானுட வாழ்வு சமூகஞ் சார்ந்தது. சமூகம் என்றாலே கூட்டம் என்று பொருள். கூட்டமாக வாழ்வதே சமூகம். சமூகத்தில் உறவுப் பின்னல் உள்ளது. அது இரத்த உறவு, மண உறவு, புனைவியல் உறவு ஆகிய மூன்று வகையான கட்டமைப்பில் அமைகிறது. பெற்றோருக்குப் பிறக்கும் குழந்தைகள் இரத்த உறவுடையவர்கள். திருமணத்தால் உண்டாகும் உறவு மணவழி உறவாகும்.

மண வாழ்க்கையில் தம்பதியருக்குக் குழந்தைகள் பிறக்காதபோது வளர்ப்புப் பிள்ளைகளைத் தத்தெடுப்பார்கள். சிலருக்கு ஞானத் தந்தை, சமூகத் தந்தை, உயிரியல் தந்தை இருப்பார்கள். சங்க காலத்தில் செவிலித் தாய், தோழி, பாங்கன் ஆகியோர் இருந்தனர். இவர்கள் அனைவரும் புனைவியல் உறவினர்கள் (fictive relatives). கிராமங்களில் மற்ற சமூகத்தாரை அப்பா-அம்மா, அண்ணன்-தம்பி, மாமன்-மச்சான், அக்கா-தங்கை உறவு பாராட்டிப் பழகுவார்கள். இவர்களும் புனைவியல் உறவுக்குள் அடங்குவார்கள்.

இந்த மூன்று வகையான உறவுகளால் அமைவதே சமூக வாழ்வு. குடும்பம் எனும் சிறிய அலகில் தொடங்கும் இந்த உறவு குலம், கூட்டம், கால்வழி என விரிந்து ஒவ்வொருவருக்கும் உறவு வட்டம் விரிந்து கொண்டே செல்கிறது. 'சுற்றம்' (kindred) எனக்கூடிய உறவு வட்டமே ஒவ்வொரு தனிநபரின் வாழ்வில் நெருக்கமானது.

இந்த உறவு வட்டத்தில் முதல்நிலை உறவினர்கள், இரண்டாம் நிலை உறவினர்கள், மூன்றாம் நிலை உறவினர்கள் ஆகிய அனைவரும் வாழ்வியல் நிகழ்வுகளில் நேரடியாகப் பங்குபெறுகிறார்கள்.

ஒவ்வொரு தனி மனிதருக்கும் ஏழு முதனிலை உறவினர்கள் உள்ளனர். தாய், தந்தை, சகோதரன், சகோதரி, மனைவி. மகன், மகள் ஆகிய எழுவரும் முதல்நிலை உறவினர்கள். மேற்கூறிய ஏழு நபர்களுக்கு எவரெவர் முதல்நிலை உறவினர்களோ அவர்கள் முதலாம் நபருக்கு இரண்டாம் நிழலை உறவினர்கள். இவ்வகையில் ஒருவருக்கு 33 இரண்டாம் நிலை உறவினர்கள் அமைவார்கள். இரண்டாம் நிலை உறவினர்களுக்கு யார் யார் எல்லாம் முதல் நிலை உறவினர்களோ அவர்கள் எல்லாம் முதலாம் நபருக்கு மூன்றாம் நிலை உறவினர்கள். இவ்வகையில் ஒரு நபருக்கு 151 மூன்றாம் நிலை உறவினர்கள் அமைவார்கள். ஆக மொத்தம் ஒரு நபருக்கு 191 உறவினர்கள் இருப்பார்கள். இதற்கப்பாலும் உறவுகள் விரிந்து செல்லும். அப்போது உறவினர் எண்ணிக்கையும் உறவு வட்டமும் விரிந்து செல்லும் (மர்டாக், ஜி.பி. 1949: 94-96; விரிவுக்குக் காண்க: பக்தவத்சல பாரதி, பண்பாட்டு மானிடவியல், 2019: 510-513).

இப்பின்னணியில் சங்ககால உறவுமுறை எப்படி இருந்தது என்பதைப் பரிசீலிக்க வேண்டும். இனி வரும் பகுதிகளில் இது பற்றிக் காண்போம். முதலில் தாய்-தந்தை, கணவன்-மனைவி, மகன்-மகள், அக்கா-தங்கை, அண்ணன்-தம்பி உள்ளிட்ட உறவு வகையினங்களைக் காண்போம். அதன் பின்னர் இந்த உறவுச் சொற்கள் கட்டமைக்கும் உறவுமுறை (kinship) எப்படிப்பட்டது என்பதைக் காண்போம்.

தாய், தந்தை உறவுச் சொற்கள்

தாய். சங்க இலக்கியங்களில் தாயைக் குறிக்கப் பின்வரும் எட்டுச் சொற்கள் உள்ளன.

1. அன்னை (புறம். 254)
2. யாய் (அகம். 240)
3. அஞ்ஞை (அகம். 15)
4. பயந்தோள் (பரி. 3)
5. ஞாய் (குறுந். 40)
6. தாய் (நற். 8)
7. அம்பா (பரி. 11)
8. ஈன்றாள் (பரி. 8), ஈன்றோள் (புறம். 230)

தாய் எனும் உறவுமுறை சங்க இலக்கியத்தில் 53 இடங்களில் ஆளப்பட்டுள்ளது (சித்திரபுத்திரன், எச். 2002: 87). ஈன்ற தாயைக்

குறிக்கத் தொடங்கி, பின்னர் ஊட்டும் தாயையும், செவிலித் தாயையும் வழங்கியது.

தாயைக் குறிப்பதற்குத் தமிழில் தோன்றிய பழஞ்சொல் ஆய் ஆகும். இவ்வழக்கு இலக்கியங்களில் பயின்று வரவில்லை என்றாலும் இதிலிருந்தெ தாய், யாய், ஞாய் முதலானவை வளர்ச்சியடைந்தன. அன்னை எனும் சொல்லும் ஆய் எனும் மூலச் சொல்லிருந்து தோன்றியது என விளக்குவார் ப.அருளி *(1989: 83)*. அங்சை எனும் சொல் சங்க இலக்கியங்களில் இரண்டு இடங்களில் வருகின்றது. *(சித்திரபுத்திரன், எச். 2002: 89)*. மேலும், அம்பா, அஞ்ஞை, ஈன்றாள், ஈன்றோர், பயந்தோள் ஆகிய சொற்களும் அம்மாவைக் குறித்து நின்றன.

தந்தை. சங்க இலக்கியங்களில் தந்தையைக் குறிக்கப் பின்வரும் பத்துச் சொற்கள் உள்ளன.

1. எந்தை *(புறம். 386)*
2. நுந்தை *(கலி. 34)*
3. தந்தை *(புறம். 137)*
4. தாதை *(பரி. 4)*
5. அத்தன் *(குறுந். 93)*
6. ஐ *(நற். 136)*
7. நும்முன் *(புறம். 174)*
8. முதல்வன் *(கலி. 75)*
9. என்னை *(நற். 136)*
10. கோ *(கலி. 116)*

எந்தை, நுந்தை எனும் சொற்கள் எண்ணற்ற இடங்களில் தந்தையைக் குறிக்கின்றன. சிலவிடங்களில் தலைவியின் தந்தையைக் குறிக்கின்றன. சில பாடல்களில் தலைவி மகனைப் பார்த்து உன் தந்தை எனக் குறிக்கப் பயன்படுகின்றன. எந்தை, நுந்தை ஆகிய இரண்டும் எம், நும் எனும் மூவிடப் பன்மைப் பெயர்களைக் குறிக்க உதவுகின்றன.

எந்தை எனும் சொல் மிகச் சில இடங்களில் அரசனையும் காதல் தலைவனையும் குறிக்கின்றன. நுந்தை, தந்தை ஆகியவை இவ்வாறு பயன்படுத்தப்படவில்லை. அத்தன் என்பது ஒரு பழந்திராவிடச் சொல்; தந்தையைக் குறிக்கிறது.

தாதை எனும் சொல் பிராகிருதச் சொல் என்பாா்கள். அத்தன் எனும் சொல் இரண்டு இடங்களில் கையாளப்பட்டுள்ளது (சித்திரபுத்திரன், எச். 200281). முதல்வன் எனும் சொல் ஓரிடத்தில் வருகிறது (கலி. 75). முன் எனும் பொதுச்சொல் நும் எனும் முன்னிலைப் பெயருடன் இணைந்து தந்தையைக் குறிக்கிறது (புறம். 174). ஐ எனும் சொல் 12 இடங்களில் இறைவனையும், மூன்று இடங்களில் அழகு, மென்மை

எனவும், மூன்று இடங்களில் தந்தை என்றும் வருகின்றன (மேலது: 83). கோ எனும் சொல்லும் மிக அரிதாகத் தந்தையைக் குறிக்கிறது.

கணவன், மனைவி உறவுச் சொற்கள்

கணவன். சங்க நூல்களில் கணவனைக் குறிப்பதற்கு இருபது சொற்கள் வழக்கில் இருந்தன.

1. அண்ணல் (பரி. திர.1)
2. ஆடவர் (குறுந். 135)
3. ஆள் (நற். 353)
4. உரிமை மைந்தர் (பரி. திர.2)
5. ஐ (புறம். 280)
6. கணவன்/கணவர் (பதி. 61; மதுரை.600)
7. காதலன் (அகம். 236)
8. கிழவன் (புறம். 326)
9. கேள் (ஐங். 271)
10. கேள்வன்/கேள்வர் (புறம். 294; கலி.39)
11. சிறந்தான் (பரி. 12)
12. கொழுநன்/கொழுநர் (நற். 110; மலைபடு. 302)
13. துணை (மதுரை. 550)
14. செல்வன் (புறம். 273)
15. பெற்றார் (பரி. திர.2)
16. துணைவன் (அகம். 385)
17. மைந்தன்/மைந்தர் (பரி.8)
18. மகிழ்நன் (அகம். 336)

கணவன் எனும் உறவைக் குறிப்பதற்குப் பயன்படும் சொற்களில் 'கணவன்' எனும் சொல்லே பெரு வழக்காக உள்ளது. அடுத்தது 'கொழுநன்/கொழுநர்.' இன்று இந்தச் சொல்லுக்கான பொருள் மாறிவிட்டது. இன்று கணவனின் இளைய சகோதரனைக் குறிக்கிறது. சங்ககாலத்தில் கணவனைக் குறித்தது. கணவன், கொழுநன் ஆகிய இவ்விரண்டு சொற்களே கணவனைக் குறிக்க அதிகம் பயன் பட்டுள்ளது.

அண்ணல், ஆடவர், ஆள், உரிமை மாந்தர், பெற்றார், செல்வன் முதலான சொற்கள் ஓரிரு இடங்களில் மட்டுமே ஆளப்பட்டுள்ளது. ஐ, செல்வன், மைந்தன் முதலான சொற்கள் பலபொருள் சொற்களாக விளங்குகின்றன. கணவனைக் குறிக்கவும் இச்சொற்கள் பயன்பட்டன.

மனைவி. கணவனுக்குத் துணைவியாகவும், பிறக்கும் பிள்ளை களுக்குத் தாயாகவும் அமைகின்ற மனைவி சங்க நூல்களில் 22 வகையான சொற்களில் அழைக்கப்பெற்றாள்.

1. மனை (அகம். 21)
2. மனைவி (புறம். 250)
3. மனைமுதல் (அகம். 51)
4. மனைவியர் (பரி.5)
5. மனையாள் (பரி. 20)
6. மனையோள் (புறம். 320)
7. மனையவர் (பரி. 19)
8. மனையுறை மகளிர் (குறுந். 135)
9. பெண் (புறம். 82)
10. பெண்டிர் (அகம். 276)
11. பெண்டு (நற். 74)
12. தையல் (பரி. 15)
13. மகடூ (புறம். 261)
14. மடந்தை (நற். 40)
15. செல்வி (பதிற். 31)
16. துணை (குறுந். 20)
17. துணைவி (புறம். 166)
18. துணைவியர் (புறம். 166)
19. இற்கிழத்தி (அகம். 86)
20. காதலி (புறம். 234)
21. நகர் (கலி. 8)
22. முதலாட்டி (குறுந். 10)

மேற்கூறிய 22 சொற்களில் மனைவி, மனையோள், மனைக்கிழத்தி முதலான சொற்கள் 'மனை' எனும் சொல்லின் அடியாகப் பிறந்தவை. தொல்காப்பியத்தில் வருகின்ற மனைவி, மனையோள், காதலி ஆகியவை சங்க நூல்களிலும் வருகின்றன. 'மனை' எனும் சொல்லின் அடியாக எழுந்த சொற்களே சங்க இலக்கியத்தில் மனைவியைக் குறிப்பதற்கு அதிகம் பயன்பட்டுள்ளன. மனையோள் எனும் சொல்லே அதிகம் வழக்கு பெற்ற சொல்லாக உள்ளது. மடந்தை, மகடூஉ, தையல், செல்வி முதலான சொற்கள் பல்வேறு பொருள்கள் கொண்டவை. எனினும் இவை மனைவியைக் குறிக்கவும் பயன் பட்டுள்ளன.

மகன், மகள் உறவுச் சொற்கள்

மகன். சங்க நூல்களில் மகனைக் குறிப்பதற்குப் பின்வரும் 12 சொற்கள் உள்ளன.

1. புதல்வன்/புதல்வர் (புறம். 160; நற்.58)
2. மகன் (அகம். 16)
3. சிறாஅன் (புறம். 276)
4. சிறுவன்சிறுவர் (ஐங். 309)
5. செல்வன் (ஐங். 104)
6. செம்மல் (கலி. 84)
7. மைந்தர் (புறம். 340)
8. சேய் (ஐங். 70)
9. சேஎய் (பரி. 5)
10. பெயரன் (நற். 40)
11. இளையோர் (புறம். 213)
12. மகாஅன் (பரி. 8)

மேற்கூறிய சொற்களில் புதல்வன்/புதல்வர், மைந்தர், மகன் ஆகிய சொற்களே சங்க நூல்களில் மிகுதியாக இடம்பெறுகின்றன. பொதுச் சொற்கள் உறவுமுறையின் பொருளை ஏற்று வருமிடங்களே மிகுதியாகும். ஆண், ஆண்தன்மை, வீரம், தலைமைத் தன்மை முதலான பொருளை உணர்த்தும் வகையில் பொருள்விரிவு பெற்ற சொற்கள் பலவாகும்.

மகன் என்பவன் இளையவன் எனும் பொருளில் 'சேய்-சேஎய்' எனும் வழக்கு ஏற்பட்டது. இளமைப் பெயரை மகனுக்குச் சூட்டும் முறையை இதன் மூலம் அறிகிறோம். சிறுவன் எனும் பொருளுடைய 'கொற்றவை சிறுவ' (திருமுருகு. 258) எனும் ஆட்சியைப் பார்க்கிறோம். 'செம்முது பெண்டின் காதலஞ் சிறாஅன்' (புறம். 276), 'முதியோள் சிறுவன்' (புறம். 278), 'சிறுவன் தாயே' (குறுந். 45) 'பிற்றந்தை பெயரன்' (ஐங். 403), 'செல்வக் கொண்கன் செல்வன்' (ஐங். 104), 'இளையோர் தோற்பின்' (புறம். 213), 'மைந்தர் தந்தை' (புறம். 340), 'நின் செம்மல்' (கலி. 84) முதலான தொடர்கள் மூலம் மகன் பற்றிய கூடுதல் உறவுச் சொற்களைக் காணலாம்.

மகள். சங்க நூல்களில் 'மகள்' எனும் உறவைக் குறிப்பதற்கு இரண்டு சொற்கள் மட்டுமே வருகின்றன. ஒன்று: 'மகள்', மற்றொன்று, இளையோள்.

'தொல்குடி மன்னன் மகளே' (புறம். 353), பாண்மகள் (ஐங். 48), நின் மகள் (அகம். 48), என் மகள் (குறுந். 111), மடமகள் (ஐங். 48), வானவன் மகள் (பரி. 9) என மொத்தம் 98 இடங்களில் இச்சொல் வழங்கப் பெற்றுள்ளது. சங்க இலக்கியங்களில் பெண் எனும் ஒரு பொதுப் பொருளை உணர்த்தவும் 'மகள்' எனும் சொல் வழங்கப் பெற்றுள்ளது. தலைவி, விறலி, தோழி, பெண் முதலான அர்த்தங்களில் இச்சொல் ஆளப்பட்டுள்ளது. மகள் உறவுமுறையில் 18 இடங்களில் இச்சொல் கையாளப்பட்டுள்ளது (சித்திரபுத்திரன், எச். 2002: 157).

இளை எனும் பெயரைக் கொண்ட 'இளையோள்' எனும் சொல் நற்றிணையில் 'கிள்ளையுங் கிளையெனக் கூஉம் இளையோள்' (நற். 143: 5) என வருகிறது (மேலது: 158).

அண்ணன்-தம்பி உறவுச் சொற்கள்

அண்ணன். சங்க இலக்கியங்களில் உடன்பிறந்தவர்களில் வயது வேறுபாட்டை உணர்த்தும் சொற்கள் உள்ளன. வயதில் மூத்த

அண்ணனைக் குறிப்பதற்கு ஐந்து சொற்கள் வழக்கிலிருந்தன. அவை: முன் (புறம். 304; கலி.94; பரி. 15; சிறுபாண். 239), ஐ (புறம். 352; கலி.108) ஐயர் (கலி. 39; அகம்.240; குறுந். 123), ஐயன்மார் (கலி. 107), இறை (பரி. 11).

இந்த ஐந்து சொற்களும் பொதுப் பொருள் கொண்டவை. சூழல் அடிப்படையில் அண்ணனைக் குறிக்கப் பயன்பட்டுள்ளன. மேற்கூறிய சொற்களில் ஐ, ஐயர், ஐயன்மார் ஆகிய மூன்றும் ஒரே அடிச் சொல்லுக்குரியன. 'முன்' எனும் சொல் கால, இடப் பொருளைக் கொண்டது. இது ஒரு பொதுச் சொல். பொதுப் பொருளைக் கொண்ட இச்சொல் எம், தன், தம் ஆகிய பதிலீட்டுப் பெயர்களுடன் இணைந்து உறவுமுறை சொல்லாகப் பரிணமிக்கின்றது.

சங்க இலக்கியத்தில் அண்ணனைக் குறிப்பதற்குத் தனி உறவு முறைச் சொல் ஏதுமில்லை. 'ஐ' எனும் சொல்லும், அதன் அடியாகத் தோன்றிய சொற்களும் அண்ணன் உறவைக் குறிப்பதற்குப் பயன்பட்டன.

தம்பி. உடன்பிறந்தவர்களில் இளைய ஆண் மகன்களைக் குறிப்பிடும் 'தம்பி' எனும் சொல் நான்கு இடங்களில் பயின்று வந்துள்ளது. அவை:

தேர்வன் கிள்ளி தம்பி வார்கோல் (புறம். 43: 10)

நெருநல் எல்லை நீ எறிந்தோன் தம்பி (புறம். 300: 3)

எம்முன் தப்பியோன் தம்பியொடு ஓராங்கு (புறம். 304: 5)

இமைய வரம்பன் தம்பி அமைவர (பதிற். 3: 1)

'இளை' எனும் சொல்லின் அடியாகத் தோன்றிய 'இளையன்' எனும் சொல் பரிபாடலில் ஓரிடத்தில் தம்பியைக் குறிக்கிறது.

... வாலியோற்கவன்
இளையன் என்போர்க் கிளையை ஆதலும் (பரி. 2: 21-21)

பெரும்பாணாற்றுப்படையில் 'பிறங்கடை' எனும் சொல் தம்பியைக் குறித்துவருவதாகத் தாயம்மாள் அறவாணன் (1987) குறிப்பிடுகிறார். 'முந்நீர் வண்ணன் பிறங்கடை' எனும் அடியில் வரும் பிறங்கடை பின்னிடத்து உள்ளவன் எனும் பொருளையே உணர்த்துகிறது.

சங்க இலக்கியங்களில் தம்பி எனும் சொல் புறநானூற்றில் மட்டும் வழக்கில் வந்துள்ளது. மிகக் குறைவான அளவில் ஆளப் பட்டுள்ளது.

அக்காள்-தங்கை உறவுச் சொற்கள்

அக்காள். சகோதரிகளில் வயதில் மூத்தவர்கள் அக்காள் எனப்படுவர். சங்க இலக்கியங்களில் அக்காள் பற்றிய வழக்கு மிகவும் குறைவு. அக்கா எனும் பொருளில் 'எவ்வை' எனும் சொல் ஐங்குறுநூற்றில் இரண்டு இடங்களில் வருவதைக் காணலாம்.

> தண்டுறை ஊரனை எவ்வை எம்வயின்
> வருதல் வேண்டுதும் *(ஐங். 88: 2-3)*

> அம்ம வாழி பாண எவ்வைக்கு
> எவன் பெரிதளிக்கும் என்ப... *(ஐங். 89: 1-2)*

அக்கை என்பது பழஞ்சொல். இது விளி ஏற்கும்போது ஈற்றயல் திரிந்து அக்கா என நீண்டது. தம்+அப்பன் தமப்பன் ஆனது போல் தம்+அக்கை தமக்கை என்றானது. அவ்வை என்பது அக்கா உறவுக்கான சொல்லாக மாறியது என்றும், மூத்தாள் எனும் சொல் பின்னாளில் திராவிட மொழிகளில் அக்காள் எனும் உறவுச்சொல்லாக மாறியது என்றும் மொழியியல் அறிஞர்கள் கருதுகின்றனர் *(சித்திரபுத்திரன், எச். 2002: 141)*.

தங்கை. தொல்காப்பியம் தங்கையை 'எங்கை' எனக் குறிப்பிடுகிறது.

> 'எங்கையர்க்கு உரையென' *(தொல். 1093: 16)*,

> 'காதல் எங்கையர்' *(தொல். 1093: 30)*

மேற்கூறிய இரண்டு எடுத்துக்காட்டுகளில் வரும் எங்கையர் எனும் சொல்லானது எங்+கை+அர் எனும் சொல்லமைப்பைக் கொண்டுள்ளது. 'எம்' தன்மைப் பன்மைப் பெயராகவும், 'அர்' பன்மை விகுதியாகவும் அமைய, 'கை' என்பதே தங்கையைக் குறிக்கிறது.

சங்க நூல்களில் 'தங்கை' எனும் பதிவுகள் அதிகம் இல்லை. ஆனால் தங்கை உறவைக் குறிக்க மூன்று வகையான சொற்கள் பயன்பாட்டில் இருந்தன. அவை நுங்கை, நுவ்வை, தங்கை.

> நுங்கை *(அகம். 386: 12)*
>
> நுவ்வை *(நற். 172: 4)*
>
> தங்கை *(அகம். 132: 5)*

மேற்கூறிய மூன்று சொற்களில் 'தங்கை' எனும் சொல் மற்ற இரண்டைக் காட்டிலும் சற்று கூடுதலாகப் பதிவாகியுள்ளது.

> கானவர் தங்கை *(அகம். 132: 5)*

வல்சி எயினர் தங்கை (ஐங். 364: 1)
கொலைவில் எயினர் தங்கை (ஐங். 363: 2)
வல்வில் கானவர் தங்கை (குறுந். 335: 6)
துளர்எறி... களைஞர் தங்கை (குறுந். 392: 5)
பகட்டுவர் தங்கை (சிறுபாண். 190)

'தழையணி அல்குல் செல்வத் தங்கையர்' (அகம். 320; 3) எனும் பாடலடியில் 'தங்கையர்' எனும் பதிவு வருகிறது.

சங்ககால உறவு முறை

சங்க இலக்கியத்தில் அகத்திணைப் பாடல்களில் தலைவன்-தலைவி, கணவன்-மனைவி முதன்மை உறுப்பினர்களாகப் பேசப்பட்டுள்ளனர் (மாதையன், பெ. 2010: 63). அகத்திணைப் பாடல்களிலும் புறத்திணைப் பாடல்களிலும் தமையன்மார் எனும் உறவைச் சுட்டக்கூடிய தன்னைமார் (புறம். 342, 353, 345), தன்னையர் (குறுந். 272; ஐங். 365; புறம். 337, 350) எனும் உறவுமுறைச் சொற்கள் ஆளப்பட்டுள்ளன. இவற்றுடன் தந்தை, தாய், இவர்களின் மகன், மகள் ஆகியோரே பெரிதும் சங்கப் பாடல்களில் காணலாம். பெண் மகவு பற்றிய குறிப்புகள் மிகக் குறைவு (மேலது: 63).

குடும்ப உறவினர்களில் அண்ணன் தம்பி, அக்காள் தங்கை உறவுமுறை பேசப்படுகின்றது. சங்க இலக்கியத்தில் ஓரிடத்தில் இவன் தந்தை தந்தை என்றும், நுந்தை தந்தை என்றும் வருகின்றன. இவை யிரண்டும் பாட்டனைக் குறிப்பிடும் தொடர்களாகும் (மேலது: 65).

சங்க இலக்கியத்தை ஆழ்ந்து வாசிக்கும்போது பாட்டன், பாட்டி, தாய், தந்தை, மகன், மகள், தமையர், தங்கை, அக்கை (அக்காள்), பெயரன் ஆகிய உறவினர்களைக் காணலாம். நான்கு தலைமுறைக் குடும்பங்கள் இருந்துள்ளன. தாய், தந்தை, மகன், மகள் ஆகிய உறுப்பினர்களைக் கொண்ட தனிக்குடும்பமே மிகப் பரவலான குடும்ப முறையாக இருந்துள்ளது. தனிக்குடும்பம் என்பது இரண்டு தலைமுறைகளை மட்டும் கொண்ட சிறிய வடிவமாகும்.

சங்க இலக்கியம் காட்டும் குடும்பம், உறவுமுறை இரண்டையும் நாம் கவனத்துடன் அணுக வேண்டுமென்கிறார் பெ. மாதையன் (மேலது: 67). அவர் சொல்கிறார்,

ஒரு இலக்கிய உருவாக்கம் குறிப்பிட்ட இலக்கை மட்டுமே அடிப்படையாகக் கொண்டு படைக்கப்பெறும். ஒரு குடும்பம்

பாடப்பெறும்போது அக்குடும்பச் சூழல் முழுவதும் பாடப்பட வேண்டும், பதிவுசெய்யப்பட வேண்டும் என்ற கட்டாயம் இல்லை. இலக்கை நோக்கிய கதைமாந்தர் மட்டுமே பாடப்பெறுவர்... அவ்வகையில்... கூட்டுக்குடும்ப அமைப்பு இல்லை எனக் கருதிவிட இயலாது (மேலது: 67).

ஆகப் படைப்பாக்கத்தில் குடும்ப உறவுகள் முழுமை பெறுவதில்லை என்று சங்க இலக்கிய ஆய்வாளர்கள் உணர்த்துவதைக் கவனத்தில் கொள்ள வேண்டும். இப்பின்னணியில் பாட்டன், பாட்டி, மாமன், மாமி, அத்தை முதலான உறவினர்கள் சங்க இலக்கியத்தில் அதிகம் ஆட்சி பெறாதது கவனிக்கத்தக்கதாய் உள்ளது.

புனைவியல் உறவு

சமூக வாழ்வில் சுற்றமும் நட்பும் மிக முக்கியம். அவ்வாறே புனைவியல் உறவும் முக்கியமானதாகும். சங்ககாலத்தில் பின்வரும் புனைவியல் உறவினர்கள் தலைவன், தலைவி வாழ்வில் பெரிதும் பங்காற்றுவதைக் கவனிக்க வேண்டும்.

செவிலித்தாயின் பங்கு மிக முக்கியம். இவளின் மகளே தோழி. இவளே வாழ்ந்து பின்னாளில் செவிலித் தாயாக மாறுகிறாள். இவ்விருவர் தவிர்த்துப் பாங்கன், பாணன், பாடினி, இளையர், அறிவர், கண்டோர் முதலானவர்கள் உயர்குடிக் குடும்பங்களுடன் தொடர்புடையவர்கள்.

தோழி புலவிக் காலத்தும் ஊடற்காலத்தும் நெறிப்படுத்துவாள். பரத்தமை ஒழுக்கத்தைக் கடிந்துரைத்து நல்வழிப்படுத்துவாள். செவிலி, அறிவர் இருவரும் நல்லவை, அல்லவை சுட்டி அறிவுரை சொல்வார்கள். கூத்தரும் பாணரும் நன்னெறியை ஏதுவுடன் கூறுவர். குடும்பத்தாருக்கு வாயில்களாகச் செயல்படுவார்கள். பரத்தையிடம் செல்வதற்கும், அங்கிருந்து மீள்வதற்கும் உதவுவார்கள். இளையோர் பல்வேறு பணிகளை கவனிக்கும் துணைவராக இருப்பார்கள். பார்ப்பார் முக்காலத்துக்கும் ஏற்ற அறிவுரை வழங்குவார்கள். இவர்கள் அனைவரும் கொண்டிருந்த பங்கு பணிகள் யாவும் புனைவியல் உறவாகவே அமைந்தன.

பின்னுரை

மானிடவியலர்கள் உலக அளவில் இருக்கக்கூடிய சமூகங்களை ஆராய்ந்த பின்னர் ஆறு வகையான உறவுமுறைகளை இனங்கண்டனர்.

அவை எஸ்கிமோ முறை, ஹவாய் முறை, குரோ முறை, ஒமகா முறை, இரோக்குவர் முறை, சூடானியர் முறை. இவற்றில் குரோ, ஒமகா, இரோக்குவர் ஆகிய முறைகள் அமெரிக்க இந்தியப் பழங்குடிகளின் பெயர்களில் அமைந்தவை. ஏனெனில் முதன் முதலில் அப்பழங்குடிகளிடம் இந்த முறை கண்டறியப்பட்டதால் அவர்களின் பெயராலேயே இந்த வகைகள் பெயரிடப்பட்டன.

இரோக்குவர் பழங்குடியின் உறவுமுறையும் திராவிட உறவு முறையும் ஒன்றாக உள்ளது. தொடக்கத்தில் தென்னிந்திய மக்களின் உறவுமுறையை இரோக்குவர் முறை என்றே மானிடவியலர்கள் குறிப்பிட்டு வந்தனர். பின்னாளில் இவர்களின் உறவுமுறையை 'திராவிட உறவுமுறை' என்றே சிறப்பித்துக் கூற முற்பட்டனர் *(டிரவுட்மன், தாமஸ் 1981)*.

சங்ககால உறவுமுறைச் சொற்கள் உறவினர்களைக் குறைந்தது ஐந்து தலைமுறையினர்களாகப் பாகுபடுத்திவிடுகின்றன. ஒவ்வொரு தலைமுறையிலும் பால் வேறுபாடு தெளிவாகச் சுட்டப்படுகின்றது. மேலும் ஒவ்வொரு தலைமுறையிலும் வயதுவேறுபாடும் தெளிவாகச் சுட்டப்படுகின்றது. பெரும்பாலான சொற்கள் ஒன்றுக்கும் மேற்பட்ட உறவினர்களை ஒரு தொகுதியாக வகைப்படுத்திவிடுவதால் இதை 'வகைப்படுத்தும் உறவுமுறை' (classificatory system) என்பர்.

மேற்கூறிய தலைமுறை வேறுபாடு, பால் வேறுபாடு, வயது வேறுபாடு, வகைப்படுத்தும் போக்கு போன்றவை வேறு சில உறவுமுறைகளிலும் காணப்படுகின்ற சூழலில் திராவிட உறவு முறைக்கான தனித்துவம் எதில் அடங்கியிருக்கிறது எனில் அதன் சீர்மைப் போக்கிலும், விரும்பத்தக்க மண உறவினர்களைச் சுட்டிக் காட்டுவதிலும் ஆகும். அதனால்தான் திராவிட உறவுமுறையைச் 'சீர்மைப் போக்குடையது' என்றும், யாரை மணக்க விரும்புகின்றனர் என்ற 'விருப்பச் சுட்டுதலைக்' காட்டுகிறது என்றும் இதன் முதன்மையான இரு பண்புகளைக் கூறலாம் *(விரிவுக்குக் காண்க: பக்தவத்சல பாரதி, பண்பாட்டு மானிடவியல், 2019: 544-553)*.

தமிழர்களின் நீண்ட நெடிய நாகரிக வளர்ச்சியின் இறுதிநிலை நீர்ப்பாசன வேளாண் நாகரிகமாகும். இந்த நீர்ப்பாசன வேளாண் நாகரிகத்திற்கு ஆதாரமாக விளங்கும் நிலமும் நீரும் திருமணத்தால் சிதறக்கூடாது என்பதற்கான பிற்காலத் தகவமைப்பே இருவழி உறவுத் திருமணமாகும். ஆதியில் முடியாட்சியும் உடைமைகளும்கூட இவ்வகை மணமுறையால் காக்கப்பட்டன.

தாய்மாமன் மகள் (MBD), அத்தை மகள் (FZD), அக்காள் மகள் (eZD) ஆகிய முறைப் பெண்களை உரிமையுடன் மணக்கும் 'இருவழி உறவுத் திருமணங்கள்' (bilateral cross-cousin marriage) தமிழ் உறவுமுறையின் அடித்தளங்கள். தாய்வழியில் தாய்மாமன் மகளையும், தந்தை வழியில் அத்தை மகளையும் நேர்உறவில் அக்காள் மகளையும் மணப்பது உறவுத் திருமணங்கள். இவர்களை உரிமையுடன் மணக்க வேண்டுமென்ற விருப்பம் உறவுமுறைச் சொற்களிலேயே வெளிப் படுகிறது. அதனால்தான் தாய்வழி உறவினர்களும், தந்தைவழி உறவினர்களும் ஒரே மாதிரியான உறவுச் சொற்களால் அழைக்கப் படுகின்றனர். இருவழி உறவினர்களும் சமமாகப் பாவிக்கும் உறவு முறை உலகத்திலேயே இது ஒன்றுதான்.

ஆக, தமிழர்களின் பொருளாதார அடித்தளம் நீர்ப்பாசன வேளாண்மை. இதற்கு நிலமும் நீரும் அடிப்படை. அவை திருமணத்தால் சிதறிப்போய்விடக் கூடாது என்பதற்காக இவர்கள் கண்டெடுத்த மணமுறை இருவழி உறவுத் திருமணம். இத்தகைய திருமண முறை தமிழ்ச் சமூகத்தில் கட்டமைந்துள்ளது. இந்தக் கட்டமைப்பை உறவுமுறைச் சொற்கள் காட்டுகின்றன. ஆக, நீர்ப்பாசன வேளாண்முறை, அதற்கேற்ற திருமணமுறை, அதற்கேற்ற உறவு முறைச் சொற்கள் எனும் ஒரு தொடர்நிலை பண்பாட்டில் இயங்குவதைக் காணலாம்.

சங்ககாலத்திலும் சங்கம் மருவிய காலத்திலும் உறவுத் திருமணங்கள் (cross-cousin marriages) பழக்கத்தில் இருந்துள்ளன. குறுந்தொகை 229ஆம் பாடல் உறவுத் திருமணத்தைக் காட்டுகிறது. மணிமேகலையில் தேவதத்தன் தன் மாமன் மகள் விசாகையைத் திருமணம் செய்த குறிப்பும் கிடைக்கிறது. ஆக, ஆதிகாலத்திலிருந்தே உறவுத் திருமணத்தைக் கொண்டிருக்கும் சமூகமாகத் தமிழ்ச் சமூகம் விளங்கி வருவதைக் காண்கிறோம்.

11

சடங்குகள்

பண்பாடு கண்ணெதிரே செயல்படுதல்

கலம்செய் கோவே கலம்செய் கோவே
அச்சுடைச் சாகாட்டு ஆரம் பொருந்திய
சிறு வெண் பல்லிபோலத் தன்னொடு
… … … …
வியன்மலர் அகன்பொழில் ஈமத் தாழி
அகலிது ஆக வனைமோ
நனந்தலை மூதூர்க் கலம்செய் கோவே

(புலவர் பெயர் இல்லை, புறநானூறு 256: 1-7)

இந்த இயல் வழிபாட்டுச் சடங்குகள் தவிர்த்த பிற வாழ்வியல் சடங்குகள் பற்றியது. சங்க அகப்பாடல்களில் சடங்கியல் முறைகள் உவமை நிலையிலும், உருவக நிலையிலும் காட்சியளிக்கின்றன. நேரடி நிகழ்த்து முறையிலும் காண முடிகிறது. சடங்குகளின் தன்மைகள் பன்முகப்பட்டவை. அவை நிகழ்த்தப்படும் காலம், இடம், சூழல், தேவை, நோக்கம் போன்ற காரணிகளால் அவற்றின் தன்மைகள் வேறுபடுகின்றன.

எதார்த்தத்தில் சடங்குகள் கண்ணெதிரே இயங்கும் பண்பாட்டுக் கருத்துருவங்களாக உள்ளன. இன்னும் மிகச் சுருக்கமாகச் சொல்ல வேண்டுமானால் 'சமயம் சடங்குகளில் இயங்குகின்றது' எனலாம். சடங்குகள் மக்களின் மனதில் உள்ள பண்பாட்டு அடிக்கருத்துகளை (cultural themes) நிகழ்த்து முறையில் வெளிப்படுத்துகின்றன. பண்பாட்டின் மீவியல்புத் தன்மைகளைக் (liminal aspects) காட்டுகின்றன. சடங்கு மனிதர்களுடைய நேரடிப் பங்கேற்பின் செயல்வடிவ அர்த்தங்களைக் கூறுகின்றன. இனி சில முதன்மையான வாழ்வியல் சடங்குகளைக் காண்போம்.

சிலம்புகழி நோன்பு

சங்க காலத்தில் பெண் குழந்தைகளுக்குப் பாலுண்ணும் இளம் பருவத்தில் கால்களில் சிலம்பு அணிவிப்பார்கள் (நற். 110: 1-8). இக்குழந்தை குமரியாகித் திருமணம்வரை இதனை அணிந்திருப்பாள். திருமணத்திற்கு முன்பு இச்சிலம்பினை அகற்றுதல் வேண்டும். இந்தச் சடங்கு முறையே சங்ககாலத்தில் 'சிலம்பு கழி நோன்பு' எனப்பட்டது (ஐங். 399).

களவு வெளிப்பட்டுப் பெற்றோர் இசைவுடன் திருமணம் தலைவி வீட்டில் நடக்கும்போது இச்சடங்கு பெண் வீட்டில் நடக்கும். உடன்போக்கில் தலைவன் வீட்டுக்குச் செல்லும் சூழல் ஏற்படும்போது தலைவன் வீட்டிலே சிலம்புகழி நோன்பு நடைபெறும். இதனை,

> நும்மனைச் சிலம்பு கழீஇ யயரினும்
> எம்மனை வதுவை நன்மணம் கழிக

எனும் ஐங்குறுநூற்றுப் பாடலடிகள் (399: 1-2) விளக்குகின்றன. ஆதலின் சிலம்பு களைதல் என்பது திருமணமாகும் பெண்ணுக்கு முக்கியமானதாகும்.

பெண்கள் திருமணமாகும் வரை அணிந்திருந்த இச்சிலம்பு அரிச்சிலம்பு (அகம். 49), அரியார் சிலம்பு (அகம். 257), தெள்ளரிச் சிலம்பு (மதுரை. 444) என்றெல்லாம் அறியப்பட்டது. இது மிக அரிதாக 'நுபுரம்' (கலி. 83) என்றும் குறிக்கப்பெற்றது.

தன் உடன்போக்கினைத் தாய் அறியாமலிருக்க வேண்டுமென தலைவி சிலம்பை கழற்றி வைத்துச் சென்றாள் (நற். 12) என்பதையும், உடன்போக்கில் சிலம்புடன் சென்றாள் (குறுந். 7) என்பதையும், களவு நடைபெறும் காலத்தில் இரவுக்குறியில் தலைவனைச் சந்திப்பதற்கு உதவியாகத் தன் காற்சிலம்பை ஒலித்தாள் (அகம். 198) என்பதையும் காண்கிறோம்.

சிலம்புகழி நோன்பு தலைவியின் வீட்டில் நிகழ்வதும், அதனை நற்றாய் தன் கண்களால் கண்டு இன்புறுவதும் பெரும் பேறாகக் கருதப்பட்டது. இத்தகைய நன்மரபைப் பேசியுள்ள சங்க இலக்கியங்கள் இச்சடங்கு நிகழ்த்தப்பட்ட செயல்முறையினைப் பதிவிடவில்லை. எனினும் சிலம்புகழி நோன்பின் உள்ளார்ந்த அர்த்தத்தைக் காணும் போது, பிறந்தது முதல் குமரியாக இருந்த நிலை வரை அணிந்திருந்த சிலம்பு, தலைவனுக்குத் தலைவியாக (மனையாள்) மாறும் ஒரு பெரிய நிலைமாற்றத்தை அடையும் குறியீடாக இந்த நிகழ்வு

நடைபெற்றுள்ளது என்பதை அனுமானிக்கலாம். தனிநபர்கள் அடையும் நிலைமாற்றங்களை சமூகவயப்படுத்தலையும் அல்லது பண்பாட்டு வயப்படுத்தலையும் சடங்குகள் செய்கின்றன. சடங்கின்றி நிலை மாற்றமில்லை என்பது ஓர் உலகளாவிய பொதுமையாகக் காணப் படுகிறது.

சங்ககாலத்தில் திருமணத்திற்கு முன்பு சிலம்பு களைதல் ஒரு நடைமுறைச் சடங்காக இருந்த அதே வேளையில், மணமான பெண்கள் மலரணியும் உரிமை பெறுகின்றனர். இதனை,

நன்மனை வதுவை அயரயிவள்
பின்னிருங் கூந்தல் மலரணிந் தோயே (ஐங். 294)

எனும் ஐங்குறுநூற்றுப் பாடல் கூறுகிறது. திருமணத்திற்குப் பின்பு பெண்கள் மலரணிதல் ஒரு மரபாகப் பின்பற்றப்பட்டது.

திருமணச் சடங்கு

சங்ககாலத் திருமணம் பற்றி அறிவதற்கு அகநானூற்றின் 86, 136ஆம் பாடல்கள் விரிவான குறிப்புகளைத் தருகின்றன. மணவினைகள் பற்றிய அக்குறிப்புகளைக் காண்போம்.

1. திருமணம் மணமகள் வீட்டில் நடந்தது. இவ்வீடு செம்மண் வண்ணமிட்டு, முற்றத்தில் புதுமணல் பரப்பித் திரைச் சீலைகள், மாலைகள் கட்டி அலங்கரிக்கப்பட்டது.
2. திருமண வீட்டில் மணமுழவு, மணமுரசு, சங்கு முதலியன முழங்கப்பட்டன.
3. மணத்திற்கு முன் மணமகளுக்குச் சிலம்புகழி நோன்பு (காற்சிலம்பு களைதல்) நிகழ்த்தப்பட்டது.
4. விருந்தினர்களுக்கு உழுத்தம் பருப்பு (உளுந்து) பெய்து சமைத்துக் குழைந்த பொங்கல் பரிமாறப்பட்டது. இறைச்சி யோடு கூடிய நெய்ச்சோறும் பரிமாறப்பட்டது.
5. மணப்பந்தர் (பந்தல்) அமைத்து விளக்குகள் ஏற்றப்பட்டன.
6. கடவுளை வணங்கி மணவினைகள் தொடங்கப்பட்டன.
7. புள் நிமித்தம் பார்த்தும் நிகழ்வுகள் தொடங்கப்பட்டன.
8. திருமண நிகழ்வுகள் இரவில் தொடங்கும். முக்கியமான வதுவைச் சடங்கு (முழுத்தம்—முகூர்த்தம்) முழுமதியும் உரோகிணியும் கூடிவரும் இளங்காலைப் பொழுதில் நிகழ்ந்தது.

9. மூத்த மங்கலப் பெண்டிர் நால்வர் குடங்களில் நீரேந்தி வருவார்கள்.

10. ஆண் மக்களை ஈன்ற மங்கல மகளிர் நால்வரும் நெல்லும் மலரும்கூடிய நீரினை மணமக்களின் தலையில் ஊற்றி வாழ்த்துவார்கள்.

11. மணமக்களுக்குக் காப்பு நூலணிவிப்பர்.

12. புத்தாடைகளையும் (கலிங்கம்) அணிவிப்பர்.

13. இழையும் அணிவிப்பர்.

14. பெற்றோர் மணமகளின் முன்கைகளைப் பற்றி வாழ்த்தித் தலைவனுக்கு அளிப்பார்கள்.

15. மணவிழாவில் நீராட்டிய மங்கல நீரினை சிறிய வாயையுடைய பாத்திரம் மூலம் விருந்தினர்கள் மீது தெளிப்பார்கள்.
வதுவை விழவின் புதுவோர்க் கெல்லாம்
வெவ்வாய் பெய்த புதுநீர் சால்கென (புறம். 372: 10-11)

16. சாந்தி முகூர்த்தம் மறுநாள் இரவு மணமகன் இல்லத்தில் நடைபெறும்.

17. அப்போது வாகையின் இரட்டை இலைகள், அருகம்புல், பாவைக் கொடியின் நறுமலர்கள் ஆகியவற்றை வெண்ணூலில் தொடுத்து மணமகள் கழுத்தில் மாலையாக அணிவித்துக் கணவனோடு சேர்ப்பார்கள்.

சங்க இலக்கியத்தில் திருமணம் எனும் சொல் வழக்கில் இல்லை. 'மணம்', 'மன்றல்', 'வதுவை' முதலான வழக்குகளே இருந்தன. மண முறைகள் பற்றி அகநானூற்றின் 86, 136 ஆம் பாடல்கள் கூறும் விவரங்கள் முக்கியமானவை என்றாலும், இவை பற்றி வேறு சில பாடல்களும் பல்வேறு குறிப்புகளைத் தருகின்றன (அகம். 56, 90, 112, 140, 195, 280; புறம். 340-343, 372; கலி. 68-70, 75, 98, 104-108, 115, 141; பரி. 22; குறிஞ்சி. 231-232; ஐங். 294; குறுந். 15, 364; தொல். பொருள். கற்பு. 1098).

சங்ககாலத் திருமண நடைமுறையில் நாம் காண வேண்டிய மிக முக்கியமான கூறுகள், 1. மணப்பெண்ணுக்குப் பரிசம் தரும் முறை (முலைவிலை) 2. மணமகள் வீட்டில் திருமணம் நடைபெறுதல் 3. தாலி கட்டும் வழக்கமின்மை 4. பெண்களே மணச் சடங்குகளைச் செய்தல் 5. திருமணத்திற்குப் பின் மணமகள் மலரணியும் உரிமை பெறுதல். இன்றைய தமிழ்ச் சமூகம் இந்த ஐந்து தொல்கூறுகளையும்

கைவிட்டுப் புதிய கூறுகளை ஏற்றுக்கொண்டுள்ளதைக் காண வேண்டும்.

பூப்பு

சங்க இலக்கியத்தில் பூப்பு பற்றிய குறிப்புகள் மிகவும் குறைவாகவே உள்ளன. தொல்காப்பியப் பொருளதிகாரம் கற்பியல் நூற்பா (1133) பின்வரும் குறிப்பைத் தருகின்றது.

பூப்பின் புறப்பாடு ஈறாறு நாளும்
நீத்தகன் றுறையார் என்மனார் புலவர்
பரத்தையின் பிரிந்த காலை யான (தொல்.பொருள். கற். 1133).

மணமான ஆடவன் தன் மனைவியுடன் 12 நாட்கள் புணரும் காலத்தை இந்நூற்பா காட்டுகிறது. மேலும், மணமான பெண்ணுக்கு மாத விலக்கு ஏற்படும் காலத்தில் தலைவன் தலைவியை விட்டுப் பிரிந்திருக்கக் கூடாது என்று தொல்காப்பியம் விதி வகுத்துள்ளது.

பூப்படையும் பெண் பற்றி அகநானூற்றுப் பாடல் (7: 1-22) வேறொரு சித்திரத்தைக் காட்டுகிறது.

முலைமுகம் செய்தன; முள்ளெயிறு இலங்கின
தலைமுடி சான்ற தண்தழை உடையை
அலமரல் ஆயமொடு யாங்கணும் படாஅல்
மூப்புடை முதுபதி தாக்குஅணங்கு உடைய
காப்புா் பூண்டிசின் கடையும் போகலை
பேதை அல்லை மேதையம் குறுமகள்
பெதும்பைப் பருவத்து ஒதுங்கினை...
... ...
கல்கெழு சிறுகுடிக் கானவன் மகளே (அகம்.7: 1-22)

இந்தப் பாடல் பருவமடையும் பெண்ணுக்குத் தந்தை கூறும் அறிவுரைகளைக் கூறுகிறது. உன் முலைகள் முகம்கூட்டி நிரம்பி யுள்ளன; பற்கள் ஒளி பெற்றுள்ளன; கூந்தல் வளர்ந்துள்ளது. நீயோ தழையாடை உடுத்துகின்றாய். உன் ஆயத்தாருடன் கூடி வெளியில் சுற்றாதே. பழமையான இந்தப் பதியில் (ஊரில்) வருத்தும் அணங்குகள் பல உள்ளன. இதனால் உன்னைக் காப்பவனாக நான் மாறியுள்ளேன். வீட்டின் கடை வாயிலுக்குப் போகாதிருப்பாயாக! அறிவுள்ள என் மகளே! இப்போது நீ பேதைப் பருவத்தில் இல்லை. அதனைக் கடந்து பெதும்பைப் பருவத்தினை அடைந்துவிட்டாய்.

இதனை நீ அறிவாயாக... என்கிறான் தலைவியின் தந்தை. இந்தப் பாடலின் விளக்கங்களே கானவன் மகள் பூப்பெய்திய நிலையையும், அவள் கடைபிடிக்க வேண்டியவைகளையும் கூறுகின்றன.

பரிபாடல் (9) பூப்பெய்திய பெண்ணின் நிலையைப் பின்வருமாறு கூறுகிறது.

பரத்தையுள் ளதுவே பண்புறு கழறல்
தோள்புதி துண்ட பரத்தையிற் சிவப்புற
நாளணிந் துவக்குஞ் சுணங்கறை யதுவே (பரி.9: 18-20).

தலைவன் பரத்தையோடு வாழும் நாட்களில் தலைவிக்கு மாத விலக்கு ஏற்பட்டால், தலைவியின் தோழி சிவந்த ஆடையை உடுத்திக் கொண்டு, உடலில் செஞ்சாந்துக் குழம்பைப் பூசிக் கொண்டு, கூந்தலில் செந்நிற மலர்களைச் சூடிக் கொண்டு ‘செவ்வணிக் கோலம்’ பூண்டு பரத்தை வீட்டுக்குச் சென்று தலைவியின் நிலையை உணர்த்துவாள். இதே பொருளில் திணைமாலை நூற்றைம்பதில் ஒரு பாடல் (144) இடம்பெற்றுள்ளது.

இறப்பு

சங்ககாலப் பண்பாடு பெருங்கற்படைக் காலப் பண்பாடு (megalithic culture) எனலாம். திராவிடப் பண்பாட்டின் முக்கியக் கூறாக விளங்கிய இறந்தவர்களைப் புதைத்து அவர்களை வழிபடுகின்ற வழக்கம் பின்னாளில் பெருங்கற்படைச் சின்னங்களாக உருவாவதற்கு அடிகோலியது சங்ககால மக்களே எனலாம் (ராஜன், கா. 2010: 8). பெருங்கற்படைக் காலம் தமிழகத்தில் கி.மு. ஆயிரம் முதல் கி.பி. முதலாம் நூற்றாண்டு வரை நிலைத்திருந்தது (மேலது: 8).

சங்க இலக்கியங்கள் இறந்தவர்களை இடுகாட்டிலும் சுடுகாட்டிலும் அடக்கம் செய்ததைக் குறிப்பிடுகின்றன. ஈமக் குழியில் வைத்து நல்லடக்கம் செய்ததையும் குறிப்பிடுகின்றன.

இடுக ஒன்றோ சுடுக ஒன்றோ
படு வழிப்படுக ... (புறம். 239: 20-21)

எனும் புறநானூற்றுப் பாடல் இதனைத் தெளிவுபடுத்துகிறது. ‘இடுக’ என்பது குழியில் புதைத்ததையும், ‘சுடுக’ என்பது எரித்தலையும், ‘படுவழிப்படுக’ என்பது இறந்தோரை ஈமக்குழியில் வைத்ததையும் குறிப்பிடுகின்றன. இன்றைய தொல்லியல் அகழாய்வுகள் இந்த மூன்று முறைகளையும் உறுதிசெய்கின்றன (மேலது: 23).

நிலத்திற்கடியில் கல்லறை அமைத்து அடக்கம் செய்த முறையும் (rock chamber or cist burial), தாழிகளில் இட்டு அதன் மேல் மூடியிட்டு மூடிய முறையும் (urn burial) அகழாய்வுகளில் கிடைக்கின்றன (மேலது: 23).

புறநானூற்றில் தாயங்கண்ணனார் பாடிய பாடல் (356) முதுகாடு பற்றிக் கூறுகிறது.

ஈம விளக்கின் பேஎய் மகளிரொடு
அஞ்சுவந் தன்று இம் மஞ்சுபடு முதுகாடு (புறம். 356: 3-4)

நற்றிணையில் (271) 'தாழி' பற்றிய குறிப்பினை ஔவையார் 'மா இருந் தாழி கவிப்ப' (நற். 271: 11) எனக் காட்டுகிறார்.

இத்தகைய தாழிகள் கருப்பு சிவப்புப் பானைகளால் அனது. மூடி கொண்டு மூடப்பட்டிருந்தன. இவை மன்னர்களை அடக்கம் செய்யப் பயன்பட்டன என்று பதிற்றுப்பத்து கூறுகின்றது (பதிற். 44.11: 22-23). இதனை உறுதிப்படுத்தும் கூற்று புறநானூற்றில் (228) ஐயூர் முடவனார் பாடலில் உள்ளது.

... ... வளவன்
தேவர் உலகம் எய்தினன், ஆதலின்
அன்னோர் கவிக்கும் கண்ணன் தாழி
வனைதல் வேட்டனை ஆயின் ... (புறம். 228: 10-14)

தாழியில் பிணத்தை இட்டு அதனைக் கவிழ்த்துப் புதைத்த முறையைப் பெருஞ்சித்திரனார் புறநானூற்றில் பாடியிருக்கிறார். 'கவிசெந் தாழிக் குவிபுறத்து இருந்த' (புறம். 238: 1) எனும் பாடலடி இதனைப் பதிவிட்டுள்ளது.

இறந்த தலைவன் அடக்கம் செய்யும் தாழியில் எனக்கும் இடம் வேண்டும். ஆகையால் அகன்ற தாழியைச் செய்வாய் என் வாட்கோவே என்று புலம்பும் பெண்ணின் குரல் புறநானூற்றில் (256) ஒலிக்கிறது.

கலம்செய் கோவே! கலம்செய் கோவே
... ...
வியன்மலர் அகன்பொழில் ஈமத் தாழி (புறம். 256: 1-5)

முதுமக்கள் தாழி மன்னர்கள் முதல் சாதாரண மக்கள் வரை இயற்கையாக இறந்த பலரும் அடக்கம் செய்யப் பயன்பட்டது என்கிறார் கா. ராஜன் (2010: 24). மாறாக, பெருங்கற்படைச் சின்னங்கள் பெரும்பாலும் தொறுப் பூசலில் (ஆநிரை கவர்தல், மீட்டல்) இறந்த வீரர்களுக்கும் உயர்குடி மக்களுக்கும் எழுப்பப்பட்டன என்கிறார்

(மேலது: 24). இந்தச் சூழலில் இடுகாடு பற்றிய சங்கப் பாடல்கள் காலத்தால் முந்தியதாகவும், சுடுகாடு பற்றிய பாடல்கள் காலத்தால் பிந்தியதாகவும் இருக்க வேண்டும் என்கிறார் கா. ராஜன் (மேலது: 25).

சங்ககால நீத்தார் நினைவுச் சின்னங்களில் ஒரு படிமலர்ச்சி நிலவுகிறது. இதனைக் கா. ராஜன் (மேலது: 29) பின்வருமாறு குறிப்பிடுவதை அவதானிக்க வேண்டும்.

> அகநானூறு, புறநானூறு, மலைபடுகடாம், ஐங்குறுநூறு, பட்டினப்பாலை ஆகிய இலக்கியங்களில் காணப்படும் குறிப்புகள் கி.மு.5-4ஆம் நூற்றாண்டுக்குரிய பெருங்கற்படைச் சின்னங்கள் எங்ஙனம் மெல்ல மெல்லத் தன் தன்மையிலிருந்து மாறி வீரக் கற்களாக (நடுகற்களாக-memorial stones) உருமாறின என்பதைத் தெளிவாக எடுத்தியம்புகின்றன. இதன் மூலம் சங்க இலக்கியம் பல நூற்றாண்டுகளின் தொகுப்பு என்பதை உணர முடிகிறது (ராஜன், கா. 2010: 29).

இறந்துபட்ட வீரர்களுக்குப் பதுக்கை (cist) எழுப்பப்பட்டது என்பதைப் பின்வரும் அகநானூற்றுப் பாடலடிகள் காட்டுகின்றன.

உவல் இடு பதுக்கை (அகம். 109)

வில் இட வீழ்ந்தோர் பதுக்கை (அகம். 157)

ஆள் அழித்து உயர்ந்த அஞ்சுவரு பதுக்கை (அகம். 215)

படுகளத்து உயர்த்த மயிர்த்தலைப் பதுக்கை (அகம். 231)

இந்தக் கற்பதுக்கைகள் யாவும் பெருங்கற்படைப் பண்பாட்டின ஓர் அங்கம். இவையனைத்தும் நிலத்திற்கடியில் அமைக்கப் பட்டவை. தமிழக அகழாய்வுகளில் இந்த உண்மை உறுதிப்படுத்தப் பட்டுள்ளது (ராஜன், கா. 2010: 29). இப்பதுக்கைகள் 7-8 அடி நீளமான கற்பலகைகளையும் 4-5 அடி அகலமான கற்பலகைகளையும் கொண்டு தொட்டி போன்ற அமைப்பில் நிலத்தடியில் அமைத்து வீரர்களை அடக்கம் செய்து கற்பலகையால் அதனை மூடியுள்ளனர். அடக்கம் செய்யப்பட்ட வீரனின் பெயர்கள் இப்பதுக்கைகளில் காண முடிய வில்லை. பெரும்பாலும் வில்லில் இருந்து புறப்பட்ட அம்பால் இறந்தவர்களை இவ்வகைப் பதுக்கையில் அடக்கம் செய்தனர் என்கிறார் கா. ராஜன். மேலும், இத்தகைய பதுக்கைகள் முதல்கட்ட வளர்ச்சி என்கிறார் கா. ராஜன் (மேலது: 29-30).

அடுத்தடுத்த கட்டங்களின் வளர்ச்சியைக் காண்போம். இரண்டாம் கட்ட வளர்ச்சியில் கற்பதுக்கைகளைச் சுற்றி ‘நெடுங்கற்கள்’ (menhir)

நடப்பட்டன என்கிறார். இத்தகைய பதுக்கைகளில் தொறுப்பூசலில் ஈடுபட்டு இறந்த வீரர்களே அடக்கம் செய்யப்பட்டனர் என்பதைச் சங்க இலக்கியப் பாடல்கள் தெளிவுபடுத்துகின்றன.

… … … … … நாணுடை மறவர்
பெயரும் பீடும் எழுதி யதர்தொறும்
பீலி சூட்டிய பிறங்குநிலை நடுகல்…
உவல்இடு பதுக்கை (அகம். 67: 8-14)

தொறுப்பூசலில் உயிர்நீத்த மறவர்களுக்குக் கற்பதுக்கைகள் உருவாக்கி அங்கு நெடுங்கற்கள் நடப்பட்டன என்பதை இந்தப் பாடல் குறிப்பிடுகிறது. மேலும், 'பெயரும் பீடும் எழுதி' வரும் தொடர் நினைவுச் சின்னத்தில் எழுத்தால் எழுதியதைக் குறிக்கவில்லை என்றும், வீரனின் உருவத்தைப் பொறித்து வண்ணந்தீட்டப் பட்டதையே காட்டுகிறது என்கிறார் கா. ராஜன் (2010: 31). புறநானூறு இன்னுமொரு வகையான பதிவைக் காட்டுகிறது.

பரலுடை மருங்கிற் பதுக்கை சேர்த்தி
… … … … …
பீலி சூட்டிப் பெயர் பொறித்து
இனிநட் டனரே கல்லும் கன்றொடு
கறவை தந்து பகைவர் ஓட்டிய
நெடுந்தகை… (புறம். 264: 1-6)

எனும் இந்தப் பாடலும் பதுக்கையில் நடுகல் நட்டதைப் பேசுகிறது. அக்கல்லில் வீரனின் உருவம் பொறிக்கப்பட்டு வண்ணந்தீட்டப் பட்டது என்பதை அனுமானிக்க வேண்டும். வட்டெழுத்தில் வீரனின் பெயர் எழுதப்பட்டது என எண்ணி அப்பாடலைக் கி.பி.5ஆம் நூற்றாண்டுக்குரியது என முடிவு செய்யக்கூடாது (மேலது: 31).

மூன்றாம் கட்ட வளர்ச்சி என்பது கற்பதுக்கைகளை விடுத்து நெடுங்கற்களை (menhir) நடும் முறை ஏற்பட்டது. இதனை 'நட்ட போலும் நடாஅ நெடுங்கல்' (அகம். 269: 7) என்கிறது அகநானூறு. இத்தகைய வளர்ச்சியின் காலம் கி.பி.1-2ஆம் நூற்றாண்டுக்குரியதாக இருக்கலாம் (மேலது: 32).

நான்காம் கட்டத்தில் இந்த நெடுங்கற்கள் அளவில் குறைந்து நடுகற்களாக உருமாறின. 'எழுத்துடை நடுகல்' (அகம்.53: 11), 'முதிர் நடுகல்' (அகம். 297: 7), 'நடுகல் ஆயினன்' (புறம். 221: 13) முதலான சுட்டுகைகள் இதனைத் தெளிவுபடுத்துகின்றன. இந்தக் காலக் கட்டம் கி.பி. 2-3 நூற்றாண்டுகளைச் சார்ந்திருக்க வேண்டும் (மேலது: 33).

பெருங்கற்படைச் சின்னங்களை எழுப்பிய பின்னர் அங்கு நிகழ்ந்த சடங்கியல் முறையைத் தொல்காப்பியம் பின்வருமாறு கூறுகிறது.

> காட்சி கால்கோள் நீர்ப்படை நடுகல்
> சீர்த்தகு சிறப்பின் பெரும்படை வாழ்த்தல் என்று
> இருமூன்று மரபின் கல்லொடு புணர (தொல். பொருள். 63: 19-21)

இந்நூற்பா அன்றைய சடங்கு முறையின் பல்வேறு கூறுகளைக் கூறுகின்றது.

காட்சி: போர்க்களத்தில் மாண்ட வீரருக்குக் கல் எடுப்பதற்காகப் பொருத்தமான கல்லைக் கண்டறிதல் காட்சி.

கால்கோள்: கண்டறியப்பட்ட கல்லை எடுத்து வருதல் கால்கோள்.

நீர்ப்படை: எடுத்து வந்த கல்லைப் புனித நீரால் நீராட்டுவது நீர்ப்படை.

நடுதல்: நீராட்டிய கல்லை நட்டு வைப்பது நடுதல்.

பெரும்படை: நடப்பட்ட நடுகல்லுக்குக் கோயில் எழுப்புதல் பெரும்படை.

வாழ்த்து: நடுகல்லைத் தெய்வம் எனப் புகழ்ந்து வணங்குதல் வாழ்த்து.

இளம்பூரணர் கண்ட உரையிது. தமிழகத்தில் நிகழ்த்தப்பட்ட எண்ணற்ற அகழாய்வுகளின் மூலம் மேற்கூறிய தொல்காப்பிய நூற்பாவை மிகச் சிறப்பாக விளங்கிக் கொள்ள முடியும். கொடுமணல் அகழாய்வை மேற்கொண்ட கா. ராஜன் அக்கற்பதுக்கைகளைச் சுற்றிக் கிடந்த இரும்புப் பொருள்களும், சூதுபவள மணிகளும், மட்பாண்டங் களும் இக்கூற்றினை நிரூபிக்கின்றன என்கிறார். சங்க இலக்கியப் பாடல்களும் (அகம். 35, 67, 131, 289, 365; புறம். 263, 306, 329; ஐங். 352) இதனை மெய்ப்பிக்கின்றன.

பெருங்கற்படைக் காலத்தில் நிலவிய இப்பண்பாட்டின் போக்கு களையும், இவற்றில் நிகழ்ந்த இரண்டு வகையான மாறுபாடுகளையும் இவற்றினூடாக வளர்ந்த எழுத்தறிவு வளர்ச்சிகளையும் கா. ராஜன் (2010) மிக விரிவாக ஆராய்ந்துள்ளார்.

அரும்பெறல் உலகம்

சங்ககாலத் தமிழர் வாழ்வியலில் ஒரு முக்கியக் கோட்பாடாக விளங்கியது 'அரும்பெறல் உலகம்'. அரசர்களும் வீரர்களும் போரில் விழுப்புண்பட்டு இறந்துவிட்டால், இறப்புக்குப் பின்னர்

அவர்களுடைய உயிர்கள் சென்றடையும் இடம் அரும்பெறல் உலகம் எனச் சங்க இலக்கியம் பேசுகிறது.

இறப்புக்குப் பின் வாழ்தல் எனும் இந்த அரும்பெறல் உலகமானது அரிதுசெல் உலகம், உயர்நிலை உலகம், தேவருலகம், புத்தேள் உலகம், பெரும்பெயர் உலகம், மேலோர் உலகம், வாரா உலகம் எனப் பல்வேறு கருத்தினங்களில் சங்க இலக்கியத்தில் இடம்பெற்றுள்ளன (பதிற். 52; புறம். 62, 287, 341).

வாரா உலகம் புகுத லொன்றெென (புறம். 341),
அரும்பெற லுலக நிறைய (புறம். 62),
உயர்நிலை உலகத்து நுகர்ப (புறம். 287),
உயர்நிலை யுலக மெய்தினர் பலர்பட (பதிற்.52).

போரில் வெற்றி பெற்றால் மன்னனிடமிருந்து பரிசலாக நன்செய் நெல் வயல்களைப் பெறலாம். ஆனால் வீரர்கள் விழுப்புண்பட்டு உயிர் துறப்பதையே பெரிதும் விரும்பினார்கள். ஏனெனில் போர்க் களத்தில் உயிர்துறப்போர் 'உயர்நிலை உலகம்' சென்று அங்குள்ள தெய்வ மகளிரை மணந்து இன்பம் பெறலாம் என்ற நம்பிக்கை சங்க காலத் தமிழ்ச் சமூகத்தில் இருந்ததைப் புறநானூறு (287) கூறுகிறது.

போர்க்களத்தில் விழுப்புண்பட்டு இறக்காமல் இயற்கையாக உயிர்நீத்த மன்னர்கள் பெருமை பெறுவதில்லை. இத்தகைய மன்னர்களின் உடலைத் தருப்பைப் புல்லில் கிடத்தி, வாளால் வெட்டி 'வீரமே துணையாகப் போரில் வீழ்ந்த வீரர்கள் செல்லும் உலகத்திற்கு இவர்களும் செல்க' என்று நான்மறை அந்தணர்கள் மந்திரம் சொல்லி அனுப்பியதைப் புறநானூறு (93) கூறுகிறது.

நோய் காரணமாக இயற்கை மரணம் நிகழ்ந்தால் மன்னர்களா யினும் அவர்களின் உயிர்கள் உயர்நிலை உலகத்துக்குச் செல்லாது என்பதை ஔவையார் பாடல் பின்வருமாறு உணர்த்துகிறது.

நோய்ப்பால் விளிந்த யாக்கை தழீஇக்
காதன் மறந்தவர் தீதுமருங் கறுமார் (புறம். 93)

இவ்வாறே, மறக்குடியில் பிறந்தவர்களுக்குக் குழந்தை இறந்து பிறந்தாலும் அதன் உடலில் வாளால் கீறி புதைக்கும் சடங்கு பழந்தமிழகத்தில் நிகழ்ந்தன (புறம். 747).

போரில் விழுப்புண் பட்டு இறக்கும் வீரர்கள் அரும்பெறல் உலகம் புகுவர் எனும் கருத்தாக்கம் சங்ககாலப் பண்பாட்டிற்கே உரியது.

அது அந்தணர்களின் வைதிகப் பண்பாட்டிலிருந்து முற்றிலும் மாறுபட்டது என்பதைப் புலவர் சிறு வெண்டேரையார் தன் புறநானூற்றுப் பாடல் (362) ஒன்றில் குறிப்பிடுகிறார். இந்தப் பாடலைப் பாடிய சிறுவெண் தேரையார் பௌத்த சமயத்தைச் சேர்ந்தவர் என்பார்கள் (பாண்டுரங்கன், அ. 2019).

போரில் உயிர் நீத்து அரும்பெறல் உலகம் செல்வது மிகவும் பெருமையாகப் பேசப்பட்ட காலம் சங்ககாலத்து வீரயுகக் காலமாகும். அத்தகைய அரும்பெறல் உலகில் தூய்மையின் அடையாளமாக விளங்கும் 'மாசில் மகளிர்' தம் உலகிற்கு வரும் வீரர்களை வரவேற்று அவர்களை மகிழ்விப்பார்களாம். இத்தகைய கருத்தாக்கங்கள் கிரேக்க வீரயுக மரபிலும் இருந்ததைக் கைலாசபதி (2006: 356)எடுத்துக் காட்டுகிறார்.

பின்னுரை

சங்க இலக்கியங்களில் சடங்குகள் பற்றிப் பேசும் பாடல்களைக் 'களப்பாடல்கள்' (spatial poetry) என வரையறுக்கலாம். அவை ஒரு களத்தில் இயங்குகின்றன. சடங்குகளின் ஊடாக அங்கு நிகழும் மனிதர்களின் உயிர் இயங்கியல் (bio-mechanics) செயல்பாடுகளைப் பேசுகின்றன. அவற்றின் ஊடாகச் சடங்கு நிகழ்வுகளின் பாங்கு, தன்மை, வெளிப்பாடு, அர்த்தங்கள் முதலானவற்றைப் பேசுகின்றன. அதனால் இந்தக் களப்பாடல்கள் நிகழ்த்துப் பனுவல்களாகக் (performance texts) காட்சியளிக்கின்றன.

சங்கப் பாடல்கள் வழி நாம் பல்வேறு சடங்கு நிகழ்வுகளைக் காணும்போது அங்கு 'மக்களின் சடங்குகள்' (rituals of people) என்பது புறத்தளத்தில் தெரிந்தாலும், அங்குச் 'சடங்குகளின் மக்கள்' (people of ritual) எனும் கருத்தினம் அடித்தளத்தில் இயங்குவதையும் காணலாம். இத்தகைய இயங்கியலில் தனிமனிதர்களின் சடங்குகளும் அவற்றையொட்டிய நடைமுறைகளும் நேர்க்கோட்டுத்தன்மை (linear) பெறுகின்றன. பிறப்பு முதல் இறப்பு வரை தனிமனிதர்களின் வாழ்வியற் சடங்குகள் நேர்க்கோடாகச் சென்று நிறைவுபெறுகின்றன.

சமூகம் எனும் தளத்தில் சடங்குககள் சுழற்சித்தன்மை (cyclical) பெறுகின்றன. இந்த ஆண்டுக்கான சடங்குகளும் விழாக்களும் அடுத்த ஆண்டும் அதே நாளில் அதே வேளையில் நிகழ்கின்றன. ஆகவே பண்பாடு 'கற்பதற்காகக் கற்பவை' (learning to learn) நிகழ்வதற்குச்

சடங்குகளைக் கையாளுகிறது. சடங்குகள் திரும்பத்திரும்ப நிகழும் குறிக்கோள்களை (recurring principles) அநேர்க்கோட்டுச் சடங்குகள் அல்லது சுழற்சிச் சடங்குகள் மூலம் சமூகத்தில் பதியம் இடுகின்றன. இத்தகைய பல்வேறு கருத்தினங்களைச் சங்ககாலச் சடங்குகள் மூலம் அறியலாம்.

12

சமயம்

மீவியல் ஆற்றலும் வழிபாடும்

அணங்குடைப் பனித்துறைத் தொண்டி யன்ன
மணங்கமழ் பொழிற்குறி நல்கினன் நுணங்கிழை
பொங்கரி பரந்த உண்கண்
அம்கலிழ் மேனி அசைஇய எமக்கே

(அம்மூவன், ஐங்குறுநூறு 174: 1-4)

சங்ககாலம் கி.மு. 590 வரை நீள்கிறது எனப் பொருந்தல் அகழாய்வு மூலம் அறிய முடிகிறது. ஆனால் சங்க இலக்கியம் பேசும் பண்டைத் தமிழரின் சமயம், வழிபாடு, சடங்குகள் முதலான நடைமுறைகள் பெருங்கற்படைக்கால மக்களின் மூதாதையர் காலத்திலிருந்தே வருகின்றன. இதனை மானிடவியலர்கள் சுட்டிக் காட்டியுள்ளனர் (மலோனி, கிளாரன்ஸ் 1975).

பெருங்கற்படைக் கால மக்களின் மூதாதையர்கள் வாழ்ந்த காலம் 30,000 ஆண்டுகளுக்கு முந்தையதாகும். ஆக, தொல்லியல் காலம், இலக்கியக் காலம், மானிடவியல் காலம் ஆகிய மூன்று வகையான காலத் தொடர்ச்சியை உள்ளடக்கியே நாம் சங்க இலக்கியத்தையும், அந்த இலக்கியம் பேசும் வாழ்வியல் முறைகளையும் அணுக வேண்டும். இந்த மூன்று காலங்களும் மனிதகுல வரலாற்றின் மூன்றுவிதமான பரிமாணங்களாகக் காட்சியளிக்கின்றன. இவற்றை இணைத்தறிதல் மூலம் முழுமை சார்ந்த (holistic) புரிதலை நோக்கி நகரலாம்.

சங்ககாலத்திற்கு முன்னர் வழக்கிலிருந்த வழிபாடு சங்ககாலத்திலும் காணப்பட்டது. ஆனால் பன்முகப்பட்ட வழிபாட்டு நெறிகளைச் சங்க இலக்கியம் காட்டுகிறது. சங்க இலக்கியத்தில் 'கடவுள்', 'தெய்வம்' ஆகிய இரண்டு கருத்தினங்கள் பொதுநிலையில் காணப்படுகின்றன. கடவுள் எனும் சொல் 89 இடங்களில் வருகிறது. தெய்வம் 57

இடங்களில் வருகிறது. தொல்காப்பியம் கடவுள் எனும் சொல்லைப் பொதுவாகக் கையாளுகிறது.

அகநானூறு (202) 'இல்லுறை கடவுள்' பற்றிக் கூறுகிறது. மதுரைக்காஞ்சி (40) 'தொல்முது தெய்வம்' பற்றிக் கூறுகிறது. நற்றிணையோ (9) 'வழிபடும் தெய்வம்' பற்றிக் கூறுகிறது. இனி சங்க காலத்தில் காணப்பட்ட வழிபடும் ஆற்றல்கள் பற்றிக் காண்போம்.

அணங்கு

பண்டைத் தமிழர்களின் தொன்மையான தெய்வங்களில் ஒன்று அணங்கு. இது அச்சம் கொள்ளத்தக்க, வருத்தம் உண்டாக்குகிற ஒரு துடியான தெய்வமாகும். மக்களைத் தீண்டி வருத்தும் இயல்புடைய அணங்கினைத் 'தாக்கு அணங்கு' என்றனர். இது ஓரிடத்தில் நிலையாக இருப்பதில்லை; இடம்பெயர்ந்து இயங்கவல்லது. அந்தியிலும் இரவிலும் உலவுவது. எதிரில் வருவோரைத் தாக்க வல்லது. மீவியல் இடங்களிலும் (liminal spaces), மீவியல் காலங்களிலும் (liminal times) இதன் செயல்பாடுகள் தீவிரம் பெறுகின்றன.

தாக்கு அணங்கு இக்காரிகை காண்மின் (பரி. 11: 22),

தாக்கு அணங்கு... எவன்கொல் அன்னாய் (ஐங். 23: 4)

மூப்புடை முதுபதி தாக்கு அணங்கு (அகம். 7: 4)

நல்நாட்டு அணங்குடைச் சிலம்பில் (அகம். 197: 14)

என இதனை இலக்கியங்கள் பேசுகின்றன. அணங்கு என்பது ஆண், பெண் தெய்வங்களுக்குப் பொதுவான சொல் (சண்முகம் பிள்ளை, மு. 1996: 125). ஆயினும், பெரும்பான்மையாகப் பெண்களே அணங்கு எனப்படுகின்றனர். மிகச் சில ஆண் தெய்வங்களே அணங்கு எனப்படுகின்றன (மேலது: 125).

அணங்கு எங்கும் எதிலும் இருக்கும். இதற்கு நிலையான உருவ மில்லை. எந்த நேரத்தில் எப்படியிருக்கும் என்றும் சொல்வதற்கில்லை. மகளிர் முலையிடையே வீற்றுள்ள தெய்வமாகவும் இது உள்ளது.

சுணங்கு சூழ் ஆகத்து அணங்கு என உருத்த
நல்வரல் இளமுலை (அகம். 161: 12-13),
பொரிப்பூம் புன்கின் அழற்தகை ஒண்முறி
சுணங்கு அணி வனமுலை அணங்கு... (நற். 9: 5-6)

அணங்கு குறிப்பிட்ட காலத்தில், குறிப்பிட்ட இடத்தில் வீற்றிருப்பதால் அதனை 'வீற்றுத் தெய்வம்' என்று குறிப்பிடுவதும் உண்டு, 'முலைவாழ் திரு' என்று குறிப்பிடுவதும் உண்டு (மேலது: 125).

வீரர்கள் கொண்டுள்ள ஆயுதங்களிலும் அணங்கு உறைவதுண்டு. அணங்குள்ள ஆயுதம் வெற்றியை ஈட்டித்தரும் என்பது போர் மறவர்களின் நம்பிக்கை. கலித்தொகை பின்வருமாறு கூறுகிறது.

அரவின் பொறியும் அணங்கும் புணர்ந்த
உரவு வில்மேல் அசைத்த கையை (கலி. 50: 6-7)

அரசர்க்கு முரசு ஒரு சின்னமாகும், மதிப்புமிக்கதாகும். அதனை பீடத்தில் வைத்துப் பாதுகாப்பார்கள். அப்பீடம் 'முரசு கட்டில்' எனப்படும். தெய்வத்தைப் போலவே முரசையும் நீராட்டி, மாலையிட்டு, குருதிப் பலி கொடுத்துப் போற்றுவர் (புறம். 50, 362, 369; பதிற். 30: 30-44).

அணங்கொடு நின்றது மலை (நற். 165), அணங்குடைக் கடம்பு (பதிற். 88), அணங்குடை முந்நீர் (அகம். 20) என அணங்கு மலைகளிலும், மரங்களிலும், நீர்நிலைகளிலும் இருந்திருக்கின்றது. இது பருவமடைந்த கன்னிப் பெண்களைத் தீண்டித் துன்புறுத்தும் என்பதால் கையில் காப்பு நாண் கட்டிவிடுவார்கள் (அகம். 7). அணங்கு தான் விரும்பும் உருவத்தில் சுற்றித் திரிவாள். இரவில் மணமுள்ள பூக்களைச் சூடிக் கொண்டு எதிரில் வருவோரை மயக்கித் தாக்குவாள் (அகம். 158).

சூர்

சூர் என்பதும் அணங்கு போன்றதே. பெண் தெய்வமாகச் சுட்டும் போது 'சூர்மகள்', 'சூரர மகள்', 'சூரரமகளிர்' என்று அழைக்கப் படுவதுண்டு (அகம். 32; ஐங்.71; கலி.93; குறுந். 52; நற். 7; பதிற். 11, பரி. 5; புறம். 23). உயர்ந்த மலைச் சிகரங்களிலும், அங்குள்ள கற்சுனைகளிலும் சூரர மகளிர் உறைகின்றனர் (அகம். 162; நற். 34).

பெருவரை அடுக்கம் பொற்பச் சூர்மகள் (நற். 34)
சூர்மகள் மாதோஎன்னும் என் நெஞ்சே (அகம். 198)
சூரர மகளிரொடு உற்ற சூளே (குறுந். 53)
சூரர மகளிரின் பெறற்கு அரியோளே (அகம். 162)
சூரர மகளிரின் நின்றநீ மற்று (அகம். 32)
சூரர மகளிர் ஆடும் சோலை (திருமுருகு 12: 41)

சூர் ஒரு வருத்தும் தெய்வமாகும். சூர் குடிகொண்டுள்ள மலைத்

தழையைத் தீண்டினாலும், அதனை வாடுமாறு செய்தாலும் அது வருத்துமாம். அதனால் தழையை மேயும் வரையாடுகள்கூட அதனைத் தொடாமல் ஒதுங்கிவிடுமாம் (நற். 359: 7-9). சூர் மலைகளில் மட்டுமன்றி சுனைகளிலும் உறைகின்றது (அகம். 197: 14-17). சூரர மகளிர் நீலநிற குவளை மலரையும், இரத்தம் போன்ற சிவந்த செங்காந்தல் மலரையும் சூடிக் கொண்டு மலையிடங்களில் ஆடுவார்களாம் (நற். 34).

...குவளை மலரொடு காந்தட்
குருதி ஒண்பூ உருகெழக் கட்டி
பெருவரை அடுக்கம் பொற்பச் சூர்மகள்
அருவிஇன் இயத்து ஆடும் நாடன் (நற். 34: 2-5)

இவர்களின் உடற் தோற்றம், வனப்பு, ஆடை அணிகலன்கள் முதலான அனைத்தையும் நீண்ட வர்ணனையாகத் திருமுருகாற்றுப்படையில் (12-41) நக்கீரர் பாடியுள்ளார்.

அணங்கு, சூர் ஆகிய தெய்வங்களின் ஆவேசம் பெற்றவர்கள் துள்ளித்துள்ளி ஆடுவார்கள் என்பதை 'முருகுமெய்ப்பட்ட புலைத்தி போல, தாவுபு தெறிக்கும் ஆன்' என்கிறது புறநானூறு (259: 5-6). சூர் தீண்டப்பட்டவர்கள் நடுங்குவார்கள் என்கிறது குறுந்தொகை (52: 2). 'சூர் உறு மஞ்ஞையின் நடுங்க' என்கிறது குறிஞ்சிப்பாட்டு (169). கடவுளுக்குப் பலியாக இடப்பட்ட தினைக் கதிர்களைத் தின்ற மயில் வெறியாடும் மகளிர்போல நடுங்கும் என்கிறது குறுந்தொகை (105: 1-5).

சூரர மகளிர் தவறு செய்தவர்களைத் தண்டிப்பார்கள் எனும் நம்பிக்கை இருந்தது.

வரையர மகளிர், அர மகளிர்

அணங்கு, சூர், வரையர மகளிர், அரமகளிர் ஆகிய தெய்வ மகளிர் மலைகளில் குடிகொண்டவர்கள். இதனால் இவர்களை 'மலையுறை தெய்வங்கள்' என்றும் குறிப்பிடுவார்கள். மரங்களிலும் நீர்த்துறைகளிலும் காணப்படுவதுண்டு. இம்மலைத் தெய்வங்கள் மலையைக் காக்கும் பணியைச் செய்கின்றன (அகம் 372; புறம். 158).

வரைஅர மகளிர் இருக்கை காணினும் (மலைபடு. 190)
வரைஅர மகளிரின் சாஅய் விழைதக (குறிஞ்சி. 195)
வரையர மகளிர் புரையுஞ் சாயலள் (ஐங். 255)

வரையர மகளிரின் அரியல் (அகம். 342)

தண்டா அருவி அரமகளிர் ஆடுபவே (கலி. 40)

வரையர மகளிர் இருக்கை காணினும் (மலைபடு. 190)

வரையர மகளிர் பற்றிப் பல குறிப்புகள் உள்ளன. இவர்களும் அச்சத்திற்குரியவர்கள்தான்; தீண்டி வருத்தம் செய்பவர்கள்தான். நன்னன் நாட்டுக்குப் பரிசல் தேடிச் செல்லும் பாண் சமூகத்தாரை சக கலைஞன் ஆற்றுப்படுத்துவதை மலைபடுகடாம் (189-192) கூறுகிறது. நன்னன் மலையில் அரமகளிர் உறைகின்றனர். அங்கு அவர்களுக்குரிய குவளைப் பூக்களைப் பரித்தாலும், அவர்கள் உறையும் இடங்களைக் கண்ணால் பார்த்தாலும் பெரும் துன்பம் நேரிடும். அவ்வழியில் செல்லாதீர்கள்! சென்றாலும் விரைந்து அவ்விடங்களைக் கடந்து விடுங்கள் என்று ஆற்றுப்படுத்தினார்கள். இதன் மூலம் அர மகளிர் துடியான தெய்வம் என்பதை அறியலாம்.

வரையர மகளிர் பேரழகு உடையவர்கள்; கண்ணிக்குப் புலப்படாத குகை (கல்லளை) போன்ற இடங்களில் இருப்பார்கள் என்கிறது அகநானூறு (342). இவர்கள் 'வானர மகளிர்' என்றும் அழைக்கப்பட்டனர். இவர்கள் கூட்டமாக மலையில் ஆடக் கூடியவர்கள் என்கிறது ஐங்குறுநூறு (204). மலையைக் காவல் காக்கும் இத்தெய்வ மகளிர் 'அருந்தெறல் கடவுள்', 'அருந்திறல் கடவுள்' எனவும் அழைக்கப் பெற்றதைப் பின்வரும் பாடலடிகள் காட்டுகின்றன.

அருந்தெறல் மரபின் கடவுள் காப்ப (அகம். 372: 1)

அருந்திறல் கடவுள் காக்கும் உயர்சிமை (புறம். 158: 11)

மேற்கூறிய வரையர மகளிர், சூரர மகளிர், நீரர மகளிர் முதலான பெயர்களில் வரை, சூர், நீர் ஆகிய முன்னொட்டுக்களை நீக்கிவிட்டால் 'அர மகளிர்' எனும் தொடர் கிடைக்கிறது. 'அர' என்பதன் பொருள் நாகம் என்றும், நாகத்தைக் குலக்குறியாகக் கொண்ட கூட்டம் தமிழகத்தில் இருந்தது என்றும், இந்தியாவின் பூர்வ குடி நாகர்களின் வழித் தோன்றல்கள் இவர்கள் என்றும் பொருள் காண்கிறார் பேராசிரியர் அ. பாண்டுரங்கன் (2019: 91-93). சங்க இலக்கியம் காட்டும் வரையர மகளிர், சூரர மகளிர் அர மகளிர் ஆகியோர் அவரவர் இருக்கும் இடத்தில் உள்ள தெய்வங்களுக்குப் பலியிட்டு வழிபாடு செய்துவந்த பெண் பூசாரிகளாக இருக்க வேண்டுமென்றும் அ. பாண்டுரங்கன் கருதுகிறார் (மேலது: 92-93).

பேய், கழுது, பூதம், பிசாசு

சங்ககாலத்தில் அச்சம் தரும் தெய்வங்கள் வரிசையில் பேய், பிசாசு, பூதம் முக்கியமானவை. மேலும், பாசம், கழுது, பழு, கூளி முதலான தெய்வங்களும் பேய், பிசாசு வகையினங்களே. இவையாவும் மீவியல் காலங்களில் (உச்சிக்காலம்) சுற்றித் திரிபவை. இவை காட்சியால் மிரட்டுபவை.

சங்க இலக்கியங்களில் பேய் என்பது 'பேஎய்' (குறுந். 263) எனவும், 'கழுது' (நற். 171) எனவும் குறிப்பிடப்படுகின்றது. 'பேஎ' எனும் பழந்தமிழ்ச் சொல் காலப்போக்கில் 'பேய்' எனத் திரிந்தது என இச்சொல்லாராய்ச்சியைத் தன் தமிழ் மக்களின் தொல்சமயம் (2019) நூலில் அ. பாண்டுரங்கன் (மேலது: 94) மேற்கொண்டுள்ளார்.

பேய்கள் உருவத்தாலும் செயல்பாட்டாலும் மிரட்டுபவை. இவற்றின் தலை தாழை மரம் போன்றது (அகம். 130). கண்கள் பெரியவை, செந்நிரமானவை, கடும் பார்வையுடையவை (மதுரை. 121). காதுகளில் வெள்ளாட்டு மறியை மாட்டிக் கொண்டிருக்கும். (சிறுபாண். 197). கொடூரமான வாயும் அனல் கக்கும் நாக்கும் உடையவை (நற். 73; சிறுபாண். 196). பற்கள் ஒன்றுக்கொன்று நீண்டும் குறுகியும் கோரமாய் காட்சி அளிக்கும் (புறம். 356). இவை யானையின் கால் நகங்கள் போன்றவை (குறுந். 180). செம்முருக்கின் காய்ந்த சரகுகள் போன்ற விரல்களையும், பிளவுபட்ட பாதங்களையும் கொண்டவை (மதுரை. 161; சிறுபாண். 197).

பேய்களின் உருவத்தைப் போன்றே, அவற்றின் செயல்பாடுகளும் அஞ்சத்தக்கதாய் உள்ளன. பேய்கள் நள்ளிரவில் நடமாடுபவை (நற். 179, 318; அகம். 122, 260, 311). கோட்டான்களும் பருந்துகளும் உலவும் இடுகாட்டில் உறைந்திருக்கும் (புறம். 338). இடுகாட்டில் நரிகளுடன் சுற்றித் திரியும் (புறம். 373). தாழிகள் கவித்த மேடுகளில் இருக்கும். பிணம் தின்று கூத்தாடும் (புறம். 359; அகம். 265). போர்க் களத்தில் காயமடைந்த வீரர்களின் உடலைத் தின்ன வரும் (பதிற். 36). ஊர் மன்றங்களில் மாலைப் பொழுதில் இடப்படும் பலிகளை உண்ணும் (நற். 73; அகம். 142). இதனால் பேய்களுக்குரிய பலியைக் கொடுத்து விட்டால் அதனைப் பெற்றுக் கொண்டு விலகிச் செல்லும். இதை,

> பலி கொண்டு பெயரும் பாசம் போல
> திறை கொண்டு பெயர்தி (பதிற். 71: 23-24).

எனும் பதிற்றுப்பத்துப் பாடலடிகள் கூறுகின்றன.

பேய்களில் ஆண், பெண் பாலினப் பாகுபாடு உண்டு (பட்டின. 259-260). கழுது (நற். 171) என்றும், கூளி (அகம். 233; பதிற். 36) என்றும் அழைக்கப்படும். போரில் புண்பட்ட வீரர்களைத் தின்ன பேய்கள் வரும் என்பதால் பெண்கள் காவல் காத்தனர். நறுமணப் பொருட்களைப் புகைத்தனர் (புறம். 281). வீட்டின் கூரையில் வேப்பிலையைச் செருகி வைத்தனர் (புறம். 281). போர்க்களங்களில் பேய்கள் ஆடின (பதிற். 35). பேய்கள் மக்களை அண்டாதிருக்க பல்வேறு தடுப்புகளைச் செய்தனர். இதனைப் புறநானூறு பின்வருமாறு குறிப்பிடுகிறது.

தீம் கனி இரவமோடு வேம்பு மனைச் செரிஇ
வாங்கு மருப்பு யாழொடு பல் இயம் கறங்க
கை பயப் பெயர்த்து மை இழுது இழுகி
ஐயவி சிதறி ஆம்பல் ஊதி
இசை மணி எறிந்து காஞ்சி பாடி
நெடு நகர் வரைப்பில் கடி நறை புகைஇ (புறம். 281: 1-6)

பேய்கள் குட்டை வடிவமானவை. பூதங்களோ நேர்மாறானவை; அளவில் மிகப் பெரியவை. பிசாசு இன்னும் சற்று வித்தியாசமானவை.

ஏனைப் பிசாசு அருள் என்னை நலிதரின் (கலி. 65: 17)

என்கிறது கலித்தொகை. பேய்ச் சாதியில் ஓர் இனமாகக் கருதப் படுபவை கழுதுகள். இவை பேய்களின் ஊர்தியாகப் பணி செய்கின்றன (சண்முகம் பிள்ளை, மு. 1996: 133).

கழுது வழங்கு அரைநாள் (அகம். 260, 311)
கழுது வழங்கு யாமத்து... (அகம். 122)
கழுது கால் கொள்ளும் (நற். 171)
கழுது கால்கிளர ஊர்மடிந் தன்றே (நற். 255)

போர்க்களத்தில் பேய்களுடன கூடத் திரியும் மற்றொரு வகையினம் பூதமாகும். பூதங்கள் போர்க்களத்தில் காவல் புரிகின்றன என்கிறது புறநானூறு.

பூதம் காப்ப பொலிகளம் தழீஇ (புறம். 369: 17)

பூதங்களும் பேய்களைப் போன்றே தம் சுற்றத்துடன் சேர்ந்து போர்க்களத்தில் துணங்கைக் கூத்து ஆடும் என்கிறது பெரும் பாணாற்றுப்படை.

கணம் கொள் சுற்றமொடு கைபுணர்ந்து ஆடும்
துணங்கை அம் பூதம் துகில் உடுத்தவை போல் (பெரு. 234-235)

பூதம் தந்த பொரி அரை வேங்கை (அகம். 365: 13)

பூதம் காக்கும் புகல் அருங் கடிநகர் (பட்டின. 57)

பூதம் குடிகொண்டுள்ள வேங்கை பற்றி அகநானூறு (365) கூறுகிறது. பூதங்கள் காளி கோயிலின் வாயிலில் நின்று காவல் புரிவதைப் பட்டினப்பாலை (57) கூறுகிறது.

குலக்குறி

ஓர் இனக்குழுவின் தோற்றம், வளர்ச்சி, அடையாளம் ஆகியவற்றோடு தொடர்புடையது குலக்குறி (totem). அதனால் அது அந்த இனக் குழுவின் அடையாளச் சின்னமாகவும் அமைந்துவிடும். பெரும் பாலும் விலங்குகள், தாவரங்கள், இயற்கைக் கூறு முதலானவையே குலக்குறியாக இருக்கும்.

சங்க இலக்கியத்தில் குலக்குறிகள் பற்றிய செய்திகள் நேரடியாகக் குறிக்கப்பெறவில்லை. குலக்குறி, (totem), குலக்குறியம் (totemism) பற்றிய உலகளாவிய கூறுகளை ஒப்பியல் நோக்கில் அணுகும்போது ஏற்படும் புரிதலின் அடிப்படையில் சிலவற்றை விவாதிக்கலாம்.

சங்ககால மன்னர்கள் காவல் மரத்தினைத் (கடிமரம்) தெய்வீக மானது என்றும், தம் இனக்குழுவைக் காப்பது என்றும் நம்பி யிருந்தனர். நன்னனின் காவல் மரம் வாகை. மோகூர் மன்னன் பழையன் என்பவரின் காவல் மரம் வேம்பு. நன்னன் எனும் பெயர் கொண்ட இன்னுமொரு இனக்குழு மன்னனின் காவல் மரம் மாமரம். இம்மரங்கள் இந்த இனக்குழுக்களின் முக்கிய அடையாளம் (குலக்குறி) என்பதாலேயே வேந்தர்கள் இவர்களோடு பேரிட்ட போது முதலில் காவல் மரங்களையே வெட்டினர். காவல் மரங்களை இம்மன்னர்களின் குலக்குறி எனக் கொள்வதில் தவறில்லை எனத் தோன்றுகிறது. குலக்குறி என்பதற்கான தூய வரையறைகளை மட்டுமே கணக்கில் கொள்வது, பூர்வகால தமிழ்ச் சமூகத்தின் பண்புகளை ஒதுக்கிவிடுவது போல் ஆகிவிடும். பண்டைய தமிழ் மன்னர்களின் காவல் மரங்களைக் குலக்குறிகளாக இனங்காணும் வகையில் வரையறைகளை விரிவுபடுத்த வேண்டும்.

சங்ககாலச் சீறூர் மன்னர்கள், முதுகுடி மன்னர்கள், குறுநில மன்னர்கள் போன்றே சேர, சோழ, பாண்டிய வேந்தர்கள் முறையே பனம்பூ, அத்திப்பூ, அத்திப்பூ, வேப்பம்பூ ஆகியவற்றை அடையாளப் பூக்களாகக் கொண்டிருந்தனர். படையெடுப்பின்போதும், பிற சிறப்பு

நிகழ்ச்சிகளின்போதும் மன்னர்கள் புனித நீராடி, புத்துடையணிந்து, தலையில் தம் அடையாளப் பூக்களை அணிந்து கொள்வார்கள் (புறம். 79). பூக்களை அடையாளச் சின்னங்களாக அணியும் முறை பண்டைய இனக்குழு அடையாளமாக விளங்கிய காவல் மரத்தின் தொடர்ச்சியாக வந்தது எனக் கருத இடமுண்டு. இவ்வாறே அடையாள மாலை களையும் மூவேந்தர்கள் கொண்டிருந்தனர் (புறம். 45: 1-4).

சங்ககாலத்தில் மன்னர்களும் புலவர்களும் கொண்டிருந்த பெயர்களின் அடிப்படையில் எருமை, ஆந்தை, நாகம், பேய், பூதம், எருக்கு, முல்லை, முதலானவற்றைத் தமிழ்மக்களின் தொல்சமயம் (2019) நூலில் குலக்குறிகளாக அ. பாண்டுரங்கன் இனங்காண்கிறார். பட்டினப்பாலையில் நெய்தல் நில மக்கள் சுறாமீனின் முள்ளினை நட்டு வழிபடும் முறையைக் கொண்டு (பட்டின. 78-93) அதனை அம்மக்களின் குலக்குறியாக அடையாளப்படுத்துகிறார் ஆ. தனஞ் செயன் (1996). இந்நூலாசிரியரே சங்க இலக்கியமும் பண்பாட்டுச் சூழலியமும் (2010) எனும் நூலில் நற்றிணை 172ஆம் பாடலைக் கொண்டு புன்னை மரத்தைக் குலக்குறியாக இனங்காண்கிறார்.

நீலகிரி மலைத்தொடரில் வாழும் கசவர்களின் குலக்குறிகள் விலங்கு, தாவரம், இயற்கை முதலானவற்றின் பெயர்களில் உள்ளன. கொங்கு வேளாளர்கள் சாத்தந்தை, பொருளந்தை, கண்ணாந்தை, கொற்றந்தை, தேவாந்தை, எண்ணெய், ஈஞ்சை, பதறி (இலந்தை), துவரை, வெண்டுவன், மீன், மேதி (எருமை), குண்டெலி, பாண்டி, யானை, கண்ணன், முழுக்காதன், செவ்வாயன் முதலான குலக்குறிகள் உள்ளன (கிருட்டிணசாமி, க. 1983). இத்தகைய குலக்குறிப் பெயர்கள் பண்டைய தொல் மரபின் தொடர்ச்சியைக் காட்டுகின்றன. சங்க இலக்கியத்தில் எவையெல்லாம் குலக்குறிகளாக விளங்கின எனத் திட்டவட்டமாக வரையறுத்துச் சொல்வதற்கு வலுவான சான்றுகள் இல்லை எனலாம். ஆனால் குலக்குறி மரபு இன்று வரை தொடர்ந்து வந்துள்ளதைக் காண்கிறோம்.

மனிதப் பண்பேற்றம்

பண்டைத் தமிழர் தொடக்கத்தில் உருவமற்ற ஆற்றல்களை வணங்கி, பின்னர் மெல்ல மெல்ல அவற்றிற்கு மனிதப்பண்பேற்றம் (anthropomorphism) செய்ததை அறியலாம்.

பழந்தமிழர் இயற்கை ஆற்றலை வணங்கினர். இவ்வாற்றலைப் பின்னாளில் கடவுளராக மாற்றிவிட்டனர். வழிபட்டால் நன்மை தரும்,

ஒதுக்கினால் சீற்றங்காட்டும் என்னும் இரட்டை நிலைப் பண்புடன் விளங்கும் தெய்வம் காளி ஆகும். 'காளி' என்னும் சொல் திராவிட மூலத்தைக் கொண்டதாகும் (கோதண்டராமன், பொன். 1997: 20-21). கருப்பு என்னும் பொருளுடைய 'கார்' என்பதிலிருந்து திரிந்ததே 'கால்'. கருப்பு என்பது அச்சத்தின் குறியீடாகவும் குழப்பம், பயங்கரம், முடிவற்றது, புரியாத புதிர் ஆகியவற்றின் குறியீடாகவும் விளங்குவது. அச்சத்தையும் சீற்றத்தையும் கொண்டுள்ள இத்தெய்வமானது கால்/கார் என்னும் வண்ணத்தாலேயே உருவகப்படுத்தப்பட்டது. கால்/கார் என்னும் சொல்லுக்கு இணையான ஆண்பால் காலன் ஆகும். 'காலன்' இறப்புக்குரிய தெய்வமாகும். கால் என்றால் 'காற்று', 'அசைவு' என்ற பொருளும் உண்டு. தொல்குடியினர் இடி, மின்னலோடு கூடிய காற்றின் பயங்கரமான ஆற்றலைப் புரிந்து கொள்ள முடியாமல் ஒரு புதிராக உணர்ந்திருக்கக் கூடும். இதனாலேயே 'காத்து-கருப்பு' என்று இன்றுங்கூட நிலவும் வழக்கமானது காற்று தொடர்புடைய தீய ஆவிகளைக் குறிப்பதாக உள்ளது (மேலது: 21).

காலி என்னும் தமிழ்ச் சொல் சமஸ்கிருதத்தில் காளி என்று மாறியுள்ளது. இச்சொல் இகர ஈறு பெற்றிருந்தாலும் இது பால்சாராச் சொல்லேயாகும். பின்னாளில் பெண்பாற் சார்ந்த அம்மன் என்னும் விகுதியுடன் இணைந்து காளியம்மன் என்றாகியது. இத்தெய்வத்திற்கு இணையான ஆண் தெய்வங்கள் வழக்குப் பெறவில்லை. ஆனால், காளியப்பன், காளியண்ணன் என்னும் ஆண்பால் இயற்பெயர்கள் உண்டாயின (மேலது: 21).

காளி போன்று 'நாகம்' என்னும் விலங்கினைப் பழந்தமிழ்த் தொல் குடியினர் வழிபடத் தொடங்கி அதுவே மனிதப் பண்பேற்றலால், மனித உருவேற்றலால் தாய்த் தெய்வமாக்கப் பட்டபோது நாகம்மன் என்னும் அம்மன் தெய்வமாகியது. நாகராஜா, நாகப்பன் போன்ற ஆண்பால் இயற்பெயர்களும் தோன்றின.

இவ்வாறு இயற்கையின் ஆற்றலை வழிபட்டுவந்த தொல் தமிழர்கள் பின்னாளில் மூதாதையர், வீரர்கள் ஆகியோரின் ஆற்றலை வழிபடத் தொடங்கிய போதும் அது பால்சாரா நிலையிலேயே இருந்தது. பின்னர்தான் பால்சார்பும், மனிதப் பண்பேற்றமும், மனித உருவேற்றமும் நிகழ்ந்தன.

தொடக்கத்தில் மழையாகிய மாரியை வழிபட்டனர். பின்னாளில் தாய்த் தெய்வங்களின் ஆளுமை விரிந்தபோது மழையாகிய மாரி

'மாரியம்மன்' ஆனது. மாரி எனும் சொல் மழையைக் குறிக்கிறது. ஆதியில் மழையை வழிபட்டமை இயற்கையை வழிபட்டதாகவே அமைந்தது. அடுத்த கட்டத்தில்தான் மழையும் நீரிடங்களான ஆறு, கடல், சுனை, குளம் போன்றவை பெண் தெய்வங்களாக மனித உருவேற்றம் பெற்றன. 'மாமழை போற்றி' என்றே இளங்கோவடிகள் குறிப்பிடுகிறார். பெண்பாலாகக் கருதப்பெறவில்லை. ஆனால், பின்னாளில் மாமழையானது நிறைந்த சூல் கொண்டதென உருவகம் செய்யப்பெற்றது. வையை ஆறு 'பொய்யாக் குலக்கொடி' என்று சிலப்பதிகாரத்தில் (சிலம்பு. புறஞ். 170) கூறப்பெற்றது. இவ்வாறு மாரி போன்ற பால்சாரா இயற்கையின் ஆற்றல் பின்னாளில் 'மாரியாயி' என்று பெண்பாற் தெய்வமாக மனித உருவேற்றமும் (anthropomorphism) பெற்றது. மொழிக் கூறுகளை மீட்டுருவாக்கம் செய்வதன் வாயிலாக இயற்கையின் ஆற்றல் கடவுளராகப் படிமலர்ச்சியடைந்த போக்கினைச் சிந்திக்க இயலும். உலகளாவிய பண்புகளையும் தமிழ்ச் சூழலுக்குட்பட்ட தனித்துவப் போக்குகளையும் ஆராய்வதற்குச் சங்க இலக்கியங்கள் பெரும் கருவூலமாகத் திகழ்கின்றன.

தாய்த்தெய்வம்

மனிதகுலத்தில் பெண்வழிச் சமூகமே ஆதி வடிவம். இவ்வகைச் சமூக அமைப்பில் பெண் பல தளங்களிலும் முன்னிலை பெற்றிருந்தாள். சமயம் எனும் தளத்திலும் அவளே தாய்த் தெய்வமாகப் பெயர் பெற்றிருந்தாள்.

சங்க இலக்கியம் தந்தைவழிச் சமூகத்தைப் பிரதானப்படுத்தி யிருந்தாலும் பண்டைய தாய்வழி மரபையும் சுட்டிக்காட்டுகிறது. தாய்த் தெய்வங்களில் கொற்றவை புராதனக் கூறுகளைக் கொண்டிருக்கிறாள். இவள் சங்க இலக்கியங்களில் பன்முகத் தன்மையுடன் காட்சிபெறுகிறாள். அகநானூறு (345) 'கானமர் செல்வி' என்கிறது. கலித்தொகை (89.8), 'பெருங்காட்டுக் கொற்றி' என்கிறது. திருமுருகாற்றுப்படை (259) 'பழையோள்' என்கிறது. பெரும் பாணாற்றுப்படை (459) 'துணங்கையஞ் செல்வி' என்கிறது. குறுந்தொகை (218) 'சூலி' என்கிறது. தாய் எல்லா வளமையையும் கொண்டவள் என்பதைச் சங்க இலக்கியம் பன்முகப்படுத்தியுள்ளது. ஆதித் தமிழர்கள் கொற்றவையை ஒன்றுக்கும் மேற்பட்ட பொருண்மைகளில் இனங்கண்டுள்ளனர். இவற்றில் தொன்மை, காடு, வெற்றி முதலான பொருண்மைகள் முன்னிலை பெற்றுள்ளன. காடமர்

செல்வி, காடுகிழாள், ஐயை, பாலைக் கிழத்தி, மலைமகள் முதலான திரிபு வடிவங்களும் இவற்றோடு இணைத்தறிய வேண்டும்.

சங்ககாலத்தில் தாய்த்தெய்வங்கள் 'கானமர் செல்வி', 'கடல்கெழு செல்வி' என்று அழைக்கப்பெற்றன. செல்வத்தைத் தருபவள் செல்வி. காட்டின் செல்வத்தையும், கடலின் செல்வத்தையும் தந்ததால் இப்பெயர்களைப் பெற்றாள். 'கடுந்தெறல் மரபின் கடவுள்' என்றும் இவள் அழைக்கப்பெற்றாள்.

தொல்காப்பியம் 'பாலை' எனும் திணையைக் குறிப்பிடவில்லை. ஆனால், வெட்சித் திணைக்குரிய துறையை வகுக்கும்போது 'கொற்றவை நிலை' (தொல். பொருள். 59) என்ற ஒன்றினைத் தனியாக வகுக்கிறது. தொல்காப்பியர் பாலைத் திணையைக் குறிக்கா விட்டாலும், தொன்மையான தமிழ்ப் பண்பாட்டின் தாய்த்தெய்வ மாகிய கொற்றவை பாலைக்குரிய தெய்வமாக இருப்பது ஓர் அகமுரண்.

சங்ககாலத்தில் கொற்றவை எனும் கன்னிப் பெண்ணை வழிபடும் மரபு மிகவும் தொன்மையானது. இதுவே பின்னாளில் சக்தி வழிபாடாகத் தனித்துவம் பெற்றது; சாக்த சமயமாகப் (தாந்திரீக சமயம்) படிமலர்ச்சி பெற்றது.

திருமுருகாற்றுப்படையில் (258) முருகன் 'வெற்றிவேல் போர்க் கொற்றவை சிறுவ, விழையணி சிறப்பில் பழையோள் குழவி' என அழைக்கப்படுகிறான். தாயாகிய கொற்றவையின் பெயரால் முருகன் அழைக்கப்படுவது இனக்குழு மரபை வைதிகம் நோக்கி நகர்த்துவதன் தொடக்கமாகும். மணமாகாத நிலையில் கருவுற்று மகப்பேறு பெறும் மரபு இதன் குறியீடாகும்.

இறப்பும் தெய்வமாதலும் (நடுகல்)

இறந்தவர் தெய்வமாதல் தமிழ் மரபில் தொன்மையானது. ஆகோள் பூசலில் இறந்த வீரர்கள் நடுகற்களாக வழிபடப்பட்டனர். தென்னிந்தியா முழுவதும் நடுகல் வழிபாடு மிகுந்திருந்தது. அது புதிய கற்காலம் தொட்டு கி.பி.5ஆம் நூற்றாண்டுவரை சிறப்புப் பெற்றிருந்தது (பூங்குன்றன், ர. 2016: 27-29). பண்டைய தமிழகம் ஓர் அகண்ட தமிழகமாக இருந்தது. துளு நாடு (நன்னாடு), குடமலை (புன்னாடு), வடவேங்கடம் (ஆந்திரம்) வரை அன்றைய தமிழகம் விரிந்திருந்தது. இங்கெல்லாம் நடுகல் மரபு பரவியிருந்தாலும் மிகச் சில பகுதிகளில் அது மிகுந்திருந்தது.

சங்க இலக்கியம் பாலையில் (முல்லை, குறிஞ்சி) நடுகற்கள் மிகுதியும் காணப்பட்டதைக் கூறுகிறது. அகநானூற்றின் பாலைத் திணைப் பாடல்களும் புறநானூற்றில் வெட்சி, கரந்தைப் பாடல்களும், ஐங்குறுநூற்றுப் பாடல்களும் நடுகல் மரபை விதந்து பேசுகின்றன. இவற்றில் தனிச்சிறப்புடையது புறநானூற்றின் 335ஆம் பாடல்.

சங்ககாலத்தின் முற்பகுதியாகிய கி.மு. 5-4ஆம் நூற்றாண்டுகளில் இறந்தவர்களுக்குப் பெருங்கற்சின்னங்கள் வைக்கும் வழக்கம் சிறப்புப் பெற்றிருந்தது. தொடக்கத்தில் முதுமக்கள்தாழி முறை பரவலாக இருந்தது. அதற்கடுத்துக் கி.மு.3-1ஆம் நூற்றாண்டுகளில் பதுக்கை (cist) முறை பரவலாகியது. பின்னர் கி.பி. 1-2ஆம் நூற்றாண்டுகளில் 5 டன் முதல் 10 டன் வரை எடையுள்ள நெடுங்கல் (menhir) நடும் முறை ஏற்பட்டது. இறுதியில் கி.பி.2-3ஆம் நூற்றாண்டுகளில் நெடுங்கற்கள் நடுவதைத் தவிர்த்து அளவில் சிறிய நடுகற்கள் நடும் முறையை உருவாக்கினர் (ராஜன், கா. 2000: 9-33). இந்தப் படிமலர்ச்சிப் போக்கினைத் தெல்லியல், சங்க இலக்கியம் வழி மிக நுணுக்கமாகக் காட்டுகிறார் கா. ராஜன் (மேலது: 29-33). அறிஞர் ர. பூங்குன்றன் (2001, 2016) செய்துள்ள நடுகல் ஆய்வுகளில் இலக்கியச் சான்றுகளின் விரிவையும் ஆழத்தையும் காட்டுகிறார்.

ஆகோள் பூசலில் நிரைகவர வந்த வெட்சி வீரர்கள் இறக்கும் போதும், மீட்கச் சென்ற அல்லது கவர்ந்து செல்லாதவாறு பூசலில் ஈடுபட்ட கரந்தை வீரர்கள் இறக்கும்போதும் அந்த வீரர்களுக்கு நடுகல் நடுக்கப்பட்டது. வணிகர் சாத்துகளுக்குக் காவலாகச் சென்ற வீரர்களை ஆறலை கள்வர் தாக்கியபோது இறந்தவர்களுக்கும் நடுகல் நடுக்கப் பட்டது. இந்த நடுகற்கள் பெரும்பாலும் பாலை நிலத்தில் (குறிஞ்சியும் முல்லையும் திரிந்தபோது ஏற்பட்ட நிலம்-கோடை நிலம்) காணப்பட்டன.

சங்ககாலத்தில் எழுப்பப்பட்ட பதுக்கை, நடுகல் முதலானவை இறந்தோர் நினைவுச் சின்னங்கள் அல்ல. அவை மக்களின் வழிபடும் தெய்வங்களாக அமைந்தன. நடுகல் தெய்வமே தெய்வம், வேறெதுவும் தெய்வம் இல்லை என்னுமளவிற்கு இது சிறப்புப் பெற்றிருந்தது.

நடுகல்லை இரத்த உறவினர்கள் எழுப்பினர். போரில் வேறு வேறு குலத்தைச் சேர்ந்தவர்கள் இறந்தால் தனித்தனி நடுகல் ஏற்படுத்தினர் (நற். 98). ஒரே குலத்தைச் சேர்ந்தவர்களாக இருந்தால் ஒரு கல்லில் அனைவருடைய உருவங்களையும் பொறித்தனர். பல நடுகற்களில்

வீரர்களின் பெயரும் சிறப்பும் எழுதப்பெற்றன. இதனை அகநானூறு (155) 'கடவுள் எழுதிய கல்' என்கிறது. இங்கு எழுதுதல் என்பது வீரனின் ஓவியத்தைக் (கோட்டுருவம்) குறிக்கிறது.

சங்ககாலத்தில் நடுகல் வழிபாடு விரிவானது. அதில் சடங்கு, ஆகுதி, விழா எனப் பன்முகப்பட்ட நிகழ்வுகள் ஒரு தொடர் வரிசையில் நடக்கும் (காண்க: இயல் 11). நடுகற்களுக்குப் பந்தல் அமைத்து வழிபடுகின்றனர் (புறம். 265: 1-5). மயில் தோகைகளால் நடுகற்களை அலங்காரம் செய்கின்றனர் (புறம். 264: 1-4). வேங்கைப் பூக்களைப் பனையின் குருத்துகளில் இணைத்து மாலையாக்கிச் சார்த்துகின்றனர். சிவந்த பூக்களைப் பறித்து மரல் நாரினால் மாலையாக்கிச் சார்த்துகின்றனர். நடுகல்லின் முன்பு தோப்பிக் கள்ளை வைத்து வழிபடுகின்றனர் (புறம். 232.1). மணம்மிக்க புகையைத் தூபமாகக் காட்டுகின்றனர் (புறம். 329: 1-5). துடியினை முழக்கு கின்றனர்; கொழுத்த ஆட்டுக்குட்டியைப் பலியிடுகின்றனர். இதனை அம்மூவனார் பாடல் வழி (அகம்.35) அறியலாம்.

வில்ஏர் வாழ்க்கை விழுத்தொடை மறவர்
வல்ஆண் பதுக்கைக் கடவுட் பேண்மார்
நடுகல் பீலி சூட்டித் துடிப்படுத்துத்
தோப்பிக் கள்ளொடு துரூஉப்பலி கொடுக்கும் (அகம். 35: 6-9)

பகைவர் மீது போர் தொடுக்கும் வீரர்கள் நடுகல் தெய்வத்தின் மீது வில், அம்பு, வேற்படைகள், கேடயங்கள் முதலானவற்றை சார்த்தி வழிபடுகின்றனர். நடுகல் மிகவும் உயர்ந்த தெய்வமாகக் கருதப்பட்ட காலம் ஒன்றிருந்தது. நடுகல் மீது அமரும் பல்லியின் வாக்கு தெய்வீகமானது என யானை மீது செல்லும் வேந்தரும் கருதினர். பல்லி சகுனம் சொல்லாமல் தடை செய்யுமானால் வேந்தர்கள் மேற்கொண்டு பயணத்தைத் தொடராமல் திரும்பிவிடுவதுண்டு என்கிறது அகநானூறு (387: 13-17).

நடுகல் வழிபாடு ஒரு வீரயுகத் தெய்வமாக உயர்ந்தது. வீரயுகத்தில் வீரனே சமூகத்தில் உயர்ந்தவன்; அவனே அப்பண்பாட்டின் வீரன் (culture hero). போரில் வீர மரணம் அடைவதன் வழி தெய்வ நிலைக்கு உயர்த்தப்படுகிறான். அத்தகைய வீரயுக மரபு பிற்காலத் தமிழகத்திலும் கொலையில் உதிர்த்த தெய்வங்களாகத் தொடர்ந்தன. இறப்பும் தெய்வமாதலும் தமிழ் மரபில் இணைபிரியாத சமய நம்பிக்கையாக வேரூன்றியுள்ளது. இறந்த வீரனின் இல்லாள் தலையை மொட்டை யடித்துக் கொண்டாள். இது பண்டைய தமிழ் மரபாகும்.

இன்றும் ஜவ்வாது மலை உட்பட அந்த வட்டாரத்தில் 'வேடியப்பன்' எனும் தெய்வம் நடுகல் தெய்வத்தின் தொடர்ச்சியாக வருவதைக் காண்கிறோம் (கோவிந்தராஜன், ரெ. 2020).

தொல் சமயத்தின் பன்மியம்

மனித குலத்தாரிடம் சமயம் பற்றிய கருத்தாக்கம் முதன் முதலில் எவ்வாறு தோன்றியது எனத் தீவிரமான தேடுதலில் கடந்த 19ஆம் நூற்றாண்டு அறிஞர்கள் பலரும் ஆராய்ந்தார்கள். நேர்க்காட்சிவாதம் (positivism), அனுபவவாதம் (empiricism) இரண்டின் ஊடாகவும் தேடிய முறை அறிவாராய்ச்சியியலில் புதிய புரிதலை ஏற்படுத்தியது. அடுத்த கட்டமாக இனவரைவியல் (ethnography), இனவியல் (ethnology) அணுகுமுறைகளுடன் ஒப்பியல் நிலையில் மீட்டுருவாக்கம் செய்யப்பட்டது.

இயற்கைப் பொருட்களிலும் பௌதிகப் பொருட்களிலும் உறைந்துள்ள ஆவிகள் ஆற்றல் மிகுந்தவை; அவையே மனித வாழ்வுக்குக் காரணமாக அமைகின்றன என நம்பி தொல்பழங்கால மக்கள் நம்பி ஆவிகளை வழிபட்டனர்.இந்த ஆவிவழிபாடே (animism) சமயத்தின் தோற்றுவாய் என இங்கிலாந்து நாட்டு மானிடவியலறிஞர் எட்வர்டு பர்னட் டைலர் முன்மொழிந்தார். இன்னொரு தொல்குடிச் சமூகத்தை ஆராய்ந்த ஆர்.ஆர். மாரட் என்பவர் வேறொரு கருத்தை முன்வைத்தார். பௌதிகப் பொருட்களில் எப்போதாவது வந்து தற்காலிகமாகச் சிலகாலம் உறைந்து ஊக்கப் படுத்தும் உயிர்ப்பாற்றலை மக்கள் வழிபட்டனர் என்று விளக்கினார். மெலனீஷியா, பாலினீஷியா போன்ற தீவுக்கூட்டங்களில் வாழும் தொல்குடிகள் உயிர்ப்பாற்றல் வழிபாட்டைக் கொண்டிருந்தனர். இந்த உயிர்ப்பாற்றலை மெலனீஷியர்கள் 'மனா' (mana) என்றும், வட அமெரிக்காவின் அல்காங்கியன் தொல்குடியினர் 'மனிட்டோவ்' (manitou) என்றும், சியோவன் தொல்குடியினர் 'வகண்டா' (walamda) என்றும், இரோகுவாய்ஸ் எனும் அமெரிக்க இந்தியர் 'ஒரண்டா' (orenda) என்றும் அழைக்கின்றனர். பண்டைத் தமிழர்கள் 'அணங்கு', 'சூர்' என்றனர்.

இந்த உயிர்ப்பாற்றல் வழிபாடு (animatism) ஆதியில் தொல் சமயம் தோன்றுவதற்குக் காரணமென்றார் ஆர். ஆர். மாரட். இன்று நிறுவனச் சமயத்தை ஏற்றுக் கொண்டுவிட்ட நாம் அதனை 'அதிர்ஷ்டம்' என்று சொல்கிற வகையில் இந்த உயிர்ப்பாற்றல் கோட்பாட்டைப் புரிந்து

கொள்ளலாம். வடஇந்தியத் தொல்குடிகளாகிய சந்தால், முண்டர், ஹோ ஆகியோர் மனா ஆற்றலைப் 'போங்கா' என்கின்றனர்.

ஆஸ்திரேலிய முதுகுடிகளிடம் ஆய்வு செய்த எமில் துர்க்ஹைம் அம்மக்கள் குலக்குறிகளை (totems) மிகவும் போற்றி வழிபட்டு வந்ததையும், சமூகத்தின் குலப்பிரிவுகள் யாவும் குலக்குறிகளை முன்வைத்தே பிரிந்து நிற்பதையும், குலக்குறிக் குழுக்களே மண வுறவுகளை நிர்ணயம் செய்வதையும் கண்டு வியந்தார். இவர்களின் குலக்குறி முறைகளை நுட்பமாக ஆராய்ந்த பின்னர்த் துர்க்ஹைம் தொல் சமயத்தின் தோற்றம் குலக்குறி முறையிலிருந்தே (totemism) தோன்றியது என்றார். துர்க்ஹைம் (1965) மனிதன் சமூக வாழ்வைத் தொடங்கியபோது ஏற்பட்டதே சமயம் என்கிறார். சமூகத்தில் சமயமானது 'புனிதம்' (sacred), 'புனிதமற்றது' (profane) என்ற வேறுபாட்டை உருவாக்குகிறது. அதில் குலக்குறியானது சமயத்திற் கான விழைவை உருவாக்கியது என்றார். இந்த விழைவின் தொடக்கநிலை வடிவமாகக் குலக்குறி ஏற்பட்டது என்கிறார்.

தொல் சமயம் எதிலிருந்து முதன்முதலில் தோன்றியது எனும் கோட்பாட்டு விவாதங்கள் பலவாறு தொடர்ந்து கொண்டிருக்க, இன்னொரு முக்கிய கோட்பாடும் முன்வைக்கப்பட்டது. இயற்கையின் பேராற்றலைக் கொண்டு விளங்கும் ஞாயிறு, திங்கள், மலை, ஆறு, மரம், புயல், கடல், மழை முதலிய இன்னும் பல இயற்கைக் கூறுகள் மனித வாழ்வை நிர்ணயிப்பதில் வல்லமை படைத்தவை என்று தொல்குடிகள் நம்பத் தொடங்கினர். அதனால், அவற்றை வழிபடவும் தொடங்கினார்கள். தொல்குடிகள் மேற்கொண்ட 'இயற்கை வழிபாட்டி'லிருந்தே (naturism) தொல்சமயம் தோன்றியது என்று மேக்ஸ் முல்லர் முன்மொழிந்தார். பண்டைய எகிப்தில் கிடைத்த தொல்லியல் சான்றுகளுடன் பிற பகுதிகளில் கிடைத்த தரவுகளோடு மேக்ஸ் முல்லர் தன் கோட்பாட்டை முன்வைத்தார்.

இவ்வாறாக அறிஞர்கள் பலரும் தாம் ஆய்வு செய்த காலத்தில், களத்தில் கண்ட தரவுகளை முன்வைத்துத் தத்தம் கோட்பாடுகளை முன்மொழிந்தனர். ஒவ்வொருவரும் தாம் தேர்ந்தெடுத்த நிலப் பகுதியில் தொல்குடிகள் பின்பற்றிய சமய நம்பிக்கைகளை முன்வைத்துத் தத்தம் கோட்பாடுகளை உருவாக்கினார்கள்.

ஹெர்பர்ட் ஸ்பென்சர் இறந்தவர்களை நினைவுகூரும் முன்னோர் வழிபாட்டிலிருந்து முதன் முதலில் சமயம் தோன்றியது என்றார்.

சர். ஜேம்ஸ் பிரேசர் மந்திரம் (magic) பற்றிய தொல்குடியின் சிந்தனையிலிருந்து சமயம் தோன்றியது என்றார். ஆண்ரூ லாங் உயர் கடவுள் (high God) ஒருவனே மனித வாழ்வைத் தோற்றுவித்தான் என்று மக்கள் எண்ணியதால் மனித குலத்தில் சமயம் தோன்றியது என்றார். உலகளாவிய நிலையில் சமயத்தின் தோற்றுவாய் எவ்வாறு ஏற்பட்டது என்பது பற்றிப் பல்வேறு கோட்பாடுகள் முன்மொழியப் பட்டுள்ள நிலையில் உயர்தனிச் செம்மொழி மரபுடைய தமிழ்ச் சமூகத்தின் சமய மரபு இக்கோட்பாடுகள் மீது எவ்வாறு வினையாற்ற முடியும் என்பது இப்போது நமக்கான விவாதமாக அமைகிறது.

தமிழ்ச் செவ்வியல் மரபைப் பேசுபவர்கள் சங்க இலக்கியம் ‘சமயச் சார்பற்றது’ என்று பரவலாகக் கூறுகிறார்கள். காரணம் சமயம், கடவுள், வழிபாடு, சடங்கு, சம்பிரதாயங்கள் ஆகியவற்றை இவ்விலக்கியம் முதன்மைப்படுத்தவில்லை என்பதாலாகும். ஐந்திணை வாழ்வை அகமென்றும் புறமென்றும் வகுத்து அதனைக் கவிதையாக்கும் போது வாழ்வின் முழுமையில் ஒரு சிறிய பகுதியாகச் சமயம் பற்றிய கருத்துகள் இடம் பெறுகின்றன. முழுமையின்கண் அடங்கும் ஒரு பகுதியானது எப்போதுமே முழுமையைப் பிரதிபலிப்பதில்லை எனும் நோக்கில் சங்க இலக்கியம் சமயச் சார்பற்றது என்ற கருத்து முன்வைக்கப் பெறுகிறது. அகம், புறம் இரண்டுக்குள்ளும் வெளிப்படையாகவும் மறைமுகமாகவும் சிதறிக் கிடக்கும் கருத்துகள் வழித் தொல் தமிழர் சமயம் பற்றி விரிவாகவே அறிய முடிகிறது.

உலகில் நீண்ட நெடிய மரபுடைய எந்த ஒரு சமூகத்திற்கும் தொல் சமய மரபு என்று ஒன்றுண்டு. இத்தொல் சமய மரபிலிருந்தே அடுத்தடுத்த மரபின் தொடர்ச்சியும் மாற்றமும் கொண்ட படிமலர்ச்சி (evolution) ஏற்படும். இப்படிமலர்ச்சியின் அசைவியக்கம் சீரான மாற்றத்தையே அடிப்படையாகக் கொண்டிருக்கிறது. இந்த நிலையில் இவ்வியல் பழந்தமிழரின் தொல் சமய வடிவங்களையும் அவற்றின் அடுத்தடுத்த கட்ட சீரான படிமலர்ச்சியையும் காட்டும்.

அணங்கு, சூர், பேய், பேய்மகள், சூரர மகளிர், பூதம் (கூளி), கழுது போன்றவை மீவியல் காலமான (liminal period) நண்பகலிலும் நள்ளிரவிலும் திரிந்து அச்சத்தை ஏற்படுத்தின. பேய்கள் பெரும்பாலும் உருவகப்படுத்தப்பட்டன. புண்பட்டவர்களின் காயங்களின் வழியாக இரத்தத்தை உறிஞ்சி உயிரைப் பறிப்பவை இவை என்பதால் போர்க்களத்தில் வெட்டுக் காயங்கள் பட்டு அவதியுறும் போர்

வீரர்களை இவை அணுகாமலிருக்க ஐயவி புகைத்து, எருக்கம் தழையுடன், வேப்பிலையும் மனையில் செருகி, காஞ்சிப் பண் பாடிப் பேய்களை விரட்டியுள்ளனர் (புறம். 281, 296). இவை தவிரக் கூற்றுவன், காலன் ஆகியவை உயிரைப் பறிப்பவையாக அஞ்சி அவற்றிடமிருந்து தற்காத்துக் கொள்ள முயன்றுள்ளார்கள் (புறம். 4, 41, 240). ஆனால் பேயை விரட்டுவது போலக் கூற்றுவனை அவ்வளவு எளிதில் விரட்டிவிட முடியாது என நம்பப்பட்டது (புறம். 98). இப்படியாக அணங்கு, சூர் எனும் வரிசையில் எண்ணற்ற வகை யினங்களாக இயற்கையிகந்த ஆற்றல்களைத் தமிழ் மக்கள் இனங் கண்டுள்ளனர்.

உலகளாவிய நிலையில் நோக்கும்போது 'ஆவி வழிபாடு' (animism), 'உயிர்ப்பாற்றல் வழிபாடு' (animatism) எனும் கருத்தமைவில் காணப்பெறும் வழிபாட்டு நிலைகள் பண்டைத் தமிழ்ச் சமூகத்திலும் இருந்துள்ளன. ஓரிடத்தில் அல்லது ஒருவரிடத்தில் தொடர்ந்து நிலையாக இல்லாமல் தற்காலிகமாக உறையும் சூர், அணங்கு போன்றவை உயிர்ப்பாற்றல் வழிபாடாக இருந்துள்ளது. உலகளாவிய நிலையில் ஆய்வாளர்கள் பகுப்பாய்வு வகையினமாக (analytical category) வகைப்படுத்த முனையும்போது அதனை 'உயிர்ப்பாற்றல் வழிபாடு' என இனங்காண்கின்றனர். ஆனால், இத்தகைய வழி பாட்டைக் கொண்டுள்ள மக்கள் தம் மண்சார்ந்து திணைசார் வகைமையைக் (ethnic category) கொண்டிருப்பதைக் காண முடிகிறது. தொல்தமிழர்கள் உயிர்ப்பாற்றலை அணங்கு, சூர் எனும் வகையில் பலவாறு இனங்கண்டுள்ளனர்.

பண்டைத் தமிழகத்தில் இந்த உயிர்ப்பாற்றல் நம்பிக்கை மிக விரிவாக, பல்வேறு கருத்தினங்களாக இருந்துள்ளன. காரணம் ஒரு சமூகத்தின் வாழ்வும் அனுபவமும் வெவ்வேறு புவியியல் கூறுகளுடன் இணைந்து தொடரும்போது இத்தனை வகையான கருத்தினங்கள் உருவாக முடியும். தமிழ்ச் சமூகத்தின் படிமலர்ச்சி விரிவான களங்களோடு இணைந்து வந்துள்ளதாலேயே தொல் வழிபாட்டு முறைகளும் விரிவடைந்து காணப்பெற்றன.

கோயிலின் தோற்றம், கடவுளின் படிமலர்ச்சி

அணங்கு, சூர் உள்ளிட்ட இயற்கையிகந்த ஆற்றல்கள் நிலையாக ஓர் இடத்தில் தங்காமல் எல்லா இடங்களிலும் மக்களை அணங்கும் இயல்புடையவை என்பதைக் கண்டோம். இதற்கு மாறாக, ஊர்

மன்றத்தின் நடுவில் பொதியில் கடவுளை உறையுமாறு செய்து அதற்குப் பலியிட்டு ஓரிடத்தில் கடவுளைக் குடிகொள்ளச் செய்தமை (அகம். 167: 9-20) தொல் சமய மரபில் ஏற்பட்ட மிக முக்கியமான படிமலர்ச்சி நிலையாகும். ஊர் மன்றத்தில் நெடுஞ்சுவர் எழுப்பி, விட்டம் அமைத்து, வைக்கோல் கூரை வேய்ந்து, அதனுள் 'எழுது அணி கடவுள்' (வரையப்பட்ட கடவுள்) ஒன்று ஏற்படுத்தி, அதன் முன் இட்டிகையும் (பலி பீடம்) திண்ணையும் எழுப்பி, அதனை மெழுகிப் 'பலி' கொடுத்த முறையை அகநானூற்றில் (167: 9-20) காண்கிறோம். கோவிலின் தொல் வடிவம் ஒன்று ஏற்பட்டு விட்டதையே இது காட்டுகிறது. மேலும், அகநானூற்றின் 307ஆம் பாடல் வழிக் கடவுள் உறையும் கந்திற்குப் பலியிட்டு வழிபடு வதையும் காணமுடிகிறது.

அகநானூற்றுப் பாடல் ஒன்றில் (167) கடவுளின் வடிவம் ஓவியமாக வரையப்பட்டிருந்தது என்பதை அறிய முடிகிறது. தூணில் வரையப் பட்டதாக ஒரு குறிப்பும் (கலி. மருதக்கலி. 29) கிடைக்கிறது. சங்க காலத்திற்கு முற்பட்ட தெய்வம் சங்க காலத்திலும் தொடர்ந்துள்ளது. மதுரைக்காஞ்சி குறிப்பிடும் 'தொல் முது தெய்வம்' (40) முன்னோர்கள் வழிபட்ட தெய்வம் எனும் பொருள் சுட்டுவதைக் காண்கிறோம்.

இன்று தெய்வங்களைக் கற்சிலையாக உருவாக்குவது பரவலாக இருந்தாலும் நாட்டார் மரபில் மரக் கட்டைகளில் தெய்வ உருவங்களை வடித்து வணங்குவது பழைய மரபு. மரத்தில் தெய்வம் உறைந் திருந்தது என்ற தொல் மரபின் நீட்சியாக இதனைக் காண முடிகிறது. இக்குலக்குறிகள் பல மரவழிபாடாக மாறியதையும் காண முடிகிறது. இவற்றில் அணங்கு மரம், பேய் மரம், காவு மரம், கடவுள் மரம் என வகைப்பட்டிருந்ததையும் காண முடிகிறது. மரங்களில் அணங்கு தொடங்கிக் கடவுள் உறைவது வரை நான்கு முக்கிய படிநிலைகளைக் காண முடிகிறது.

பனை, ஆல், கடம்பு முதலிய மரங்களில் உறைந்திருந்த கடவுளுக்குப் பசுவைப் பலியிட்டு வணங்கியுள்ளனர் (அகம். 309). சங்ககால மக்கள் முதிர்ந்த செங்கடம்பு (மராஅமரம்), வேப்பமரம் போன்றவற்றை வழிபட்ட முறை இன்றும் தொடர்வதைக் காண்கிறோம். தமிழர்களின் தொல் சமய நீட்சி இன்றுவரை அறுபடாமல் தொடர்வது என்பது ஒரு தனித்துவமான படிமலர்ச்சிப் போக்காகவே உள்ளது.

தொல் சமயத்தின் நீண்ட படிமலர்ச்சியில் அடுத்தடுத்துக் கடவுளை மன்றத்தில் வைத்துக் கோயில் கட்டி வணங்கும் நிலை ஏற்பட்டது. இக்கட்டத்தில் தான் 'அன்பு காட்டும் கடவுள்' என்ற கருத்தாக்கம் ஏற்பட்டது. 'அச்சம் தரும் தெய்வங்கள்' (malevolent deities), 'அன்புகாட்டும் தெய்வங்கள்' (benevolent deities) எனும் இரு வேறுபட்ட எதிரிணைகளாகக் கற்பிதம் கொண்ட படிமலர்ச்சி நிலைகள் பண்டைத் தமிழர் மரபில் ஏற்பட்டன. இது ஒரு மிக முக்கியமான படிமலர்ச்சி நிலையாகும்.

கட்டுவிச்சி குறிகூறும்போது சிறுகோலை ஆட்டி அகவிப்பாடித் தெய்வத்தை அழைக்கிறாள். இவ்வாறு ஆதி சடங்கு முறையில் 'அழைத்தல்' (to invite) என்பது தெய்வத்தின்மீது 'அச்ச' உணர்வு கொள்ளாமல் 'அன்பு' உணர்வு காட்டுவதைக் காணமுடிகிறது. இது 'அல்லவை சார்ந்த அணங்கு' (malevolent power) என்றும் 'நல்லவை சார்ந்த தாய்த்தெய்வம்' (benevolent goddess) என்றும் படிமலர்ச்சி பெற்றுவிட்டதைக் காட்டுகிறது. தமிழ்ச் சமய மரபில் இன்று காணப்படும் 'கன்னித் தெய்வம் → தேவித் தெய்வம் → மனைவித் தெய்வம்' எனும் படிமலர்ச்சி முறையில் ஆதியில் ஏற்பட்டது கன்னித் தெய்வமே ஆகும். இதனைத் தமிழ்ச் செவ்விலக்கியங்கள் வழி நன்கு அறிய முடிகிறது.

வழிபாட்டுச் சடங்குகள்

வரலாற்றை நோக்கும்போது அதன் சமய மரபில் ஏற்பட்ட தமிழரின் தொல் சமயம் அடுத்தடுத்த படிமலர்ச்சி நிலைகளையும் அவற்றின் அறுபடாத தொடர்ச்சியையும் காண முடிகிறது. தொல் சமயத்தில் பயின்று வந்த 'பூசை', 'பலி' இரண்டும் தமிழ்ச் சமய மரபில் கொண்டிருந்த உள்ளீட்டினை விளக்குவதாகும். பூக்களைச் சொரிந்து பூசை செய்பவன் 'பூசாரி' ஆனான். பூச்சொரிதல் ஒரு தொல் சமயக் கூறாக இருந்துள்ளது. திருமுருகாற்றுப்படை முருகனுக்குப் பூச்சொரிதலைக் 'கொழுமலர் தூஉய்' என்று கூறுகின்றது.

சங்க காலத்திலேயே உயிர்ப் பலியிடல் ஒரு முக்கிய சடங்கியல் கூறாக இருந்துள்ளதைக் காண்கிறோம். அணங்கு, சூர், சூலி, கூற்று, காலன், பேய், பூதம் போன்ற உக்கிர சக்திகளிடமிருந்து தங்களைக் காத்துக் கொள்வதற்காக அவற்றை அமைதிப்படுத்தி அவற்றின் சீற்றத்திலிருந்து விடுபடுவதற்குப் பலியிடப்பட்டது. துடியான தெய்வத்தின் ஆற்றலை அண்டாது அணுகாது விலகி இருப்பதற்கான

சடங்காக உயிர்ப் பலி செய்யப்பட்டது. இந்நிலையில் இது ஓர் 'எதிர்மறைச் சடங்காகும்' (negative ritual).

இன்னொரு நிலையில் தெய்வங்களை வாழ்த்தி அதனோடு நெருங்கி, அணுகிப் பக்தர்கள் சேர விழையும் ஆவல் வெளிப்படுகிறது. பூச் சொரிந்து (பூசை) இறைவனை நெருங்குதல் இன்னொரு படிமலர்ச்சி நிலையாகும். இது 'ஆக்கமுறைச் சடங்காகும்' (positive ritual). இத்தகு ஆக்கமுறைச் சடங்கானது தமிழ் மரபில் படையலாக உருவெடுத்தது. அதிலும் இரண்டு படிமலர்ச்சி நிலைகள் ஏற்பட்டன தினையும் தேனும் கலந்து 'சமைக்காத படையல்' (raw offerings) இடுதல் தொடக்கநிலை. அடுத்துப் பொங்கலிட்டுப் படைத்தல் என்பது 'சமைத்த படையல்' (cooked offerings) ஆகும். வழிபாட்டுக்குப் பின்னர் இறைவனுக்குப் படைத்த படையல் பிரசாதமாகப் பக்தர் களுக்கு மீள வழங்கப்பட்டது. பிரசாதம் உண்பது என்பது இறைவனும் மனிதனும் ஒன்றிணையும் நேரமாகும்.

கடவுளின் சீற்றத்தைத் தணிக்கும் வகையில் அதனின்று விலகியிருக்க உயிர்ப்பலி படைக்கப்படுவதால் அது 'துடியான கடவுள்' எனக் கற்பிதம் பெற்றது. இறைவன் அன்பான வடிவம் கொண்டவன், கருணையின் தோற்றம் கொண்டவன். அவனை நெருங்கிப் பொங்கலிட்டுப் படையலிடுதல் என்பது இறைவனை 'அன்பான கடவுள்' என்ற கற்பிதத்தைக் காட்டுகிறது. உயிர்ப்பலியும் இறைவனின் படையலை மனிதன் பிரசாதமாக உண்கின்ற தாவரப் படையலும் தொல் சமயத்தில் ஏற்பட்ட மிக முக்கிய படிமலர்ச்சி நிலைகளாகும். இதனைச் சங்க இலக்கியங்களிலிருந்து மிக விரிவாக அறிய முடிகிறது. தமிழரின் தொல் சமய மரபுக்குள்ளேயே எழுந்த இருவேறு கருத்தியல்கள் இவை என்பதை நாம் இங்குக் கருத்தூன்றி நோக்க வேண்டும். தமிழரின் தொல் மரபு 'பூசை' சார்ந்தது என்றும், வடமரபு 'பலி' சார்ந்தது என்றும் கூறும் பொதுமையாக்கம் இனமையவாதம் (ethnocentrism) சார்ந்ததாகவே அமையும்.

சங்க காலத்தில் இல்லுறை தெய்வங்கள் எத்தன்மையது என்பதைத் துல்லியமாக அறிய முடியவில்லை. ஆனால், அணங்குடைத் தாய் தெய்வ வரிசையில் இன்று 'பூவாடைக்காரி' (பூ+ஆடை+காரி=பூவை ஆடையாக அணிந்த கன்னிப் பெண்), சீலைக்காரி போன்றவர்கள் கன்னித் தெய்வமாக வீடுகளில் வணங்கப் பெறுகிறார்கள். இந்த வழிபாட்டில் பம்பை, உடுக்கை அடித்து வர்ணிக்கும் நிகழ்வில் பூவாடைக்காரி சடங்குக் களத்திற்கு வந்து சேருமாறு 'அழைக்கப்

படுகிறாள்'. பாடல், இசை, நடனம் மூன்றும் கலந்த நிகழ்த்து சடங்குமுறையாக (performative ritual) இன்றும் அது தொடருகிறது.

சடங்குகளின் படிமலர்ச்சியில் 'நிகழ்த்துமுறை சடங்குகள்' (performative rituals) தொடக்கக் காலத்தில் பல்வேறு நிலைகளில் விரிந்து நின்றன. பின்னர், அதனின்று 'விதிமுறைசார்ந்த சடங்குகள்' (prescriptive rituals) தோன்றின. இதிலிருந்தே மெல்ல மெல்ல நிறுவனச் சமயத்திற்கான சடங்குகளும் ஆகம விதிகளும் உருவாயின. இதைச் சங்க இலக்கியத் தரவுகள் வழி மிகவும் வலுவாகவே நிறுவலாம்.

தொல் தமிழ் இனக்குழுவினர் இயற்கை ஆற்றல்களைக் கட்டுப் படுத்துவதற்கும் அணங்கு, சூர், பேய், பூதம் இவற்றால் தாக்கப் பட்டதிலிருந்து விடுபடவும் பல்வேறு வகையான பாவனைச் சடங்குகளையும் தொத்து மந்திரச் (contagious magic) சடங்குகளையும் செய்துள்ளனர். இவையாவும் நிகழ்த்துமுறை சடங்குகளாகத் தொடக்கத்தில் வடிவம் கொண்டிருந்தன. 'வேலன் புனைந்த வெறியயர் களம்' (குறுந். 53.3) போன்று பல்வேறு நிகழ்வுகளைச் சங்கப் பாடல்களில் காண முடிகிறது.

அணங்கு, சூர், சூலி, கூற்று, காலன், பேய், பூதம், முருகு போன்றவையெல்லாம் மக்களைத் தீண்டி வருத்தும் இயல் புடையவை. இவை மக்களை அணங்கிவிட்டால் அவற்றை விரட்டுவதற்கு ஆற்றின் மேடான பரப்பில் செம்மறியாட்டின் குரல்வளையை அறுத்துக் குருதிப் பலி சிந்தித் தினையைப் பரப்பிப் பல்வேறு தெய்வங்களையும் வாழ்த்தி, இசைக் கருவிகள் முழங்க வருத்தும் சக்திகளை விரட்டினார்கள் (குறுந். 263). பெண்ணைப் பிடித்த பேயை ஓட்டும் முறையும், முருகு அணங்கிய பெண்ணிற்கு வேலன் வெறியாட்டு நிகழ்த்தி அவளைப் பழைய நிலைக்குக் கொண்டு வருவதும் அணங்குடை ஆற்றலை 'ஓட்டுதல்', 'விரட்டுதல்' என்பதாகவே அமைகின்றன. இன்று கேரளத்தில் வேலன்மார் வெறியாட்டு நடத்திக் குறிசொல்லும் நிகழ்வுகள் பண்டைய வேலன் வெறியாட்டத்தின் நீட்சியாகவே உள்ளது.

பின்னுரை

சங்ககாலத் தொல்குடி மக்கள் ஆரம்பகாலத்தில் வெவ்வேறு திணைகளில் வாழ்ந்த கால கட்டங்களில் மலையுச்சிகளிலும் கானகங்களிலும் அங்கிருந்த நீர்நிலைகளை ஒட்டியும் வாழ்ந்து

வந்தனர். அந்தக் காலத்தில் அங்கிருந்த இயற்கையின் அதீத ஆற்றல்களைக் கண்டு அஞ்சி அவற்றை வழிபட்டார்கள். இதனைச் சங்க இலக்கியங்கள் மிக விரிவாகவே கூறுகின்றன. கானுறை தெய்வங்கள், மலையுறை தெய்வங்கள், நீருறை தெய்வங்கள் என இவை பலவாறாக இருந்துள்ளன. சூர், அணங்கு, சூலி, பாகம் (பேய்), கூளி (ஆண்பேய்), வாலுவன் என்று இவை பரவலாக அழைக்கப் பட்டன (நற். 7, 268, 319, அகம். 233, புறம். 372).

அணங்கொடு நின்றது மலை (நற். 165), அணங்குடைக் கடம்பு (பதி.88), அணங்குடை முந்நீர் (அகம்.20) என அணங்கு மலை களிலும், மரங்களிலும், நீர்நிலைகளிலும் இருந்திருக்கின்றன. தொடக்கத்தில் உருவம் பெறாத அணங்கு படிப்படியாகப் பெண் சார்ந்து உருப்பெற்று, நீண்ட படிமலர்ச்சிக்குப்பின் காடுகிழாள், பழையோள், கானமர்செல்வி, கொற்றவை, ஐயை என உருப் பெற்றார்கள். கொற்றவை தொடங்கி இன்று இயக்கி வரை படிமலர்ச்சி பெற்றுள்ள தாய்த்தெய்வமானது கன்னியாகுமரி மாவட்டத்தில் சம்பங்கரை இயக்கி, மணிமேடை இயக்கி, பொட்டல் இயக்கி, குலைவாழை இயக்கி, எல்லைக்கல் இயக்கி என முப்பதுக்கும் மேற்பட்ட திரிபுவடிவங்களில் இயக்கியராக உள்ளது.

பண்டைத் தமிழ்ச் சமூகத்தில் தாய்வழி முறை இருந்தது என்பதற் கான பல்வேறு சான்றுகள் கிடைக்கின்றன. அக்காலக் கட்டத்தில் பெண்கள் பூசாரிகளாக இருந்துள்ளார்கள். திருமுருகாற்றுப்படையில் பழமுதிர்சோலை பகுதியும், சிலப்பதிகாரத்தில் வேட்டுவ வரியும் பெண்கள் பூசாரிகளாக இருந்துள்ளமையை விளக்கியுள்ளன. பெண் பூசாரிக்குத் தக்க சான்றாக எயினர் குடி சாலினையைக் கூறமுடியும். அதன் பின்னரே கொற்றவைக்கு ஆண் பூசாரிகள் ஏற்பட்டனர்.

சங்க இலக்கியத் தரவுகள் தொல் மரபின் எச்சங்களைக் காட்டுவதால் பண்டைத் தமிழர் சமய வரலாற்றை மீட்டுருவாக்குவதற்கு அவை பெரிதும் துணையாய் உள்ளன. கல்வெட்டுச் சான்றுகளை விடவும் இலக்கியச் சான்றுகளே பலவிடங்களில் தொன்மையை அறிவதற்கு உதவுகின்றன. இந்தியாவில் பெருங்கற்படை குறித்தும், நடுகற்கள் குறித்தும் கிடைக்கும் தெளிவான செய்திகள் முதன்முதலில் சங்க இலக்கியம் வாயிலாகவே கிடைக்கின்றன (ராஜன், கா. 2004: 27). இலக்கியம் 'மனவடிவம்' (mentifacts) சார்ந்தவை. கல்வெட்டுகள், பானை ஓடுகள், தாழிகள் மற்ற பொருள்களில் காணப்படும் குறியீடுகள் அனைத்தும் 'பொருள் வடிவம்' (artifacts) சார்ந்தவை.

பொருள் வடிவங்களில் அறிய முடியாதவற்றை மனவடிவங்களான இலக்கியங்கள்வழி அறியலாம்.

சங்க இலக்கியங்கள் முழுவதையும் நுணுகி ஆராயும்போது உலகளாவிய நிலையினையும் தமிழ்ச் சூழலையும் ஒப்பிட்டு நோக்க முடிகிறது. உலகளாவிய நிலையில் எண்ணற்ற தொல்குடிகளின் பல்வேறு சமயக் கூறுகளையும் ஒப்பியல் நிலையில் அந்தோணி வாலஸ் (Anthony Wallace) தொகுத்துக் கூறுகிறார். இவர் கூறும் பதின்மூன்று தொல் கூறுகளும் தமிழர்களின் தொல் சமயத்தில் காணமுடிகிறது. அவை: 1. வேண்டுதல், 2. இசை, பாடல், நடனம், 3. உடல்சார்ந்து வேண்டுதலை நிறைவேற்றுதல் (அலகு குத்துதல், செருப்பணியாமல் நடைப் பயணமாக நெடுந்தூர யாத்திரை செல்லுதல், அங்கப்பிரதட்சணம் செய்தல் போன்றவை), 4. கடவுளின் சக்தியோடு வாக்குரைத்தல், ஆணையிடுதல், ஊக்கப்படுத்துதல் அல்லது பயமுறுத்துதல், 5. தொன்மங்கள், புராணங்கள், மகிமைக் கதைகள், 6. மந்திரம், செய்வினை, சடங்குகள் செய்தல், 7. உயிர்ப்பாற்றல் கொண்ட தெய்வத்தன்மையுடைய பொருள்களை உடலில் கட்டிக் கொள்ளுதல்வழி ஆற்றல் பெறுதல், 8. சில பொருள்களைத் தொடுதல் அல்லது பயன்படுத்துவதிலிருந்து ஒதுங்கியிருத்தல் அல்லது விலக்கினைக் (taboo) கடைபிடித்தல், 9. கடவுளுக்குப் படைத்த படையலை உண்ணுதல், 10. பலியிடுதல், 11. வழிபாட்டு மரபினர் ஒரு பெருங்குழுவாக ஒன்றிணைந்து செயல் படுதல், 12. துயில் நிலை அடைதல் அல்லது விரதமிருத்தல், 13. சமயம், சடங்கு சார்ந்த குறியீடுகள் காணப்படுதல்.

13

பூசாரி
தேவராட்டி முதல் குயவர் வரை

> தீயினுள் தெறல்நீ பூவினுள் நாற்றம் நீ
> கல்லினுள் மணியும் நீ சொல்லினுள் வாய்மைநீ
> அறத்தினுள் அன்புநீ மறத்தினுள் மைந்துநீ
> வேதத்து மறைநீ பூதத்து முதலும்நீ
> வெஞ்சுடர் ஒளியும்நீ திங்களுள் அளியும்நீ
> அனைத்தும்நீ அனைத்தின் உட்பொருளும்நீ
>
> (கடுவன் இளவெயினார், பரிபாடல் 3: 63-68)

பண்டைய இனக்குழுக்களில் 'பூசாரி' என்பவர் பூசை செய்பவர் மட்டுமல்ல. அவர் மந்திர மருத்துவம் செய்பவராகவும், சமூக-பொருளாதாரப் பணிகளுக்கு ஆலோசனை வழங்குபவராகவும், திருமணம் சடங்கு சம்பிரதாயங்கள் உள்ளிட்ட சடங்கியல் மாந்தராகவும் செயல்பட்டுள்ளனர். அதனால்தான் அவருடைய பங்கு பணிகளைப் 'பூசாரியம்' (priesthood) என்று விரிவுபடுத்திக் கூறுவது மரபாக உள்ளது.

வேதங்கள் குறிப்பிடும் யாக வேள்விகளில் உயிர்ப்பலி முதன்மையானது. ஆனால் பண்டைய சங்ககால மரபில் 'பூ செய்' (பூசை) முன்னிலை பெற்றிருந்தது. இன்றுகூட நாட்டார் மரபில் 'பூச்சொரிதல்' என்பது ஒரு முக்கியச் சடங்காக நிகழ்கிறது. திருமுருகாற்றுப்படை முருகனுக்குப் பூச்சொரிதலைக் 'கொழுமலர் தூஉய்' என்கிறது. பூச்சொரிதலோடு உயிர்ப்பலியும் தரப்பட்டது. பூச்சொரிகின்றவன் 'பூசாரி' எனக் கருதப்பட்டான்.

சமயங்களில் பால்நிலை பங்கேற்பு சார்ந்த சமூகப் பண்பாட்டியல் விவாதங்கள் இன்று முனைப்படைந்துள்ளன. குறிப்பாகப் பெண்கள் சமயச் சடங்குகள், வழிபாடுகள், வாழ்வியல் சடங்குகள்

முதலானவற்றில் ஏற்றுள்ள பங்கு பணிகள் பற்றிய விவாதங்கள் மேலெழுந்துள்ளன. உலகளாவிய நிலையில் நிறுவனச் சமயங்களில் பெண்களுக்கு விலக்குகளும் கட்டுப்பாடுகளும் உள்ளன. இச்சூழலில் சங்ககாலத்தில் பெண்களின் சமயம் சார்ந்த, சடங்கியல் சார்ந்த பங்கேற்பு தனித்துவமானதாக இருந்துள்ளது. இவ்வியலில் சங்ககால மகளிர் எவ்வாறு பெண் பூசாரிகளாகச் செயல்பட்டனர் என்பதையும், எக்கட்டத்தில் ஆண் பூசாரிகள் ஏற்பட்டனர் என்பதையும் காண்போம்.

தொன்மைச் சமயங்கள் தொடங்கி நிறுவனமயப்படுத்தப்பட்ட இன்றைய சமயங்கள் வரையில் 'அதீத ஆற்றலின் மீதான நம்பிக்கை' அல்லது 'இயற்கை கடந்த ஆற்றல் மீதான அச்சம்' ஆகியன சமயம் சார்ந்த பண்பாட்டுப் பொதுமைகளாகும். மானிடவியலர்கள் இவ்வகையான ஆற்றல்களைக் கொண்டிருப்போரை 'ஷாமன்' (shaman) என்பர். தமிழ்ச் சூழலில் இவர்களைச் 'சாமியாடி' எனலாம். சங்ககாலச் சூழலில் இவர்கள் 'தேவராட்டி', 'வேலன்' எனப்பட்டனர். இத்தகைய சாமியாடிகளின் அதீத மீவியல் நிலையைச் சங்க இலக்கியங்கள் 'வெறியாட்டு' என்கின்றன. இயற்கை மீறிய ஆற்றல்கள். 'மனித வாழ்வை இயக்குவதாகவும் பாதிப்பதாகவும் சங்ககால மக்கள் நம்பினர். இவற்றைத் தன்வயப்படுத்துகின்ற ஓர் அதீத கலைசார்ந்த அனைத்து நம்பிக்கைகளும் செயல்முறைகளும் 'சாமியாட்டம்' அல்லது வேலன் 'வெறியாட்டம்' எனப்பட்டன.

தேவராட்டிகள், வேலன்கள் சடங்கியல் முறையில் மனித உலகத்தையும் ஆவி உலகத்தையும் இணைக்கின்றவர்கள். தேவைப் படும் போதெல்லாம் சடங்குகள், மந்திரங்கள் துணையுடன் தெய்வங்களுடன் தொடர்பை ஏற்படுத்தி மருள்பெற்று ஆவி உலகத்திற்குள் சஞ்சரிப்பார்கள். அதன் மூலம் மக்களுக்கு வருவது துரைத்தல், உரையாடுதல், நோய்நொடிகளைக் குணப்படுத்துதல் முதலியவற்றைச் செய்வார்கள். வெறியாட்டத்தின் போது வேலன்கள் தங்கள் சொந்த சமூகத்திற்குரிய பல்வேறு சமிக்ஞைகளை (codes) வெளிப்படுத்துவார்கள். இவை வார்த்தைகளாகவும், இசைக் கூறுகளாகவும், உடல் அசைவுகளாகவும், ஆட்டக் கூறுகளாகவும் இருக்கும். இவையனைத்திற்கும் பொருளுண்டு. இத்தகைய குறியீடு களையும் அசைவுகளையும் அங்குக் கூடியிருக்கும் சமூகத்தார் (அகத்தார்) நன்றாகவே அறிந்து கொள்வார்கள். ஆதி அறிவு முறையில் மொழிசாராக் கூறுகள் மிகவும் அதிகம் என்பதற்கு வேலன் வெறியாட்டம் நல்லதோர் எடுத்துக்காட்டாகும்.

மேற்கூறிய பண்புக்கூறுகளைக் கொண்டிருக்கும் சாமியாடிகள் செவ்விலக்கிய காலம் முதல் தற்கால சமூகங்கள் வரை இருந்து வருகின்றனர். சாமியாட்டம் என்பது பால்நிலைக் கருத்துநிலையில் ஆண்களைக் குறிப்பதாக இருந்தாலும் பண்டைக் காலம் தொட்டு இன்றுவரை ஆண்கள், பெண்கள் என இருவரும் சாமியாடிகளாக இருந்து வருகின்றனர். இதற்குப் பொருத்தமான எடுத்துக்காட்டுக்கள் இந்திய சமய வரலாற்றிலும் தமிழகச் சூழலில் நிலவிவரும் நாட்டுப்புறச் சமயங்களிலும் காணமுடிகின்றது.

தெய்வமேறி வாக்குரைத்தல் என்பது சாமியாட்டத்தின் முக்கிய பண்புக்கூறாகும். இன்றும் கூட 'தெய்வமற்று ஆடுதல்', 'சாமியாடுதல்', 'ஆவியேறியாடுதல்', 'பேயாட்டம்' போன்றன கிராமப்புறங்களில் நிகழ்கின்ற சமயம் சார்ந்த நிகழ்வுகளாக அமைகின்றன. இந்நிலை சமூகத்தில் 'அருள்பெற்ற' 'ஆற்றல்கொண்ட' நிலையாக நோக்கு கின்றனர். மானிடவியலர்கள் இதனை 'மீவியல்பு' (liminal) என்று வரையறை செய்வார்கள்.

வாக்குரைத்தல் என்பது ஒருவருடைய வாழ்வில் இனி நடைபெறப் போகின்றவற்றை முன்கூட்டியே சொல்லுதலாகும். வருவதுரைத்தல் சில நிமித்தங்களை அடிப்படை யாகக் கொண்டு எதிர்காலத்தில் நிகழவுள்ள நிகழ்வுகளைக் கணித்தலாகும். இவை சமயம் சார்ந்த நம்பிக்கைகளுடனும் நடைமுறைகளுடன் இணைந்தவை. ஆதலினால் சமய நம்பிக்கை சார்ந்த வேறுபாடுகளுக்கேற்ப வருவதுரைத்தல் தொடர்பான செயல்பாடுகளும் வேறுபடுகின்றன. அதேநேரம் வருவதுரைத்தல் சார்ந்த செயல்பாடானது மக்கள் ஏற்றுக்கொள்ளுதல் தன்மையுடன் இணைந்ததுவும் கூட. அதாவது இவை குறியீட்டு மொழியாக மக்களிடம் தொழிற்படுகின்றன எனலாம்.

பொதுவாகக் குறியீட்டு மொழி என்பது மக்கள் ஏற்றுக் கொள்ளும் தன்மையிலேயே அதனுடைய வினைத்திறன் செயல்பாடு தங்கியுள்ளது. தமிழ்ச் சூழலில் கிளி ஜோசியம், ஜாமக்கோடங்கிகள் செயற்பாடுகள், குறிசொல்லுதல் போன்றவை நடைமுறையிலுள்ள வருவதுரைக்கும் செயல்பாடுகளில் சிலவாகும். ஆனால் வடநாட்டில் சில இடங்களில் குருவி ஜோசியம் சொல்லப்படுகின்றது. அதேநேரம் மேலை நாடுகளில் ஆக்டோபஸ் ஜோசியம் முக்கியமானது. இவ்வாறு வேறுபட்ட முறைகள் வேறுபட்ட பண்பாட்டுச் சூழலில் பண்பாட்டிசைவு பெற்றுள்ளன. எனினும் இவையனைத்தினுடைய பண்பாட்டுப் பொதுமை எதிர்காலத்தில் நிகழவுள்ளவற்றை

முன்கூட்டியே தெரிவிப்பதாகும். வருவதுரைக்கும் நடைமுறைகள் பற்றிப் பல்வேறுபட்ட விமர்சனங்கள் முன்வைக்கப்பட்டாலும் மக்கள் தங்களுக்கு ஏற்படுகின்ற துயரங்களில் இருந்த மீளுவதற்கு நாடுகின்ற ஒரு வழிமுறையாகவே இவை காணப்படுகின்ற சமூக எதார்த்தமாகும்.

செவ்விலக்கிய காலங்களில் கட்டுவிச்சியர், அகவன்மகளிர், குறத்தி போன்ற கால்நடை வளர்ப்பு சாராத நாடோடிகள் வருவதுரைப்பவர் களாகவும், தெய்வமேறி ஆடுபவர்களாகவும் இருந்துள்ளனர்.

கட்டுவிச்சியர்

மக்கள் தங்கள் வாழ்க்கையில் நேரும் சில நிகழ்ச்சிகளின் உண்மையை அறிவதற்கும் மேல் நிகழ்வதை அறியவும் குறிகேட்டல், நேர்ந்த துன்பத்திற்குச் சாந்தி செய்தல் போன்ற வழக்கங்களைச் சங்ககாலம் முதல் கைக்கொண்டு வருகின்றனர். இங்குக் குறி கேட்பதற்குக் 'கட்டுவிச்சி' என்னும் பெண்மணியை அழைத்து வினாவுவர். கட்டுவிச்சி கையில் வெள்ளிப்பூண் கட்டிய சிறுகோலுடன் இருப்பாள். சங்குமணிபோன்ற வெண்ணிற நரைமயிரையுடைய முதுமகள் என்று இவள் கூறப்படுவதனால், ஈதுமகளிர் குறியறிந்து கூறும் குறியையே மக்கள் விரும்பினர் என்பது விளங்கும்.

செம்முதுபெண்டிர், செவ்வியமுது பெண்டிர், செம்முது பெண்டு, செவ்விய முதுபெண் என வேறுபட்ட முறைகளில் வழங்கப்பெறும் வயது முதிர்ந்த பெண்கள் சங்ககாலத்தில் கட்டுச் சொல்லுபவர்களாக இருந்துள்ளனர். நறிய விரைப் பொருள்களைத் துறந்த, நரைத்த வெள்ளிய கூந்தலையுடைய இரவ மரத்தின் விதைபோலத் திரங்கிய கண்ணையுடைய வற்றிய முலையையும் உடைய தோற்ற முடையவர்கள் செம்முதுபெண்டிர் எனப் புறநானூறு பின்வருமாறு குறிப்பிடுகின்றது.

நல்லுரை துறந்த நறை வெண் கூந்தல்
இரங்காழ் அன்ன திரங்குகண் வறுமுலை
செம்முது பெண்டின் காதல்அம் சிறா அன்
மடப்பால் ஆய்மகள் வள்உகிர்த் தெறித்த
குடப்பால் சீல்லுறை போலப்
படைக்குநோய் எல்லாம் தான்ஆ யினனே (புறம். 276)

செம்முது பெண்டிர் தலைவனைப் பிரிந்து வாழும் தலைவிக்கும், மகள் தலைவனுடன் சென்றுவிட்ட நிலையில் ஏங்கித் தவிக்கும்

தாய்க்கும் என்று துன்படுகின்றவர்களுக்கு ஆற்றுப்படுத்தும் வகையில் அவர்களுடைய எதிர்காலம் பற்றிக் கட்டுச் சொல்லுபவர்களாக இருந்துள்ளனர்.

அகநானூறில் 'ஆகுவது அறியும் முதுவாய் வேல' (195: 14) என்று தலைவனுடன் சென்ற தன்மகள் தன்னில்லத்திற்குத் திரும்பி வருவாளோ, மாட்டாளோ என்பதற்கு வேலனிடம் கழங்கின் திட்பக் குறியை நற்றாய் கேட்டதாகக் கூறுகின்றது.

இதேநேரம் செம்முது பெண்டிர் நெல்லும் நீரும் சொரிந்து விரிச்சி கேட்கும் நிகழ்வு பற்றிப் புறநானூற்றுப் பாடல் ஒன்று பின்வருமாறு விவரிக்கின்றது.

நெல்நீர் எறிந்து விரிச்சி ஓர்க்கும்
செம்முது பெண்டின் சொல்லும் நிரம்பா (புறம். 280: 6-7)

மேலும் கணவனைப் பிரிந்த தலைவி பெருவருத்தம் அடைய, அவள் பொருட்டாக விரிச்சி கேட்டு வரச் சிறந்த முதிய பெண்டிர் அரிய காவலுடைய பழைய ஊரின் பக்கத்தில் போயினர். புதிய நெல்லுடன் முல்லை அரும்புகளைத் தூவித் தெய்வத்தை வழிபட்டு நற்சொல் கேட்டவண்ணம் நின்றனர் என முல்லைப்பாட்டுப் பாடலடிகள் பின்வருமாறு விவரிக்கின்றன:

அருங் கடி மூதூர் மருங்கில் போகி
யாழ் இசை இன வண்டு ஆர்ப்ப நெல்லொடு
நாழி கொண்ட நறுவீ முல்லை
அரும்பு அவிழ் அலரி தூஉய்க் கைதொழுது
பெருமுது பெண்டிர் விரிச்சி நிற்ப (முல்லை. 7-11)

தலைவன் எப்போது திரும்பி வருவான் என்று விரிச்சி கேட்டல் பண்டைக்கால வழக்கம். இங்கு விரிச்சி என்பது நற்சொல்; நன்னிமித்தம் கேட்பதாகும். சங்ககாலம் முதல் இன்று வரை நிமித்தம் பார்த்து அதன்படி எதிர்கால நிகழ்வுகளைக் கூறும் முறை உண்டு. சிலப்பதிகாரம் ஆய்ச்சியர் குரவையில் கோவலன் இறப்பதற்கு முன்னர் கண்ட நிமித்தங்களைக் கொண்டு இடைக்குல முதுமகளாகிய மாதரி வருவதுரைக்கிறாள். முதுமகளாகிய மாதரி அதிகாலையில் தயிர் கடைவதற்கு வந்தபோது பால் உறையவில்லை. உறியில் வைத்திருந்த வெண்ணை உருக வைத்தும் உருகவில்லை போன்ற இன்ன பல குறிகளைக் கண்டு தமக்கு ஏதோவொரு தீமை வரும் என்று முன்னுரைக்கின்றாள்.

பண்டைய காலத்தில் விரும்பும் ஒரு செயல் நன்றாக முடியுமோ? முடியாதோ? தீதாய் முடியுமோ? என்று ஐயம் கொண்டவர்கள் மக்கள் நடமாட்டம் குறைவான ஊர்ப்பக்கத்தில் போய்த் தெய்வத்தைத் தொழுது நிற்க, அங்குப் பக்கத்தில் உள்ளவர் அப்பொழுது பேசும் சொல்லைக் கூர்ந்து கேட்பர். அப்போது அயலவர் நல்ல சொல்லைக் கூறின் தம் செயல் நன்மையாய் முடியும் என்று கொள்ளுவர். தீய மொழியைக் கூறின் தீதாய் முடியும் என்று கொள்வர். இன்றும் தமிழகத்தில் நாடோடிகளாகிய ஜாமக்கோடங்கிகள் நள்ளிரவு வேளை களில் வீடு வீடாகச் சென்று ஐக்கமா வாக்குச் சொல்லும் வழக்கம் உண்டு. மறுநாள் காலை வசூலுக்குச் செல்லும் போது குறிப்பிட்ட வீட்டில் உள்ளவர்கள் சந்தேகம் கேட்டால் எதிர்காலத்தில் நிகழப் போகும் நல்ல, தீய விடயங்கள் பற்றி விளக்கம் சொல்லும் வழக்கம் உண்டு.

பண்டைத் தமிழ்ச் சமூகத்தில் தலைவன் வருகை குறித்து முதுபெண்டிர்களிடம் விரிச்சி கேட்டது தொடர்பான குறிப்புகள் காணப்படுகின்றன. எனினும் தலைவி லைவனைக் காணாது துயரடையும் போது செம்முது பெண்டிர் அவற்றினை தெய்வத்தால் நிகழ்ந்த குற்றம் என்று கூறி வெறியாட்டுச் சடங்கினைச் செய்யும்படி கூறுவது பற்றிப் பின்வரும் அகநானூற்றுப் பாடல் விவரிக்கிறது

படியோர் தேய்த்த பல் புகழ்த் தடக் கை
நெடு வேட் பேணத் தணிகுவள் இவள் என
முதுவாய் பெண்டிர் அது வாய் கூற (அகம். 22: 5-7)

சில சமயங்களில் மன்னர் போர்செய்ய முற்படும் முன்பு இத்தகைய விரிச்சி கேட்டதாக சங்க இலக்கியங்களில் காணலாம்.

அகவன் மகள்

திருமுருகாற்றுப்படையில் முருக வழிபாடு நடத்தும் அகவன் மகள் 'குறமகள்' என்றே குறிக்கப்பெறுகிறாள். தெய்வங்களை அழைத்துப் (அகவி) பாடும் மகளிர்களில் இவர்களும் ஒருவர். இவர்களும் கட்டுவிச்சியரே. சங்குமணி போன்ற நரைத்த கூந்தலையுடைய அகவன்மகள் தலைவன் குன்றத்தைப் புகழ்ந்துபாடுதல் தோழிக்கு இன்பம் தருதலின் மீண்டும் பாடுமாறு வேண்டுகிறாள்.

'அகவன் மகளே! அகவன் மகளே!
மனவுக் கோப்பு அன்ன நல்நெடுங் கூந்தல்
அகவன் மகளே! பாடுக பாட்டே' (குறு. 23: 1-3)

அகவன் மகள் வெள்ளிய நுனியையுடைய சிறுகோல் ஒன்றை, அதாவது வெள்ளிப்பூண் கட்டிய சிறிய கணுக்களோடு கூடிய மூங்கிற்கோலைக் கையிலே பிடித்திருப்பாள்.

வெண்கடைச் சிறுகோல் அகவன் மகளிர் (குறு. 298: 5-8)

இறுங்கழை இறும்பின் ஆய்ந்துகொண்டு அறுத்த
நுணங்கு கண் சிறுகோல் வணங்கு
இறைமகளிரொடு (அகம். 97: 9-10)

நுண்கோல் அகவுநர் (அகம். 1524; 2083)

என வரும் பாடற்பகுதிகளால் அகவன் மகளிரின் தோற்றத்தை நாம் அறியலாம். இவள் முறத்தில் நெல்லையிட்டு அதனை எண்ணி, அதனால் பொந்த சில நிமித்தங்களை அறிந்து கூறுவாள். இங்குக் குறிப்பாக எடுக்கப்பட்ட பிடி நெல்லில் எத்தனை நெல் உள்ளன என்பது எண்ணப்படும். ஒற்றை எண்ணாக இருப்பின் நன்மை என்றும், இரட்டை எண்ணாக வந்தால் தீமை வரும் என்றும் பலன் கூறுவர்கள். இவள் தெய்வமேறிக் குறி கூறுதலும் உண்டு. இவளையே பின்னாளில் குறத்தி என்று கூறலாயினர் என்று சண்முகம் பிள்ளை (1994: 26) குறிப்பிடுகிறார்.

தெய்வத்திற்காக அப்பொழுது பிரப்பரிசையை வைப்பாள். இந்த மரபுகளை

'குன்ற நாடன் பிரிவின் சென்று
நல்நுதல் பரந்த பசலை கண்டு, அன்னை
செம்முது பெண்டிரொடு நெல் முன் நிற்(இ)
கட்டின் கேட்கும் ஆயின்' (நற். 288: 4-7)

'சூர் உறை வெற்பன் மார்பு உறத் தணிதல்
அறிந்தனள் அல்லள் அன்னை; வார்கோல்
செறிந்து இலங்கு எல்வளை நெகிழ்ந்தமை நோக்கிக்
கையறு நெஞ்சினள் வினவலில், முதுவாய்ப்
பொய்வல் பெண்டிர் பிரப்பு உளர்பு இரீஇ
முருகன் ஆர்அணங்கு என்றலின்' (அகம். 98: 5-10)

என வரும் பாடற்பகுதிகளின் வழியே அறியமுடிகின்றது. இவ்வாறு கட்டுவிச்சியான அகவன் மகளிர் தலைவியின் மேனிவேறுபாடு முருகனால் வந்தது என்று குறி கூறுகிறாள். குறமகளிர் வெறியாட்டு நிகழ்த்தி முருகனை வழிபட்டு வேண்டுதலை நிறைவேற்றிக் கொள்வதைத் திருமுருகாற்றுப்படை (227-249) விரிவாகக் கூறுகிறது.

குறத்தி

குறமகள் என அழைக்கப்படும் குறத்திகள் சங்ககால மக்களிடையே சமயவழிபாடுகள் இயற்றும் மகளிர்களாக இருந்துள்ளனர். குறிஞ்சி நில மக்களான குறவர்களும் குறத்திகளும் மலைக்கடவுளை வாழ்த்தி வழிபடுபவர்களாவர். இங்குக் குறத்திகள் கடவுள் பூசை மேற்கொண்டுள்ளமையை ஐங்குறுநூற்றுப் பாடல் ஒன்று

குன்றக் குறவன் காதல் மடமகள்
மன்ற வேங்கை மலர்சில கொண்டு
மலை உறை கடவுள் குல முதல் வழூத்தித்
தேம் பலிச் செய்த ஈர்நறுங் கையள் (ஐங். 259)

என விவரிக்கிறது. அதாவது முருகனே இவர் வாழும் நிலத்துப் பெருந்தெய்வம். இவனை வழிபாடு செய்தலைப் பற்றி மேற்குறித்தப் பாடலடிகள் விளக்குகின்றன.

குறமகள் வெறியாடற்களத்தில் கிடாயினது குருதியோடு கலந்து பிசைந்த வெள்ளரிசியைச் சில்பலி —சிறுபலியாக இட்டு முருகனை வரவழைத்துச் செய்யும் சடங்கு பற்றிச் சங்கப் பாடல்களில் குறிப்புக்கள் காணப்படுகின்றன. எடுத்துக்காட்டாக திருமுருகாற்றுப் படையில் இதனைக் காணலாம்.

மதவலி நிலைஇய மாத்தாட் கொழுவிடைக்
குருதியோடு விரைஇய தூவெள் ளரிசி
சில்பலிச் செய்து பல்பிரப் பிரீஇச்
சிறுபசு மஞ்சளொடு நறுவிரை தெளித்துப்
பெருந்தண் கணவீர நறுந்தண் மாலை
துணையற வறுத்துத் தூங்க நாற்றி
நளிமலைச் சிலம்பி னன்னகர் வாழ்த்தி
நறும்புகையெடுத்துக் குறிஞ்சி பாடி
யிமிழிசை யருவியொ டின்னியங் கறங்க
வுருவப் பல்பூத் தூஉய் வெருவரக்
குருதிச் செந்தினை பரப்பிக் குறமகள்
முருகிய நிறுத்து முரணின ருட்க (முரு. 232-244)

எனும் பாடல் சடங்கு முறையினை விவரிக்கிறது.

சாலினி

செவ்விலக்கியக் காலங்களில் வாழ்ந்த பெண்களில் சாலினி என்பவள்

தெய்வமேறப் பெற்று ஆடும் தேவராட்டியாகக் காணப்படுகிறாள். சிலப்பதிகாரத்தில் சாலினி தொடர்பான குறிப்புகள் மிகுதியாகக் கிடைக்கப்பெற்றாலும் சில சங்க இலக்கியங்களில் தெய்வம் ஏற்றப்பட்டு ஆடும் மகளிர் பற்றிய குறிப்புகள் காணப்படுகின்றன. இந்நிலையில் முதற்சூல் கொண்ட மகளிர் இடுக்கண் இன்றி புதல்வரைப் பெயக்க வேண்டுமென்று கடவுளைப் பரவிக் குறை தீர்ந்த பிறகு, தம் சுற்றத்தோடு இன்னியம் முழங்கப் பூசைக்கு வேண்டுவனவற்றோடு சென்று கைதொழுது, பெரிய தோளினை யுடைய சாலினியோடு வணங்கிப் பாற்சோறு முதலியவற்றை மடுப்பர் என மதுரைக்காஞ்சியில் வரும் பின்வரும் பாடலடிகள் விளக்குகின்றன

வளமனை மகளிர் குள நீரயரத்
திவவுமெய்ந் நிறுத்துச் செவ்வழி பண்ணிக்
குரல் புணர் நல்யாழ் முழவோ டொன்றி
நுண்ணீ ராகுளி யிரட்டப் பலவுட
னொண்சுடர் விளக்க முந்துற மடையொடு
நன்மாமயிலின் மென்மெல வியலிக்
கடுஞ்சூன் மகளிர் பேணிக் கைதொழுது
பெருந்தோட் சாலினி மடுப்ப வொருசா
ரருங்கடி வேலன் முருகொடு வளை இ
யரிக்கூ டின்னியங் கறங்க நேர் நிறுத்து (மதுரை. 603-613)

ஓர் அடித்தளக் குடியைச் சேர்ந்த எயினர் குல சாலினி சோழநாட்டில் செல்வச் செழிப்புடன் வாழ்ந்த உயர்குடி வணிக குடும்பத்தைச் சேர்ந்த கண்ணகியிடம் வருவதுரைக்கிறாள். கண்ணகி தன் கணவனுடன் பாண்டிய நாடு நோக்கிச் செல்லும் வழியில் கொற்றவை கோயில் அருகில் இளைப்பாறுகிறாள். அப்போது எயினர் குலப் பூசாரி சாலினி தெய்வம் ஏறப்பெற்று கண்ணகி தெய்வமாகப் பெறுவதை முன்கூட்டியே அறிவிக்கிறாள். இதனைச் சிலப்பதிகாரத்தின் வேட்டுவரியில் காணமுடிகின்றது.

வேட்டுவரியின் தொடக்கத்திலேயே சாலினி தம் குலத்தவர்களான எயினர்களை நோக்கி,

வழங்குவில் தடங்கை மறக்குடித் தாயத்துப்
பழங்கடன் உற்ற முழங்குவாய்ச் சாலினி
தெய்வம் உற்று மெய்ம்மயிர் நிறுத்துக்
கைஎடுத்து ஓச்சிக் கானவர் வியப்ப,

இடுமுள்வேலி எயினர் கூட்டு உண்ணும்
நடுஊர் மன்றத்து அடிபெயர்த்து ஆடிக்
கல்என் பேர்ஊர்க் கணநிரை சிறந்தன
வல்வில் எயினர் மன்று பாழ்பட்டன
மறக்குடித் தாயத்து வழிவளம் சுரவாது
அறக்குடி போல் அவிந்து அடங்கினர் எயினரும்
கலைஅமர் செல்வி கடன் உணின் அல்லது
சிலைஅமர் வென்றி கொடுப்போள் அல்லள்
மட்டுஉண் வாழ்க்கை வேண்டுதிர் ஆயின்
கட்டுஉண் மாக்கள் கடந்தரும் என ஆங்கு (சிலம்பு. வேட்டுவ. 6-19)

என வரும் பாடலில் சுற்றிலும் முள்வேலியிட்ட எயினர்களின் குடியிருப்பின் நடுவே சாலினி வந்து நிற்கிறாள். அதாவது எயினர்கள் அனைவரும் ஒன்றாகக் கூடி உண்ணும் ஊரின் நடு மன்றத்தில் தெய்வமேறிய நிலையில் மருள்வந்து ஆடத்தொடங்குகிறாள். அவளுடைய உடல் மயிர்கள் குத்திட்டு நிற்கின்றன. கைகளை ஓங்கி உயர்த்தி வீசுகிறாள். கால்களைப் பெயர்த்து ஆடுகிறாள். 'எயினர்களே! பெரிய கைகளால் வில்லேந்தி அம்பெய்தும் மறக்குடிகளே! கொற்றவையிடம் உங்களுடைய பழைய கடனைச் செலுத்திவிடுங்கள். அறக்குடிகளிடம் ஆநிரைகள் மிகுதியாகிவிட்டன. உங்களுடைய மன்றுகளோ ஆநிரையில்லாமல் பாழடைந்து இருக்கின்றன. அறக்குடிமக்கள் போல் செருக்கடங்கி வீரமிழந்து நிற்கிறீர்கள். வழிப்பறி, ஆநிரையில்லாமல் வளங்குன்றிக் காணப்படுகின்றீர்கள். இந்நிலை மாற வேண்டுமானால் கலைஅமர் செல்வியாகிய கொற்றவைக்கு நேர்ந்த கடனைச் செலுத்திவிட்டு நிரைகவரப் புறப்படுங்கள்! கடனைச் செலுத்தாத வரையில் வில்லேந்திச் செல்லும் உங்கள் வீரச் செயல்களில் வெற்றிபெற மாட்டீர்கள்! கள்ளுண்டு களவுசெய்யும் உங்கள் வாழ்வில் வெற்றியடைய வேண்டுமானால் கொற்றவைக்கான காணிக்கையைத் தாருங்கள்' எனக் கூறுவதாக அமைகின்றது.

இவ்வாறே தெய்வமேறிய சாலினி கண்ணகியின் வழிக்களைப்பை உணர்த்தி, அவளின் நலன்களைக் கூறி இறுதியில் கண்ணகியை நோக்கி, 'இவள் கொங்கர் போற்றும் செல்வியாக, குடமலையாட்டியாக, தென்தமிழ்ப் பாவையாக, ஒப்பற்ற சிறந்த மணியாக, உலகமே போற்றும் திருமா மணியாக ஒளிவீசி விளங்குவாள்' என்று வாக்குரைத்தாள்.

இணை மலர்ச் சீறடி இனைந்தனள் வருந்திக்

கணவனோடு இருந்த மணமலி கூந்தலை
இவளோ, கொங்கச் செல்வி, குடமலை ஆட்டி
தென்தமிழ்ப்பாவை, செய்த தவக் கொழுந்து,
ஒருமா மணியாய் உலகிற்கு ஓங்கிய
திருமா மணி எனத் தெய்வம் உற்று உரைப்ப (சிலம்பு. வேட்டு. 45-50)

இதன் மூலம் சாலினி தன்னுடைய குலத்துக்கு மட்டுமன்றி ஏனைய குலத்தாருக்கும் தெய்வமேறி வருவது உரைப்பவளாக இருந்துள்ளதை அறியலாம்.

தெய்வமேறி ஆடுபவர்களை விடவும் அணங்கு, சூர் என்னும் அச்சம் தரும் தெய்வங்களின் ஆவேசம் வரப்பெற்ற மகளிர்களும் துள்ளியாடி குறிசொல்லும் முறையும் சங்ககாலத்தில் நிலவியுள்ளது. குறுந்தொகைப் பாடலொன்று

புனவன் துடவைப் பொன்போல் சிறுதினைக்
கடி உண் கடவுகட்கு இட்ட செழுங்குரல்
அறியாது உண்ட மஞ்ஞை ஆடுமகள்
வெறிஉறு வனப்பின் வெய்துற்று நடுங்கும்
சூர்மலை நாடன் (குறுந். 105: 1-5)

என வெறியாட்டத்திலும், கட்டுக்கழங்குக் குறி பார்த்தலிலும் வேலனும் தேவராட்டியும் தெய்வ ஆவேசம் உற்று ஆடுதல் நிகழ்ந்துள்ளமையினை இதன் வழியே அறியமுடிகின்றது.

பெண் பூசாரி

ஆண் பூசாரிகளுக்கு முன்பு பெண்கள் முருகனின் பூசாரிகளாக இருந்துள்ளதைச் சங்க இலக்கியங்கள் ஆவணப்படுத்தியுள்ளன. பழமுதிர்ச்சோலையில் குறமகள் முருகாற்றுப்படுத்திய செய்தியைத் திருமுருகாற்றுப்படை (218-249) கூறுகிறது. குறமகள் நிகழ்த்திய முருக வழிபாடு அச்சம் தரத்தக்கதாக இருந்துள்ளது. குறமகளான தேவராட்டி இரண்டு வண்ண ஆடைகளை உடுத்திக் கொள்கிறாள். தன் கையில் சிவந்த நூலைக் காப்பு நாணாகக் கட்டிக் கொள்கிறாள். ஆட்டுக் கிடாயை வெட்டி அதன் குருதியை வெள்ளரிசியோடு கலந்து பிரப்பங்கூடையில் பள்ளயம் வைக்கிறாள். மஞ்சளையும் சந்தனத்தையும் கரைத்து வெறிக்களத்தில் தெளிக்கின்றாள். பூக்களை மாலையாகத் தொடுத்துச் சூட்டுகிறாள். இன்னும் சில சடங்கு நடைமுறைகளைச் செய்து முருகனுக்குரிய மந்திரங்களை உச்சரித்து, இசைக்கருவிகளை முழங்கச்செய்து முருகனை வெறியயர் களத்தில்

எழுந்தருளும்படி குறமகள் முருக வழிபாட்டை நடத்துகிறாள் (மேலது: 218-249).

இந்தத் தேவராட்டிகள் (குறமகள்கள்) நடத்திய வெறியாடல் பின்னாளில் வேலன்மார்களால் நடத்தப்பட்டது. முருகப் பூசாரியாக மாறிய இவன் கட்டுவிச்சிகளைப் போன்று பண்டைய சமூகத்தில் ஆண் மந்திரவாதியாகவும், மருத்துவனாகவும், பூசாரியாகவும் இணைந்த சாமியாடியாகச் செயல்பட்டான். இந்த வேலன்கள் பின்னாளில் 'தேவராளன்' என்றும், 'படிமத்தான்' என்றும் அழைக்கப் பெற்றனர்.

வேலன்மார்கள் முதன்முதலில் பூசாரியாகச் செயல்படத் தொடங்கிய போது ஆதி பெண் பூசாரிகள் போன்று பெண் வேடமிட்டு சடங்குகள் செய்தனர். அதன் பின்னர் மெல்ல மெல்ல பெண் வேடத்திலிருந்து விடுபட்டு ஆண்களாகவே நின்று பூசைகள் செய்தனர்.

சிலப்பதிகாரத்தில் வேட்டுவ வரியில் கொற்றவையின் பூசாரியாகச் சாலினி இருந்தாள். மன்றத்தில் நின்ற கொற்றவைக்குப் பூசைகள் செய்து வழிபாடு நடத்தியதை வேட்டுவ வரியில் காண்கிறோம். கோவலனும் கண்ணகியும் மதுரை நோக்கிப் பயணம் செய்தபோது எயினர்கள் வாழும் பிரதேசம் வழியாகச் சென்றார்கள். பயணக் களைப்பு ஏற்பட்டதால் கொற்றவை கோயில் இருந்த சோலையில் சிறிது நேரம் இளைப்பாறினார்கள். அப்போது சாலினி கண்ணகியைப் பார்த்து 'கொங்கமர் செல்வியே, குடமலையாட்டியே, தென்தமிழ்ப் பாவையே, உலகமெலாம் போற்றும் திருமாமணியாக வருவாய்' என வாக்குரைத்தாள்.

வேலன்

முருகனுடைய பூசாரி வேலன். இவன் முருகனின் ஆயுதமான வேலைத் தாங்கி ஆடுவதால் 'வேலன்' எனப்பட்டான். முருகன் இளம் கன்னிப் பெண்களைத் தீண்டி வருத்துவான் (நற். 288; அகம். 98, 138) என்றும், அதனை வெறியாட்டின் மூலம் நீக்கிவிடலாம் என்றும் சங்ககால மக்கள் நம்பினர். இதனை 'அணங்குடை முருகன்' (புறம். 299), 'நெடுவேள் அணங்குறு மகளிர்' (குறிஞ்சி. 174) எனும் தொடர்களின் மூலம் அறியலாம்.

முருகன் தீண்டி வருத்தும் அணங்கை விரட்டுவதற்குச் செய்யும் சடங்கியல் நிகழ்வுகள் 'முருகு ஆற்றுப்படுத்தல்' (அகம். 22), 'முருகு அயர்தல்' (குறுந். 362), 'வெறி' (ஐங். 243; நற். 273, பரி. 5),

'வெறியயர்தல்' (அகம். 182), 'வெறியாட்டு' (தொல். 63, 109) என்றெல்லாம் வழங்கப்பட்டன.

வெறியாடல் (shamanism) ஒரு சாமியாடல் நிகழ்வு. இதுபற்றி ஐங்குறுநூறு 'வெறிப்பத்து' என ஒரு பகுதியைக் கொண்டுள்ளது. நற்றிணை, குறுந்தொகை, அகநானூறு, திருமுருகாற்றுப்படை முதலான வற்றில் வெறியாடல் பற்றியும் அதனை நிகழ்த்தும் வேலனைப் பற்றியும் பல விவரங்கள் உள்ளன.

வேலன் வெறியாடும் இடம் வெறியயர்களம் எனப்படும் (முருகு. 222; குறுந். 53, 360; அகம். 98, 114). இது பெரும்பாலும் பாதிக்கப் பட்ட கன்னிப்பெண்ணின் வீட்டு முற்றமாக இருக்கும். பொழுது நடு சாமமாக இருக்கும். அக்களம் நன்கு அலங்கரிக்கப் பட்டிருக்கும். முருகனின் கோழிக் கொடி நடப்பட்டிருக்கும். அங்கு முருகனுக்குப் பூவும் மாலையும் சூட்டி நறும்புகை காட்டுவான். இசைக் கருவிகள் முழங்க முருகனை வாழ்த்திப்பாடி அவனை அங்கு எழுந்தருளச் செய்வான். முருகனின் இருக்கையாகிய கடம்பு மரத்தையும், அவனுடைய வாகனமான யானையையும் புகழ்ந்து பாடுவான். அருகில் ஒரு மரத்தில் ஆட்டு விடையைக் கட்டியிருப்பான். சடங்கின் ஊடாக அதனை அறுத்து அதன் குருதியைச் செந்தினையில் கலந்து பலியாகத் தூவுவான். பலவகை மலர்களையும் தூவி முருகனை வருவித்து வெறியாடல் செய்வான் (நற். 47, 173, 322; அகம். 22, 98, 114, 138, 187; திருமுருகு. 227-249). வெறியாட்டின் சடங்கு நிகழ்வுகளை நுட்பமாக அறிய மேற்கூறிய நூல்களில் பயின்று அறியலாம். அதன் மையக் கருத்தினைத் திருமுருகாற்றுப்படை பின்வருமாறு குறிப்பிடுகிறது.

சிறுதினை மலரொடு விரைஇ மறி அறுத்து
வாரணக் கொடியொடு வயிற்பட நிறீஇ
ஊர்ஊர் கொண்ட சீர்கெழு விழவினும் (திருமுருகு. 218-220)

வெறியாட்டத்தில் வேலன் தான் மட்டும் ஆடி வெறியயர்தல் செய்தாலும், இன்னும் பிற சூழல்களில் குறவர்களோடும், குற மகளிரோடும் கூடி கள்ளுண்டு ஊர் மன்றத்தில் வேங்கை மரத்தடியில் கைகோர்த்து தொண்டகச் சிறுபறை முழங்க குரவையாடி முருகனை வழிபடுவார்கள். இது ஓர் இனக்குழு அல்லது கூட்டு வழிபாடு என்பதை உணர முடியும். குன்றுகள் தோறும் குடியிருக்கும் முருகனே தம்மை வழிபடும் மகளிருடன் குரவையாடி மகிழ்கின்றான் என திருமுருகாற்றுப்படை (199-217) குறிப்பிடுகிறது. முருகன் குன்றுகளில்

உறையுமிடத்தை 'முருகன் கோட்டம்' (புறம். 299) என்கிறது புறநானூறு. முருகன் ஏன் கன்னிப் பெண்களைத் தீண்டுகிறான் என இப்போது உய்த்துணரலாம். தாய்வழிச் சமூகத்தில் பல தளங்களிலும் பெண்கள் முதன்மை பெற்றிருந்ததுபோல், இறைவனைப் பூசிக்கின்ற, பூசை செய்கிற வகையிலும் பெண்களே நெருக்கமாக இருந்தனர் எனலாம்.

குயவர்

சங்ககாலத்திலேயே குயவர் மாக்கள் பூசகர்களாகவும் இருந்துள்ளனர்.

> மணிக்குரல் நொச்சித் தெரியல் சூடிப்
> பலிக்கள் ஆர்கைப் பார்முது குயவன்
> இடுபலி நுவலும் அகன்றலை மன்றத்து
> விழவுத்தலைக் கொண்ட பழவிறல் மூதூர் (நற். 293: 1-4)

தன் நாட்டில் முதுகுடியாகிய குயவன் நீலமணிபோலத் தோன்றும் நொச்சிப் பூவின் மாலையைச் சூடிக் கொள்வான். பலியிடப்பட்ட கள்ளினைக் குடித்துக் கொள்வான். அதன் பின்னர் ஊர் மன்றத்தில் தெய்வத்துக்கு இட வேண்டிய பலி பற்றி ஊராருக்கு எடுத்துச் சொல்லியபடி இருப்பான். பழமையும் வெற்றிப் பெருமையும் கொண்ட மூதூரில் நிகழும் காட்சிகள் இவை எனக் கயமனார் நற்றிணையில் பாடியுள்ளார்.

ஊரில் விழா (சாறு) நிகழவுள்ளது பற்றிக் குயவர் அனைவருக்கும் அறிவிப்பது பற்றிப் பின்வரும் நற்றிணை பாடல் கூறுகிறது.

> ஒண்குரல் நொச்சித் தெரியல் சூடி
> யாறுகிடந் தன்ன அகல்நெடுந் தெருவில்
> 'சாறு' என நுவலும் முதுவாய்க் குயவ! (நற். 200: 2-4)

சங்ககாலத்தில் குயவர் சமூகத்தினர் 'கலம்செய் கோ' (புறம் 228, 256) எனவும், 'வேட்கோ' (புறம். 32) எனவும், 'வேட்கோவர் எனவும்', 'மணமகன்', 'மண்வினை மாக்கள்' எனவும் அழைக்கப் பெற்றனர்.

வாலுவன்

வாலுவன் என்பாரும் பூசாரியாக விளங்கினார்கள்.

> நெறி அறிந்த கடி வாலுவன் (மதுரை. 36)

என்கிறது மதுரைக்காஞ்சி.

> மாமறி பிண்டம் வாலுவன் ஏந்த
> வதுவை விழவின் புதுவோர்க்கு எல்லாம்
> வெவ்வாய்ப் பெய்த பூதநீர் சால்க (புறம். 372: 9-11)

எனும் பாடலடிகள் போர்ப் பாசறையில் நிகழ்ந்த சடங்குச் செயல் பாடுகளை வாலுவன் மேற்கொண்டதைக் கூறுகின்றன.

பின்னுரை

பண்டைத் தமிழ்ச் சமூகத்தில் பல்வேறு சடங்கு முறைகளும் நம்பிக்கைகளும் மிகுதியாகவே இருந்தன. குறிப்பாக, வருவதுரைத்தல், வெறியாடுதல், பலியிடுதல் போன்றவை முதன்மையான சடங்கியல் சார் நிகழ்வுகளாகக் காணப்பட்டன. இவை மரபான மருத்துவ முறையுடன் இணைந்த சடங்கியல் நடைமுறைகளாகவே காணப் படுகின்றன. இன்றைய அதீத (ஆன்மீக) உளவியல் (para-psychology) என்று கூறப்படும் உளவளத்துணையும் ஆற்றுபடுத்தலும் (counselling and social support) சார்ந்த செயல்முறைகள் பண்டைத் தமிழ்ச் சமூகத்தினரிடம் சடங்கியல்சார் மருத்துவ நடைமுறைகளாக இருந்துள்ளன. இதற்குத் தகுந்த எடுத்துக்காட்டாகவே வருவதுரைத்தலும் வேலன் வெறியாடுதலும் காணப்பட்டன.

இக்காலச் சமூகச் சூழலில் வருவதுரைத்தலின் ஒரு வடிவமாகக் 'குறிசொல்லுதல்' காணப்படுகிறது. அதாவது தெய்வத்தின் அருள்பெற்ற ஒருவர் மற்றொருவரின் சிக்கலுக்குத் தீர்வுகூறும் வகையில் அமைவதே குறிசொல்லுதல். இது வேறுபட்ட முறையில் பண்டைத் தமிழ்ச் சமூகத்தில் நிகழ்ந்துள்ளன. கட்டுவிச்சியர், அகவன் மகளிர், குறத்தி போன்ற வயது முதிர்ந்த பெண்கள் தங்கள் அனுபவத்தினாலும், தெய்வ நம்பிக்கையினாலும் தலைவி தலைவனைப் பிரிந்து துன்பப்படும் போதும், அல்லது தலைவி பசலையுற்ற வேளையில் தாயும் சுற்றத்தாரும் பெருந்துயரடைதுள்ள நிலையிலும் அவர்களை ஆற்றுப்படுத்தும் வகையில் நிமித்தம் பார்த்துக் குறிசொல்லும் முறை சங்ககாலத்தில் இருந்துள்ளன. இதனை அகநானூறு, புறநானூறு, குறுந்தொகைப் பாடல்களின் வழி அறிய முடிகின்றது. அதாவது அகவிப்பாடும் குரல் வளமும் குறிப்பறி திறனும் கொண்டு தொன்மைச் சமூகத்தின் உளநல வைத்தியராக இவர்கள் இருந்துள்ளனர்.

இன்னும் சில சமயங்களில் தெய்வத்தின் அருள்பெற்றுத் தன்வய மிழந்த நிலையில் ஒருவர் மற்றொருவருடைய சிக்கலுக்குத் தீர்வு கூறும்

முறையும் இருந்துள்ளது. குறிப்பாகச் சாலினி என்னும் தேவராட்டி தெய்வம் ஏறப்பெற்று கண்ணகிக்கு எதிர்காலத்தில் நிகழப்போகும் நிலையினை எடுத்துக்கூறிய செய்திகள் சிலப்பதிகாரத்தின் வழியே அறியமுடிகின்றது. மேலும் சிலப்பதிகாரம் ஆய்ச்சியர் குரவையில் முதுமகளாகிய மாதரி நிமித்தங்களைக் கொண்டு எதிர்காலத்தில் தங்களுக்கு நிகழப்போகும் அழிவுபற்றிக் கூறுவதும் இங்கு நோக்கத்தக்கது.

உலகப் பண்பாட்டுப் பொதுமையாகக் காணப்படும் வாக்குரைத்தல் நிகழ்வானது வேறுபட்ட முறைகளில் மேற்கொள்ளப்படுகின்றன. குறிப்பாக, ஒருவருடைய பிறந்த நேரத்தில் உள்ள கிரக நிலையினை அடிப்படையாகக் கொண்டு அமைக்கப்பட்ட ஜாதகக் கட்டமைப்பின் படி அவருடைய எதிர்கால வாழ்வு பற்றிய தகவல்களைக் கூறும் மரபு தென்னாசியச் சமூகங்களில் முதன்மையான ஒன்று. இதனைவிட உள்ளங்கையில் உள்ள ரேகை பார்த்தல், விலங்குகளின் அசைவுகள் (பூனை ஓடுதல், மாடுகத்துதல், காகம் கரைதல், பல்லி சொல்லுதல், பல்லி விழுதல்), இயற்கை நிகழ்வுகள் (வால்வெள்ளி தோன்றுதல். வெள்ளி விழுதல்), எண்ஜோதிட அமைப்புகள் போன்றவற்றினைக் கொண்டு வருவதுரைக்கும் நடைமுறை இக்காலச் சமூகங்களில் காணப்படுகின்றன. எனினும் பண்டைத் தமிழ்ச் சமூகத்தில் வருவதுரைத்தலில் நெல் முக்கியத்துவம் பெறுகின்றது. ஏனெனில் விவசாயச் சமூகமான பண்டைத் தமிழ்ச் சமூகத்தில் நெல்லின் சமூக, பண்பாட்டுப் பொருண்மையானது முதன்மை பெற்றிருந்ததை அறிய முடிகின்றது.

வருவதுரைத்தல், தெய்வமேறி ஆடுதல், வெறியாடுதல் முதலானவை பண்டைத் தமிழ்ச் சமூகத்தில் நிலவிய சமய நடைமுறைகளையும் அதனோடிணைந்த வழிபாட்டு முறைகளையும் எடுத்துக்காட்டுகின்றன. அதாவது பூச்சொரிந்து வழிபடுதல், வெறியாடுதல் போன்றவை பழமையான வழிபாட்டு முறைகளாகும். முல்லைப் பாடலொன்றில் செம்முது பெண்டிர் நெல்லுடன் முல்லை அரும்புகளை இட்டு வழிபட்டு விரிச்சி கேட்பது பற்றிய குறிப்பும், திருமுருகாற்றுப் படையில் காணப்படும் வேலன் வெறியாட்டம் பற்றிய செய்திகளும் இங்குக் கவனிக்கத்தக்கவை.

தொகுத்து நோக்குமிடத்துப் பண்டைத் தமிழ்ச் சமூகத்தில் வருதுரைக்கும் செயலினைப் பெண்களே தொடங்கி வைத்திருக்கிறார்கள். அதுவும் குறிப்பாக வயது முதிர்ந்த, அனுபவம் வாய்ந்த

பெண்களே வருவதுரைப்போராகச் செயல்பட்டுள்ளனர். இவர்களே வேலன் வெறியாட்டுக்கும் அடிப்படையாயினர். ஏனெனில் தலைவிக்கு ஏற்பட்ட பசலை நோய்க்கான காரணத்தைக் கண்டறிந்து தாய்க்கும் சுற்றத்தாருக்கும் வேலன் வெறியாட்டு, ஊழ்வினை நடத்தும் படி வழிமுறை கூறுபவர்களாக இருந்துள்ளனர். எனவே முதலில் பெண்களை அடிப்படையாகக் கொண்ட வருவதுரைத்தலும், அதன் பின்னர் ஆண்களை மையமாகக் கொண்ட வெறியாடுதலும் பண்டைத் தமிழ்ச் சமூகத்தில் இருந்தன.

14

கலைகள்
பாண் சமூகத்தாரின் பண்பாட்டுக் கோலங்கள்

> கூத்தரும் பாணரும் பொருநரும் விறலியும்
> ஆற்றிடைக் காட்சி உறழத் தோன்றிப்
> பெற்ற பெருவளம் பெறாஅர்க்கு அறிவுறீஇச்
> சென்று பயன் எதிரச் சொன்ன பக்கமும்
>
> (தொல்காப்பியம், பொருள். 1034)

முன்னியம்பல்

மனிதனைப் போலவே கலைகளும் பழமையானவை. இதனால் மனித சமூகத்திலும் கலைகளிலும் பன்மியம் (diversity) விரிவு பெற்றுள்ளது. மிக நீண்ட காலகதியில் வந்துகொண்டிருக்கும் இவ்விரண்டிலும் ஒழுங்கும் ஒழுங்கின்மையும்; இயைபும் இயை பின்மையும், தொடர்ச்சியும் மாற்றமும் அசைவியக்கம் பெற்று வந்துள்ளன. சங்ககாலக் கலைகளும் கலைஞர்களும் எனும் இந்த இயல் 'ஒழுங்கும் ஒழுங்கின்மையும்' சார்ந்த கருத்தாக்கத்தை மட்டும் மையப்படுத்துவதாக அமைகிறது.

ஒழுங்கும் ஒழுங்கின்மையும் பற்றிய ஒரு வரையறையை நோக்குவோம். வீட்டில் எந்தெந்த இடத்தில் எந்தெந்தப் பொருள்கள் இருக்க வேண்டுமோ அந்தந்த இடத்தில் அவை இருந்தால் அது 'ஒழுங்கு' (order/system), மாறியிருந்தால் 'ஒழுங்கின்மை' (disorder/dys-system). உணவு மேசையில் சாப்பிடும் தட்டு இருந்தால் 'ஒழுங்கு'. மாறாக, தலைவாரும் சீப்பு இருக்குமானால் அது 'ஒழுங்கின்மை.'

உடல் சீராக இருந்தால் அது ஒழுங்கு. நோய்க்கிருமிகள் தாக்கி நோய்வாய்ப்பட்டால் அது ஒழுங்கீனம். பணியாளர்கள் தொடர்ந்து

வேலைக்கு வந்தால் ஒழுங்கு. கோரிக்கைகளை முன்வைத்துப் போராட்டம் நடத்தினால் அது ஒழுங்கீனம். யாருடைய பார்வையில் 'ஒழுங்கு', 'ஒழுங்கீனம்' என்பதே கேள்வி. அரசின் பார்வையில் போராட்டம் என்பது ஒழுங்கின்மை; ஆனால் போராட்டக்காரர்களின் பார்வையில் அது ஒழுங்குக்குரியது.

மேற்கூறிய கருத்தினங்களில் ஓர் 'இயைபு' (thesis), ஓர் 'எதிர் இயைபு' (anti-thesis) இருப்பதைக் காண்கிறோம். இவை ஒன்றிணையும் போது ஒரு 'கூட்டியைபு' (synthesis) உண்டாகிறது.

சங்ககாலக் கலைகள், கலைஞர்களிடம் அக்காலச் சமூக, பண்பாட்டு முறைகளுக்கான ஓர் 'இயைபு' இருந்தாலும் அது 'இயைபு நிலையிலிருந்து விலகுதல்' எனும் போக்கையும் ஏற்றுக் கொண்டது. அதற்குக் காரணம் அக்காலச் சமூக அமைப்பில் நிகழ்ந்துகொண்டிருந்த தொடர்ச்சியும் மாற்றமும் ஆகும். ஒட்டு மொத்தமாகக் கவனிக்கும் போது சங்ககாலக் கலைகள், கலைஞர்கள் வகிபாகத்தில் ஒழுங்கும் ஒழுங்கின்மையும் தொடர்வதற்கு அந்த அமைப்பு முறைகளில் செயல்பட்டுக்கொண்டிருந்த இயைபு, இயைபின்மை, தொடர்ச்சி, மாற்றம் முதலான போக்குகள் காரணமாக அமைந்தன.

இந்த நிலையில் கலைகள், கலைஞர்கள், சமூகம், சூழல், தேவை முதலான கூறுகளுக்கிடையே எப்போதும் ஓர் 'இயைபு', 'எதிர் இயைபு', 'கூட்டியைபு' ஆகிய முக்கோண உறவு தொடர்ந்து கொண்டிருக்கும். இதில் ஒழுங்கும் ஒழுங்கின்மையும் தொடர்ந்து அசைவியக்கம் பெறும். அதில் சில நேரங்களில் ஒழுங்கு மேலோங்கி யிருக்கும். சில நேரங்களில் ஒழுங்கின்மை வலுப்பெறும் அல்லது மாற்றம் எனக் கூடிய எதிர்கால நிகழ்விற்காக அவை செயல்பட்டுக் கொண்டேயிருக்கும்.

இனி பண்டைத் தமிழர்களின் கலைகள், கலைஞர்கள் பற்றிக் காண்போம்.

பண்டைப் பாண் சமூகம்

உலகளாவிய நிலையில் நோக்கும் போது மனித சமூகத்தில் தோன்றிய அத்தனை வகையான சமூக வடிவங்களும் பண்டைத் தமிழ் மண்ணில் தோன்றி வளர்ந்துள்ளன. இன்னும் சொல்லப்போனால் மேலும் சில கூடுதல் வடிவங்களும் இங்கு உருவாக்கம் பெற்றன எனலாம். குறிஞ்சி, முல்லை, மருதம், நெய்தல், பாலை ஆகிய ஐந்திணைகளிலும்

சமூகப் படிமலர்ச்சி (social evolution) அசைவியக்கம் பெற்றிருந்தது. இந்த ஐந்து திணைகளிலும் அந்தந்தத் திணைக்குரிய நிலைகுடியினர் தம் வாழ்வைத் தகவமைத்துக் கொண்டிருந்தார்கள். கூடவே, இந்த நிலைகுடிகளை நாடிச் சென்று பரிசில் பெற்று வாழ்ந்த 'அலை குடியினர்' ஒரு தனித்த சமூக வடிவமாக விளங்கினார்கள். அவர் களையே இன்று நாம் 'பாண் சமூகம்' எனப் பொதுமைப்படுத்தி யுள்ளோம்.

பண்டைய கிரேக்க, சீன, லத்தீன், சம்ஸ்கிருத செவ்வியல் காலத்தைப் பார்க்கும் போது சங்ககாலப் பாண் சமூகம் மிகவும் விரிவு பெற்றிருந்தது. பாணர், பொருநர், விறலியர், கூத்தர், துடியர், கோடியர், வயிரியர், கண்ணுளர், சென்னியர், இயவர், கிணைவர், குறுங்கூளியர், நகைவர், மதங்கர், கட்டுவிச்சியர், அகவுநர் என 16 வகையான பெயர்களில் பாண் சமூகத்தாரைக் காணமுடிகிறது.

கிரேக்கம், ஸ்பானிஷ், ஸ்லாவிக், வெல்ஷ், ஜெர்மன், பிரெஞ்சு, சீன, சம்ஸ்கிருத மரபுகளில் இவ்வளவு வகையான கலைஞர்களைக் காண இயலவில்லை (சிவத்தம்பி 2005; கைலாசபதி 2006; சினாட் கிராஸ் 2006; ஹண்டர் & ரூதர் ஃபோர்டு 2009; ஹெய்மண்டார்ஃப் 1967; பக்தவத்சல பாரதி 2015; இன்னும் சிலர்).

சங்ககாலக் கலைகள்

நாளாந்த வாழ்க்கையில் கலையானது மிகமுக்கியமான இடத்தைப் பெற்றிருந்தாலும் அதற்கப்பாலுமுள்ள தனித்துவமான வாழ்வியல் கருத்தாக்கங்களிலும் கலை செயற்படவல்லது. கலைசார்ந்த கலைஞர்கள் சமூகவயப்பட்டவர்கள், அரசியல் வகிபாகத்தை வடிவமைப்பவர்கள் (பிரந்தா பெக் 1982). கலைக்குரிய விதிகள், கலையின் அமைப்பு, அதன் வடிவங்கள் முதலானவை ஒவ்வொரு கலையையும் அர்த்தமுடையதாக்குகிறது என்பது அமைப்பிய அணுகுமுறை (structural approach).

கலைகள் வரலாற்று ரீதியான நினைவூட்டல்களைத் தருகின்றன. மனிதகுலத்தின் அனுபவங்கள் அனைத்தும் தனிமனிதர்களின் நினைவில் இருப்பதில்லை. அவை மொழியால் பேணப்படுகிறது. கலையும் ஒரு மொழிதான். ஆகவே கலை சமூக ஞாபகமாக வடிவம் பெறுகிறது. கலையையும், கலை வகைகளையும் கட்டவிழ்த்துப் பார்ப்பதன் மூலம் சமூக உருவாக்கப் போக்குகளை அறியலாம்.

சங்க காலத்தில் பெரிதும் அறியப்பெற்ற வழக்காறுகள், கலைகள் வருமாறு:

1. வரி. இசையுடன் பாடியும் ஆடியும் நிகழ்த்தும் கூத்து.
2. அம்மானை வரி. இளம்பெண்கள் விளையாடும் போது பாடும் பாடல் வகை.
3. கந்துக வரி. பெண்கள் பந்தாட்டத்தின் போது பாடும் பாடல்.
4. ஊசல் வரி. ஊஞ்சல் விளையாட்டுப் பாடல்.
5. வள்ளைப் பாட்டு. பெண்கள் தானியம் குத்தும் போது பாடும் உலக்கைப் பாட்டு (மலைபடு. 342; குறுந். 89).
6. வாழ்த்துப் பாட்டு. மலையின மக்கள் மற்றவரை வாழ்த்தும் போது பாடுவது.
7. குரவை. இதில் இரண்டு வகையுண்டு, ஒன்று, மகளிரின் நீர்விளையாட்டுகள் (அலவனாட்டு, வண்டலயர்தல்). மற்றொன்று, தெய்வ வழிபாட்டில் மகளிர் எழுவர் கூடிசடங்குக் களத்தில் கைகளைப் பற்றித் தழுவி ஆடுதல்(கலித். 103; திருமுருகு. 197).
8. வள்ளிக் கூத்து. முருகன் கண்டுகளிக்கும்படி வள்ளியின் கோலம் தாங்கி பெண் ஆடும் கூத்து (தொல். பொருள். 60).
9. கழாய்க் கூத்து. மூங்கில் கழையை நட்டுக் காலால் பிணித்துக் கொண்டு சாய்ந்தும், சுழன்றும், உறழ்ந்தும் ஆடுவது (மலைபடு.236-37).
10. கயிற்றுக் கூத்து. இரண்டு கழைகளைத் தூரமாக நட்டு இடையே முழவின் தாளத்திற்கேற்ப கயிறுகட்டி, அதன்மேல் நின்றும் ஊர்ந்தும் ஆடுவது (குறிஞ்சிப். 192-94).
11. கரணக் கூத்து. காலில் சலங்கைக் கட்டி, சாட்டையால் தம்மைத் தாமே அடித்துக் கொண்டு வித்தைகள் காட்டுவது (அகம். 368).
12. தோல்பாவைக் கூத்து. தோலால் பாவை செய்து ஆட்டுவிக்கும் கலை (நாலடி. 26).
13. அல்லிப்பாவைக் கூத்து. பாவை போல் புனைந்து பொம்மையால் உடலசைத்து ஆடுவது (புறம். 33).
14. வசைக் கூத்து (விதூரிக் கூத்து). அங்கதப் பொருளில் விமர்சித்து வசைபாடி கோமாளியைப் போல் நகைச்சுவை தோன்ற ஆடும் கூத்து.

15. புகழ்க்கூத்து. அரசனின் புகழை ஏத்திப்பாடி ஆடுவது. (புறம். 146).
16. வரிக் கூத்து. இசைப்பாடலைப் பாடி ஆடும் கூத்து (குரவை வரிக்கூத்தின் ஓர் உறுப்பு என்பார் அடியார்க்கு நல்லார்).
17. வரிச்சாந்திக் கூத்து. தெய்வங்களைச் சாந்திப்படுத்தப் பாடியாடும் கூத்து (கும்மி, ஒயில் போன்ற ஆட்டங்கள் வரிச்சாந்து எனலாம்).
18. சாந்திக் கூத்து. தலைவர்க்கு மகிழ்ச்சி வேண்டி ஆடுதல் சாந்தி. ஒப்பனைகள் புனைந்து கையில் வாளேந்தி ஈசனுக்கும் காளிக்கும் சினங்குறைய ஆடுவது சாந்திக் கூத்து (சொக்கம், மெய்க்கூத்து, அவிநயக் கூத்து, நாடகம் ஆகியவை சாந்திக் கூத்தின் உள் வகைகள்).
19. விநோதக் கூத்து. குறிப்பிட்ட குறிக்கோள் ஏதுமின்றிப் பார்வை யாளரை வியக்க வைத்துப் பொழுதுபோக்கும் நோக்கில் ஆடுவது விநோதக் கூத்து (கழாய்க் கூத்து, குடக் கூத்து, அல்லிப் பாவைக் கூத்து, தோற்பாவைக் கூத்து, கரணக் கூத்து, நுண்ணியக் கூத்து (நோக்கு).
20. ஆரியக் கூத்து. கயிறு கட்டி அதன் மேல் ஆடும் கூத்து. இதனை ஆரியர் ஆடினர் (அகம். 398, நற். 170).
21. பொய்தல். இராசா இராணியைப் போல் பொய்யாக வேடமணிந்து பேதைப் பருவத்து மகளிர் நடிக்கும் நாடகம் (நற். 166) பரத்தையரும் பொய்தல் ஆடுதல் பெருவழக்காகும் (அகம். 26, 156, ஐங். 181, நற். 166).
22. வேத்தியல் கூத்து. அரசர்க்கு ஆடும் கூத்து.
23. பொதுவியல் கூத்து. எல்லார்க்கும் ஆடும் கூத்து.
24. அம்பா ஆடல். அம்பாவை (அன்னை கொற்றவை) கன்னியர் கூட்டாக வழிபட்டுப் பாடி ஆடுதல் அம்பா ஆடல். தைந்நீராடல் என்பதும் ஒரு வழக்கு. வையை மணல் மேட்டில் மகளிர் ஆயமொடு (கூட்டத்தோடு), 'அமர்ந்தாடும் ஆடல்' (கலி. 27) என்றும் கூறுவதுண்டு.
25. ஓரையாடல். காவிக்கல்லால் அல்லது பூந்தாதுக்களால்; பாவைகள் செய்து ஆற்றங்கரையில் அமர்ந்து ஆடுவது ஓரை யாடல் (குறுந். 48).
26. தெற்றி ஆடல். கால்களைப் பின்னி ஆடும் ஒரு கூத்து வகை (புறம். 53).

27. *பெருங்கருங் கூத்து.* நகைச்சுவை ததும்ப ஆடும் கூத்து வகை (கலி. 65). தீயக் கூத்து என்றும் பொருள்படும் (ஷாஜகான் கனி 2009: 117).

28. *துணங்கை தழூஉ.* பரத்தையரைத் தலைவன் தழுவி ஆடும் கூத்து. குரவை எப்போது வேண்டுமானாலும் நிகழும். ஆனால் துணங்கையானது நாள் குறித்து நிகழ்த்தப்படும். 'துணங்கை நாளும் வந்தன்று' (குறுந். 264).

29. *துணங்கை.* போர்த்துணங்கை கொற்றவைக்கு (துணங்கையஞ் செல்வி) உரியது. போர்க்களத்தில் கொற்றியும், பேய்களுமாக வேடம் புனைந்து ஆடுவது (கலி.89; திருமுருகு. 49-56).

30. *வெறியாட்டம்.* தலைவன் பிரிவால் வருந்திய தலைவியின் மெலிவு கண்ட தாய், தன் மகளை அணங்கு தாக்கியதோ எனக் கருதி வேலன் மூலம் நிகழ்த்தியதே வெறியாட்டம். வேலன் வெறியாடல் தெருச்சந்திகள் கூடும் மன்றங்களிலோ, அம்பலங் களிலோ ஆடப் பெற்றது (நற். 322; அகம். 22). வெறியாடும் மகளிரும் இருந்துள்ளனர் (பட்டினப். 154-55).

கலைஞர்களின் அசைவியக்கங்கள்

சங்க காலச் சமூகப் பண்பாட்டு உருவாக்கத்திலும், அதன் உருமாற்றத்திலும் பாண் கலைஞர்கள் முக்கியப் பங்காற்றி உள்ளனர். இக்கலைஞர்கள் ஒரு நிலையில் அக்காலத்தின் ஒழுங்கமைவைப் (system) பேண முற்பட்டாலும் மறுநிலையில் மாற்றங்களையும் உடைப்புகளையும் தூண்டவே செய்தனர்.

சங்க காலத்தில் ஒவ்வொரு திணையிலும் அதன் முதன்மைச் சமூகங்களை மட்டும் முன்னிலைப்படுத்தி அத்திணையை விவரிக்கின்றோம். ஊர்சுற்றும் பாண் குடிகளின் வாழ்வை இணைத்துத் திணைக் குடிகளின் வாழ்வுமுறையை அறிந்து கொள்ள வேண்டியது அவசியமாகும். ஒவ்வொரு திணையிலும் வாழ்ந்த நிலை குடிகளின் வாழ்வியலில் அலைகுடிகளின் பங்கு பணிகள் பல்வேறு நிலைகளில் பின்னிப் பிணைந்திருந்தன.

சங்க காலத்தில் ஊர் ஊராகச் சுற்றி வாழ்ந்த 'ஊர்சுற்றும் வல்லுநர்கள்' (travelling specialists) அதாவது பாண் சமூகத்தினர் பல்கிப் பெருகியிருந்தனர். இந்நிலையில் பண்பாட்டில் ஒன்றைப் பற்றிய முழுமையான தேடுதலில் அதன் எல்லா வகையான

பகுதிகளையும் இணைத்துப் புரிந்துகொள்ள வேண்டியது அவசியம். நிலைகுடிச் சமூகத்தை அறிய வேண்டுமானால் அதனோடு தொடர்புடைய பாண்சமூகங்களின் இணைவையும் சேர்த்து அறியும்போதே அப்புரிதல் முழுமைபெறும் (பக்தவத்சல பாரதி 2015: 25 -38).

பண்டுதொட்டுக் கிராமங்கள் 'தன்னிறைவு பெற்றவை', 'தற்சார்பு பெற்றவை', 'குட்டிக் குடியாட்சிகள்' (little republics) என்றெல்லாம் வர்ணிக்கப்பெற்றன. என்றாலும் ஒரு கிராமத்தின் தற்சார்பு நிலை அதனளவில் முடிந்துவிடுவதில்லை.

ஊராருக்குத் தேவையான உப்பு, வெற்றிலை, பாக்கு, சுண்ணாம்பு, இரும்பு, தங்கம், பிற உலோகங்கள், ஜவுளிகள் போன்ற இன்னும் பல பொருள்கள் ஒரு கிராமத்திற்குள்ளேயே கிடைப்பதில்லை. வெளியிலிருந்தே வருகின்றன. இவ்வாறே கிராமத்திற்கான கலைத் தேவைகளும் வெளியிலிருந்தே நிறைவு செய்யப்படுகின்றன. அந்தந்த வட்டாரத்தில் சுற்றித்திரியும் ஊர்சுற்றும் வல்லுநர்களின் தொழிலுறவுகளினால் ஊருக்கான தேவைகள் முழுமை பெறுகின்றன. அவ்வாறே சங்க காலத்திலும் ஒவ்வொரு திணைக்குடியினர் வாழ்வும் வெளியிடங்களிலிருந்து வந்து சென்ற கலைஞர்களாலேயே முழுமை பெற்றது. ஒவ்வொரு வகையான கலைஞரும் நிலைகுடியினருக்கு ஒரு குறிப்பிட்ட கலைச்சேவையை நிறைவு செய்தார்கள் (மேலது: 18).

இத்தகைய கலைச்சேவையைச் செய்த பாண் சமூகத்தார் சங்க காலத்தில் பல்வேறு திணைகளையும் பல தேசங்களையும் தம் பயணம் வழி இணைத்தார்கள். இவற்றிற்கிடையே தொடர்ந்து பண்பாட்டுப் பாலம் அமைத்தார்கள்; நிலைகுடிகளின் சமூக வாழ்வில் பல்வேறு பங்குபணிகளைச் செய்தார்கள்.

நிலைகுடிகளின் கலைத் தேவையைப் பாண்குடியினரே நிறைவு செய்தார்கள். ஊர் அல்லது கிராம சமூகத்தாருக்கு வேண்டிய கலை நிகழ்வினை அலைகுடிகளாகிய பாண் சமூகத்தார் செய்யும் போது அது ஒரு துணைச் சமூகமாக (para-social system) இணைந்தது. இத்தகைய துணைநிலைச் சமூகங்கள், சங்க காலத்தில் பல்வேறு வகைக் குடியினராகக் (பாணர், பொருநர், கூத்தர், விறலியர், இயவர், கண்ணுளர், கோடியர், வயிரியர், அகவுநர்) காணப்பட்டனர். சங்க காலச் சமூக அமைப்பில் துணைநிலை சமூக அமைப்பு மிகவும்

விரிவான, உறுதியான பிணைப்புடன் ஒன்றுகொன்று சார்ந்து (symbiotic) செயல்பட்டுள்ளதைக் காணமுடிகிறது (மேலது: 31).

பாணர்கள் பாடுவதற்காகப் பயணம் செய்தார்கள். இவர்கள் வள்ளல்களைப் பற்றிப் போற்றிப் பாடல்கள் அல்லது புகழ்மாலைப் பாடல்கள் (encomiastic poems) பாடிப் பரிசில் பெற்றார்கள். இவர்களில் முதுவாய்ப் பாணர்கள் அறிவில் சிறந்தவர்கள். இவர்களின் பாட்டும் வாக்கும் சாகா வரம் பெற்றவை. பிற்காலத்திய ஆழ்வார்கள், நாயன்மார்கள் பாடியதைப் போன்று இவர்கள் கடவுள்களைப் பாடவில்லை. மன்னர்களையும் கிழார்களையுமே பாடினார்கள். நாட்டைப் பாடினார்கள், மக்களை வாழ்த்திப் பாடினார்கள். ஆக, இங்கு நாம் நோக்க வேண்டிய கருத்தென்பது 'புலவர்க்கான ஒழுங்கு' ஒரு நிலையிலும், 'பாணர்க்கான ஒழுங்கு' மறுநிலையிலும் பேணப்பட்டன என்பதாகும். புலவர்களின் நோக்கம் வேறு, பாணர்களின் நோக்கம் வேறு.

புலவர்கள், ஆழ்வார்கள், நாயன்மார்கள் போன்று பாணர்கள் தனி மனிதர்களாகச் செயல்பட்டதில்லை. இவர்கள் எப்போதுமே குழுவாகச் சென்றார்கள் (polycrates). இவர்களின் பாடலும் ஆடலுமாகிய நிகழ்த்துப் படைப்பானது 'கூட்டு அனுபவம்' சார்ந்தது. இவர்களின் படைப்புகள் 'பல்லிசைப் பாணர்களின் நிகழ்த்துக் கோவை'யாகவே (polycratean symposia) அமைந்தன.

பாணர்களின் கலையானது ஒரு விரிந்த குடும்பத்திற்கான (extended family) கலையாகவே இருந்தது. சுற்றம், ஒக்கல் எனும் சொற்கள் இதற்கான சான்றுகளாக விளங்குகின்றன. இக்குழுவில் யாழிசைத்தல், கருவிகள் மீட்டல், பண் ஒன்றிப் பாடுதல், சேர்ந்திசைத்தல், நடனமும் ஆட்டமும் நிகழ்த்துதல் முதலான பன்முகப்பட்ட கலைஞர்கள் இருந்தனர். புலவர் மரபில் இந்தத் தன்மைகளைக் காணமுடியவில்லை. அவர்கள் தனிமனித நிலை யிலேயே செயல்பட்டனர்.

வீரயுகக் காலத்தில் பாண் சமூகத்தின் பொருளாதாரமுறை என்பது பெரிதும் 'உறவு முறை சார்ந்த ஈட்டலும் பகிர்தலும்' (kin-based subsistence & redistribution) சார்ந்திருந்தது. இதில் கலையே வாழ்வாதாரமாகும். பாணர்கள் சீறூர் முதல் நகரங்கள்வரை சுற்றித் திரிந்து வந்ததால் இவர்கள் ஒரு நிலையில் 'பண்பாட்டுத் தொடர்பாளர்கள்' (communicants of culture) எனும் நிலையிலும்,

பல்வேறு திணைகளுக்கு இடையில் சுற்றித் திரிந்ததால் 'சமயம் சார்ந்த கருத்துகளைப் பரப்பியவர்கள்' (communicants of religious thoughts) எனும் நிலையிலும், சிறுகுடிகளுக்கும் பெருங்குடி களுக்கும் இடையில் ஊடாடி வாழ்ந்ததால் இக்குடிகளுக்கிடையில் பண்பாட்டுப் பாலம் அமைத்துப் 'பன்மைப் பண்பாட்டை ஏற்கச் செய்தவர்கள்' (mediator of cultural pluralism) எனும் நிலையிலும் செயல்பட்டார்கள். புலவர்கள் இவ்வாறு செயல்படவில்லை (பக்தவத்சல பாரதி 2015: 33).

ஊர் சுற்றும் வல்லுநர்களான பாண் சமூகத்தார் சீறூர் மக்களின் அல்லது திணைசார் மக்களின் 'தனிமரபுகளை' (little traditions) ஒரு புறத்திலும், மருதநில நகரங்கள், நெய்தல் நில வணிகத் துறைமுக நகரங்கள் ஆகிய இடங்களில் வளர்ந்த 'பொதுமரபினை' (great tradition) மறுபுறத்திலும் இணைத்தவர்களாகவும், கொண்டு கொடுத்துப் பாலம் அமைத்தவர்களாகவும், ஒரு மரபை இன்னோர் இடத்தில் அறிமுகப்படுத்தியவர்களாகவும் செயல் பட்டுள்ளனர் (மேலது: 33).

பாண்சமூகத்தாரின் இவ்வகையான இணைப்பாலும் பரிவர்த்தனை யாலும் இருவேறு மரபுகள் கொண்டு கொடுத்து இடைவினை புரியத் தொடங்கின. இத்தகைய அசைவியக்கத்தில் 'கிராமங்களில் நகரியம்' (rural-urbanism) எனும் பண்பையும், 'நகரங்களில் கிராமியம்' (urban-ruralism) எனும் பண்பையும் ஊடாட்டம் செய்தவர் களாக இந்த ஊர் சுற்றும் வல்லுநர்கள் பங்கு பணியாற்றினர்.

சங்ககாலக் கலைகள் பல்வேறு பின்புலங்களில் பல்வேறு வகைகளாக நிகழ்த்தப்பட்டுள்ளன. எனினும் அவற்றைப் பின்வரும் ஐந்து நிலைகளில் பகுத்துக் காணலாம்.

1. சடங்கு, வழிபாடு சார்ந்த கலைகள்
2. புராண, இதிகாசம் சார்ந்த கலைகள்
3. தொழில்முறைக் கலைகள்
4. போர் சார்ந்த வெற்றிக் கூத்துகள்
5. வாழ்வியல் மகிழ்விற்கான கலைகள்

சடங்கோடு இணைந்த கலை வெறியாட்டு. வேலன் வேலை ஏந்தி ஆடிய இந்த ஆட்டம் காதல், முருக வழிபாடு சார்ந்தது (திருமுருகு. 230-244). குரவைக் கூத்து ஒரு நிகழ்த்துக் கலை. குழு சார்ந்தது. வழிபாடு, வாழ்வியல் பொழுதுபோக்கு சார்ந்தது. சங்க காலத்தில் நிலத்துடன் தொடர்புபடுத்தப்பட்ட குரவை

சிலப்பதிகாரத்தில் பொழுதுடன் தொடர்புபடுத்தப்பட்டது. பிற்சங்க காலத்தில் குரவை மதிப்பிழந்த போதிலும், குரவைப் பாடல்கள் மதிப்பிழக்கவில்லை (பெருமாள், அ. கா. 2013: 23). குரவைக் கூத்து இருபாலருக்கும் உரியது என்றாலும் மகளிரே பெரிதும் ஆடினர்.

குரவைக் கூத்து, வரிக் கூத்து, வென்றிக் கூத்து முதலானவை இனக்குழுச் சமூகத்தில் 'பொது வெளி'யில் அனைவரும் ரசிக்கும் படியாக நிகழ்த்தப்பட்டன. ஆனால் பிற்சங்ககாலத்தில் கூத்துகளில் பல அரசவைகளிலும் அரண்மனைகளிலும் உயர் குழாத்தினர் மட்டும் ரசிப்பதற்கு நிகழ்த்தப்பட்டன. இனக்குழுத் தன்மையிலிருந்து விலகிய கலைகள் சமயம், சடங்கு, வழிபாடு ஆகிய மையப் பண்புகளை இழந்து அழகியல், பொழுதுபோக்கு அம்சங்களை உருவாக்கிக் கொண்டன. 'உழைப்பிலிருந்து ஓய்வு' என்பதன் பொருண்மை கலைகளிலும் வந்து சேர்ந்தது.

சங்ககாலக் கலைகளின் பொருண்மைகள் பன்மைத்தன்மை கொண்டவை. இதனால் ஆய்வாளர்கள் பல்வேறு வகையான பாகுபாடுகளையும் பொருள்கோடலையும் செய்கிறார்கள். இந்தக் கலைகளை அகம் சார்ந்தும், புறம் சார்ந்தும் வகைப்படுத்துவது ஓர் அகவயமான முறையியல் ஆகும்.

அகம்	புறம்
1. குரவை	1. குரவை
2. துணங்கை	2. துணங்கை
3. வெறியாட்டு	3. வெறியாட்டு
4. வாடாவள்ளி	4. வாடாவள்ளி
	5. கழல் நிலை
	6. துடிக்கூத்து
	7. வாளமலை
	8. முன் தேர்க்குரவை
	9. பின் தேர்க்குரவை

அகம், புறம் ஆகிய இரண்டு வாழ்வியல் நடப்புகளுக்கு அடுத்து கூத்துக்களைக் கருவி சார்ந்தும், கதை சார்ந்தும், சமயம் சார்ந்தும் ஆய்வாளர் சு. மகாலெட்சுமி (2013: 75) இனங்காண்கிறார்.

கருவிசார்ந்த கூத்துக்கள்

1. வாள் - வாளமலைக் கூத்து

2. கழல் - கழல்நிலைக் கூத்து
3. துடி - துடிக்கூத்து
4. தேர் - முன் தேர்க்குரவை, பின் தேர்க்குரவை

சமயம் சார்ந்த கூத்துக்கள்

5. குரவைக் கூத்து - வேலன்
6. துணங்கைக் கூத்து - கொற்றவை
7. வெறியாட்டு - வேலன்
- கொற்றவை
- அணங்கு

கதைசார்ந்த கூத்து

8. வள்ளிக் கதை - வள்ளிக் கூத்து

சங்க இலக்கியங்கள் வழியே ஆராயும்போது கலைகள் பலவும் சடங்கை வேர்களாகக் கொண்டிருந்ததை அறிய முடிகிறது. விக்டர் டர்னர், ரிச்சர்டு ஷெக்னர், யூஜீன் பார்பா முதலானவர்களின் ஆய்வை அடியொற்றிப் பார்க்கும்போது சங்ககாலக் கலைகள் பலவும் 'சடங்கிலிருந்து கூத்துவரை' எனும் தொடர்ச்சியைக் காட்டுகின்றன. இனக்குழுக்களின் தொல்குடி வாழ்விலிருந்து பேரரசுகளின் வள்ளிக்கூத்து, வென்றிக் கூத்து, முன் தேர்க்குரவை, பின்தேர்க்குரவை முதலான கலைகள் விரிவுபெறுவதைக் காண்கிறோம். இதன் தொடர்ச்சியில் 13ஆம் நூற்றாண்டு வரை தமிழகத்தில் சாக்கையார் கூத்து அல்லது துடியாட்டம் நிகழ்த்தப் பட்டன என்கிறார் நாடகவியல் அறிஞர் செ. ரவீந்திரன் (2012: 50).

கலைகள் காட்டும் ஒழுங்கும் ஒழுங்கின்மையும்

கலைகள் சமூக ஒழுங்கை நிலைப்படுத்தவும் செய்யும்; நிலை மாற்றத்துக்கும் உதவும். இந்நிலையில் சங்ககாலக் கலைகள் பலவும் அசைவியக்கம் பெற்றிருந்தன. இனிவரும் பகுதிகளில் சங்ககாலக் கலைகள் பலவும் இந்தக் கருத்தோட்டத்தின் அடிப்படையில் விவாதிக்கப் பெறுகின்றன.

சங்ககாலக் கலைகள், கலைஞர்கள் வகிபாகத்தில் நிகழ்ந்த ஒழுங்கும் ஒழுங்கின்மையும் பற்றிப் பின்வரும் நான்கு தலைப்புகளில் காண்போம்:

1. சமூகத் தளத்தில் ஒழுங்கும் ஒழுங்கின்மையும்
2. அரசியல் தளத்தில் ஒழுங்கும் ஒழுங்கின்மையும்

3. பொருளியல் தளத்தில் ஒழுங்கும் ஒழுங்கின்மையும்
4. சமூக மாற்றத்தில் ஒழுங்கும் ஒழுங்கின்மையும்

சமூகத்தளத்தில் ஒழுங்கும் ஒழுங்கின்மையும்

சமூக அமைப்பிற்கு ஏற்பவே மற்ற அனைத்துக் கூறுகளும் தம்மை வெளிப்படுத்திக் கொள்கின்றன என்பது அமைப்பிய-செயல்பாட்டு வாதிகளின் (structural-functionalists) முக்கிய வாதம். முழுமைக்காகவே பகுதிகள் உள்ளன என்பது இதன் பொருள்.

சங்க காலம் என்பது ஐந்திணை வாழ்வைக் கொண்டிருந்தது. ஒவ்வொரு திணைக்கும் முதல், கரு, உரிப் பொருள்கள் உண்டு. இவற்றைச் சார்ந்து மற்ற அனைத்தும் ஒழுங்கு பெற்றிருந்தன. இங்கு ஓர் எடுத்துக்காட்டைக் காண்போம். இசைக்கருவிகளில் ஒன்றான பறையைப் பொறுத்தவரை குறிஞ்சியில் தொண்டகப்பறை, முல்லையில் ஏர்கோட்டுப் பறை, நெய்தலில் மீன்கோட்டுப் பறை, பாலையில் துடி எனத் தனித்தனிப் பறைகள் அடையாளப்பட்டிருந்தன. பறை ஒன்றாயினும் அதன் வகையினங்கள் தனித் தனியானவை. வகையினங்கள் தோன்றுவது என்பது 'புதிய ஒழுங்கு' ஒன்றை உருவாக்க முயல்வதுதான் என்பதை நாம் இங்கு நுட்பமாக அவதானிக்க வேண்டும்.

சங்ககால வாழ்வுமுறையில் விறலியர் கலைச்சேவை மூலம் அக்காலத்துக் கலை ஒழுங்கைப் பேணி வந்தனர். ஆனால் அவளே சமூக ஒழுங்கின்மைக்கும் பங்காற்றியவளாகவும் இருந்தாள். பாணர், கோடியர், வயிரியர், கண்ணுளர் ஆகிய கலைக் குழுக்களில் விறலியர் முக்கிய உறுப்பினர்களாக இருந்தனர். அவர்கள் தங்கள் அழகாலும், கவர்ச்சியாலும் கிழார்களையும் மன்னர்களையும் தன்வயப்படுத்திக் குடும்ப ஒழுங்கில் கீறல்களை உருவாக்கினார்கள் (நற். 170). இத்தகைய நிகழ்வுகள் விழவுக் களத்தில் நிகழ்ந்துள்ளன (புறம். 32). சில கட்டங்களில் குடும்பத் தலைவர்கள் விறலியை அனுபவிக்கும் அடையாளமாக ஒரு பூவை வழங்கினர். இதற்கு விறலியர் இசைந்த கட்டமென்பது அவர்கள் பரத்தையாக மாறும் கட்டமாகும். மன்னர்கள் விறலியுடன் திளைத்திருந்த நிகழ்வுகளைப் பற்றிப் பல பாடல்கள் உள்ளன. மன்னர்களுக்கு அந்தப்புரங்களில் கலைமாந்தர்கள் இருந்தது போல, பாணர்கள் பரத்தையரோடு வந்து மன்னர்களிடம் ஊடாடினார்கள்.

குரவைக் கூத்தில் தலைவன், பாண் மகளிரோடு விரும்பிப் பழகியுள்ளான். மகளிரின் கைகளைப் பற்றித் தழுவுதல் என்பது ‘தலைக்கை தருதல்’ எனப்பட்டது (புறம். 24). இந்த மரபே பின்னாளில் துணங்கை ஆட்டத்தில் தலைவன் பரத்தையரைக் கட்டியணைத்து ஆட வழிவகுத்தது (பதிற். 52, குறுந். 31, மதுரைக். 328). சங்க இலக்கியத்தில் குரவையும் துணங்கையும் ‘தழூஉ’ என்று குறிக்கப் பெற்றது (அகம். 176, கலி. 103).

சங்க காலத்தில் பாணர்கள் விறலியரை அரசர்களோடும், கிழார்களோடும் கூட்டுவித்தனர். அரசர்கள் விறலியரை மெய் தொட்டுப் பழகிவந்தனர். இதனையே பின்னர் சிலப்பதிகார காலத்தில் கணிகையர் குல மகளிரும் பின்பற்றினர். மக்கள் நிறைவற்ற வாழ்வின் தேவைகளை மற்ற வடிவங்கள் மூலமாக நிறைவு செய்ய முயன்றார்கள். அவற்றில் ஒன்றே கலை. குரவை, துணங்கை போன்ற இன்னும் பல வடிவங்கள் இந்தத் தன்மையைப் புரிந்துகொள்ள உதவும்.

மன்னர்களும் குடும்பத் தலைவர்களும் கூடா ஒழுக்கத்தில் ஈடுபடலாயினர். இது குடும்ப உறவில் ஒரு விரிசலை உருவாக்கியது. சங்ககாலச் சமூக வாழ்வில் பாணர்கள் வாயில்களாகவும் செயல் பட்டுள்ளனர். அதாவது பரத்தையிற் பிரிந்த தலைவனை மீட்டு மீண்டும் குடும்ப அமைப்பிற்குள் சேர்ப்பதற்கு அவர்கள் தூது சென்று வாயில்களாகச் செயல்பட்டுக் கடமையாற்றினார்கள். தலைவி விரும்பி அனுப்பிய தூதுவனாகவும், தலைவன் அனுப்பிய தூதுவனாகவும் பாணர் செயல்பட்டனர் (தொல். 1446; குறுந். 33, 359; ஐங். 409). பாணரைப் போன்றே விறலியரும் வாயில்களாகச் செயல்பட்டனர் (நற். 310).

சங்க காலத்தில் பரத்தையர் மணமாகாமலேயே மனைவி போல வாழ்ந்துள்ளனர். இவர்கள் பல நிலையினர். ஊரின் புறத்தே பரத்தையர் குடியிருப்பில் வாழ்ந்து பல்வேறு ஆடவர்களுடன் பொருளுக்காகக் கூடும் பரத்தையர் சேரிப்பரத்தையர் ஆவர். இவரிடமிருந்து மாறுபட்டவராக இப்பரத்தையரும், காதல் பரத்தையரும், காமக்கிழத்தியரும் இருந்துள்ளனர். இத்தகைய மகளிரைத் தலைவர்களுடன் தொடர்புபடுத்த விறலியர், பாடினியர் காரணமாக இருந்தனர். தலைவன் பரத்தையருடன் துணங்கை ஆடிய செய்தியைக் கலித்தொகை (66, 70, 73) கூறுகிறது. சில பரத்தையர் அடியுறை மகளிராகவே இருந்துள்ளனர் (புறம். 67, 198; கலி. 53; பரி. 14).

பேராசிரியர் சிவத்தம்பி இன்னும் ஒரு கருத்தையும் இங்குக் கவனப்படுத்துகிறார். பாணர்கள் ஒரு கட்டத்தில் பிரபுக்களின் வாழ்க்கையில் இடம்பெறத் தொடங்கினர் (புறம். 373, 398, பதி. 37-43). பாணர்கள் இப்பிரபுக்களுக்கு மகிழ்ச்சியை ஏற்படுத்தும் 'நகைவர்' களாகச் செயல்படத் தொடங்கினார்கள். பதிற்றுப்பத்து உரையாசிரியர் எல்லாப் பாணரும் நகைவர்களாகவே இருந்தனர் என்று கூறுவதைச் சிவத்தம்பி (2005: 229) எடுத்துக்காட்டுகிறார்.

கட்டுக்கோப்பான இறுக்கமான குடும்ப உறவில் நகைவர்கள் ஓர் உடைப்பை நிகழ்த்தியவர்கள் எனலாம். ஆண்களுக்கான இந்தப் புற ஒழுக்கங்கள் பூர்வ தொல்குடிச் சமூகத்தில் நிலவிவந்த 'பொது மகளிர்' முறையின் தொடர்ச்சி எனலாம். புராதன சமூகத்தில் ஆண்களுக்கு இருந்த 'புணர்ச்சி சுதந்திரம்' சங்க காலத்திலும் எச்சங்களாக இருந்துள்ளன. பெண்ணைக் கவர்ந்து செல்வதும், உடன் போக்கில் ஓடிப்போவதும் இதன் மிச்சசொச்சம்தான். இதற்கடுத்த நிலையில்தான் பரத்தமைமுறை உருவாகிறது. பரத்தையராகிய வரைவின் மகளிர்முறை பூர்வகாலத்தில் ஒரு நிறுவனப்பட்ட பண்பாக இருந்துள்ளது. ஒருவனுக்கு ஒருத்தி என்பது உடைமைச் சமூகத்தில் பின்னாளில் தோன்றிய ஒன்று.

சங்க கால மக்களுக்கும் அவர்களுடைய உலகத்திற்கும் இடையே ஓர் உள்ளார்ந்த உறவை, அனுபவத்தைக் கலை உணர்த்தி நின்றது. ஆக அந்தச் சூழலுக்குரிய கலையின் பங்குபணிகளை ஒரு வாய்பாட்டிற்குள் சுருக்கிவிட முடியாது. இன்னும் இதுபற்றி விவாதிக்க வேண்டும்.

அரசியல் தளத்தில் ஒழுங்கும் ஒழுங்கின்மையும்

சங்க இலக்கியத்தை நுட்பமாக ஆராய்ந்து பார்க்கும்போது ஒரு கருத்தை மிகவும் வலியுறுத்திச் சொல்லலாம். பாணர் மரபின் உச்சகட்ட நிலைக்குப் பிந்தைய காலகட்டத்தையே சங்க இலக்கியம் பேசுகிறது. பாணர்கள் பெரிதும் சார்ந்து வாழ்ந்த சீறூர் மன்னர்கள், முதுகுடி மன்னர்கள், குறுநில மன்னர்கள் ஆகியோர் மூவேந்தர்களின் ஆட்சியதிகாரத்திற்குள் கரையத் தொடங்கிய காலத்தையே சங்க இலக்கியங்கள் பேசுகின்றன.

சங்க சமூகத்தில், இனக்குழுச் சமூக நிலை என்பது 'அரசியல் சமூகம்' என்ற நிலைக்கு முற்பட்டது (pre-political). அப்போது தேசத்தைக்

கட்டியெழுப்புவது என்பது பரவலான திட்டமாக இருக்கவில்லை. இதனால் 'இனக்குழுமப் பன்மியம்' (ethnic diversity) பரவி இருந்தது. இதன் பின்னரே மூவேந்தர்களின் ஆட்சி முறை வலுப்பெற்றது. அவர்கள் சிறிய ஆட்சிப் பகுதிகளை எல்லாம் தம்வசப்படுத்தினார்கள். சீறூர் மன்னர்கள், முதுகுடி மன்னர்கள், குறுநில மன்னர்கள் ஆகியோரின் பிரதேசங்களைத் தம்வசப் படுத்தினார்கள். அப்போது அது ஒரு 'மேலாண்மைத் தேசியமாக' (hegemonic nation) உருவெடுத்தது. இருந்தாலும் அதில் சீறூர் மன்னர்கள், முதுகுடி மன்னர்கள், குறுநில மன்னர்கள் தலைமையிலான பன்மைத் தேசியங்கள் (multi-nations) முற்றிலும் அழிந்துவிடாமல் மிச்ச சொச்சமாக அடையாளம் பெற்றிருந்தன. வேந்தர்கள் மகட்கொடை கேட்டும், போர் நிகழ்த்தியும் இந்த மன்னர்கள் மீது தொடர்ந்து ஒழுங்கின்மையை ஏற்படுத்திக் கொண்டிருந்தார்கள். இக்கால கட்டத்தில் ஒழுங்கும் ஒழுங்கின்மையும் ஒன்றையொன்று பாதித்துக் கொண்டிருந்தன.

சங்க இலக்கியத்தில் அரசியல் அதிகாரத்தைக் குறிக்கப் பல வகையான கருத்தினங்கள் இருந்துள்ளதைக் கவனிக்க வேண்டும். இறை, கோன், கோ, கிழவன், மன்னன், வேந்து, வேந்தன், அரசன், குரிசில் போன்ற வகையினத்தவர்கள் அரசியல் அதிகாரத்தின் பன்மியத்தைக் காட்டியவர்கள். இவர்களிடம் காணப்பட்ட அரசதிகார முறையை நாம் இப்போது சீறூர் மன்னன், முதுகுடிமன்னன், குறுநில மன்னன், வேந்தர் என்னும் நான்கு நிலைக்குள் வகுத்துக் கொள்கிறோம். உண்மையில் அரசுருவாக்க முறையில் இது பன்முகப்பட்ட நிலையிலும், படிநிலைப்பட்ட முறையிலும் தொடர்ந்து மாறிவந்திருக்கிறது (பூங்குன்றன், ர. 2016: 141-171).

அக்கால அரசின் அடையாளங்களில் முரசு ஒரு முக்கிய இடம் பெற்றிருந்தது. பொருநர்கள் முரசு கொட்டுதல் மூலமே போர் நடவடிக்கைகளை அறிவித்தார்கள், துடி அடித்துப் போர்க் களத்தில் உணர்வூட்டினார்கள், தோற்றுப்போன அரசனின் முரசைக் கைப்பற்றினார்கள், காவல் மரத்தை வெட்டினார்கள். முரசு ஓர் இசைக்கருவி என்பதையும் தாண்டி பன்முகக் கருத்துரு வாக்கம் பெற்றிருந்தது.

சங்க காலத்தில் மிகச் சிறிய நிலப்பரப்புக்குத் தனியாக ஒரு மன்னன் உருவானான் என்பதற்கான ஒரு சான்று தொல்காப்பியம் வழி கிடைக்கிறது (புறத்திணையியல். 60) 'பிள்ளையாட்டு' என்பதே

அச்சான்று. இதன் பொருள் 'இளையரோடு நடனமாடுதல்' என்பதாகும். உண்டாட்டு, பெருஞ்சோற்றுநிலை ஆகிய நிகழ்வுகளில் படைவீரர்கள் ஊன் உணவும், புளித்த கள்ளையும் உண்டு களித்தனர். கூடவே களியாட்டங்களையும் நிகழ்த்தினர். தலைதோற்றம் எனும் துறையானது மறவர்கள் ஆநிரைகளைக் கவர்ந்து வரும் வீரர்களைக் கண்டு ஊரார் மகிழ்ந்த காட்சிகளை விவரிக்கிறது.

ஆநிரை கவர வந்தோரைப் போரில் தோல்வியுறச்செய்து மிரட்டி தங்கள் குழுவினருடைய மேலாண்மையை நிலைநாட்டிய இளைஞனுக்கு அக்குழுவினர் ஆட்சியதிகாரம் வழங்கினார்கள். எதிரியுடன் சண்டையிட்டு இறந்துவிட்டால் அவ்வீரனுக்கு நடுகல் வைத்து வழிபட்டனர். இவ்வாறாகச் சிறுபரப்பு ஆட்சிகள் சீறூர் மன்னர்கள் மூலம் நடைபெற்றன. பின்னாளில் வந்த வேந்தர்கள் சீறூர் மன்னர்களைத் தம்வயப்படுத்தினாலும், சீறூர் மன்னர்கள் ஆண்டு வந்த அப்பிரதேசத்தின் தன்னியல்பைப் பெரிதும் மாற்றவில்லை. பாண் கலைஞர்களும் புதிய வேந்தர்களை அண்டி அணுகவில்லை.

சங்க காலம் வீரயுகக் காலம். வீரயுகத்தில் போர்களே பிரதானம். சங்க காலத்தில் நிகழ்ந்துகொண்டிருந்த போர்கள், கலைகளில் வெளிப்பட்டதுடன் கலைஞர்களையும் ஈடுபடுத்தின. எனினும் அப்போர்கள் குடிகளுக்கிடையில் நடந்த போர்களாக இல்லை. அவை பெரிதும் நாடுகளுக்கிடையில் நடந்துள்ளன. சீறூர் மன்னர்கள், முதுகுடி மன்னர்கள், குறுநில மன்னர்கள் ஆகியோருடன் ஒப்பிடுகையில் வேந்தர்கள் திணைக்குடியினருக்குப் புதியவர்கள். அதனால் அவர்கள் 'வம்ப வேந்தர்கள்' (புதிய வேந்தர்கள்) எனப்பட்டனர். வடக்கிலிருந்து படையெடுத்து வந்தவர்கள் மௌரியர் (வம்ப மௌரியர்) எனப்பட்டனர். பாண் கலைஞர்கள் வம்ப வேந்தர்கள் தேசத்திலும் சுற்றிவந்தார்கள். அங்கு மக்களிடம் மட்டுமே பரிசில் வேண்டினார்கள்.

பாண் சமூகத்தினர் சேர, சோழ, பாண்டியர் என மூவேந்தர் களைக் காட்டிலும் குறுநில மன்னர்களையும், சீறூர் தலைவர் களையும், ஊர்க் கிழார்களையும் மிகுதியாக நாடியுள்ளனர். சீறூர் மன்னர்கள் வன்புலச் சமுதாயத்தைச் சேர்ந்தவர்கள். ஏறக்குறைய அனைத்து வல்லாண் முல்லைப் பாடல்களும் சீறூர் மன்னர்களைப் பற்றியே பாடப் பட்டுள்ளன. இப்பாடல்களில் வன்புலச் சமுதாயத்தின் வாழ்வு முறையை அறிய முடியும். பாணர்கள், கானவர், குறவர், கொடிச்சியர், எயினர் போன்ற பல வன்புல சமூகத்தாரின் வாழ்விடங்கள் வழியாகச்

செல்லும் போது அவர்களிடம் பாணர்கள் உண்டு உறங்கி இருக்கிறார்கள் (புறம். 177: 13-16).

பாண் சமூகத்தார் வேந்தர்களிடம் செல்லவில்லை. மன்னர்களையே பெரிதும் நாடினர். மன்னர்களிடம் பாண் குடியினர் இருபத்தோரு துறைகளையும் முறைப்படி ஆடி, பாடி நிகழ்த்தினர் (புறம். 152). மன்னர்களின் பக்தி உணர்வை அறிந்து அவர்கள் தெய்வத்தன்மை யுடன் கூடிய விழைவுகளை (விழவு = நாடகம்) நடத்தியுள்ளனர்.

இனக்குழுச் சமூகத்தில் வாழ்வியலின் கருத்தியல் கட்டமைப்பு என்பது பண்பாட்டைப் பெரிதும் சமயமாக வடிவமைத்துச் செயல் பட்டதாகும். சமயத்தின் கருத்தினங்களைக் கலைகளுக்கும் கொண்டு வந்து சேர்த்ததாகும். சமயத்தின் சார்பில் கலைகள் செயல்பட்டன. பாணர்கள் அரசியல் வரலாற்றை நினைவுரும் விற்பன்னர்கள். அரசனிடம் சென்று அவனுடைய முன்னோர்கள் சாதித்த வெற்றி வரலாற்றையும் அவர்கள் வம்சாவழிப் புகழையும் பாட்டாகவும் கூத்தாகவும் நடத்தியுள்ளனர். இதனை மலைபடுகடாம் விரிவாகக் கூறுகிறது.

புறநானூற்றின் 201 ஆம் பாடலில் வேளிர் குடியின் 49 தலை முறைகள் பற்றிக் கூறப்பட்டுள்ளது. இதில் நீண்ட வம்சாவழி யினரைப் பாடி, இறுதியில் வேளிர் வழித்தோன்றலாகிய புலிகடிமால் பற்றிப் புகழப்பட்டுள்ளது. சில பாணர்கள் குறிப்பிட்ட ஒரு மன்னனை மட்டுமே தங்கள் புரவலர்களாகக் கருதினர். பிற மன்னர்களிடம் செல்ல மாட்டார்கள் (புறம். 316, 398; அகம். 115). 'அவன் எம் இறைவன், யாம் அவன் பாணர்' எனப் புறநானூறு கூறுகிறது (புறம். 316.4). இத்தகைய உறவானது ஆண்டான்-அடிமை முறையில் ஒரு புதிய சமூக உறவை (ஒழுங்கை) ஆரம்பித்து வைக்கிறது (அகம். 115, புறம். 48, 212, 316, 382, ஐங். 480).

மன்னர்களின் ஆட்சி பற்றிக் கருத்துக் கூறுவதற்கும் அறநெறிகள் பற்றி எடுத்துரைப்பதற்கும் பாணர்களும் புலவர்களும் உரிமை பெற்றிருந்தனர். இதனாலேயே பாண் கலைகள் பலவும் வேத்தியல், பொதுவியல் என இருவகைப்பட்டிருந்தன. வேத்தியல் என்பது மன்னர்கள் நல்லாட்சி நடத்துவதற்கு உரிய அரசியல் தொடர்பானது. பொதுவியல் என்பது அரசியல் சாராமல் அறம், பொருள், இன்பம், பக்தி போன்ற பொதுவான பொருள் தொடர்பானது. அரசருக்குப் பயன்படும் அரசியல் அறத்தைப் பாடி, ஆடி நிகழ்த்தியதில் பாணர்களும் பங்கு வகித்தனர்.

கூத்துக்களில் தூம்புக்காரன் (கட்டியங்காரன்) பணியை விறலியர்கள் செய்தனர். நாட்டு நடப்புகள், அரசியல் நிலைமை, மன்னனிடம் மக்கள் எதிர்பார்த்தது போன்ற பல்வேறு கருத்துக்களை நிகழ்த்துதலின் போது வெளிப்படுத்தினார்கள். சமூக ஒழுங்கைப் பேணுவதில் தூம்புக்காரன் சொல்லாடல்கள் குறிப்பிடத்தக்கவை. இன்றைக்கும் நாடகங்களில் கட்டியங்காரன் பாத்திரம், அரசியல் நையாண்டிக்குப் பெரிதும் உதவுவதைக் காண்கிறோம். கூடவே அரசர் உள்ளிட்ட வெகுசன மக்களுக்குப் பயன்படக்கூடிய பொதுவான செய்திகளைப் பாடி ஆடுவது பொதுவியல். இந்நிலையில் பாணர்கள் அழகுக் கலைகளையும், பயனுறு கலைகளையும் சூழலுக்கேற்ப நிகழ்த்திவந்தனர். மிகச் சில நிகழ்த்துதல் வேத்தியலாகவும் பொதுவியலாகவும் அமைந்தது.

போர்ச் சூழலில் கலைஞர்களின் பணிகளைக் காண்போம். போரின்போது பொருநர்கள் யானைகள் மீது அமர்ந்து எதிரிகளை எச்சரித்து 'ஏவல் தண்ணுமை' மூலம் முழங்கினர். அவ்வப்போது நடந்த போர்கள் நாட்டின் ஆட்சி ஒழுங்கையும் வாழ்வின் ஒழுங்கையும் கேள்விக்குள்ளாக்குகின்றன. போர்களின் போது பாணர்கள் ஏவல் தண்ணுமை (இன்று மத்தளம் எனப்படுகிறது) மூலம் எச்சரித்தல், மன்னனையும் மக்களையும் போருக்கு ஆற்றுப்படுத்துதல் முதலான முக்கியப் பணிகளைச் செய்தனர்.

நிகழ்த்துக்கலைகள் தேசத்தின் சமூகப் பண்பாட்டு முறைகளை (நியதிகளை) ஒத்திசைவுப் போக்கிலும் எதிர்மறைப் போக்கிலும் வயப்படுத்தின. இக்கலைகள் மனித அனுபவங்களுக்கு ஓர் ஓர்மையைக் கொடுத்தன. துணங்கை, முன்தேர்க் குரவை, பின்தேர்க் குரவை போன்ற போர்க்கலைகள் மூலம் கூட்டுக் குழுவாக விளங்கியப் படை வீரர்கள் மறு ஆக்கம் பெற்றார்கள்; புத்துணர்ச்சி பெற்றார்கள்.

போர்களின் மூலம் தேசத்தின் ஆற்றல் சிதைந்து கொண்டிருக்கும் சூழலில் மக்களை ஆற்றல்படுத்தி மறு நிர்மானத்திற்கு உதவும் வகையில் பொருநர் போர்க்களத்தில் செயல்பட்டனர். போர் இயல்பான ஒழுங்கைச் சிதைத்தாலும், அதனை மறு ஒழுங்கு செய்வதில் கலைஞர்கள் முக்கியப் பங்காற்றினர். வீரமுழக்கமிட்டுப் படைவீரர்களைப் பொருநர்கள் தூண்டியதால் ஒழுங்கின்மையை உண்டுபண்ணும் போர்கள் தீவிரம் பெறுவதற்குப் பொருநர்கள் காரணமாகவும் செயல்பட்டுள்ளனர்.

போர்க் கூத்துகளில் மூன்று முக்கிய நிலைகள் நம் கவனத்தை ஈர்க்கின்றன. வெற்றிக் களிப்பில் மன்னன் போர் வீரர்களுடன் ஆடிய 'முன்தேர்க்குரவை' (புறம். 371) ஒரு வகை. போரில் கிடைத்த வெற்றியைக் கொற்றவைக்கான ஆட்டமாக வீரர்களும் மன்னனும் சேர்ந்து ஆடும் 'பின்தேர்க் குரவை' இன்னொரு வகை (புறம். 371). போரில் அதிகமான வீரச்செயல்கள் புரிந்த இளம் வீரர்களுக்குக் கழல் அணிவிக்கப்பட்டவுடன் அக்கழல் அணிந்தவர்கள் ஆடிய கழா நிலைக் கூத்து மூன்றாவது வகையினமாகும் (புறம். 288). போரில் புண்பட்ட வீரர்களைப் பேய்களிடமிருந்து காப்பாற்றுவதற்குக் காஞ்சிப் பண் இசைக்கப்பட்டது (புறம். 81, 281, 296). இவ்வாறாகப் போரும் போருக்கான இசையும் புதிய புதிய வடிவங்களை உண்டுபண்ணின எனலாம்.

சேர மன்னன் செங்குட்டுவன் போரில் வெற்றி பெற்ற பின்னர் அவனது வெற்றியை 'உழிஞை பாடல்' வழிக் கொண்டாடினார்கள் (பதிற். 5: 46). ஆடுகோட்பாட்டுச் சேரலாதனின் பெருமைகளைப் பாட 'தழிஞ்சிப் பாடல்' வகை உருவானது (பதிற். 6: 57).

இவ்வாறாக, ஒவ்வொரு கலை வகையும் ஒரு புதிய ஒழுங்கையும் (order) ஒரு புதிய அடையாளத்தையும் உருவாக்க முனைந்தது. ஒன்றின் தோற்றம் மற்றொன்றின் தேய்மானம் என்று கொள்ளவும் வாய்ப்பிருக்கிறது. புதிய உயிரினங்கள் தோன்றியவுடன் வாழ்க்கைப் போராட்டம் அதிகரித்தது என்ற டார்வினின் படிமலர்ச்சிக் கோட்பாட்டை இங்கு நாம் பொருத்திப் பார்க்கலாம். வாழ்க்கைப் போராட்டத்தில் 'தகுதியன பிழைக்கும்' (survival of the fittest). அதுபோல கலைகளிலும் நிகழ்ந்தது.

அகநானூற்றில் ஒரு முல்லைப்பாடல் (24) உள்ளது. குடும்ப ஒழுங்கில் ஏற்பட்ட உடைப்பை அது காட்டுகிறது. தழங்கு குரல் முரசு முழங்கும் யாமத்தில் போர்ப்பாசறையில் துயில்கொள்ளாது விழித்திருக்கும் தலைவன், தனக்காக வீட்டில் காத்திருக்கும் தன் தலைவியை நினைத்துத் தனக்குத் தானே பேசிக்கொள்கிறான். மன்னர்களின் போர் வேட்கையால் குடும்பங்கள் அழிவுண்டு சிதறின என்பதற்கு இத்தகைய முல்லைப் பாடல்கள் சான்றுகளாகும். ஈழப் போரில் ஆண்களை இழந்த எண்ணற்ற குடும்பங்களில் இன்று பெண்கள் தலைமை தாங்கக் கூடிய புதிய நிலைமாற்றத்தைப் போன்றது சங்கக் காலச் சூழல்கள். இத்தகைய சூழல்களில் ஒழுங்கு என்பது ஒரு பக்கம் இருந்தாலும் ஒழுங்கின்மையும் கூடவே இயக்கம் பெற்றிருந்தது.

வேந்தர்கள் காலத்தில் ஏற்பட்ட சமூக மாற்றங்களும் அதன் வழியிலான கலை சார்ந்த தேடல்களும் பாரதூரமானவை. சீறூர், முதுகுடி, குறுநில மன்னர்களின் ஆட்சிகளை மூவேந்தர்கள் தம்வசம் கிரகித்த பின்னர் அவர்களின் தேசத்தில் பரந்த வட்டாரத்திற்குரிய கலைகளும் விழாக்களும் அரசாதரவு பெற்றன. பாண் சமூகத்தார் போன்ற சிறு கலைஞர்கள் வேந்தரிடம் நேரடித் தொடர்பைப் பெற முடியவில்லை. இதனால் இவர்கள் மக்களை மட்டும் நம்பி வாழவேண்டிய நிலைக்குத் தள்ளப் பட்டனர். அதனால் இவர்கள் மக்கள் விரும்பக் கூடிய உணர்வு பூர்வமான பல்சுவை நிகழ்ச்சிகளை முன்னெடுத்தார்கள்.

பொருளியல் தளத்தில் ஒழுங்கும் ஒழுங்கின்மையும்

வீரயுகத்தில் காணப்பட்ட பொருளாதாரத்தையும், ஒழுங்கும் ஒழுங்கின்மையையும் இணைத்துப் பேசும் போது அக்காலத்திய ஆநிரைக் கவர்தலும் கொள்ளையடித்தலும் பற்றிப் பேச வேண்டும். கொள்ளையடித்தல், சூறையாடுதல், போரில் பறித்தல், இவ்வாறு பறித்த பொருள்களை மறுபங்கீடு செய்தல் எனும் வகையில் வீரயுகப் பொருளாதாரம் இருந்தது. இவையாவும் ஒழுங்கும் ஒழுங்கின்மையும் செயல்பட்டுக் கொண்டிருந்ததை விளக்கும் நேரடிச் சான்றுகளாகும்.

வீரயுகம் அதன் உச்சத்தில் இருந்த போது அது ஆரம்ப கால விவசாயத்தை வளர விடாமல் அழித்தது (ராஜன் குருக்கள் 1989, 1993). வீரயுக மறவர்கள் விவசாய நிலங்களை அழித்தார்கள், விளைச்சல் களைக் கொளுத்தினார்கள், விவசாய ஊர்களை எரித்தார்கள். எரிபரந்தெடுத்தல் என்பது தொடர்ந்து நிகழ்ந்து கொண்டிருந்தது. புறநானூற்றின் வஞ்சித் திணைப்பாடல்கள் இதனைப் பேசுகின்றன. கல்லாடனாரின் புறநானூற்றுப் பாடல் 23 இதற்கு ஒரு சான்றாகும். ஒரு புதிய ‘ஒழுங்கு முறை’ உருவாகு வதை வீரயுகம் தடுத்தாட் கொண்டது என்பதை இதன் மூலம் அறியலாம். பாண்டரங் கண்ணனார் (புறம். 16) விவசாய நிலங்கள் அழிக்கப்பட்டதை விரிவாக வர்ணனை செய்கிறார். கபிலர் (புறம். 15) கரும்புத் தோட்டம் எரிக்கப்பட்டு அழிவுற்றதை விவரிக்கிறார். ஏர்க்கள உருவகம் சார்ந்த துறைப் பாடல்கள் ஆரம்பகால விவசாயத்தின் தோற்றத்தையும் வளர்ச்சியையும் ஒப்புமைப்படுத்தி போரையும் வீரத்தையும் கூறுகின்றன (புறம். 369, 373).

சங்க காலக் கலைஞர்கள் பொருளாதார ரீதியாகப் பல்வேறு பிரிவினராகப் பாகுபட்டிருந்தனர். கலைகளைப் பருநிலையில் வேத்தியல், பொதுவியல் எனப் பிரித்தது போலவே தொழில் வகையிலும், பயன்படுத்திய கருவிகள் வகையிலும் பிரிவுகள் ஏற்பட்டன. பாணர்கள் பயன்படுத்திய யாழின் மூலமும் செய்யும் தொழிலின் மூலமும் இசைப்பாணர், யாழ்ப்பாணர், மண்டைப் பாணர், சிறுபாணர், பெரும்பாணர், பாடற்பாணர், குரல்வாய்ப் பாணர் என்றெல்லாம் படிநிலைப்பட்டிருந்தனர். இந்தப் படிநிலையானது நேரடியாகப் பொருளியல் வேறுபாட்டோடு தொடர் புற்றிருந்தது. பாணர்கள் சடங்கு நிலையோடும் தொடர்புகொண்டி ருந்தனர். முதுவாய்ப் பாணர், முதுவாய்க் கோடியர் (குறுந். 78) எனும் தொடர்களில் வரும் 'முதுவாய்' என்பது அனுபவத்தையும் அறிவையும் காட்டுகிறது (புறம். 319). இவர்கள் சடங்கியல் சார்ந்து செயல்பட்டுள்ளனர்.

பொருநர்களில் ஏர்க்களம் பாடுவோர், போர்க்களம் பாடுவோர், பரணி பாடுவோர் எனும் பிரிவினர் தொழிற்பட்டிருந்தனர். வீரர்களுடன் உடன் சென்று அவர்களை வீரப்பாடல்கள் மூலம் ஊக்குவித்தவர்கள் போர்க்களப் பாடுநர்கள் (புறம். 384, 396, 397). இறந்த வீரர்களின் உடல்களைப் பேய்களிடமிருந்து காப்பாற்றவும், போரில் வெற்றியைக் கொண்டாடவும் படைப் பாணர்கள் பயன் பட்டனர்.

அச்சமூக மகளிர் அரண்மனைகளில் சேவை செய்து வந்தனர். அவர்கள் 'மண்மகளிர்' 'சாயினத்தார்' (பதிற். 52-60) என்று அழைக்கப் பெற்றனர். மற்ற பாண் மகளிரை விட இவர்கள் கூடுதல் வாழ்வாதாரம் பெற்றவர்கள்.

யாழ்ப்பாணர்களில் பலர் செல்வ வளமிக்க குடும்பங்களில் ஓர் உறுப்பினர் போன்று தங்கி இசையின்பத்தை அளித்துள்ளனர் (ஐங். 410). செல்வர் மனையோடு தொடர்புடைய அந்த யாழ்ப்பாணர்கள் மேம்பட்ட வாழ்வாதாரத்தைக் கொண்டு இருந்தனர். மன்னர்களின் அரண்மனைகளுக்கு முன்னர் அதிகாலையில் துயில் எழுப்பும் வகையில் பள்ளியெழுச்சிப் பாடல்கள் பாடிய பாணர் களின் வாழ்வாதாரம் இன்னொரு வகை.

விறலியர் மெல்லியல் விறலி, சில்வளை விறலி, வளைக்கை விறலி, நன்னுதல் விறலி என்றெல்லாம் பண்பு நலன்களால்

சிறப்பித்துக் கூறப்பட்டனர். போர்க்களத்திற்குக் கிளம்பும் போது முரசிற்கு வழிபாடு செய்யும் தகுதியை இயவர் பெற்றிருந்தனர். போரில் வெற்றிக்குப் பின்னர் முரசுக்குக் குருதிப் பலி கொடுக்கும் வாய்ப்பையும் இவர்கள் பெற்றிருந்தனர் (ஐங். 425). இச்சான்றுகள் யாவும் பாண் சமூகத்தின் அகவயமான படிநிலைத்தன்மையைக் காட்டுகின்றன.

சங்ககால இனக்குழுச் சமூகத்தில் நிலவிய பகை, சண்டை, கொள்ளையிடல் ஆகிய நிகழ்வுகளுக்கும் போருக்கும் பெரும் வேறுபாடுகள் உண்டு. போருக்கான விரிவான அறங்கள் அன்று பின்பற்றப்பட்டன. பகை, சண்டை ஆகியவற்றில் ஈடுபடாமல் போர்முறைகளில் மட்டுமே கலைஞர்கள் பங்கேற்றனர். படை வீரர்களாகவும், வெற்றிக் களியாட்டத்தில் பங்கேற்றவர்களாகவும் இக்கலைஞர்கள் திகழ்ந்தனர். இந்த வகையில் இக்கலைஞர்கள் இனக்குழுச் சமூக முறையையும், நிலமானிய சமூக முறையையும் பேணும் வகையில் செயல்பட்டனர்.

வருவதுரைக்கும் செயலில் ஈடுபட்ட அகலவன், வேலன், கட்டுவிச்சி போன்றோர் தொழில்முறையில் வேறுபட்டிருந்தனர். இதன் மூலம் பொருளாதாரத்தில் பன்முகம் கொண்டவர்களாகவே அவர்கள் காணப்பட்டனர். பாணர்களில் சிலர் மிகவும் வறிய நிலைக்குத் தள்ளப்பட்டனர். மீன்பிடித்து வாழும் பாணர்களையும் காண முடிகிறது. பசி, பட்டினியுடன் பரிசிலரைத் தேடி அலைந்த காட்சிகளையும் காணமுடிகிறது.

இத்தகைய ஏற்றத்தாழ்வுகள் சமூக அசைவியக்கத்தில் புதிய ஒழுங்குக்கான ஓர் உந்துதலை அகவயமாக தோற்றுவித்தன எனலாம். அதனால்தான் சங்கம் மருவிய காலத்தில் குறிப்பாகக் காப்பிய காலத்தில் கலைகளிலும், கலைஞர்களிடமும் பாரதூரமான மாற்றங்களைக் காணமுடிகிறது (நீலகண்ட சாஸ்திரி 1972).

சங்க காலம் என்பது சமூக அளவிலும் அரசியல் அளவிலும் பெரும் நிலைமாற்றங்களைக் கடந்து செல்கின்ற (transformations) கட்டமாக இருந்தது. சமூகப் பண்பாட்டு ரீதியில் பார்க்கும் போது திணை முறைமையோடு அச்சமூகங்கள் சீறூர், பேரூர், மூதூர், பட்டினம், நகரம் முதலானவற்றின் அசைவியக்கங்களைப் பெற்றிருந்தன.

பட்டினப்பாலை இரவு வாழ்வைப் பின்வருமாறு சித்திரிக்கின்றது. மக்கள் பாடல்களைக் கேட்டும், நாடகங்களைப் பார்த்தும்,

வெண்ணிலவை அனுபவித்தும் மகிழ்ந்துள்ளனர்.

> பாடல் ஓர்ந்தும் நாடகம் நயந்தும்
> வெண் நிலவின் பயன் துய்த்தும்
> கண் அடைஇய கடைக் கங்குலான் (பட்டினப். 113-115)

சங்க காலத்தில் அதிகாரம் மன்னர்களைச் சார்ந்து இருப்பினும், மன்னன் தன் வளங்களைக் 'கொடை' வழியாக ஒருவித 'மறுபங்கீடு' (redistribution) மூலம் புலவர்களுக்கும் பாண் குடிகளுக்கும் கொடுத்தான். மக்கள்-மன்னன் உறவு அறநெறி சார்ந்ததாகக் கட்டமைக்கப்பட்டிருந்தது. மன்னர்களின் இத்தன்மை 'பாண்கடன்' என்று போற்றப்பட்டது.

சங்ககால நிலமானிய அல்லது பிரபுத்துவச் சமூக அமைப்பில் பரிசிலர் - பாணர் உறவென்பது 'கொடுப்போர்-பெறுவோர்' உறவு சார்ந்தது. இதில் மையமாக அமையும் ஈதல், இசைதல் என்பது தானம் சார்ந்தது. மன்னர்கள் மனம் விரும்பிக் கொடுப்பதைப் பெறுவதுதான் பாணர்களின் நிலை.

இது பூர்வகால இனக்குழுச் சமூக அமைப்பில் நிலவிய 'உறவுமுறை சார்ந்த வாழ்வாதாரம்' (kin-oriented subsistence) முறை யிலிருந்து முற்றிலும் மாறுபட்டது. நிலப்பிரபுத்துவ அமைப்பில் அது 'மானியம் சார்ந்த வாழ்வாதாரம்' (gift oriented livelihood) என மாற்றம் பெற்றது. இங்கு மன்னனே அனைத்தையும் தீர்மானிக்கிற சக்தியாக அமைந்தான். முந்தையது தன்னளவில் சார்ந்தியங்கும் அமைப்பாகச் (self-sustaining unit) செயல்பட்டது. பிந்தையது மற்றவரைச் சார்ந்து இயங்கும் 'ஆண்டான்-அடிமை' அமைப்பாக (serf oriented unit) உருவெடுத்தது. இனக்குழுக்களின் ஆதிச் சமூகவுடைமை (primitive communalism) தலைகீழ் மாற்றம் பெற்ற போக்கைப் பாண் சமூக முறை காட்டுகிறது. இத்தன்மைகள் யாவும் பழைய ஒழுங்கிலிருந்து புதிய ஒழுங்கு தோன்றியதையே காட்டுகின்றன.

அடுத்து, இன்னுமொரு புதிய ஒழுங்கமைப்பைக் காண்போம். அது சங்ககாலத்தில் உருவான நகரவயமாக்கம் சார்ந்தது. பண்டைய தமிழ்ச் சமூகத்தின் நகர உருவாக்கம் புதிய கலைகளின் உருவாக்கத்திற்கு உந்துசக்தியாக இருந்தது (சிவத்தம்பி 1998). அது ஓர் அகவயமான நிலைமாற்றத்தைத் தொடர்ந்து உந்து செலுத்தியது எனலாம். நகரங்களும், புறஞ்சேரிகளும், அங்காடி

களும், மூதூர்களும் கலைஞர்களுக்கான புதிய வாய்ப்புகளை விரிவுபடுத்தின. பட்டினப்பாலை விவரிக்கும் புகார் நகர சித்திரிப்பில் இரவு வாழ்க்கையும், பொழுது போக்குகளும், கணிகையர் வாழ்வு முறையும் வணிகப் பெருக்கமும் புதிய மாற்றங்களைக் காட்டுகின்றன.

பண்டைய தமிழகத்தில் உருவான புதிய நகர வெளிகள் கலைகளின் உருமாற்றத்திற்கு வழிகோலின. நகர நாகரிகம் புதிய கலைகளை ஊக்குவித்தது. பொதுவாக நிலவியல் எல்லைகள் உடைவதில் அல்லது திறக்கப்படுவதில் பாண் சமூகத்தாரின் பங்கு முக்கியமானதாகும். கலைஞர்கள் முற்றிலுமாக நிலைகுடிகளோடும் மன்னர்களோடும் இணைந்தவர்கள். அவர்களுடைய பொருளாதாரத் தேவைகளை அவர்கள் நிறைவு செய்தனர். பாண் சமூகத்தாரும் பொருளியல் ரீதியாகப் பயன்பெற்றனர். நிலைகுடிகளின் ஆதரவில் உணவு, உடை, அணிகலன் முதலான தேவைகளை அடைய முடிந்தது.

இதனால் கலை என்பதை ஒரு குறியீடாகக் காணலாம். அது பிறிதொன்றைக் குறித்து நிற்கிறது. குறிகள் மேலோங்கும் போதுதான் அது எதைக் குறிக்கிறது என்பதை நம்மால் உணர முடியும். கலைகள் நிலைகுடிகளுக்கும் அலைகுடிகளுக்குமான இடையில் உறவு ஏற்பட வழிகோலின. அதன் மூலம் பொருளாதார ஆதரவுக்கும் வழிகோலின.

சமூக மாற்றத்தில் ஒழுங்கும் ஒழுங்கின்மையும்

சங்க காலத்தில் ஏற்பட்ட சமூக மாற்றம் கலைகளிலும் பிரதிபலிக்கக் காண்கிறோம். அப்பிரதிபலிப்புகள் அக்காலத்தில் நிலவிய பழைய ஒழுங்கையும், அதிலிருந்து விடுபடுவதற்கான புதிய ஒழுங்கின் தோற்றத்தையும் காட்டின.

சங்க காலக் கலைகளில் சில சடங்கு வடிவங்கள் சார்ந்த தொல் மரபுக்குரியவையாக இருந்தன. அச்சூழலில் அயல் மரபின் தாக்கம் ஏற்பட்டது. சங்க இலக்கியங்களில் சம்ஸ்கிருத மரபுக்குரிய பாடுநர்களாக சூதர், மாகதர், வேதாளிகர் பற்றி அறிகிறோம். இவர்கள் நெடுஞ் செழியனின் அரசவையில் இருந்தது பற்றிய சான்றுகள் உள்ளன (மதுரை. 670-1). இத்தகைய பாடுநர்கள் சடங்கு, நாடகத் தேவையை நிறைவு செய்தார்கள் என்பதையும் காணமுடிகிறது. ஆரியக்கூத்து அன்றைய காலத்தில் பரவலாக்கம் பெற்றிருந்தது (நற். 170, குறுந். 7, அகம். 398).

சம்ஸ்கிருத மரபு பாடுநர்களைப் போன்றே தமிழ் மரபிலும் சடங்கியல் மாந்தர்கள், பாடுநர்களாக இருந்துள்ளனர். அந்த மரபிலிருந்தே பல்வேறு வகையான கலைகளும், கலைஞர்களும் பரிணமித்தனர் எனத் துணியலாம். கலைகளுக்குச் சடங்கே மூலம் என்பது உலகளாவிய போக்காக இருந்து வந்துள்ளது. அத்தகைய போக்கு தமிழ் மரபிலும் காணப்பட்டது.

திணைச் சமூகத்தின் மீது வர்ணக் கோட்பாடு ஏற்றப்பட்ட பின்னர் வைதிகச் சமயத்தின் செல்வாக்கு அதிகரித்தது. கூடவே சமூகப் படிநிலையில் கூடுதல் படிநிலைகள் உண்டாயின. இதற்கு இணையாகக் கலைஞர்களின் படிநிலையுங்கூட விரிவடைந்தது. ஆரியக் கூத்தர், விரிநூல் அந்தணர் (நாடக விற்பன்னர்), புரிநூல் அந்தணர் (புரோகிதர்) போன்ற பிரிவினர்களின் கலைச்சேவைகள் புது வகையான நுகர்வுத் தன்மையை உருவாக்கின. இயல் மரபும் அயல் மரபும் அண்மையில் நெருங்கி உறவாட வேண்டிய தேவை உருவானது (முத்தையா, இ. 2007).

சங்க காலத் திணைச் சமூகங்கள் தங்களுக்கான நாட்டார் சமய மரபைக் கொண்டிருந்த வேளையில், அவை வைதிகம், சமணம், பௌத்தம், ஆசீவகம் ஆகியவற்றோடு நெருக்கமாக நின்று செயல் படவும் வேண்டியிருந்தது. மதுரைக் காஞ்சியில் சமணப் பள்ளி, பௌத்தப் பள்ளி, அந்தணப் பள்ளி யாவும் ஒருசேர வைத்துப் பேசப்படுவதையும் காண்கிறோம். பக்தி இயக்கத்தின் எழுச்சிக்குப் பின்னர் வைதிகம் ஆதிக்கம் செலுத்தத் தொடங்கியதால் சூழ்நிலை முற்றிலுமாக மாறியது.

சங்ககாலக் கலைகள் பலவும் நீண்ட காலகதியில் தொடர்ச்சியான மாற்றத்திற்கு உள்ளாயின. கலைகள் சமூக மாற்றத்திற்குப் பெரிதும் பங்காற்றின. இதன் மூலம் கலைகள் பல்வேறு வெளிப்பாட்டு முறைகளுடன் புதிய பரிமாணங்களை அடைந்தன.

ஒரு காலகட்டத்தில் அரசர்களுடன் அவர்களுடைய படைவீரர்கள் போர்க்களத்தில் குரவை ஆடியுள்ளனர் (புறம். 22, 129, 396). ஆனால் அதே குரவையானது பின்னாளில் ஏழு அல்லது ஒன்பது மங்கையர் கைகோர்த்து ஆடும் குழு ஆட்டமாக மாறியது (அகம். 20, 232). அதன் பின்னர் மகளிரிடம் இருந்த குரவை வெகுசனங்களுக்கான நிகழ்த்துதலாக மாறியது (ஷாஜகான் கனி 2009: 107).

இன்னுமொரு எடுத்துக்காட்டும் சமூக மாற்றத்தை விளக்கக் கூடியதாக உள்ளது. தொல்காப்பியத்தில் வெறியாடல், குரவை

இரண்டும் உண்டு. ஆனால் துணங்கை பற்றிய குறிப்புகள் இல்லை. துணங்கை என்பது குரவையின் வழிவந்த இன்னுமொரு வடிவமாக இருக்கலாம் என்று கலை விமர்சகர்கள் கூறுகின்றனர் (மேலது 2009: 109).

கலைஞர்கள் சமூக மாற்றத்தினூடே இயங்கியவர்கள். கலைஞர்கள் ஒரு வகையில் 'அ - ஒழுங்கு' கூறுகளை ஆதரித்தனர். அது ஒரு எதிர்ப்பண்பாடாகவும் வடிவம் பெற்றது. இதன் செயல்தர்க்கம் என்னவென்றால் கலைஞர்கள் எத்தகைய ஒழுங் கின்மையை வழிகோல முயன்றார்களோ அவர்கள் அந்த ஒழுங் கமைப்பைச் சார்ந்தே அதனைச் செய்ய வேண்டியிருந்தது.

தூய்மை, தீட்டு, அகமணம் போன்ற கூறுகள் சாதியக் கட்ட மைப்பைக் கட்டிக் காப்பதற்கான கருவிகளே தவிர ஒரு புதிய சமூக அமைப்பை உருவாக்குவதற்கானவை அல்ல. மாறாக, கலைஞர்கள் அவர்கள் காலத்துச் சமூக அமைப்போடு செயல் பட்ட அதே வேளையில் அந்த அமைப்பை உருமாற்றம் செய்யும் நடை முறையிலும் ஈடுபட்டார்கள். சில புறக் காரணங்களும் இதற்குத் துணையாக இருந்தன. பஞ்சம், பட்டினி, போர், இயற்கை அழிவு முதலானவற்றால் ஊர்கள் அழிந்தன, கிராமங்கள் உருமாறின. இவற்றோடும் கலைஞர்கள் தொழிற்பட்டனர்; இங்கு கவனிக்க வேண்டியது என்னவெனில் கலைஞர்கள் சாதகமான நடை முறைகளையும் சாதகமற்ற நடைமுறைகளையும் இணைத்தே செய்தனர். அதாவது, அவர்கள் ஒரே நேரத்தில் செயல்சார்ந்தும் (practical) கருத்தியல்சார்ந்தும் (notional) செயல்பட்டார்கள் (ரொமிலா தாப்பர் 1979)

பின்னுரை

சங்ககாலத்தில் ஐந்து திணைகளிலும் வாழ்ந்த நிலைகுடியினர் அகவயமாக வளர்த்தெடுத்த கலைகள் ஒரு புறமிக்க, அலைகுடி களாகிய பாண் கலைஞர்கள் வழங்கிய கலைச் சேவையே முதன்மையானதாக இருந்தது. சங்ககாலத்தில் நிலைகுடியும் அலைகுடியும் தங்களுக்குள் இணைந்து இயங்கிய சூழல் கலையின் வாயிலாகவே நிகழ்ந்தது. இது ஒரு தனித்துவமான சமூக ஒழுங்கு முறையாகும். நிலைகுடிகளுக்குப் பக்கபலமாக அமைந்த ஒரு 'துணை சமூக அமைப்பு' (para-social system) என்பதாகச் செயல்பட்டது. இந்நிலையில் நிலைகுடிகளின் வாழ்வுமுறையே முதன்மையானது

என்று எண்ணக்கூடிய கருத்தியல் நிராகரிக்கப்பட வேண்டியது என்பது கவனத்திற்குரியது.

'யாதும் ஊரே, யாவரும் கேளிர்' என்று அறிவுறுத்திய பாண் சமூகத்தினரின் வாழ்வு முறையானது பன்மியம் சார்ந்தது. ஐந்திணை களையும் இணைத்து வாழ்தல் சார்ந்தது. இது சங்ககாலத்தில் ஒரு கூடுதல் அசைவியக்கத்தைச் செயல்படுத்தியது.

எந்த ஓர் ஒழுங்கும் இயல்பான, அமைதியான, தொடர்ச்சியான நிலைபேறாக்கத்தைக் கொண்டிருப்பதில்லை. அது 'இயல்நிலை'யில் இருக்கும் அதே வேளையில் 'கொதிநிலை'யிலும் இருக்கும். கொதிநிலையே ஒழுங்கின்மை அல்லது புதிய ஒழுங்கு தோன்றுவதற்கான ஆதாரமாகும். இதனைச் சங்ககாலத்தில் ஊக்குவித்த வர்கள் பாண் சமூகத்தினர்.

பாண் சமூகத்தார் ஊர் சுற்றும் வல்லுநர்கள். இவர்கள் ஏர்க்களப் பாணர்களாகவும், போர்க்களப் பாணர்களாகவும், பரணி பாடுநர் களாகவும், துயில் எழுப்புபவர்களாகவும், சடங்கு மாந்தர் களாகவும், வருவதுரைப்பவர்களாகவும், புற ஒழுக்கத்தில் தலைவர் களை ஈடுபடுத்தியவர்களாகவும், ஊடல் தீர்த்தவர்களாகவும், கலை பயிற்றுநர்களாகவும், ஐந்திணைகளையும் கலைவழி இணைத்தவர் களாகவும், இன்னும் சில பங்கு பணிகள் ஆற்றியவர்களாகவும் செயல்பட்டனர். இந்த நிலை என்பது, சங்க காலச் சமூகத்தின் இயல்பான ஒழுங்குமுறையில் தொடர்ந்து அதிர்வு களையும் உடைப்புகளையும் ஏற்படுத்திய நிலையாகும்.

15

விழாக்கள்

சமூகம் புத்தாற்றல் பெறுதல்

நின் வெம்மையும் விளக்கமும் ஞாயிற்றுள
நின் தண்மையும் சாயலும் திங்களுள
நின் சுரத்தலும் வண்மையும் மாரியுள
நின் புரத்தலும் நோன்மையும் ஞாலத்துள
நின் நாற்றமும் ஒண்மையும் பூவையுள
நின் தோற்றமும் அகலமும் நீரிலுள
நின் உருவமும் ஒலியும் ஆகாயத்துள

(கடுவன் இளவெயினார், பரிபாடல் 4: 25-31)

குளிப்பதன் மூலம் நாம் நம்முடைய உடல்களைத் தூய்மைப்படுத்துகிறோம். பெருக்குவதன் மூலம் நாம் வீட்டைச் சுத்தம் செய்கிறோம். கழுவுவதன் மூலம் நம்முடைய பொருள்களின் அழுக்குகளை நீக்குகிறோம். இவ்வாறே சிற்றூர், பேரூர், நகரம் முதலான இடங்களில் வாழும் மக்கள் தம் சமூக வாழ்க்கையை அவ்வப்போது கொண்டாடும் விழாக்களால் (விழவு) தூய்மைப்படுத்துகின்றனர். 'விழாக்கள் சமூக வாழ்வைத் தூய்மைப்படுத்துகின்றன' என்று மேரி டக்லஸ் தூய்மையும் ஆபத்தும் (*Purity and Danger*, 1966) எனும் ஆய்வில் நிறுவுகிறார். தூய்மை நிலை என்பது எப்போதும் புத்தாக்கத்தையும், புத்துணர்ச்சியையும், புத்தாற்றலையும் உண்டாக்கும் என்பதை நாமறிவோம். தூய்மையே எல்லா இயக்கத்திற்கும் ஆதாரம் என்பதையும் நாமறிவோம்.

சமூக விழாக்கள், சடங்கியல் விழவுகள், சிறிய-பெரிய கொண்டாட்டங்கள், விரதமிருந்து மேற்கொள்ளும் கூட்டு வழிபாடுகள் முதலான ஆற்றுகைகள் எவையானாலும் அவை சார்ந்த ஒழுங்கமைவைத் தூய்மைப்படுத்திப் புத்தாக்கம் பெறச் செய்யும் என்கிறார் மேரி டக்லஸ்.

விழாக்கள் எப்போதும் கூட்டுமனம் சார்ந்தவை, சமூகம் சார்ந்தவை, குழு சார்ந்தவை. விழாக்களின் மூலம் இவற்றிற்கான ஆற்றல்கள் புதுப்பிக்கப்படுகின்றன. கால சக்கரத்தில் இவை பருவங்கள் சார்ந்தோ, ஆண்டுகள் சார்ந்தோ, தேவைப்படும் சூழல்கள் சார்ந்தோ நிகழ்த்தப்படுவதால் இவை ஒரு தொடர் ஓட்டமாக இயங்குகின்றன. இந்தத் திட்டவட்டமான இடைவெளி கொண்ட தொடர் ஓட்டமே அந்தந்த அமைப்பிற்கான ஆதார சுருதியாகும், ஆற்றலாகும். விழாக்கள் இத்தகு ஆற்றல்களைப் புதுப்பிக்கின்றன.

விழாக்கள் அந்தந்தச் சமூகத்தின் புலப்பாட்டுப் பண்பாட்டைச் (expressive culture) சார்ந்தவை. மக்களின் உணர்வுகள், எண்ணங்கள், கருத்துகள், நடத்தைமுறைகள் வாயிலாக இவை வெளிப்படுகின்றன. இந்த 'வெளிப்பாடு' பண்பாட்டின் தர்க்க ஒழுங்கின் வாயிலாக வெளிப்படுகின்றது. கூடவே, பண்பாட்டுப் பொருண்மைகளையும் வெளிப்படுத்துகின்றது. விழாக்கள் 'மிகு அசைவியக்கம்' சார்ந்தவை. கூடுதல் சமூக ஆற்றலை உற்பத்தி செய்பவை. இவ்வாற்றல் அடுத்த விழா வரும்வரை நிலைபெறக்கூடியது. சங்ககால விழாக்கள் பன்முகத்தன்மையானவை. அவ்விழாக்களின் செயல்முறை, தேவைகள், பயன்பாடு முதலானவற்றைப் பின்வரும் பகுதிகளில் காண்போம். அதன் பின்னர் அவற்றின் அமைப்பியல்களையும், பொருண்மைகளையும், பிற தன்மைகளையும் அறிவோம்.

விழவு, சாறு

விழாக்கள் சங்க காலத்தில் 'விழவு', 'சாறு' என்று குறிக்கப்பட்டன. ஊர் மக்கள் எல்லோரும் கூடி தெய்வங்களுக்கு எடுக்கும் ஆண்டுத் திருவிழாக்கள் அக்காலத்தில் பெருவிழாக்களாக இருந்துள்ளன. இவற்றை விழவு என்றே குறிப்பிட்டனர்.

விழவு மேம்பட்ட பழவிறல் மூதூர் (பெரும்பாண். 411)

விழவும் அகலுள் அங்கண் சீறூர் மறப்ப (புறம். 65: 5)

விழவுதலைக் கொண்ட பழவிறல் மூதூர் (நற். 293: 4)

விழவுடை வியல் நகர் (அகம். 206: 11)

விழவின் செலீஇயர் வேண்டும் (அகம். 326: 9)

பொய்தல் மகளிர் விழவு அணிக்கூட்டும் (அகம். 26: 3)

விழவு அணி மகளிர் தழை அணிக்கூட்டும் (அகம். 70: 12)

நல்மாண் விழவில் தகரம் மண்ணி (அகம். 385: 6)

விழவொடு வருதிநீயே (குறுந். 295: 3)

இத்தகைய விழவுகள் சீறூர், மூதூர், பேரூர் முதலான அனைத்து ஊர்களிலும் நடைபெற்றாலும் மூதூர், பேரூர்களில் நடைபெற்ற விழவுகள் சிறப்பாகவும் அடிக்கடியும் நிகழ்ந்தன என்பதைப் பின்வரும் சான்றுகள் கூறுகின்றன.

அழியாவிழவின் அஞ்சுவருமூதூர் (அகம். 115: 1)

விழவுஅறுபு அறியாமுழவு இமிழ் மூதூர் (அகம்.)

விழவு அறா வியல் ஆவணம் (பட்டின. 58)

திருவிழாக்கள் 'சாறு' என்றும் சொல்லப்பட்டன. சங்க இலக்கியங்களில் விழவு எனும் சொல் மிகுதியாகவும் சாறு எனும் சொல் அடுத்த நிலையிலும், விழா எனும் சொல் மிக அருகியும் வருகின்றன.

சாறு கொள் ஊர் (குறுந். 41: 2),

சாறு அயர் மூதூர் (சிறுபாண். 201),

சாறுதலைக் கொண்டென (புறம். 82: 1)

இவ்வகை விழாக்கள் மக்களுக்குப் புத்தாக்கத்தையும் புத்தெழுச்சியையும் பெருமகிழ்ச்சியையும் அளித்தன. அதனால், உள்ளூர் மக்களின்றி சுற்றுவட்டார மக்களும் திரண்டு வந்து கண்டுகளித்தனர். பழம் பெருமைகள் கொண்ட மூதூர் விழாக்களில் உள்ளூர் வெளியூர் மக்கள் அதிகம் கூடியதைப் பின்வரும் சான்றுகளில் காண முடிகிறது.

சாறு அயர் மூதூர்சென்று தொக்காங்கு (பட்டின. 215),

முழவு இமிழ் மூதூர் விழவுக் காணூஉ பெயரும் (பதிற். 30: 20),

ஆடு இயல் விழவின் அழுங்கல் மூதூர் (நற். 90: 2),

ஊரே ஒலிவரும் சும்மையொடு மலிபு தொகுபுஈண்டி
கலிகெழு மறுகின் விழவு அயரும்மே (நற். 348: 3-4),

பழவிறல் மூதூர்ப் பலருடன் துவன்றிய
விழவுட னயர ... (அகம். 141: 10-11).

இனி சில முதன்மையான விழாக்களைக் காண்போம்.

பூந்தொடை விழா

சங்ககாலம் வீரயுகக் காலம். சீறூர் மன்னர்கள், முதுகுடி மன்னர்கள், குறுநில மன்னர்கள் அடிக்கடி போரில் ஈடுபட்டனர். மழவர், மறவர், பாணர், பொருநர், பொதுவர் முதலான பல குடியினர் போர் வீரர்களாக

இருந்தனர். இவர்கள் போரையே வாழ்வாகக் கொண்டவர்கள். போரில்லா காலத்தில் தொறுப் பூசலில் ஈடுபட்டனர்.

இத்தகைய படைவீரர்களுக்குச் சங்ககாலத்தில் வில்வித்தை உள்ளிட்ட போர்ப் பயிற்சிகள் முறையாகக் கொடுக்கப்பட்டன. பயிற்சி பெற்றுத் திறம் வளர்த்துக் கொண்ட வீரர்கள் படைப்பிரிவில் சேருவதற்கு முன்பு களரியில் ‘பூந்தொடை விழா’ நடைபெற்றது.

... கறுத்தோர்
தெம்முனை சிதைந்த கடும்பரிப் புரவி
வார்கழல் புனைந்த வண்கண் மழவர்
பூந்தொடை விழவின் தலைநாள் அன்ன
தருமணல் ஞெமிரிய திருநகர் முற்றம் (அகம். 187: 5-9)

வில் பயிற்சி நடந்த களரி புதுமணலால் பரப்பப்பட்டது. பயிற்சி முடித்த வீரர்கள் கால்களில் வீரக்கழல்களை அணிந்து கொண்டு, குதிரைகள் மேலேறி, கடும் சினத்துடன் கண்களில் தீப்பொறி பரக்குமாறு பகைவர்களை அழிக்கும் வேகத்தைக் காட்டும் வகையில் ஓர் ‘ஒத்திகைப் போர்’ செய்து காட்டுவார்கள் என்கிறது மேற்கூறிய அகநானூற்றுப் பாடல்.

படைக்கலம் பயின்ற இளம் வீரர்களின் பயிற்சியை ஊக்கு விப்பதற்கும், தாங்கள் கற்ற திறன்களை வெளிப்படுத்துவதற்கும் ஏற்படுத்திய ஓர் அரங்கேற்ற விழாவாக இது அமைந்தது.

தோல் மிசைத்து எழூதரும் விரிந்து இலங்கு எஃகின்
தார்புரிந் தன்ன வாளுடை விழவின்
போர் படு மள்ளர் (பதிற். 66: 12-14)

எனும் பதிற்றுப்பத்துப் பாடலடிகள் வாள்விழா என்பதாகப் பதிவு செய்துள்ளன.

உண்டாட்டு

போர், பூசலுக்குக் கிளம்பும் முன்னரும், போரில் வெற்றி பெற்றுத் திரும்பிய பின்னரும் வீரர்களுடன் கூடிச் சோறுண்டு, கள் குடித்து மகிழும் விழா ‘உண்டாட்டு’ எனப்பட்டது. உண்டாட்டு பற்றிப் புறநானூற்றில் 257, 258, 262, 269, 297 முதலான பாடல்கள் உள்ளன.

பெருஞ்சோற் றானும் நனிபல கலத்தன் மன்னே! (புறம். 235: 1-5)

அதியமான் நெடுமான் அஞ்சி போரில் இறந்தபோது ஔவையார்

மேற்கூறிய பாடலைப் பாடுகிறார். சிறுசோறு எனினும் அதியமான் பலரோடு உண்பான். பெருஞ்சோறு என்றால் மிகப் பலரோடு உண்பான். பாணர்க்கெல்லாம் தந்தையாக விளங்கிய அதியமான் எங்குள்ளாய் என ஔவை வினவுகிறார்.

கரந்தைப் பூசலில் மாய்ந்து நடுகல்லாகிவிட்ட மன்னனின் பெருஞ்சோற்று விழாவை நினைவு கூர்ந்து ஆலூர் மூலங்கிழார் பின்வருமாறு பாடுகிறார்.

அந்தோ எந்தை அடையாப் பேர்இல்
வண்டுபடு நறவின் தண்டா மண்டையடு
வரையாப் பெருஞ்சோற்று முரிவாய் முற்றம்
வெற்று யாற்று அம்பின் எற்று? அற்று ஆகக்
கண்டெனென் மன்ற; சோர்க, என் கண்ணே! (புறம். 261: 1-5)

உண்டாட்டின் கொண்டாட்ட நிகழ்வுகளைப் புறநானூறு இன்னும் சில பாடல்களில் *(33, 262, 269)* வர்ணிக்கிறது.

நறவும் தொடுமின் விடையும் வீழ்மின்;
பாசுவல் இட்ட புன்காற் பந்தர்ப்
புனல்தரும் இளமணல் நிறையப் பெய்ம்மின்;
ஒன்னார் முன்னிலை முருக்கி பின்நின்று
நிரையொடு வரூஉம் என்னைக்கு
உழையோர் தன்னினும் பெருஞ்சாயலரே (புறம். 262: 1-6)

இப்பாடலில் நிரை கவரச் சென்ற வீரர்கள் வெற்றியுடன் திரும்பி வருவதை அறிந்து உண்டாட்டு ஏற்பாடாகியது. பந்தல் போடுங்கள், அதன்மேல் பசுந்தழையிட்டு மூடுங்கள், பந்தலின் கீழ் புதுமணல் பரப்புங்கள், தேனடைகளில் இருந்து தேனை நன்றாகப் பிழிந்து எடுங்கள், ஆட்டுக் கிடாயை வெட்டுங்கள், ஆநிறைகளோடு திரும்பி வரும் தலைவனும் வீரர்களும் களைப்பாக உள்ளனர். அவர்களுக்குக் கறிசோறும் கள்ளும் தேனும் கொடுத்து ஆடுங்கள் என்பதாக இப்பாடல் அமைந்துள்ளது.

பெருஞ்சோற்று நிலை

பகைவர் நாட்டின்மீது படையெடுத்துச் செல்லும் அரசன் போருக்குப் புறப்படும் முன்னர்ப் போர்த் தெய்வத்திற்குப் படைத்து அந்தப் படையலைத் தன் வீரர்களுக்கு வழங்கித் தானும் அவர்களோடு அமர்ந்து உண்ணும் விழவு 'பெருஞ்சோற்றுநிலை' எனப்பட்டது.

இதனைத் தொல்காப்பியர் ‘பிண்டம் மேய பெருஞ்சோற்று நிலை’ என்கிறார். பிண்டம் என்றால் ‘சோற்றுத் திரள்’ என்பது பொருள்.

போருக்குக் கிளம்பும் வீரர்களை எழுச்சியூட்டுவதற்காக இந்த விழா எடுக்கப்பட்டது. பெருஞ்சோற்றுநிலை குறித்துப் புறநானூறும் *(2, 220, 235, 261)*, பதிற்றுப்பத்தும் *(30: 33)*, அகநானூறும் *(266)* குறிப்பிடுகின்றன.

பணைகெழு வேந்தரும் வேளிரும் ஒன்றுமொழிந்து
கடலவும் காட்டவும் அரண்வலியார் நடுங்க
முரண்மிகு கடுங்குரல் விசும்புஅடைபு அதிரக்
கடுஞ்சினம் கடாஅய் முழங்கும் மந்திரத்து
அருந்திறல் மரபின் கடவுள் பேணியர்
உயர்ந்தோன் ஏந்திய அரும்பெறல் பிண்டம்
கருங்கண் பேய்மகள் கைபுடையூஉ நடுங்க
நெய்த்தோர் தூஉய நிறைமகிழ் இரும்பலி
எறும்பு மூசா இறும்பூது மரபின்
கருங்கண் காக்கையொடு பருந்துஇருந்து ஆர
ஓடாப் பூட்கை ஒண்பொறிக் கழற்கால்
பெரும்சமம் ததைந்த செருப்புகல் மறவர்
உருமுநிலன் அதிர்க்கும் குரலொடு கொளைபுணர்ந்து
பெருஞ்சோறு உகுத்தற்கு எறியும்
கடுஞ்சின வேந்தே! நின் தழங்குகுரல் முரசே (பதிற். 30: 33)

மேற்கூறிய பதிற்றுப்பத்துப் பாடல் இச்சடங்கியல் விழாவின் நடைமுறையை மிக விரிவாகச் சித்தரிக்கின்றது. இவ்விழவின் போது அரசன் முன்னிலையில் வீரர்கள் கால்களில் கழல்களை அணிந்து எழுச்சியுடன் கூடுவார்கள். அவர்களுடைய உணர்வுகளைத் தட்டி எழுப்பும் வகையில் முரசு அரையப்படும். போர் முரசுக்கு வழிபாடு செய்யப்படும். கடவுளுக்கும் வழிபாடு செய்யப்படும். பூசாரி மந்திரம் சொல்வார். மெல்லிய ஓசையுடன் மந்திரம் சொல்வதும் உக்கிரமாகச் சொல்வதும் பாலைக்கௌதமனார் பாடிய இப்பாடலில் வெளிப் படுகின்றது *(பாண்டுரங்கன், அ. 2019: 309)*.

இந்தச் சடங்கியல் விழாவில் பூசகர் இடும் பலிச் சோறு முக்கியமானது. தெய்வத்தை அழைக்கும் மந்திரத்தை சொல்லி அதற்குரிய பலிச்சோற்றைத் தூக்கி எறிகின்றான். அச்சோற்றைத் தம் கைகளில் பற்றுவதற்குப் பேய்கள் நடுங்குகின்றன. கீழே விழும் அச்சோற்றை மொய்க்க எறும்புகள்கூட அஞ்சுகின்றன.

ஆனால், காக்கைகளும் பருந்துகளும் மட்டுமே அப்பலி உணவை உண்கின்றன.

இச்சடங்கு முறைகள் முடிந்த பிறகு விருந்து தொடங்குகின்றது. முரசுகள் இடிபோல் முழங்குகின்றன. பிற இசைக்கருவிகளும் வாசிக்கப்படுகின்றன. மன்னன் வீரர்களுக்கு உணவளிக்கிறான். அவர்களுக்குப் பரிசுகள் வழங்கும்போது கொடை முரசும் ஒலிக்கின்றது. அகநானூற்றுப் பாடல் (266) பெருஞ்சோற்றின் போது கள்ளை வீரர்கள் அனைவரும் மகிழ்ந்து மாந்துகின்றனர் என்பதைக் 'கள்ளுடைப் பெருஞ்சோற்று எல்லிமிழ் அன்ன' (அகம். 266: 15) எனக் குறிப்பிடுகிறது. போர் மறவர்கள் எண்ணிக்கையில் அதிகமானவர்கள். அவர்கள் அனைவரும் உண்ண வேண்டு மென்பதற்காக அளவில் மிகுதியும் வடிக்கும் சோறாகப் பெருஞ்சோறு அமைந்தது. மன்னர்கள் சார்பில் தயாரிக்கப்படும் விருந்து என்பதாலும் இப்பெயர் பெற்றது எனலாம்.

வீரயுக இனக்குழு வாழ்வில் தோன்றிய இந்தப் பெருஞ்சோற்று விழவு மூவேந்தர்கள் செல்வாக்கு பெற்றதும் இவ்விழவினைத் தமக்கான விழாவாகத் தழுவிக் காண்டனர் எனக் கருதலாம் (பாண்டுரங்கன், அ. 2019: 310).

பிள்ளையாட்டு

வெட்சித் திணைப் போர் முடிந்தபின்னர் நிகழ்ந்த ஒரு விழவே பிள்ளையாட்டு. இதனைத் தொல்காப்பியம்

வாண்மலைந் தெழுந்தோனை மகிழ்ந்து பறைதூங்க
நாடவற் கருளிய பிள்ளை யாட்டும் (தொல். 1010: 17-18)

என்கிறது. ஆநிரை கவரும் பூசலில் ஈடுபட்ட எண்ணற்ற வீரர்களில் மிகச் சிறப்பாகப் போரிட்டு வெற்றியை ஈட்டிய வீரனைத் தங்கள் தலைவனாக ஏற்றுக் கொள்ளும் ஒரு சிறிய விழாவாக இந்தப் பிள்ளையாட்டு அமைந்தது. வெற்றி பெற்ற வீரனைத் தம் தலைவனாக்கும் விழா இது. இந்த நிகழ்வில் குடியினர் அனைவரும் ஒன்றுகூடி உண்டு மகிழ்ந்து பறைகளை முழக்கி மகிழ்ந்தனர்.

ஏறுதழுவுதல் விழா

கலித்தொகையின் முல்லைக்கலிப் பாடல்களும் சிலப்பதிகாரத்தின்

ஆய்ச்சியர் குரவையும் ஏறுகோடல் பற்றிச் சிறப்பாகக் குறிப்பிடு கின்றன. ஆநிரைகளை வளர்த்து வாழும் ஆயர்களிடம் மற எழுச்சி ஊட்டுவதற்காகவே ஏறுதழுவுதல் விழா நடைபெற்று வந்துள்ளது.

ஆயர்களின் நீண்டகால வரலாற்றில் அவர்களின் சமூக நிலை சார்ந்து இருவேறு உட்பிரிவினர் உண்டாயினர். ஒரு பிரிவினர் அறம் சார்ந்தவர்கள். இவர்கள் 'நல்லினத்தாயர்' எனப்பட்டனர். இவர்கள் பெருஞ்செல்வமாகக் கருதப்பட்ட ஆநிரைகளை மிகுதியும் கொண்டிருந்தனர். மற்றொரு பிரிவினர் மறக்குணம் கொண்டவர்கள். இவர்கள் 'புல்லினத்து ஆயர்' எனப்பட்டனர். இவர்கள் விற்பயிற்சியும் போர்ப் பயிற்சியும் கொண்டு ஆநிரைகளைப் பாதுகாக்கும் பணியில் ஈடுபட்டனர். இவ்விரு பிரிவினரைப் புறநானூறு பின்வருமாறு குறிப்பிடுகிறது.

அறவை நெஞ்சத்து ஆயர் வளரும்
மறவை நெஞ்சத்து ஆயிலாளர் (புறம். 390: 1-2)

ஆயர்களில் அறம் சார்ந்தவர், மறக்குணம் கொண்டவர் என இருவேறு பிரிவினர் இருந்துள்ளதையே மேற்கூறிய பாடலடிகள் காட்டுகின்றன. மேலும்,

தளரியால் என்னறிதல் வேண்டின் பகையஞ்சாப்
புல்லினத்தாயர் மகனேன் மாற்றியான் (முல்லைக்கலி. 113: 6-7)

எனும் அடிகளில் 'பகையஞ்சாப் புல்லினத்தாயர் மகன்' எனக் கூறுவது புல்லினத்தார்கள் பகையஞ்சாதவர்கள் என்பதையே உறுதிப்படுத்துகிறது. இவர்கள் கொண்டிருந்த மறக்குணத்தால் ஆநிரை காக்கும் பணியையும் மேற்கொண்டிருந்தனர் எனலாம்.

அறம் சார்ந்த நல்லினத்தாயர்கள் ஆநிரைகளை நிரம்ப கொண்டிருந்ததால் அவற்றைக் காக்கும் மறவலிமை உடைய புல்லினத்தாயர்களுக்கே தம் மகளை மணம் செய்து தர விரும்பினர் (வாணி அறிவாளன் 2015). ஆயர்குல மகளிரும் வலிமையுடைய இளம் காளைகளையே மணம்புரிய விரும்பினர். இதனை முல்லைக்கலிப் பாடல்கள் (101-105) தெளிவுபடுத்துகின்றன.

ஏறு தழுவலை ஒரு பெரும் விழாவாக ஏற்பாடு செய்த நல்லின ஆயர் அப்போட்டியில் வெற்றி பெற்றவனுக்கே மகட்கொடை நேர்ந்தனர். இப்போட்டியில் ஆயர்கள் மட்டுமல்லாமல் பொதுமக்கள் பலரும் கண்டு களிப்பார்கள். சில நேரங்களில் ஆயரல்லாத பொதுநிலை மறவர்களும் போட்டியில் பங்கெடுப்பார்கள். இவர்கள்

'பொதுவன்' எனப்பட்டனர் (முல்லைக்கலி. 102, 103, 105). இதைப் பின்வரும் முல்லைக்கலிப் பாடல் காட்டுகிறது.

ஏறும் வருந்தின ஆயரும் புண்கூர்ந்தார்
நாறிருங் கூந்தற் பொதுமகளி ரெல்லாரும்
முல்லையந் தண்பொழில் புக்கார் பொதுவரோ
டெல்லாம் புணர்குறிக் கொண்டு (முல்லைக்கலி. 101: 47-50)

ஏறுகோடலில் காளையை அடக்கிய பொதுவர்களுக்கு ஆயர்கள் மகட்கொடை நேர்ந்தனர் (முல்லைக்கலி. 104). ஆயரல்லாதாருக்கு ஆயமகள் மணம் முடிக்கப்பட்டதற்குச் சான்றுகள் உள்ளன. சீவகன் ஆயனல்லன். ஆனால் அவனுக்கு ஆய மகள் கோவிந்தையை மணம் முடிக்க நந்தகோன் முன்வந்தான். ஆனால் சீவகன் தன் தோழன் புதுமுகனுக்கு அவளைத் திருமணம் செய்து வைக்கிறான் (வாணி அறிவாளன் 2015:180).

இவ்வாறு நல்லின ஆயரும் புல்லின ஆயரும் இணைந்து எடுத்த பெரிய விழவாக ஏறுதழுவுதல் அமைந்தது. இதனை முல்லைக்கலிப் பாக்கள் (101-115) விளக்குகின்றன.

கார்த்திகை விழா

திருக்கார்த்திகைத் திருவிழா பற்றி அகநானூறு (141) மிகச் சிறப்பாக விளக்குகிறது. அறுமீன் எனப்படும் கார்த்திகை நட்சத்திரங்களை மகளிர் வழிபடும் மாதம் இது. கார்த்திகை மாதம் அறங்கள் செய்வதற்கு உகந்தது என்பதை நற்றிணை (202) 'அறுமீன் கெழீஇய அறம்செய் திங்கள்' என்கிறது.

கார்த்திகை விழாவைப் 'பெருவிழா' (அகம். 185: 11) என்றும், 'கார்த்திகைச் சாறு' (களவழி. 15) என்றும் சொல்வதுண்டு. கார்த்திகைத் திங்கள் முழுநிலவு நாளில் இவ்விழா கொண்டாடப்பட்டது (அகம். 185). இவ்விழா

உலகுதொழில் உலந்து நாஞ்சில் துஞ்சி
மழைகால் நீங்கிய மாக விசும்பில்
குறுமுயல் மறுநிறங் கிளர மதிநிறைந்து
அறுமீன் சேரும் அகலிருள் நடுநாள்
மறுகுவிளக் குறுத்து மாலை தூக்கிப்
பழவிறல் மூதூர்ப் பலருடன் துவன்றிய
விழவுடன் அயர வருகதில் அம்ம (அகம். 141: 5-11)

எனும் வகையில் அடர்த்தியான சடங்கு முறைகளால் ஆனது என்பதை மேற்கூறிய அகநானூற்றுப் பாடல் விளக்குகிறது.

இப்பாடலின் கருத்து வருமாறு: உழவுத் தொழில் முடிந்துவிட்டது. உழும் கலப்பைகள் ஓய்வு பெறுகின்றன. பெரும்மழை பெய்வது நின்றுவிட்டது. வானம் தெளிவாக உள்ளது. திங்கள் முழுமதியாக ஒளி வீசுகிறது. இந்நாளில் கார்த்திகை மீன் (நட்சத்திரம்) திங்களுடன் சேர்கின்றது. இந்த மங்கல நாளில் பெண்கள் விளக்குகளை வரிசை வரிசையாக ஏற்றி வைக்கின்றனர். இவை உதிர்ந்த மலர்கள்போல் காட்சியளித்தன (அகம். 17). இக்காட்சி இலையற்ற இலவ மலரும் கோங்க மலரும் பூத்த காட்சிபோல் இருந்தது (களவழி. 17).

இலைஇல மலர்ந்த இலவமொடு (அகம். 185: 12)

பல்பூங் கோங்கம் அணிந்த காடே (நற். 202: 11)

கார்த்திகை விழா 'விளக்கிடு விழா' என்றே கருதப்பெற்றது. கார்த்திகை விழாவன்று வீடுகளில் மாலைகள் தோரணங்கள் தொங்கவிட்டு அலங்கரித்தனர். புதுமணப் பெண்கள் அன்று நீராடி புதிதாக விளைந்த நெற்கதிர்களைப் பறித்து அரிசியாக்கி, பாலை உலையிட்டு அதில் அரிசியைப்போட்டு, சிறிது சூடேறியபின் அதனை அடுப்பிலிருந்து இறக்கி அவலாக இடித்துத் தெய்வத்துக்குப் படைத்து அனைவருக்கும் வழங்கினர் என்கிறது இப்பாடல்.

வேளாண் வாழ்வில் கார்த்திகை விழா முக்கியத்துவம் பெற்றிருந்தது. மழை வேண்டும் சடங்குகளின் தொடர்ச்சியாக, மழை முடிந்து, உழவுத் தொழில் முடிந்து அடுத்த பருவத்திற்கு நுழையும் தருவாயில் நன்றி அறிவிக்கும் விழாவாக இது கொண்டாடப்பட்டது. மருதநில மக்கள் கார்காலத்திற்கு விடைகொடுக்கும் விழாவாக இது அமைந்தது. இவ்விழா இன்றளவும் தொடர்ந்து கொண்டிருக்கிறது. சங்ககாலத்தின் தொன்மைக்கும் தொடர்ச்சிக்கும் இவ்விழா சான்றாக அமைகிறது.

இந்திர விழா

இந்திர விழா வெகு சிறப்புடன் 28 நாட்கள் தொடர்ந்து நடை பெற்றதைச் சிலப்பதிகாரத்திலும் மணிமேகலையிலும் காண்கிறோம். ஆனால், இவ்விழா சங்க காலத்திலேயே கொண்டாடப்பட்டது (ஐங். 62; பரி. 19; பதிற். 30).

இந்திர விழவிற் பூவில் அன்ன (ஐங். 62.1)

இந்திரன் பூசை இவள் அகலிகை (பரி. 19: 50)

காமவேள் விழவு ஆயின் (கலி. 2: 24)

அரிகால் அவித்துப் பலபூ விழவின் (பதிற். 30: 15)

ஆகிய பாடலடிகள் இவ்விழாவின் தொன்மையைக் காட்டுகின்றன. பழந்தமிழ் இலக்கியச் சான்றுகளின் அடிப்படையில் பார்க்கும்போது இந்திரன் மழைத் தெய்வமாகவே கருதப்பட்டான். பதிற்றுப்பத்தும் ஐங்குறுநூற்றுப் பாடலும் மருதநிலப் பேரூர்களில் கொண்டாடிய விழாவாகவே இந்திர விழாவைக் காட்டுகின்றன.

இந்திர விழாவில் பூக்களை மிகுதியாகப் பயன்படுத்தினர் என்பதை ஐங்குறுநூறு (62) கூறுகிறது. பழனம் சூழ்ந்த மருதநில ஊர்களில் நிகழ்ந்த இந்தப் பலபூ விழாவாகிய இந்திரவிழாவைக் கண்டு களிக்க மக்கள் திரண்டு செல்வதைப் பதிற்றுப்பத்து (30: 14-21) கூறுகிறது. இதனால் இந்திர விழாவைப் பதிற்றுப்பத்து 'பலபூவிழவு' என்கிறது.

சிலப்பதிகாரத்திலும் மணிமேகலையிலும் இவ்விழா சித்திரை மாதத்தில் சித்திரை நாளில் தொடங்கியது என்பதைக் காண்கிறோம். இவ்விழாவை 'இந்திர விழவு' (சிலம்பு. 6: 6), 'வானவன் விழவு' (சிலம்பு. 6: 73) என்கிறது சிலப்பதிகாரம். மணிமேகலையோ இதனை 'இந்திரகோடணை விழா' (மணி. 5: 95), 'தீவகசாந்தி' (மணி. 2: 3), 'ஆயிரங்கண்ணோன் விழா' (மணி.1: 26) என்கிறது. இவ்விழா நாட்களில் இந்திரனே காவரிப்பூம்பட்டினத்தில் உறைவதாக மணிமேகலை கூறுகிறது (மணி.1: 5-9). இந்திர வழிபாடு கி.பி.6ஆம் நூற்றாண்டுக்குப்பிறகு தமிழகத்தில் அறவே மறைந்துவிட்டதைக் காண்கிறோம்.

தைந்நீராடல்

தைத் திங்களில் கன்னிப் பெண்கள் மேற்கொண்ட சடங்கு, நோன்பு, வழிபாடு இது. சங்ககாலத்தில் கன்னியர் தம் காதலரை கணவனாகப் பெற வேண்டுமென விரதமிருந்து, புலர்விடியலில் குளிர்ந்த நீரில் நீராடி 'அம்பா' செய்து வழிபட்ட நோன்புச் சடங்காகத் தைந்நீராடல் அமைந்தது. நற்றிணைப் பாடல் இதனை ஒரு நோன்பாகவே காட்டுகிறது.

பெரும்புலர் விடியல் விரும்பிப் போத்தந்து
தழையுந் தாரும் தந்தனன் இவன்என
இழையணி ஆயமொடு தகுநாண் தடைஇத்

தைஇத் திங்கள் தண்கயம் படியும் (நற். 80: 4-7).

ஆண்டாள் அருளிய திருப்பாவைக்கு மூல ஊற்றாகப் புலர்விடியல் காட்சியை ஈழத்துப் பூதன்தேவனார் பாடல் அமைந்துள்ளது (பாண்டுரங்கன், அ. 2019: 337). பிற்சங்க நூலாகிய கலித்தொகையில் தைந்நீராடல் ஒரு சடங்காகக் குறிக்கப்பட்டுள்ளது.

வையெயிற் றவர்நாப்பண் வகையணிப் பொலிந்து
தையினீ ராடிய தவந்தலைப் படுவாயோ? (குறிஞ்சிக் கலி. 23).

பரிபாடல் பாடப்பட்ட காலத்தில் தைந்நீராடல் வைதீக மயமாக்கப் பட்டதைக் காணலாம். பரிபாடலில் தைந்நீராடல் 'தவம்' எனப் படுகிறது; 'அம்பா ஆடல்' என்பதாகவும் சொல்லப்பட்டது. இவை பற்றிப் பரிபாடல் விவரிக்கும் காட்சிகளைக் காண்போம்.

1. இடி முழக்கம் அதிரும் கார்வானம் நீங்கி விடுகிறது. முன்பனிக் காலத்தில் கடைசி மழையும் முடிகிறது. மார்கழியின் முழுமதித் திருவாதிரை நாளில் மிகுந்த நூலறிவு கொண்ட அந்தணர்கள் விழாவைத் தொடங்குகின்றனர்.
2. முப்புரி நூலணிந்த அந்தணர் இறைவனுக்குப் படைப்பதற்கான பலிப்பொருள் அடங்கிய பொற்கலங்களைக் கையில் ஏந்தி வருகின்றனர்.
3. நிலம் வெம்மை அடையாதிருப்பதாக என்று கன்னிப் பெண்கள் அம்பா ஆடுகின்றனர்.
4. சடங்கு முறைகள் அறிந்த முதுபெண்டிர் வழி நடத்த அந்தப் பெண்கள் பனிமிகு வைகறையில் நீராடினர்.
5. வேதியர் தொடங்கிய வேள்வித் தீ அருகே சென்று குளிரால் நடுங்கிய பெண்கள் ஆடை உலர்த்தினர்.
6. வையை நதிக்கு அவிபொருள் இடப்பட்டன.
7. அங்கிருந்த நான்மறை படிக்கும் இளம் வேதியர்களைக் கன்னிப் பெண்கள் கேலி செய்து விளையாடினர்.
8. இறுதியில் வைதிகர் முன்னிலையில் வழிபாடு செய்தனர்.

நற்றிணை தொடங்கி பரிபாடல் வரையுள்ள தைந்நீராடல் நிகழ்வை ஆராயும்போது பழந்தமிழ்ச் சடங்கொன்று வைதிகமயப் பட்டுள்ளதைக் காண முடிகிறது. தமக்கு நல்ல கணவன் கேட்டு நோன்பு பூண்ட மகளிர் தை முதல் நாள் நோன்பு கழித்து நீராடச் சென்றனர். இந்தச் சடங்கியல் நோன்பு சங்ககாலத்தின் பிற்பகுதியில் உருவான பரிபாடலில் வைதிகம் மயப்பட்டதாக மாறிவிட்டது. சங்ககாலத்தின்

பிற்பகுதியிலேயே தமிழகத்தில் வைதீகம் நன்கு காலூன்றிவிட்டதை இது காட்டுகிறது.

பங்குனி உத்திரவிழா

பங்குனித் திங்களில் உத்திரம் நட்சத்திரம் சேரும் நாள் பௌர்ணமி. இது ஒரு நன்னாளாகும். அன்று திருக்கோயில்களில் 'பங்குனி உத்திரம்' எனும் பெயரால் விழா கொண்டாடப்பட்டது. சோழநாட்டு உறையூரில் மிகச் சிறப்பாக நடந்த பங்குனி உத்திரத்தை அகநானூறு பின்வருமாறு குறிப்பிடுகிறது.

> ... வென்றெறி முரசின் விறற்போர்ச் சோழர்
> இன்கடுங் கள்ளின் உறந்தை ஆங்கண்
> வருபுனல் நெரிதரும் இகுகரைப் பேரியாற்று
> உருவவெண் மணல்முருகு நாறு தண்பொழிற்
> பங்குனி முயக்கம் கழிந்த வழிநாள்
> வீஇலை அமன்ற மரம்பயில் இறும்பின்
> தீஇல் அடுப்பின் அரங்கம் போலப்
> பெரும்பாழ் கொண்டன்று நுதலே *(அகம். 137: 5-12).*

உறையூர் முதுகூத்தனார் எழுதியுள்ள இப்பாடல் சோழர்களின் தலைநகரான உறையூரில் நடைபெற்ற இவ்விழாவைப் பேசுகிறது. பெருக்கெடுத்து ஓடும் காவிரியாற்றில் மக்கள் நீராடி, அரங்கில் உள்ள தேன்மணம் கமழும் சோலைகளில் சோறு பொங்கி ஆற்றுக்குப் படைத்துள்ளனர். இதனை ஆற்று வழிபாடாக நடத்தினார்கள். இளவேனில் பருவத்தில் நடைபெறற இவ்விழா வசந்தகாலத்தில் காவிரித் தாய்க்குப் படைக்கும் விழாவாக அமைந்தது. வேறு தொகை நூல்களில் பங்குனி உத்திரம் பற்றிய குறிப்புகள் இல்லை. 'இருகரைப் பேரியாற்று... மரம்பயில் இறும்பின்... அரங்கம்' என்பது இன்று புகழ்பெற்று விளங்கும் வைணவத் திருப்பதியான திருவரங்கமாகும். இன்றும் திருவரங்கத்தில் பங்குனி உத்திர நாளில் அரங்கநாதரின் தேரோட்ட விழா நடைபெறுகிறது (பாண்டுரங்கன், *அ. 2019: 352).*

பிற விழாக்கள்

காவிரிப்பூம்பட்டினத்திலும் கூடல் (மதுரை) மாநகரிலும் நிகழ்ந்த பல்வேறு விழாக்களைப் பட்டினப்பாலையிலும் (142-183), மதுரைக்காஞ்சியிலும் (425-460) காணலாம். மதுரையை அடுத்துள்ள திருப்பரங்குன்றத்தில் முருகப்பெருமானுக்கு நிகழ்த்தப்பெற்ற

விழாக்களைப் பரிபாடலில் (17) காணலாம். 'ஓடியா விழவின் நெடியோன் குன்றத்து' (அகம். 149: 16) என அகநானூறு திருப்பரங் குன்றத்து விழாவைப் பேசுகிறது.

மாயோன் மேய மைவரை உலகம் என்கிறது தொல்காப்பியம். இந்த மாயோனுக்கு ஓண நாளில் விழா எடுக்கப்பட்டதை 'மாயோன் மேய ஓண நல்நாள்' என்கிறது மதுரைக்காஞ்சி (591). மதுரை மக்கள் மாயோனுக்கு எடுத்த ஒரு வார ஓண நாள் விழாவில் போர் மறவர்கள் போர் விளையாட்டு நிகழ்த்தி மக்களை மகிழ்வித்தனர் (மதுரை. 592-596). மாயோனுக்குரிய இத்திருவோணம் விழாவை இன்றைய கேரள மக்கள் கொண்டாடி வருகின்றனர். தமிழகத்தில் அதன் சிறப்பு மங்கிவிட்டது. இன்று பிராமணர்கள் ஆவணி அவிட்டமாக (புதுப் பூணூல் தரிக்கும் சடங்கு) அந்நாளைக் கொண்டாடி வருகின்றனர் (இராகவையங்கார், மு. 1959: 29).

மாயோனுக்கு ஓண நாள் சிறப்பென்றால், முக்கண்ணனுக்கு ஆதிரை நாளில் சிறப்பாக விழா எடுக்கப்பட்டது (பரி. 11: 74-78). இந்த ஆதிரை விழாவை அன்று அந்தணர் தொடங்கி வைத்துக் கொண்டாடப்பட்டதைப் பரிபாடல் குறிப்பிடுகிறது.

மாஇருந் திங்கள் மறுநிறை ஆதிரை
விரிநூல் அந்தணர் விழவு தொடங்க (பரி. 11: 77-78)

இந்த ஆதிரை விழாவானது பலநாட்கள் கொண்டாடப்பட்ட பெருந் திருவிழாவாகவும் இருந்திருக்கிறது.

சங்ககால மக்கள் 'உள்ளி விழா' என்றொரு விழாவைக் கொண்டாடியுள்ளனர். இது பற்றி அகநானூற்றில் (368) மட்டும் ஒரு குறிப்பு வருகிறது.

எவன்கொல் வாழிதோழி கொங்கர்
மணியரை யாத்து மறுகின் ஆடும்
உள்ளி விழவின் அன்ன (அகம். 368: 16-18)

இந்த விழா எதற்காக நடைபெற்றது என்பது பற்றிய குறிப்புகள் கிடைக்கவில்லை. இத்திருவிழாவில் கொங்கர் மாக்கள் (கொங்கு நாட்டினர்) அரையில் மணி கட்டித் தெருவில் கூத்தாடினார்கள் என்பது தெரிகிறது. இன்றைய கொங்கு நாட்டு ஒயிலாட்டத்தை (ஒயிற்கும்மி) ஒத்ததாக இரு இருக்குமெனலாம். மழை வேண்டி நிகழ்த்தப்பட்ட தெய்வ விழாவில் இந்தக் கலை ஆற்றுகை இடம் பெற்றிருக்கலாம்.

சங்ககாலத்தில் மன்னர்கள் தம் பிறந்தநாளைக் கொண்டாடியுள்ளனர். இது ஒரு விழாவாக நடைபெற்றது.

சிறந்த நாளினிற் செற்றம் நீக்கிப்
பிறந்த நாள்வயின் பெருமங் கலமும் (தொல். பொருள். 88: 7-8).

நன்னனின் பிறந்த நாளை அவனது மக்கள் 'பெருமங்கலம்' விழாவாக நிகழ்த்தினர். அவ்விழாவில் சேரி மக்கள் குரவையும், பாட்டுகளும், பலவகைப்பட்ட கூத்துகளும் நிகழ்த்தினர்.

மன்றுதொறும் நின்ற குரவை சேரிதொறும்
உரையும் பாட்டும் ஆட்டும் விரைஇ
வேறுவேறு கம்பலை வெறிகொள்பு மயங்கிப்
பேரிசை நன்னன் பெறும்பெயர் நன்னாள்
சேரி விழவின் ஆர்ப்பெழுந் தாங்கு (மதுரை. 615-619)

மதுரைக்காஞ்சியின் இந்தப் பாடலடிகள் பெருமங்கலத்தை மன்னனும் அவனுடைய குடிமக்களும் ஒன்று சேர்ந்து பெரும் விழாவாகக் கொண்டாடியதைக் காட்டுகின்றன. சங்ககாலத்தில் இவ்விழா பெருமங்கலம் என அழைக்கப்பட, சிலப்பதிகார காலத்தில் அது வெள்ளணி, வெள்ளணி நாள், வெள்ளணி விழா எனப்பட்டது. பிறந்த நாளன்று தூய்மையின் அடையாளமாக வெண்ணிற ஆடை உடுத்தி வெண்கோலம் பூண்டு கொண்டாடியதால் 'வெள்ளணி விழா' எனப்பட்டது போலும் (சிலம்பு. 27: 225-230). இந்த நாளில் சேரன் செங்குட்டுவன் தன் போர் வீரர்களுக்கு வாகை மாலையிட்டு மகிழ்வித்தான் என்றும், மாடுகள் உழும் தொழிலிலிருந்து விடுபட்டு ஓய்வளிக்கப்பட்டது என்றும் சிலம்பு சுட்டுகிறது (சிலம்பு. 27: 225-229, 27: 40-44). இவ்வாறு சங்ககாலத்தில் பல்வேறு விழாக்கள் நிகழ்ந்துள்ளன.

விழாக்களில் ஆற்றுகைகள்

விழாக்களில் பல்வேறு வகையான நிகழ்த்து ஆற்றுகைகள் நடைபெற்றன. இசையும் கூத்தும் பாட்டும் கேளிக்கைகளும் மக்களுக்கு விருந்தாக அமைந்தன. இவை மக்களின் கண்ணுக்கும் காதுக்கும் மகிழ்ச்சியை ஏற்படுத்தின. இதனை மதுரைக்காஞ்சி,

மன்றுதொறும் நின்ற குரவை சேரிதொறும்
உரையும் பாட்டும் ஆட்டும் விரைஇ
வேறு வேறு கம்பலை வெறி கொள்பு மயங்கி (மதுரை. 616-618)

என்று வர்ணிக்கிறது. நிகழ்த்துக் கலைஞர்கள் பல ஊர்களிலிருந்து

வரவழைக்கப்பட்டனர். யாழ், குழல், முழவு முதலான இசை ஆற்றுகைகள் மக்களை மகிழ்வித்தன. ஆடல்வல்லான்களாகிய கூத்தரும் ஆடுமகளிரும் விதம் விதமான அடவுகளில் நடித்து மகிழ்வித்தனர். கூத்துகளில் துணங்கைக் கூத்தும் குரவைக் கூத்தும் முக்கியமாக இடம்பெற்றன. வாத்திய முழக்கங்களும் விறலியர் ஆட்டங்களும் பாட்டுகளும் மக்களை மகிழ்வித்தன. இவற்றை விளக்கும் பாடலடிகளை மு. சண்முகம் பிள்ளை தொகுத்தளிப்பதைப் பின்வருமாறு காணலாம்.

தீம் தொடை நரம்பின் பாலை வல்லோன்
பையுள் உறுப்பின் பண்ணுப் பெயர்த்தாங்கு (பதிற்று. 65: 14-15)

விழவும் மூழ்த்தன்று; முழவம் தூங்கின்று (நற். 320: 1)

முழவு முகம் புலரா விழவடை வியல்நகர் (அகம். 206: 11; 397: 3)

முழவு இமிழும்; அகல் ஆங்கண்,
விழவு நின்ற வியல் மறுகின்,
துணங்கை, அம் தழுஉவின் மணம் கமழ் சேரி (மதுரை: 327-329)

விழவு கொள் மூதூர் விறலி பின்றை
முழவன் போல அகப்படத் தழீஇ (அகம்.352: 4-6)

அரிமலர் ஆம்பலொடு ஆர்தழை தைஇ
விழவு ஆடு மகளிரொடு தழுஉ அணிப் பொலிந்து (அகம். 176: 14-15)

... ... விழவின்
கோடியர் நீர்மை போல முறைமுறை
ஆடுநர் கழியும் இவ் உலகத்து (புறம். 29: 22-24)

விழவ வீற்றிருந்த வியலுள் ஆங்கண்
கோடியர் முழவின் முன்னர், ஆடல்
வல்லான் அல்லன்; வாழ்க அவன் கண்ணி! (பதிற். 56: 1-3)

அழியா விழவின், இழியாத் திவவின்,
வயிரிய மாக்கள் பண் அமைத்து எழீஇ,
மன்றம் நண்ணி மறுகுசிறை பாடும்
அகன்கண வைப்பின் நாடு' (பதிற். 29: 7-10)

விழாக்களில் போர் மன்னர்கள் கூடி விளையாட்டுப் போர் நிகழ்த்தி மக்களை மகிழ்வித்தனர். இவர்கள் கள் குடித்து, மகிழ்ந்து திரிந்து இந்த ஆற்றுகையில் ஈடுபட்டதை மதுரைக்காஞ்சி (590-599) விரிவாக வர்ணிக்கிறது. குறுந்தொகையும் மன்னர்களின் இந்தப் போர் விளையாட்டையும் கூத்தர் கூத்தியர் நிகழ்த்துதல்களையும்

விவரிக்கின்றது.

மள்ளர் குழீஇய விழாவி னானும்
மகளிர் தழீஇய துணங்கை யானும்
யாண்டும் காணேன் மாண்டக் கோனை
யானும்ஓர் ஆடுகள மகளே என்கைக்
கோடு ஈர் இலங்கு வளை நெகிழ்ந்த
பீடுகெழு குரிசிலும்ஓர் ஆடுகள மகனே (குறுந். 31: 1-6)

விழா மரபுகள்

ஊரில் திருவிழா நடைபெறப்போகும் செய்தியை அனைவருக்கும் தெரிவிப்பவர் ஊர்ப் பொதுவில் வாழும் குயவன். நீலமணி போன்ற நிறமுடைய நொச்சிப் பூக்களால் ஆன மாலையை அணிந்த இவன் விழா நிகழ்ச்சியை அறிவிப்பான். ஊர்ப் பொது மன்றங்களில் உறையும் தெய்வங்களுக்குக் கள் முதலானவற்றைப் பலியாக இடுவதும் இக்குயவனின் கடமையாகும். இதனை,

கண்ணி கட்டிய கதிர அன்ன
ஒண் குரல் நொச்சித் தெரியல் சூடி
யாறு கிடந்தன்ன அகல் நெடுந்தெருவில்
'சாறு' என நுவலும் முதுவாய்க் குயவ (நற். 200: 1-4),

பலிக்கள் ஆர்கைப் பார்முது குயவன் (நற். 293: 4)

எனும் பாடலடிகள் கூறுகின்றன. விழாக்களின்போது ஊரே அலங்கரிக்கப்பட்டது. விளக்குகள் ஏற்றப்பட்டன; பூக்கள் அழகிய காட்சிகளைத் தந்தன. 'விழவுதலைக் கொண்ட பழவிறல் மூதூர் நெய் உமிழ் சுடரின்' (அகம். 17: 19-20). யானைகளும் தெருவில் அலங்கார மாகச் செல்லும். அதனால் ஏற்பட்ட புழுதி அடங்க நேரமாகும்.

அண்ணல் யானை அருவி துகள் அவிப்ப
நீறு அடங்கு தெருவின் அவன் சாறு அயர்மூதூர்
சேய்த்தும் அன்று சிறிது நணியதுவே (சிறுபாண். 200-202)

என நல்லியக் கோடனின் கோநகர் வர்ணிக்கப்பட்டுள்ளது.

கோயில் விழாக்களின்போது தெய்வம் வீதியுலா வரும். வீட்டு மாடங்களில் நின்று மகளிர் கைகூப்பி வணங்கினர். தெருக்களில் இறைவன் முன்பு நீண்ட கொடித் தண்டுகளில் பெருங்கொடிகளைக் கட்டி ஏந்தி வருவார்கள். காற்றில் திரைச்சீலைகள் அசைந்தாடின. இத்தகைய நீண்ட வர்ணனையை மதுரைக்காஞ்சி (446-452)

காட்டுகிறது. விழாவிற்கு வரும் செல்வந்தர்கள் உயர்ந்த ஆடை அணிகலன்களுடன் தேர் ஏறி காலாட்கள் சூழ வருவார்கள் (மதுரை. 431-432). விழாவுக்குக் கால் கொள்ளத் தொடங்கிய ஏழாம் நாள் மாலை தீர்த்தமாடுவார்கள். அப்போது மக்கள் ஆரவாரம் செய்து மகிழ்வார்கள் (மதுரை. 427-430).

விழாவில் ஆடல், பாடல் நிகழ்த்தும் கலைஞர்களுக்கு உணவிட்டு மகிழ்ந்தனர். ஓர் ஊரில் விழா முடிந்துவிட்டால் பாணர், பொருநர் உள்ளிட்ட கலைஞர்கள் அடுத்து விழா நடைபெறும் ஊருக்குக் கிளம்பிவிடுவார்கள். உணவுக்காக விழா நடைபெற்ற ஊரிலேயே தங்கியிருக்க மாட்டார்கள். பொருநராற்றுப்படையின் முதல் மூன்று அடிகளே இதனைக் கூறுகின்றன.

அறாஅ யாணர் அகன்தலைப் பேரூர்
சாறு கழிவழிநாள் சோறுநசை உறாது
வேறுபுலம் முன்னிய விரகுஅறி பொருந (பொருநர். 1-3)

விழாக்களும் மக்களும்

விழாக்களில் உள்ளூர், வெளியூர் மக்கள் கூடினார்கள் என்பதைச் சொல்லும் சங்க நூல்கள், விழாக்காலங்களில் மக்கள் எவ்வாறு ஆடை, அணிகலன்கள் அணிந்து பெருமகிழ்ச்சியுடன் கலந்து கொண்டனர் என்பதையும் கூறுகின்றன. ஆடவர், பெண்டிர் செய்து கொண்ட ஒப்பனை இந்நூல்களில் பலவாறு பதிவாகியுள்ளன. இளம் பெண்கள் அல்குல் மறைய நெறித்தழையை ஆடையாக அணிந்தனர். இத்தகைய வருணனைகளை மு. சண்முகம் பிள்ளை (1996: 221) பின்வருமாறு தொகுத்துள்ளார்.

உடுத்தும், தொடுத்தும், பூண்டும், செரீஇயும்,
தழை அணிப் பொலிந்த ஆயமொடு துவன்றி,
விழவொடு வருதி நீயே (குறுந். 295: 1-3),

காதலர் உழையர் ஆகப் பெரிது உவந்து,
சாறு கொள் ஊரின் புகல்வேன் மன்ற (குறுந். 41: 1-2),

வயல்வெள் ஆம்பல் உருவ நெறித்தழை
ஐது அகல் அல்குல் அணிபெறத் தைஇ,
விழவின் செலீஇயர் வேண்டும் மன்னோ (நற். 390: 4-6),

இருங்கதிர்க் கழனி பெருங்கவின் அன்ன
நலம் பாராட்டி, நடை எழில் பொலிந்து,

விழவில் செலீஇயர் வேண்டும் (அகம். 326: 7-9),
கூன்முள் முள்ளிக் குவிகுலைக் கழன்ற,
மீன்முள் அன்ன, வெண்கால் மா மலர்
பொய்தல் மகளிர் விழவு அணிக்கூட்டும் (அகம். 26: 1-3),
பாசடைக் கலித்த கணைக்கால் நெய்தல்
விழவு அணி மகளிர் தழை அணிக்கூட்டும் (அகம். 70: 11-12),
காவிரிப் படப்பை உறந்தை அன்ன
பொன்னுடை நெடுநகர், புரையோர் அயர
நல்மாண் விழவில் தகரம் மண்ணி
யாம் பல புணர்ப்பச் சொல்லாள் (அகம். 385: 4-7)

விழாக்கள் மக்களை மகிழ்வூட்டின எனும் புறவய நிலையைக் காண்பதோடு, அதனால் மக்கள் புத்தாக்க உணர்வோடு ஒன்று கூடினர் எனும் அகநிலைப் பண்பையும் காணலாம். இது சமூக இயக்கத்திற்கு உகந்தது என்பதை உணரலாம்.

பின்னுரை

விழாக்கள் காலச் சுழற்சி கொண்டவை. பல விழாக்கள் வேனிற் காலத்தில் நிகழ்ந்ததைக் காண்கிறோம் (அகம். 189: 2). சங்ககால மக்கள் மண்ணுலக வாழ்வை விண்ணுலக மீன்கள் தூண்டுகின்றன என்ற நம்பிக்கையைக் கொண்டிருந்ததால் நல்ல நாளும் நல்ல கோள்களின் சேர்க்கையும் கூடிவரும்போது விழாக்களைத் தொடங்கினர். பெரும்பாலும் வளர்பிறையாகிய முழுமதி நாட்களில் தொடங்கினார்கள் (அகம். 141: 6-11). இந்திர விழா, தைந்நீராடல் உள்ளிட்ட பல விழாக்கள் பௌர்ணமியில் தொடங்கப்பட்டதைக் கண்டோம். நன்மையும் வளர்ச்சியும் வேண்டி நிகழ்த்தப்பட்ட இன்னபிற சமூக விழாக்கள்கூட நிறைமதி நாட்களில் நிகழ்ந்ததைக் காண்கிறோம்.

விழா மரபுகள் தொன்மையும் தொடர்ச்சியும் கொண்டவை. தொன்றுதொட்டுப் பயின்றுவரும் பல மரபுகளைக் காணும் அதேவேளையில், பிற பண்பாட்டுத் தாக்கங்களால் மாற்றங்களும் ஏற்பட்டதைக் காண்கிறோம். அந்தணர், பார்ப்பனர் முன்னின்று செய்த விழாக்கள் அயல் பண்பாட்டுத் தாக்கம் கொண்டவை.

விழாவிற்கான வினைமுறைகளை ஆற்றும் நிலையில் வேலன், குயவர் ஆகியோர் செயல்பட்டனர். இன்றைய பூசாரியின் பணிகளைச் சங்ககாலத்தில் வினையாற்றியோர் குயவர் (நற். 200: 1).

ஊர்மக்களுக்கு விழாவினை அறிவித்து, விழாவில் கடவுளர்க்குப் பலியினை பூசையினை அற்றியவர் குயவர்களே (நற். 293: 1-4).

விழா நடைபெறும் இடத்தில் புதுமணல் பரப்புதல் தொன்று தொட்டு வரும் நடைமுறையாகும் (அகம்.187: 9). விழாவின் தொடக்கம் கொடியேற்றத்துடன் நிகழும். விழா நாட்களில் மக்கள் தொழிலாற்றுவதில்லை. மன்னர் சிறைக் கைதிகளை விடுவிப்பார்; இரவலர்க்குப் பரிசளிப்பார் (பட்டின. 86-93; சிலம்பு. 28: 201-203; பதிற். 1: 19-24).

விழா நாட்களில் மக்கள் புத்தாடைகளையும் அணிகலன்களையும் அணிந்து மகிழ்ந்தனர். இளம் மகளிர் தழையாடை அணிந்து மகிழ்ந்தனர் (நற். 170; அகம். 176). ஊர் மக்கள் மகிழ்ச்சி ஆரவாரத்தில் இரவில் உறங்காமல் ஆடி, பாடி, பேசி மகிழ்ந்தனர் (அகம். 122). ஊன், கள் உண்டு மகிழ்ந்தனர் (புறம். 33, 384). விழாக்களில் வணிகம் நடைபெற்றது (அகம். 320); சிலம்பு. 6: 134-140). தினையும் மலரும் தூவி வழிபட்டனர் (திருமுருகு.218-220); பலியிட்டு வணங்கினர் (நற். 293). இவ்வாறு விழாக்கள் சமூக வாழ்வில் ஆக்கநிலைச் சக்தியை உருவாக்கின.

16

உணவு
அடிசில் முறைகள்

தேன் நெய்யொடு கிழங்கு மாறியோர்
மீன் நெய்யொடு நறவு மறுகவும்
தீங் கரும்போடு அவல் வகுத்தோர்
மான் குறையொடு மது மறுகவும்

(முடத்தாமக்கண்ணியார், பொருநராற்றுப்படை 214-217)

உணவு என்பது உடலுக்கு ஆற்றல் தருவது மட்டுமல்ல; அது சமூகத்தின் அறிவுமுறை; சமூகத்தின் தகவமைப்பு முறையாகவும் (adaptive system) அது வெளிப்படுகிறது. தமக்குக் கிடைத்துள்ள சுற்றுச்சூழலை அனுசரித்து வாழும் தன்மையே தகவமைப்பு முறை.

மானுட வாழ்வை நிர்ணயிப்பது சமூகத்தின் பொருளாதார முறையே என்று மார்க்சிய மானிடவியலர்கள் விவாதித்து வந்தனர். இந்த நிலைப்பாடு 'பொருளாதார நிர்ணயவாதம்' (economic determinism) எனப்பட்டது.

பொருளாதாரத்தைத் தாண்டிச் சிந்தித்த ஒரு குழுவினர் இருந்தனர். அவர்கள் மானுட வாழ்வைச் சுற்றுச்சூழலே நிர்ணயம் செய்கிறது என்றனர்; பண்பாட்டுச் சூழலியல் மானிடவியலர்கள் விவாதித்த இந்த நிலைப்பாடு 'சூழல் நிர்ணயவாதம்' (ecological determinism) எனப்பட்டது.

மேற்கூறிய இந்த இரண்டு நிர்ணயவாதங்களையும் கடந்து மானுட அறிவுத்திறனால் எந்தச் சூழலிலும் வாழ இயலும் என்ற நவீன நிலையை இன்னொரு குழுவினர் விவாதிக்கத் தொடங்கினர். இந்த நிலைப்பாடு 'மானுட வாய்ப்புவாதம்' (human possibilism) எனப்பட்டது.

இன்று மானுட வாழ்வு இயற்கையிலிருந்து மெல்ல மெல்ல நகர்ந்து, இயற்கை சாராத தளத்தில் பன்முகம் பெற்று வருவதை மானுட வாய்ப்புவாதத்தினர் பேசுகின்றனர். இந்த நிலையை அடைவதற்கு மனிதகுலம் நீண்ட படிமலர்ச்சிக் காலத்தை (evolutionary period) எடுத்துக் கொண்டதை அவர்கள் விவாதித்து வருகின்றனர்.

தமிழர் வாழ்வியல் குறிஞ்சி, முல்லை, நெய்தல், மருதம், பாலை என ஐந்திணைகளில் விரிந்து வந்தது. காலகதியில் அது நீர்ப்பாசன வேளாண் நாகரிகமாகப் (hydraulic civilization) புதிய உச்சத்தைத் தொட்டது. பின்னர்த் தொழில்நுட்பம் மையமிட்ட நாகரிகமாகவும் அது தன்னை உருமாற்றிக் கொண்டுள்ளது. இந்த அசைவியக்கமானது நீண்ட நெடிய படிமலர்ச்சி சார்ந்தது. இந்தப் படிமலர்ச்சியில் உற்பத்தி முறைகளும், மறுஉற்பத்தி உறவுகளும் தொடர்ந்து மாறி வந்தன. இவற்றினூடாகப் பண்டைத் தமிழரின் உணவு முறையைக் காண வேண்டும் (பக்தவத்சல பாரதி 2019).

தமிழர் உணவின் நுட்பமான வரலாற்றைச் சங்ககாலம் (கி.மு. 590 - கி.பி. 100) முதல் அறிய முடிகிறது. ஒவ்வொரு திணையிலும் உள்ள தாவரங்கள், விலங்குகள் உணவு முறையில் நேரடியாகவும் மறைமுகமாகவும் பங்குபெறுகின்றன. உவமை, உருவகம், வருணனை, குறியீடு, உள்ளுறை உவமம் என இலக்கிய முறையியலுடன் இவற்றின் பெறுமதியை இனங் காணலாம் (சிவசுப்பிரமணியன், ஆ. 2019: 16). மேலும். திணைசார் உயிரினங்கள் உணவு தொடர்பான வழக்காறுகளையும் கொண்டுள்ளன. நமது சமூகத்தின் கடந்த காலம் குறித்த சில உண்மைகளை உயிரின வழக்காறுகளின் துணையால் நம்மால் அறிய முடியும் என்கிறார் ஆ. சிவசுப்பிரமணியன் (மேலது: 20). இதனை இந்நூல் நெடுகக் காணலாம். குறிஞ்சியில் தோன்றிய புன்புல விவசாயம் முல்லை ஊடாக மருதம் வரை சென்று நீர்ப்பாசன விவசாயமாகச் செழித்தது. ஒரு திணையில் தோன்றிய தகவமைப்பு மற்ற திணைகளுக்கும் சென்று மறையாமல் தன்னைத் தக்க வைத்துக் கொண்டது.

உணவுவழிச் சிந்தனை

சிந்தனையின் ஊடகம் மொழி மட்டுமன்று; மொழியைத் தாண்டிப் பல தளங்கள் உள்ளன. அவற்றில் உணவும் ஒன்று. உணவு உண்பதற்கு மட்டுமல்ல, சிந்தனைக்கும் உரியது. அமைப்பியம் (structuralism) சில புதிய விளக்கங்களைக் காட்டுகிறது.

பண்பாட்டின் எந்த ஒரு ஒழுங்கிலும் தர்க்கச் சிந்தனை எதிரிணை களாக (binary oppositions) வெளிப்படுகின்றது. கிழக்கு/மேற்கு, வடபுலம்/தென்புலம், நெடுக்கு/குறுக்கு, பெருக்கல்/வகுத்தல், நீர்/ நெருப்பு, சக்தி/சிவன், ஆண்/பெண், வலம்/இடம், உயரம்/தாழ்வு எனக் கணக்கற்ற எதிரிணைகள் மனித மனத்தின் சிந்தனையாக்கத்தில் உருப்பெறுகின்றன. இதனூடாகவே சிந்தனை, செயல்பாடு, எண்ணம், உணர்வு, அழகியல் என அனைத்தும் வடிவம் பெறுகின்றன (லெவிஸ்ட்ராஸ், குளோத் 1963).

உணவு முறையிலும் இத்தகைய எதிரிணைக் கருத்தினங்கள் பழக்கத்தில் உள்ளன. சமைக்காத உணவு/சமைத்த உணவு (raw/ cooked), சூடு உண்டாக்கும் உணவு/குளிர்ச்சி தரும் உணவு (hot / cold), இனிப்பு/காரம், திடஉணவு/திரவ உணவு, இயல்பு உணவு/ மீவியல் உணவு (non-liminal / liminal), சைவம்/அசைவம், பால்பூசை/ பலி பூசை, சுடுதல்/வேகவைத்தல், மண்ணுக்கடியில்/மண்ணுக்கு மேல், விலக்கு உணவு/விலக்கற்ற உணவு (taboo/non-taboo), இயல்பு உணவு/விருந்துணவு, பழையது/ சூடானது, நீராகாரம்/திட ஆகாரம், சுத்தம் /அசுத்தம், மிருதுவானது/கடினமானது, காய்/பழம், புளித்தது/ புளிக்காதது, பச்சையானது/உலர்ந்தது, ஊறுகாய்/பசுங்காய், வறுவல்/பொறியல், குழம்பு/சாம்பார், இனிப்பு/கசப்பு, உப்பு/காரம், துவர்ப்பு/உவர்ப்பு, பிஞ்சு/முற்றியது, காய்/பழம் எனத் தொடரும் கருத்தாக்கங்கள் எதிரிணை சார்ந்தவை. இவை உணவு முறையில் ஆதிக்கம் செலுத்துகின்றன (மேலது: 1963).

மானுட சிந்தனை முறையில் எதிரிணைக் கருத்தாக்கங்கள் பல்கிப் பெருகியிருந்தாலும் அவை முழுமை சார்ந்த அசைவியக்கத்தில் முக்கோணப் புள்ளியில் இயங்குகின்றன. அந்த மூன்று புள்ளிகள்: 'பொருள்' (thesis) 'எதிர்ப்பொருள்' (anti-thesis), 'கூட்டுப் பொருள்' (synthesis). இந்த மூன்று தர்க்கக் கூறுகளும் முக்கோண இயங்கியலில் அடிநாதமாக இயங்கி வருகின்றன.

முக்கோண இயங்கியல் தர்க்கம்

பிரெஞ்சு மானிடவியலர் குளோத் லெவிஸ்ட்ராஸ் அமைப்பியத்தின் (structuralism) முன்னோடிகளில் ஒருவர். இவர் உணவுமுறையில் செயல்படும் எதிரிணைகளைக் (binary oppositions) கண்டறிந்து, அதன் பின்னர் உணவு முக்கோணங்களை (culinary triangles) இனங்கண்டார். ஒவ்வொரு சமூகத்தின் உணவாதார முறையிலும்,

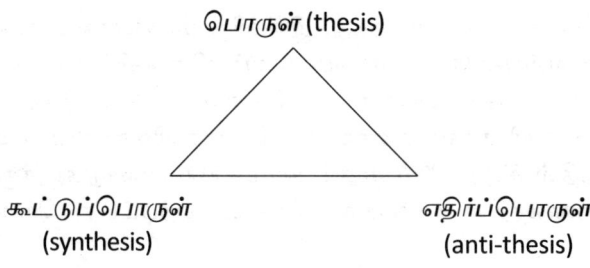

இந்த உணவியல் முக்கோணங்கள் மூன்று தர்க்கக் கூறுகளின் உறவில் இயங்குகின்றன எனச் சமைக்காததும் சமைத்ததும் (The Raw and the Cooked, 1969) நூலில் ஆராய்ந்துள்ளார். இந்தக் கோட்பாட்டியல் சிந்தனையின் அடிப்படையில் குறிஞ்சி, முல்லை, நெய்தல், மருதம், பாலை ஆகிய ஐந்து திணைகளின் உணவியல் முக்கோணங்களைக் காண்போம்.

1. குறிஞ்சி

சங்ககாலத்தில் குறிஞ்சியின் வாழ்வாதாரம் வேட்டையாடி உணவு சேகரித்தல். கூடவே, குறிஞ்சியில் கானக் குறவர்களும் குன்றக் குறவர்களும் வன்புல விவசாயத்தைத் தொடங்கிவிட்டதையும் காண்கிறோம். இந்நிலையில் குறிஞ்சியின் உணவு முக்கோணம் பின்வரும் இயங்கியலைக் காட்டுகிறது.

பாதீட்டின் தோற்றம்

ஆண்கள் குழுவாக மேற்கொண்ட வேட்டையின் மூலம் விலங்கின உணவு கிடைத்தது. பெண்கள் சேகரித்த வனச்சிறுபொருட்கள் மூலம்

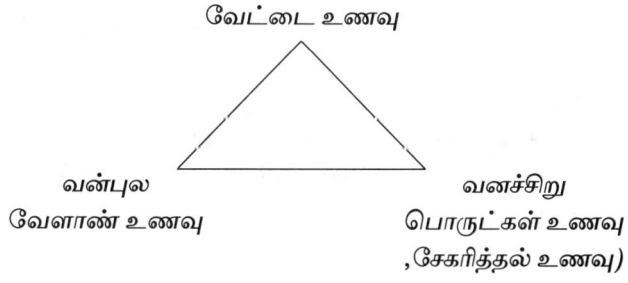

பாதீட்டின் தோற்றம்

தாவரவின உணவு கிடைத்தது. இவ்விரு வகையான உணவாதாரங் களுடன் வன்புல வேளாண்மை மூலம் விளைவிக்கப்பட்ட தினை, வரகு, ஐவன நெல், அவரை, எள், வெண்சிறு கடுகு, இஞ்சி. வாழை முதலான பயிர்களும் உணவாதாரத்தை விரிவாக்கின. பண்டைத் தமிழகத்தில் கி.மு. 8000 முதல் கி.மு. 5000 ஆண்டுகளுக்குட்பட்ட புதிய கற்காலத்தில் ஆரம்பகால விவசாயம் ஏற்பட்டது (செல்வகுமார் 2000).

ஆக, சங்ககாலத்தில் பண்டைத் தமிழர்கள் 'வேட்டை', 'சேகரித்தல்', 'வன்புல வேளாண்மை' ஆகிய மூன்று வகையான உணவாதாரங்களை உருவாக்கிக் கொண்டார்கள். இந்தக் கலப்புப் பொருளாதாரம் (mixed economy) சார்ந்த உணவாதாரம் தற்சார்பு நிலையை நோக்கி நகர்த்தியது. கூடவே, இயற்கையோடு இயைந்த உயிரினச் சூழலியலையும் அது சார்ந்திருந்தது.

இத்தகைய குறிஞ்சி நில வாழ்வில் 'பாதீடு' (பங்கிடுதல்) ஒரு தலையான பொருளியல் கூறாக விளங்கியது. வேட்டையில் கிடைத்த இறைச்சியையும், சேகரித்தல் மூலம் கிடைத்த காடுபடு பொருட் களையும் பங்கிட்டுக் கொண்டனர். இதனை,

> … … … … … … … … … … கானவன்
> வில்லின் தந்த வெண்கோட்டு ஏற்றைப்
> புனை இருங் கதுப்பின் மனையோள் கெண்டிக்
> குடிமுறை பகுக்கும் நெடுமலை நாட! (நற். 336: 3-6)

எனும் நற்றிணைப் பாடலும்

> கானவன் எய்த முளவுமான் கொழுங்குறை
> தேங்கமழ் கதுப்பின் கொடிச்சி கிழங்கொடு
> காந்தள் அம் சிறுகுடிப் பகுக்கும் (நற். 85: 8-10)

எனும் நற்றிணைப் பாடலும் பாதீட்டின் முறையை விளக்குகின்றன. குறிஞ்சி நிலத்தில் தோன்றிய வேட்டையாடி உணவு சேகரித்தல் என்பது குழு வாழ்க்கை சார்ந்தது. இனக்குழுச் சமூகத்தில் ஆண்கள் குழுவாக வேட்டைக்குச் சென்றார்கள். வேட்டையானது பட்டா பட்டா பாக்கியம். உடனடியாகவும் கிடைக்கும், தாமதமாகவும் கிடைக்கும், கிடைக்காமலும் போகும்.

பெண்களும் குழுவாகச் சேர்ந்து காடுபடு பொருட்களையும் வனச்சிறு பொருட்களையும் சேகரித்தார்கள். பெண்கள் ஈடுபட்ட வனச்சிறுபொருள்கள் சேகரிப்பானது நிலையான உணவு ஆதாரத்தைக்

கொடுத்தது. காட்டுக்குச் சென்றால் ஏதாவது சில உணவாதாரங்களுடன் குடியிருப்புக்குத் திரும்புவார்கள். குழுவினர் அனைவரும் கால்வழி, மணவழி உறவினர்கள். இந்த உறவுமுறை அடிப்படையிலேயே உணவாதாரம் ஈட்டப்பட்டது (kin-based production).

ஈட்டிய இறைச்சியையும், காய், கனி, இலை, தழை, பட்டை, மா, பலா, கொட்டை, தேன், கிழங்கு முதலான வனச்சிறு பொருள் களையும் கொடிச்சி (குடிப்பெண்டிர்) சிறுகுடியில் வாழும் பலருக்கும் பகுத்துக் கொடுத்தாள். குறிஞ்சி நில வாழ்வில் 'பாதீடு' ஒரு தலையான வாழ்வியல், பொருளியல் பண்பாக மேலோங்கி இருந்தது.

இத்தகைய வாழ்வு முறையில் மிகை பொருட்களோ, உபரியோ சேமிப்போ வைத்துக் கொள்வதில்லை. அன்றாட உணவுக்கான ஆதாரங்களை ஒவ்வொரு நாளும் ஈட்டிக் கொள்வார்கள். அதனால்தான் வேட்டையாடி உணவு சேகரிக்கும் பொருளாதார முறையைப் 'பிழைப்பாதாரப் பொருளாதாரம்' (subsistence economy) என மானிடவியலர்கள் வகைப்படுத்துவார்கள்.

கூடவே, தோட்டப் பயிர்களையும் பயிரிட்டனர். வன்புல வேளாண்மையிலும் ஈடுபட்டனர். வீட்டு விலங்குகளையும் வளர்க்கத் தொடங்கினர். இவற்றால் பண்டைத் தமிழரின் மலைசார்ந்த குறிஞ்சிப் பொருளாதாரம் 'கலப்புப் பொருளாதார'மாகப் (mixed economy) பரிணமித்தது.

குறிஞ்சியில் ஏற்பட்ட இக்கலப்புப் பொருளாதாரம், முல்லை, மருதம், நெய்தல் என மற்ற திணைகளிலும் தொடர்ந்தது. இன்றுங்கூட பல்வேறு தரப்பு மக்களும் கலப்புப் பொருளாதாரத்தைச் சார்ந்திருக் கின்றனர். இதன் பிரதிபலிப்பை உணவுமுறையிலும் காணலாம். உணவுமுறை ஆதியிலிருந்தே கலப்பு ஆதாரத்தை அடிப்படையாக ஏற்றுக் கொண்டு வந்துள்ளது.

இத்தகைய இனக்குழு வாழ்வில் 'உறவுமுறை சார்ந்த உற்பத்தி' (kin-based production) முறை காணப்பட்டது. உறவுமுறை சார்ந்த உழைப்பில் 'பாதீடு' அடிப்படையானது. ஈட்டிய உணவாதாரத்தைப் பொதுவில் அனைவரும் பங்கிட்டுக் கொண்டதே பாதீடு. இது ஆதி பொதுவுடைமை (primitive communism) சார்ந்தது. சமூக சமத்துவம் (egalitarianism) இதன் ஆதார சுருதியாகும். இவற்றால்தான் இனக்குழுத் தன்மை (tribalism) முழுமை பெற்றது. பண்டைய குறிஞ்சி நில வாழ்வில் இந்த அனைத்துக் கூறுகளையும் காணலாம்.

குறிஞ்சியில் வேட்டையாடி உணவு சேகரித்தலே முதன்மையான வாழ்வாதாரம். வேட்டையாடி உணவு சேகரிக்கும் நிலைக்கு முன்னர் மனித சமூகத்தில் வேட்டையை மட்டும் நம்பி வாழ்ந்த ஒரு கட்டம் இருந்தது. அத்தகைய நிலை இடைக் கற்காலத்தோடு (mesolithic period) அற்றுப் போனது. அதன் பின்னர் உணவு தேடி அலையும் சமூகமாக (foraging society) உருவெடுத்தது. இத்தகு சமூகத்தார் சிறு கூட்டமாக உணவுப் பொருள்கள் தேடி அலைபவர்கள் (ரத்னாகர், ஷெரீன் 2004). இன்றுங்கூட ஆப்பிரிக்க கலகாரிப் பாலைவனத்தில் வாழும் குங் புஷ்மன் போன்ற மிகச் சில குடியினர் சிறு கூட்டங்களாகத் தொடர்ந்து இடம்விட்டு இடம்மாறி உணவு தேடுபவர்களாக உள்ளனர்.

இத்தகைய உணவு தேடி அலையும் நிலை (foraging) சங்க காலத்தில் தமிழ் வேடர்களிடம் காணப்படவில்லை. கானவர், வேடர், குறவர், எயினர் அனைவருமே காட்டில் நிலையான குடியிருப்புகளை ஏற்படுத்தி வாழ்ந்த முறை பரவலான முறையாக இருந்துள்ளது. இவர்கள் தங்கள் குடியிருப்பிலிருந்து காட்டுப் பகுதிகளுக்குச் சென்று பல்வேறு பொருட்களைச் சேகரித்தனர். நிலையான குடியிருப்பு ஏதுமில்லாமல் உணவு தேடி அலையும் ஆதிநிலை இவர்களிடம் இல்லாவிட்டாலும் அடுத்த கட்டமான 'உணவு சேகரிக்கும் நிலை' இருந்துள்ளது (அகம். 177, 309, 331, பெரும். 89, 97).

குறிஞ்சி மக்கள் தோட்டப் பயிர்களையும் பயிரிட்டனர். வன்புல வேளாண்மையிலும் ஈடுபட்டனர். வீட்டு விலங்குகளையும் வளர்க்கத் தொடங்கினர். இவற்றால் பண்டைத் தமிழரின் மலைசார்ந்த குறிஞ்சிப் பொருளாதாரம் 'கலப்புப் பொருளாதார'மாகப் (mixed economy) பரிணமித்தது.

குறிஞ்சியில் ஏற்பட்ட இக்கலப்புப் பொருளாதாரம், முல்லை, மருதம், நெய்தல் என மற்ற திணைகளிலும் தொடர்ந்தது. இன்றுகூடப் பல்வேறு தரப்பு மக்களும் கலப்புப் பொருளாதாரத்தைச் சார்ந்திருக்கின்றனர். இதன் பிரதிபலிப்பை உணவுமுறையிலும் காணலாம். உணவுமுறை ஆதியிலிருந்தே கலப்பு ஆதாரத்தை அடிப்படையாக ஏற்றுக்கொண்டு வந்துள்ளது.

2. முல்லை

முல்லைத் திணையில் இந்த உணவியல் முக்கோணம் பெரிதும்

வேறுபடுகிறது. முல்லைப் பாடல்களை முழுமையாக ஆழ்ந்து நோக்கினால் அங்கு எருமை, பசு, ஆடு, காளை ஆகியவற்றை ஆயர்கள் வளர்த்துள்ளனர். முல்லைத் திணைகளில் ஆயர் பெண்கள், பூக்கள், பால், மோர், தயிர், வெண்ணெய், நெய் போன்ற பால் பொருட்களை மற்ற குடியினருக்குக் கொடுத்துப் பண்ட மாற்றமாக நெல், பொன், பசு, எருமை உள்ளிட்டவற்றைப் பெற்றுக் கொண்டார்கள் (*நற். 12: 1-10; பெரும். 155-166; குறுந். 221*).

கால்நடைகள் தரும் உணவு
(*பால் பொருட்கள் - விலங்கின உணவு*)

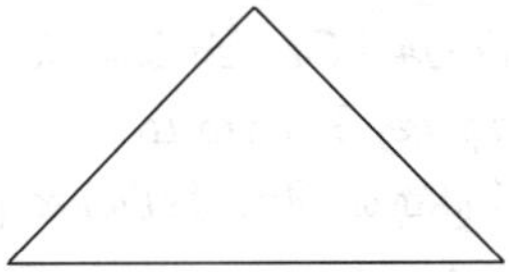

வன்புல வேளாண் உணவு (*தாவர உணவு*)

பண்டமாற்றம் சார்ந்த உணவு (*உப்பு, பிற வகைகள்*)

பண்டமாற்றத்தின் தோற்றம்

காலநடை வளர்த்தல் முல்லைக்குரிய ஆரம்பகால வாழ்வாதாரமாக இருந்தாலும், பின்னாளில் கலப்பை கொண்டு உழுது பயிரிடும் வேளாண்மையும் ஏற்பட்டது (*அகம். 194*). இதனைச் செய்தவர்கள் கொல்லைக் கோவலர் எனப்பட்டனர் (*நற். 266, 289*). பின்வரும் பாடல் இதனைப் பேசுகிறது.

கொல்லைக் கோவலர் குறும்புனஞ் சேர்ந்த
குறுங்காற் குரவின் குவியிணர் வான்பூ
ஆடுடை இடைமகன் ... (*நற். 266: 1-3*)

நற்றிணை 121வது பாடலைக் காணும்போது கால்நடை வளர்ப்புடன் உழவர்களாகவும் விளங்கியதை 'விதையர்', 'முதையல்' (பழங் கொல்லை) முதலான சொற்கள் கூறுகின்றன.

தொகுத்துக் காணும்போது முல்லைத் திணையின் உணவாதாரம் கலப்புப் பொருளாதாரத்தைச் சார்ந்திருந்தது. கால்நடை வளர்த்தல் முதன்மைத் தொழிலாகவும், வன்புல விவசாயம் துணை ஆதாரமாகவும் இருந்துள்ளன. இந்த இரண்டின் அடிப்படையிலேயே உணவாதாரம் இருந்தது.

குறிஞ்சியில் 'பாதீடு' மையமாக அமைய, முல்லையில் 'பண்டமாற்றம்' முக்கியமாக அமைந்தது. பங்கிடுதலுக்கடுத்துப்

பொருள்களின் பரிவர்த்தனை உணவு ஆதாரத்திற்கு வழிகோலியது. மானுட நுகர்வு முறையில் பாதீடும் பண்டமாற்றமும் அடுத்தடுத்த வளர்ச்சியை உண்டு பண்ணின. பாதீடு ஓர் இனக்குழுவுக்குள் நிகழ்ந்தது. பண்டமாற்றம் இனக்குழுக்களுக்கிடையில் நிகழ்ந்தது. இவற்றில் பரிவர்த்தனையின் பரிமாணம் மாறுபடுவதைக் காண வேண்டும்.

பாலொடு வந்து கூழொடு பெயரும்
ஆடுடை இடைமகன் (*குறுந். 221*)

எனும் குறுந்தொகைப் பாடலடிகளும்

நெய்விலைக் கட்டிப் பசும்பொன் கொள்ளாள்
எருமை நல்ஆன் கருநாகு பெறூஉம்
மடிவாய்க் கோவலர் குடிவயின் சேப்பின் (*பெரும்பாண். 164-166*)

எனும் பெரும்பாணாற்றுப் பாடலடிகளும் முல்லை நிலத்து மக்களின் பண்டமாற்றத்தைப் பேசுகின்றன. பண்டமாற்றம் பொதுவாகச் சமச்சீர் பரிமாற்றத்தின் (balanced reciprocity) அடிப்படையில் மேற்கொள்ளப்படும். இதில் கொடுப்பதும் பெறுவதும் சமமாக அமையும். பாதீட்டில் சமச்சீர்மை முக்கியமாவ தில்லை. ஏற்ற இறக்கம் காணப்படும். விலங்கை வீழ்த்தியவன் தலைக்கறியைப் பெறுவான். மற்றவர்கள் சிறிது குறைவாகவும் பெறக்கூடும். சமச்சீரான பாதீடு இருப்பதில்லை *(ஷாலின்ஸ் 1972).*

3. நெய்தல்

நால்வகைத் திணைகளிலும் நான்கு விதமான பொருளாதாரம் வாழ்வாதாரத்தைத் தந்தது. நெய்தல் எப்போதும் புனல்தேசம். கடல், கரை, காற்று, புயல், வெள்ளம் இவையெல்லாம் புனல் தேசத்தின் இயல்புகள். நெய்தல் திணையின் பொருளாதாரம் குறிஞ்சி, முல்லை, மருதம் ஆகியவற்றிலிருந்து மிகவும் விரிவு பெற்றது. பின்வரும் முக்கோணத்தைக் காண்போம்.

நெய்தலில் சேகரித்தல், பண்டமாற்றம், உற்பத்தி, வணிகம் ஆகிய நான்கு முக்கிய கூறுகள் வாழ்வாதாரத்திற்கும் உணவாதாரத்திற்கும் வகை செய்தன. மீன்பிடித்தல் சேகரித்தலாக அமைந்தது. உப்பு விளைவித்தலும், சங்கு பவளம் முத்துக் குளித்தலும் உற்பத்தி சார்ந்தவையாக அமைந்தன.

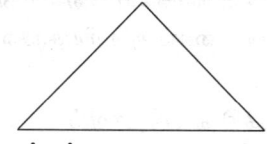

மீன் பிடித்தல் (சேகரித்தல்)
உப்பு விளைவித்தல் (உற்பத்தி)
சங்கு, பவளம் முத்துக்குளித்தல் (உற்பத்தி)

கடல்வழி வணிகம் கலங்கள் கட்டுதல் (வணிகம்)

மீன், கருவாடு விற்றல் (பண்டமாற்றம்)

சேகரித்தல், பண்டமாற்றம், உற்பத்தி, வணிகம்

கடலில் பிடித்த மீன்களைப் பிற இடங்களுக்குக் கொண்டு சென்று விற்றனர் அல்லது பண்டமாற்றம்செய்தனர். அதிகம் பிடிபடும் போது மீன்களை உணக்கிக் கருவாடாக்கிப் பின்னர்ப் பண்டமாற்றம் செய்தனர். பண்டைத் தமிழர்கள் கடல்வழி வணிகம் செய்வதில் சிறந்து விளங்கினர். இதன் பொருட்டு அவர்கள் உருவாக்கிய கலங்களில் மூன்று வகையான தொழில் நுட்பங்களைப் பயன் படுத்தினர்.

1. தொடக்கநிலைத் தொழில்நுட்பம் (Elementary technology): ஆரம்ப காலத்தில் செய்யப்பட்ட கட்டுமரம், வங்கம் முதலான கலங்கள் எளிய தொழில் நுட்பங்களோடு செய்யப்பட்டன.
2. இடைநிலைத் தொழில்நுட்பம் (Intermediate technology): நாவாய், திமில் முதலானவை சற்று மேம்பட்ட தொழில் நுட்பங்களோடு செய்யப்பட்டன.
3. மேல்நிலைத் தொழில்நுட்பம் (Higher-level technology): அதிகமான சரக்குகளைத் தொலைதூர நாடுகளுக்குக் கொண்டு செல்லும் வகையில் தோணி, அம்பி முதலான கலங்கள் உயர் தொழில்நுட்பத்துடன் உருவாக்கப்பட்டன.

மேற்கூறியவற்றைக் கருத்தூன்றி ஆராயும்போது குறிஞ்சியில் 'பாதீடு' முதன்மையான வாழ்வாதாரமாக விளங்க, முல்லையில் அதுவே பண்டமாற்றமாக உருவெடுத்ததைக் காண்கிறோம். நெய்தலில் சேகரித்தல், பண்டமாற்றம் ஆகிய இரண்டும் தொடர்ந்தாலும் சங்கு, பவளம், முத்து ஆகிய விலை உயர்ந்த பொருட்களின் உற்பத்தியும், கடல்வழி வணிகமும் புதிய வாழ்வாதாரங்களாக உருவாயின. இதன் தாக்கம் உணவிலும் காணப்பட்டது.

4. மருதம்

மருதத் திணையின் வாழ்வாதாரம் நீர்ப்பாசன வேளாண்மை சார்ந்தது. அங்கு மென்புலம் என்கிற நன்செய் வேளாண்மை ஏற்பட்டது. இது உபரி சார்ந்ததாகவும் விற்பனைக்கு உரியதாகவும் மாறியது.

... நெல் லரிந்து
சூடுகோ டாகப் பிறக்கி நாள்தொறும்
குன்றெனக் குவைஇய குன்றாக் குப்பை
கடுந்தெற்று மூடையின் இடங்கெடக் கிடக்கும்
சாலி நெல்லின் சிறைகொள் வேலி
ஆயிரம் விளையுட் டாகக்
காவிரி புரக்கும் நாடுகிழ வோனே (பொருநர். 242-248)

எனும் பொருநராற்றுப்படை வரிகள் நன்செய் வேளாண்மையின் சிறப்பைப் பேசுகின்றன. வேந்தர்கள் ஆண்ட காவிரிப் படுகையில் ஒரு வேலி நிலத்தில் ஓராயிரம் கலம் நல் விளைந்தது என்கிறது இப்பாடல்.

ஒருபிடி யானை கிடக்கும் இடத்தில் ஏழு களிற்று யானைகளைப் பாதுகாக்க வல்ல உணவுப் பொருள்களை விளைவிக்கும் சோழ நாடு என மருதத் திணையின் சிறப்பைப் புறநானூறு பேசுகிறது.

ஒருபிடி படியுஞ் சீறிடம்
எழுகளிறு புரக்கும் நாடுகிழ வோயே (புறம். 40: 9-10)

நன்செய் வேளாண்மையும் உபரியும் உருவான மருதத் திணையின் உணவியல் முக்கோணம் ஒரு புதிய இயங்கியலைக் காட்டுகிறது.

மருதத் திணையில் தோன்றிய நன்செய் வேளாண்மையில் நெல்லும் கரும்பும் மிக முக்கியமான பயிர்களாகும் (அகம். 220: 13, புறம். 385: 9, பதிற். 13: 3). இவற்றைப் பயிரிட காடுதிருத்தி நாடாக்கும் முயற்சிகளையும் குளந்தொட்டு வளம் பெருக்கும் முயற்சிகளையும் வேந்தர்கள் மேற்கொண்டனர்.

காடு கொன்று நாடாக்கிக்
குளந்தொட்டு வளம் பெருக்கிப்
பிறங்கு நிலை மாடத் துறந்தை போக்கிக்
கோயிலொடு குடிநிறீஇ (பட்டினப். 283-286)

எனும் பட்டினப்பாலை அடிகள் கரிகாற்சோழனின் செயலைப் பாராட்டுகின்றன.

வேளாண் உணவு
(உற்பத்தி சார்ந்தது)

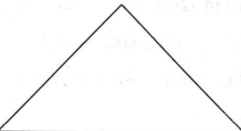

குடிஊழியப் பரிமாற்றம்
(தொழில்களைப் பரிமாறிக்கொள்ளுதல்
புதிய சமூக வடிவம்)

சந்தை உணவு
(உபரியை விற்றுத்
தேவைகளை வாங்குதல்)

குடிஊழியத்தின் தோற்றம்

மருதத் திணையில் செந்நெல் சோறு சிறப்பான உணவு. இந்த நெல் சோறு மற்ற திணைகளில் இல்லாத ஒன்று. மருதத்தில் உணவு உற்பத்தி செய்யும் சமூகம் இருந்தது. அது உடைமைச் சமூகமாகவும் இருந்தது. இங்கு நன்செய் நிலம் அடிப்படை ஆதாரமாக விளங்கியது. உழுதுண்போர், உழவித்துண்போர் எனும் இருபிரிவினர் இருந்தனர். வர்க்க வேறுபாடுகள் வலுப்பெற்றுவிட்ட இச்சூழலில் உணவு ஆதாரங்களும் வேறுபடத் தொடங்கின. திணை வாழ்வு முறையில் உணவு சார்ந்த வேறுபாடுகளும் தொடர்ந்து அதிகரித்தன (சிவ சுப்பிரமணியன், ஆ. 2019).

பண்டைத் தமிழரின் வாழ்வு முறையில் மருதத்தின் தனித்துவம் என்னவென்றால் உற்பத்தியும் உபரியும் அதிகரித்தன; வேளாண்மையும் வணிகமும் வலுவடைந்தன. இவற்றையொட்டி கைவினைக் கலைகளின் பெருக்கவும் அதிகரித்தது. கூடவே கைவினைக் கலைகளில் நுணுக்கமும் (craft specialization) பெருகியது. இந்த அசைவியக்கங்களின் காரணமாகச் சங்க காலத்திலேயே முப்பத்தைந்துக்கும் மேற்பட்ட தொழில்கள் காணப்பட்டன. (மணவழகன், ஆ. 2010). இவை யாவும் உணவு முறையிலும் பிரதிபலித்தன.

முல்லைத் திணையில் பெருகியிருந்த பண்டமாற்றம் மருதத்தில் ‘குடி ஊழிய முறை’யாக (Jajmani system) மாற்றம் பெற்றது. முல்லையில் பண்டங்களைப் பரிமாறிக் கொண்டதுபோல், மருதத்தில் பல்வேறு குடிகளும் தத்தம் ஊழியங்களைப் பரிமாறிக் கொண்டனர். வண்ணார் துணி துவைத்தால் அம்பட்டர் மயிர் திருத்துவார். கொல்லர், தச்சர், குயவர் உள்ளிட்ட பலரும் தத்தம் கைவினை சார்ந்த ஊழியத்தை மற்றவருக்குக் கொடுத்து மற்றவர்களிடமிருந்து தமக்கு வேண்டியதைப்

பெற்றுக் கொண்டனர். இதுவும் ஒருவகையான பரிமாற்றம்தான். இங்குப் பண்டமாற்றம் குடி ஊழியங்களைப் பரிமாறும் ஒரு புதிய சமூக வடிவமாகப் படிமலர்ச்சி பெற்றது எனலாம். பணப் பொருளாதாரமும் சந்தை முறையும் நன்கு வளர்ச்சி பெறாத சூழலில் இந்தக் குடிஊழியப் பரிமாற்றம் ஏற்பட்டது.

5. பாலை

குறிஞ்சியும் முல்லையும் கோடையில் திரிவதால் பாலை தோன்றுகிறது. கோடையின் வறட்சியிலும் இந்நிலத்தில் பாலை மரம் வாடாமல் கண்ணுக்குப் புலப்படுவதால் பாலை என்ற பெயர் இந்தத் திணைக்கு வந்தது என்ற ஒரு கருத்தும் உண்டு. பாலைத் திணையின் வாழ்வாதாரம் மற்ற திணைகளிலிருந்து மாறுபட்டுக் காணப்பட்டது.

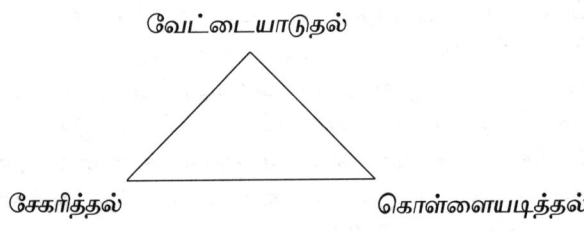

வீரயுகக்கால ஆதாரங்கள்

காட்டு வழியில் செல்வோரை ஒளிந்திருந்து தாக்கி அவர்களுடைய பொருள்களைப் பறித்துத் தமக்குள் கூறுபோட்டுக் கொள்பவர்கள் ஆறலை கள்வர்கள் (குறுந். 331). வணிகச் சாத்துகளை வழிமறித்துப் பொருட்களைக் கொள்ளை யடிப்பதும் ஆறலை கள்வர்களின் தொழிலாக இருந்தது என்பதை 'செல்சாத்து எறியும்பண்பு இல் வாழ்க்கை' என்கிறது அகநானூறு (245).

இறைச்சிக்காகவும் கள்ளுக்காகவும் ஆநிரை கவர்ந்த எயினர் பற்றியும் வேட்டுவர் பற்றியும் அறிய முடிகிறது (அகம். 59, 97, 159, 249, 309). எயினர் எனப்படும் இனக்குழுவினர் வில், அம்பு கொண்டு உடும்பு, முயல், கணமா, முளவுமா முதலான விலங்குகளை வேட்டையாடி உண்டனர் (அகம். 249, 265, 309). எறும்புப் புற்றுகளை அழித்து அவை சேகரித்து வைத்திருந்த மூங்கில் அரிசியை எடுத்தும் உண்டனர் (அகம். 319, 377).

பழையர் மக்கள் காடுகள் அடர்ந்த மலைப்பகுதியில் வாழ்ந்தார்கள். இச் சமூகப் பெண்கள் காட்டில் மலர்ந்த பூக்களைப் பறித்து மூங்கில் குழாய்களில் சேகரித்துக் குன்றகச் சிறுகுடிகளிடம் கொடுத்துப் பண்டமாற்றம் செய்தார்கள் என்பதை

பைங்குழைத் தழையர் பழையர் மகளிர்
கண்திரள் நீள் அமை கடிப்பின் தொடுத்து
குன்றகச் சிறுகுடி மறுகுதொறும் மறுகும்...
சீறூர் நாடு *(அகம். 331: 5-8)*

என்று அகநானூறு குறிப்பிடுகிறது. பாலைத் திணை வாழ்வு கொள்ளையடித்தல், வழிப்பறி செய்தல், ஆநிரை கவர்தல் முதலான கொடுஞ் செயல்கள் நிறைந்ததாக இருந்தது. இதனைப் போர் பற்றிய மானிடவியலோடு புரிந்துகொள்ள வேண்டும். சங்ககாலம் என்பது வீரயுகக் காலம். சீறூர் மன்னர்கள், முதுகுடி மன்னர்கள், குறுநில மன்னர்கள் பல்கிப் பெருகியிருந்த காலமது. இவர்கள் தன்னாட்சியுடன் ஆட்சி செய்த காலமும் உண்டு; பின்னர் வேந்தர்களின் கட்டுப் பாட்டுக்குள் வந்து திறை செலுத்தி ஆண்ட காலமும் உண்டு. இவர்கள் பல்வேறு சூழ்நிலைகளில் போரிட்டுக் கொண்டார்கள். மகட்கொடை மறுத்தலுக்குங்கூடப் போர் நடந்திருக்கிறது.

எதிரி நாட்டு வளங்களை முழுவதும் அழித்தொழிப்பதுதான் வெற்றி பெறும் மன்னனின் இறுதி இலக்காக இருந்தது. இவ்வாறான போரில் ஈடுபட்ட மறவர், மழவர், பழையர், வம்பலர், வேட்டுவர் முதலான பாலைத் திணைக் குடிகள் போர் நடவடிக்கைகளில் ஈடுபட்டு வாழ்க்கை நடத்திக் கொண்டிருந்தார்கள். போர் செய்யும் மறக் குடியினர் போரற்ற காலத்தில் தம் உணவாதாரத்திற்காகக் கொள்ளையடித்தலும், வழிப்பறி செய்தலும், ஆநிரை கவர்தலும் செய்தார்கள். இவற்றை மன்னர்கள் கண்டு கொண்டதில்லை. போருக்குப் பிந்தைய காலத்தில் கட்டுப்பாடில்லாத சலுகைகளை மறக் குடியினர் அனுபவிப்பது போன்றதொரு முறையாகக் கொள்ளையும் வழிப்பறியும் காணப்பட்டன. போரின்போது எதிரி நாட்டு வளங்கள் முழுமையாக அழிக்கப்படும். போரற்ற காலங்களில் மறக்குடியினர் உணவுத் தேவைக்காக சிறிய அளவு கொள்ளையடித்தனர்.

உணவின் பண்பாடு

'உணவு' என்பதைப் பண்பாடு என்னும் முழுமையின் ஒரு பகுதி எனக் கொள்வோமானால் அதனைக் குறைந்தது இரண்டு வகையான

கண்ணோட்டத்துடன் அணுகலாம். பண்பாடு என்பது ஒரு சமூகம் அது வாழ்வதற்காக ஏற்படுத்திக் கொள்ளும் தகவமைப்பு முறை (adaptive system) என்று அணுகுவது ஒரு முறை. மாறாக, வாழ்வதற்கான அறிவு முறையின் வெளிப்பாடு (system of ideas) என்று அணுகுவது மற்றொரு முறை.

சங்ககால உணவு முறையிலும், அதன் அடிசில் கலையிலும் தொடர்ச்சியான பண்பாட்டுப் பொருண்மைகள் ஒன்றன்பின் ஒன்றாகப் பரிணமித்து இறுதியில் மருதத் திணையில் அது அறுசுவை உணவாகப் பரிமாணம் பெற்றது. தொடக்கத்தில் சமைக்காத பச்சை இறைச்சியைத் தின்ற 'பச்சூன்' (பசுமையான ஊன்; பெரும்பாண். 283) தொடங்கி, காட்டில் இயற்கையாக எழுந்த தீயில் இறைச்சியை வக்கி (வதக்கி) மலைபடு. 247-250) உண்ட பின்னர் நெருப்பைக் கண்டுபிடித்து அதில் சுட்டுத் தின்னும் முறையை உருவாக்கினார்கள் (புறம். 319: 8). இதன் பின்னர் புழுக்கலும் (பெரும்பாண். 100), பொரித்தலும் (புறம். 379), சமைத்தலும் (அகம். 119) விரிவு பெற்றன.

மேற்கூறிய படிமலர்ச்சியின் ஊடாக, உணவின் பரிமாணம் தொடர்ந்து விரிவு பெற்றதோடு, உண்ணும் முறையிலும் பரிமாணங்கள் பல்கிப் பெருகின. சங்ககாலத் தமிழர்கள் உணவுப் பண்பாட்டை உணர்வும் அர்த்தமும் கொண்டதாக வளர்த்தெடுத்துள்ளனர். உணவை உடலோடும் சமூகத்தோடும் சேர்த்திருக்கின்றனர். தொல்காப்பியர் மரபியலில் 'மெய் திரி வகையின் எண்வகை உணவில் தொய்தியும் உரையார்' என்கிறார் (பொருள். 623). இவர் எண்வகை உணவைக் குறிப்பிடுகிறார்.

உணவை ஐவகை உணவாகக் கூறுவது ஒரு மரபு. பெருங்கதை 'ஐவேறு அமைந்த அடிசிற் பள்ளியும்' என்கிறது. பிங்கல நிகண்டு கறித்தல், நக்கல், பருகல், விழுங்கல், மெல்லல் என ஐவகை உணவைக் கூறுகிறது. வடமொழியில் 'பஞ்ச பஷய பரமான்னம்' எனக் கூறும் வழக்கு தமிழ் மரபை ஒத்தது (பெருமாள், அ.கா. 2012: 4).

ஐவகை உணவு முறையை நடைமுறையில் உண்பன, தின்பன, கொறிப்பன, நக்குவன, பருகுவன என்பார்கள். இந்தப் பாகுபாடு உணவின் தன்மை, உண்ணும் முறை, சுவை முதலானவற்றின் அடிப்படையில் உருவானது என்கிறார் அ.கா. பெருமாள் (2012: 4).

சங்க காலத்தில் பன்னிரண்டுக்கும் மேற்பட்ட வகைகளில் உணவை உட்கொண்டுள்ளனர். இது மிகவும் கருத்தூன்றி அறியவேண்டிய ஒன்றாகும் (மணி, ஆ. 2019: 24).

1. அருந்துதல்	-	மிகக் குறைவாக உட்கொள்ளுதல்
2. உண்ணல்	-	பசிதீர உட்கொள்ளல்
3. உறிஞ்சல்	-	வாயைக் குவித்துக் கொண்டு நீரியல் பண்டத்தை ஈர்த்து உட்கொள்ளல்
4. குடித்தல்	-	திரவ உணவை (கஞ்சி போன்றது) சிறிது சிறிதாக பசிநீங்க உட்கொள்ளல்
5. தின்னுதல்	-	தின்பண்டங்களை உட்கொள்ளல்
6. துய்த்தல்	-	சுவைத்து மகிழ்ந்து உட்கொள்ளுதல்
7. நக்கல்	-	நாக்கினால் துழாவி உட்கொள்ளுதல்
8. நுங்கல்	-	முழுவதையும் ஒரே வாயில் ஈர்த்துறிஞ்சி உட்கொள்ளுதல்
9. பருகல்	-	திரவப் பண்டத்தைச் சிறுகக் குடிப்பது
10. மாந்தல்	-	பெருவேட்கையுடன் மடமடவென்று உட்கொள்ளுதல் (கள் மாந்துதல்)
11. மெல்லல்	-	கடிய பண்டத்தைப் பல்லால் கடித்துத் துகைத்து உட்கொள்ளுதல்
12. விழுங்கல்	-	பல்லுக்கும் நாக்கும் இடையே தொண்டை வழி உட்கொள்ளுதல்

உணவின் இந்தப் பண்பாட்டுப் பரிமாணங்கள் உணவை வெறும் உடலாற்றலுக்கான கூறாகப் பார்க்காமல், பண்பாட்டின் சிந்தனைக் குரிய கூறாகவும் வார்த்திருக்கின்றன.

சமூக-பொருளியல் விழுமியங்கள்

குறிஞ்சியில் வேட்டையாடி உணவு சேகரித்தலும் வன்புல விவசாயமும் உணவாதாரத்தைத் தந்தன. இவ்விரண்டும் புராதன இனக்குழு வாழ்வின் வெளிப்பாடுகள். இத்தகைய வாழ்வு முறையில் 'பாதீடு' மிக முக்கியமான சமூக-பொருளியல் விழுமியமாக இருந்தது. குறிஞ்சித் திணையில் பாதீடு என்பது குடிக்குள்ளேயே நிகழ்ந்தது. இதன் மற்றொரு வெளிப்படாகப் பகுத்துண்ணுதல், கூட்டுண்ணுதல் இனக்குழுப் பண்பாக வெளிப்பட்டது. உழைப்பில் உறவுமுறை சார்ந்த ஒற்றுமை (kin-based cooperation) உணவாதாரம் ஈட்டுவதற்கு அடிப்படையாக அமைந்தது.

சங்க இலக்கியம் புராதன இனக்குழுப் பண்புகளைக் கொண்ட குறிஞ்சி சமூகத்தைக் காட்டுகிறது. இச்சமூகத்திடம் நடைமுறையில் இருந்த 'குடிமுறை பகுக்கும்' (நற். 336), 'கோள்முறை பகுக்கும்' (அகம். 89) முறையானது பாதீட்டின் ஆதி நிலையைக் குறிக்கிறது. மேலும், கூட்டுண்ணுதல் (பகுத்துண்ணுதல்) புராதன இனக்குழுவின் தலையான வாழ்வியல், பொருளியல் விழுமியமாக இருந்தது. இதனைச் சங்க இலக்கியம் 'கடறு கூட்டுண்ணும்' (பொருநர். 116), 'அதர் கூட்டுண்ணும்' (அகம். 167), 'புணர் கூட்டுண்ணும்' (மதுரை. 761), 'புலம்பு கூட்டுண்ணும்' (நற். 33) முதலான சான்றுகள் வழி மிகத் தெளிவாகக் காட்டுகிறது.

இத்தகைய கூட்டுண்ணும் வாழ்வு முறையில் 'கடப்பாடுடைய ஒன்றியம்' (mechanical solidarity) இருந்தது. இது அக்குழுவை அதிகபட்ச ஒன்றியத்துடன் இயங்க வைத்தது. குழுவில் உள்ள அனைவருமே 'ஒரு குழு' என்றும், 'நாம் எனும் உணர்வு' ('we' feeling) கொண்டும், 'குடிமுறை பகுக்கும்' உணர்வு கொண்டும் செயல்பட்டனர். இத்தகைய உணர்வு சங்க இலக்கியத்தில் 'கடன்' எனும் கருத்தினமாக வெளிப்பட்டது. சங்க இலக்கியத்தில் இந்தக் கடன் எனும் கருத்தினம் ஒரு புராதன சமூக ஒழுக்கமாகச் செயல்பட்டதை ராஜ் கௌதமன் (2019: 10-13) பல்வேறு சான்றுகளை ஒன்று திரட்டி விரிவாக விவாதிக்கிறார். பாண்கடன் (புறம். 201), புரவுக் கடன் (புறம். 149), அருங்கடன் (பதிற். 74: 22) முதலானவற்றில் 'கடன்' என்பது ஒருவகையான கடமையை, கடப்பாட்டை, உத்திரவாதத்தை, உள்ளார்ந்த சமூக ஒப்பந்தத்தை உணர்த்துகிறது. புராதன இனக்குழுச் சமூகத்திலும் இந்தக் 'கடன்' என்பது ஒருவருக்கொருவர் பரிமாறிக் கொண்ட அசைவியக்கத்தைக் காட்டுகிறது.

குறிஞ்சியில் செயல்பட்ட இந்தக் 'கடன்' எனும் கடமையானது பாணர் வாழ்வு முறையில் பரிசில் கொடுப்பதாகவும் (பாண் கடன்), பகுத் துண்ணுதலாகவும் மாறியது. இது மற்ற திணைகளில் விருந்துண்ணல், வரிசையறிந்து பரிசளித்தல் என்றானது. வேந்தர் காலத்தில் வரிசையறியாமல் அறம் செய்வதாக மாறியது. வேந்தர் காலத்தில் வழங்குதல்-பெறுதல் முறையில் கடப்பாட்டு முறை (கடன்) குறைந்து உருமாறிவிட்டது. ஒரு கட்டத்தில் அது அற்றுப் போய்விட்டது. மருதத் திணையில் சங்கச் சமூகம் ஓர் உடைமைச் சமூகமாக உருவெடுத்தது. பண்டைய இனக்குழுவின் உறவுமுறை உழைப்பிலிருந்து மாறி, புதிய குடிஊழிய முறைக்கு (Jajmani system)

நகர்ந்துவிட்ட சமூகமாகவும் உருவெடுத்தது. இத்தகைய மாற்றங்கள் உணவு முறையிலும் பிரதிபலித்தன.

கிடைத்த உணவுப் பொருட்களைத் தம்மை நாடி வந்தவர்களுக்கும் கொடுத்து உண்டார்கள். பகிர்ந்துண்ணும் இந்த இனக் குழுப் பண்பு விருந்து பேணும் வகையில் வெளிப்பட்டுள்ளது. விருந்து என்பது அடிப்படையில் பகிர்ந்துண்ணுதலின் வெளிப்பாடு. பாதீடும் கூட்டுண்ணும் முறையும் குறிஞ்சித் திணை வாழ்வின் அறமாகவும் தேர்ந்த விழுமியமாகவும் போற்றப்பட்டன.

சங்ககாலத்தில் விருந்து உபசரித்தல் மிகச் சிறப்பாக இருந்ததைச் சங்க இலக்கியங்கள் உயர்வாகப் பதிவு செய்துள்ளன. உண்மையில் இனக்குழூச் சமூக அமைப்பானது சங்க காலத்திற்கும் முந்தையது. அது சங்ககாலத்திலும் இருந்தது. இனக்குழூச் சமூகம் உருவாக்கிய பாதீடு, பகிர்ந்துண்ணுதல் முதலான பண்புகள் ஆதி இனக்குழு காலத்திலிருந்து சங்க காலத்திற்கு வந்து, பின்னர் அது சங்கம் மருவிய காலத்திலும் தொடர்ந்து வந்தது. இது மணிமேகலை ஊடாக வள்ளலார்வரை கடத்தப்பட்டிருக்கிறது. பாட்டு, தொகை இரண்டிலு மாகச் சேர்த்துப் பார்த்தால் 81 இடங்களில் விருந்து எனும் சொல் காணப்படுகிறது (சதீஸ், கோ. 2016: 34).

அடிசிலின் பன்மியமும் படிமலர்ச்சியும்

ஐந்திணைகளில் நாம் கண்ட அடிசில் முறைகளின் முக்கியமான சில அம்சங்களை இங்கு மீள்பார்வையிட்டு அவற்றின் பன்மியத்தையும் படிமலர்ச்சிப் போக்குகளையும் பரிசீலனை செய்வோம்.

இன்றைய தமிழர்கள் பரவலாக மூன்று வேளை உண்பது போலவே, சங்ககால மக்களும் மூன்று வேளை உண்டனர். அதனைச் 'சிறுசோறு' (புறம். 235), 'பெருஞ்சோறு' (அகம். 86), 'நாட்சோறு' (புறம். 379) என்றனர். இன்று அவை காலை உணவு, மதிய உணவு, இரவு உணவு எனக் காலப்பொதுமையாக்கம் கண்டுள்ளன.

குறிஞ்சியிலும் முல்லையிலும் பல்வேறு கூல வகைகள் (தானியங்கள்) கிடைத்தன. வரகரிசி (நற். 121), தினையரிசி (மலைபடு. 169), மூங்கிலரிசி (மலைபடு. 435), ஐவன அரிசி (புறம். 159), கொள் (அகம். 37) முதலானவை புன்புல விவசாயம் மூலம் கிடைத்தன. இவற்றில் தினையரிசியால் சமைத்த சோறு 'இறடிப்பொம்மல்' (மலைபடு. 169) எனப்பட்டது. தினையில் சிறுதினை (நற். 25),

கருந்தினை (நற். 108), செந்தினை (குறுந். 198) ஆகிய மூன்று வகைகள் விளைந்தன. மருதத்தில் வெண்ணெல் (குறுந். 210), செந்நெல் (அகம். 237) இரண்டும் விளைந்தன.

சங்ககால அடிசிலில் மிகவும் எளிமையானது கஞ்சியும் கூழும் ஆகும். அகநானூறு, கொள்ளுடன் பாலும் பயறும் சேர்த்துக் காய்ச்சிய கஞ்சியைக் 'கொள்ளொடு பயறு பால் விரைஇ' (அகம். 37) என்கிறது. புறநானூறு, சோற்றுக் கஞ்சியைப் 'புற்கைக் கஞ்சி' (புறம். 64) என்கிறது. 'சோறு வாக்கிய கொழுங் கஞ்சி' என்கிறது பரிபாடல் (44). கஞ்சிக்கடுத்து கூழ் ஒரு முக்கிய உணவாகும். இதனை, 'என்ஐ புற்கை' என்கிறது புறநானூறு (84). சங்ககால மக்கள் அரிசிக்களியும் உண்டனர் (பெரும். 275).

பழஞ்சோறு உண்ணும் வழக்கம் சங்க காலத்திலிருந்தே தொடர்கிறது. 'பழஞ்சோற்று அமலை' என்கிற பெரும்பாணாற்றுப் படை (224) பாடலடி மூலம் இதனைக் காண்கிறோம். இது தவிர, வெள்ளரி வெண்சோறு பற்றியும் (மலை. 465-469), பொங்கல் செய்தது பற்றியும் (புறம். 172), சோற்றில் வெண்ணெய் இட்டுச் சமைத்தது பற்றியும் (அகம். 394), பால் உலை இட்டுச் சமைத்தது பற்றியும் (அகம். 141) சங்க இலக்கியங்கள் குறிப்பிடுகின்றன.

உணவின் பன்மியம் இன்னும் விரிந்துகொண்டே செல்கிறது. அரிசிப்புட்டு போர் வீரர்களுக்குக் கொடுக்கப்பட்டதை மதுரைக்காஞ்சி (396) குறிப்பிடுகிறது. கடலை வறுவல் சோறு (புறம். 120), கட்டுச் சோறு (அகம். 79), நெய்ச்சோறு (புறம். 160), தோல் உளுந்துப் பொங்கல் (அகம். 86), 'அம்புளி' எனக்கூடிய தயிர்ச்சோறு (புறம். 215) முதலானவை உணவின் பன்மியப் பரிமாணங்களாகக் காட்சியளித்தன.

சமைத்த சோற்றுக்குக் காய்கறி குழம்புகளையும், இறைச்சி, மீன் குழம்புகளையும் வைத்தனர். தயிர்க் குழம்பு வைத்தது பற்றிக் குறுந்தொகை (167) குறிப்பிடுகிறது. மா, பலா கொட்டைகளைச் சேர்த்தும் மோர்க் குழம்பு தயாரித்துள்ளனர் (மலைபடு. 174-184). இவ்வாறான இன்னும் சில குறிப்புகளைப் பார்க்கும்போது சங்ககால மக்கள் புளிப்புச் சுவையை மிகவும் விரும்பி உண்டனர் என்பதை அறியலாம்.

சங்ககால மக்கள் பலவகையான காய்கறிகளைக் கடுகு இட்டுத் தாளித்து வெண்சோற்றோடு உண்டனர் (புறம். 127). மேலும், கருணைக் கிழங்கு வறுவல் (நற். 367), வள்ளிக் கிழங்கு வறுவல்

(மலைபடு. 125-128), ஆம்பல் தண்டு அவியல் (அகம். 78) முதலானவற்றையும் செய்தனர். சைவ உணவில் குப்பைக் கீரை கடைசல் (புறம். 159), மாதுளை ரசம் (பெரும்பாண். 305-307) முதலானவையும் இடம்பெற்றிருந்தன. இவற்றுடன் மாங்காய் ஊறுகாய் (முல்லை. 9), மாவடு ஊறுகாய் (பெரும்பாண். 308-310) போன்ற தொடுகறிகளும் தயாரிக்கப்பட்டன.

சங்ககால மக்கள் துவையலைத் 'துவையர்' என்றழைத்தனர் (புறம். 360). என் துவையல் 'வெள் எள் சாந்து' (புறம். 246) எனப்பட்டது. இது கைம்பெண்களுக்கு முக்கியமான தொடுகறியாக இருந்தது. முசுண்டைத் துவையல் பற்றிய ஒரு குறிப்பையும் நெடுநல்வாடை (13) குறிப்பிடுகிறது.

சங்ககாலச் சைவ உணவில் வரகு, தினை, கொள்ளு, அவரை ஆகிய இந்நான்கும் இல்லாமல் உணவில்லை என்கிறது புறநானூறு.

கருங்கால் வரகே இருங்கதிர் தினையே
சிறுகொடிக் கொள்ளே, பொறிகிளர் அவரையொடு
இந்நான் கல்லது உணாவும் இல்லை (புறம். 335: 4-6)

சங்ககால மக்கள் அசைவ உணவை மிகவும் விருப்பத்துடன் உண்டனர். வேட்டையின் மூலம் பல்வேறு விலங்கினங்களைப் பிடித்து உண்டனர். எலிக்கறி (நற். 83) முதல் யானைக்கறி (அகம். 186) வரை ஊன் அடிசில் பன்மியம் பெற்றிருந்தது. அசைவ உணவைப் பைந்தடி, ஊன், பைந்துணி என்றெல்லாம் குறிப்பிட்டனர்.

இறைச்சியில் ஆட்டிறைச்சி மிகவும் உயர்ந்ததாகக் கருதப்பட்டது. சங்ககாலத்தில் வெள்ளாட்டு இறைச்சி 'மையூன்' (நற். 83; புறம். 96) என்றும் செம்மறியாட்டின் இறைச்சி 'துருவை' (அகம். 94; மலைபடு. 414) என்றும் வேறுபடுத்தப்பட்டன. கறியைத் தயிருடன் சேர்த்துச் சமைக்கும் வழக்கம் அக்காலத்திலேயே இருந்தது (புறம். 326). இறைச்சியைக் கொண்டு குழம்பும் வறுவலும் செய்தனர். ஆட்டுக்கிடா (மதவிடை-பெரும்பாண். 143) கறியை மிகவும் விரும்பினர்.

சங்ககால அடிசிலில் எள்ளிலிருந்து பிழியப்பட்ட எண்ணெய், ஆநிரைகளிலிருந்து பெறப்பட்ட வெண்ணெய், நெய் பயன்படுத்தப் பட்டன. அக்காலத்தில் மிளகாய் இல்லை, மிளகுதான். இதனைக் கறி, கருங்கறி என்றே அழைத்தனர் (அகம். 149). உப்பு நெல்லைவிட விலை உயர்ந்ததாக இருந்தது. சங்ககாலத்தில் வெங்காயம் பயன்பாட்டில் இல்லை.

இத்தகைய பரிமாணங்களுடன் அமைந்த அடிசில் முறையில் வறுவலும் பொரியலும் முக்கிய இடம் பிடித்தன. பன்றிக்கறி வறுவல் (புறம். 379), முயல்கறி வறுவல் (புறம். 395), வாடூன் (உப்புக்கண்டம்) வறுவல் (பெரும்பாண். 99-100), கருவாட்டு வறுவல் (நற். 367), இரத்தப் பொரியல் (திருமுருகு. 218-220), இறால் வறுவல் (குறுந். 320), உடும்புப் பொரியல் (பெரும்பாண். 131-133), மான்கறி (புல்வாய்) வறுவல் (புறம். 150), கடமான், முளவு மான், ஆமான் (காட்டுப்பசு) வறுவல் (மலைபடு. 175-185) முதலான வகைகளைச் சமைத்துண்டனர். நெய்யிலிட்டுப் பொரித்த இறைச்சியை 'வேவை' (மலைபடு. 168), 'வறை' (பெரும்பாண். 132), 'வாட்டு' (பெரும்பாண். 256), 'செதுக்கண்' (புறம். 261), 'குறை' (நற். 85) என்றெல்லாம் அழைத்தனர். புற்றிலிருந்து வரும் ஈயல் (ஈசல்) பிடித்துப் புளிப்பு மோரிலிட்டும் வறுத்தும் உண்டனர் (நற். 49).

மீன்களைக் குழம்பு வைத்தும், வறுத்தும், கருவாடாக உப்பிட்டு உலர்த்தியும், பிரியாணி செய்தும் (புறம். 399) உண்டனர். மீன் குழம்பைக் 'காடி' (புறம். 399), 'மோழை' (அகம். 207), 'சுவாகு' என்றெல்லாம் குறித்தனர்.

சங்ககாலத்தில் பாலின் பயன்பாடு அதிகம். உணவில் பால், பழங்கள், கனிக் கலவைகள் இடம்பெற்றிருந்தன. பாலுடன் மாம்பழம் (குறுந். 201), பாலுடன் தேன் (அகம். 105), பருத்திக்கொட்டைப் பால் (அகம். 129) முதலானவற்றை விரும்பிக் குடித்தனர். பாயசம் தயாரித்து உண்டனர் (புறம். 381). தேமா சேறு பருகினர் (மலைபடு. 136-138). சுவையான மாம்பழச் சாறு என்பதையே 'தேமா சேறு' எனக் குறிப்பிட்டனர். சேறு இன்று சாறாகிவிட்டது. முக்கனிக் கலவையை விரும்பிச் சுவைத்தனர் (மதுரை. 527-535). கோடை பானமாகப் பனையின் குரும்பை நீரும், கரும்பின் தீஞ்சாறும், தெங்கின் இளநீரும் பருகினர் (புறம். 24). மோர் கோடைக்கான பானமாக இருந்துள்ளது (கலி. 9).

சங்ககாலத்தில் பசியாறுவதற்காக உணவு உண்டாலும், இளைப்பாறுவதற்காகத் தின்பண்டங்களையும் தயாரித்துள்ளனர். இனிப்பு கலந்த தினை மாவு (நுவணை-ஐங்.285) ஒரு முக்கிய தின்பண்டமாகும் (மலைபடு. 444-445). இந்த இனிப்பு அக்காலத்தில் 'விசையம், விசயம்' எனப்பட்டது (மலைபடு. 444; மதுரை. 625).

சுட்ட பனங்கிழங்கு (புறம். 225), பாசவல் (அகம். 141), கரும்புடன் அவல் (பொருநர். 216), செந்நெல் இனிப்பு அடிசில் (பெரும்பாண்.

473-475), காய்கனிக் கலவை (மதுரை. 527-535), தீம் பசும்பால் (மலைபடு. 408-410), இனிப்புத் தயிர் (பெரும்பாண். 156-158), மெல்லடை (மதுரை. 625) முதலான பலகாரங்களையும் இல்லங்களில் தயாரித்துச் சுவைத்தனர்.

சங்ககால நகர வாழ்வு உணவுப் பண்டங்களை விலைக்கு விற்கும் (நொடை) சூழலை உருவாக்கியது. அங்காடி (நாளங்காடி, அல்லங்காடி), கடைத்தெரு ஆகியவை 'ஆவணவீதி', 'நியமம்' எனப்பட்டன (அகம். 227; மதுரை. 365). இங்குக் கூலம், பண்டம், பண்ணியம் முதலான அனைத்தும் விற்கப்பட்டன. கூலம் என்பது தானியங்களைக் குறிக்கிறது (மதுரை. 317). பண்டம் என்பது மிளகு, மணி, பொன், சந்தனம், முத்து, பவளம், வேளாண் விளை பொருட்கள், உணவு வகைகள் முதலானவற்றைக் குறிக்கும். புகார் நகரத்தின் கடற்துறையில் வந்து குவிந்த பொருட்களைப் பட்டினப் பாலை பட்டியலிடுகிறது. பண்ணியம் என்பது உணவு உள்ளிட்ட நேரடி நுகர்வுப் பொருட்களைக் குறிக்கிறது (மதுரை. 528-627). தின்பண்டங்களும், காய்கறி, பழங்கள், கீரை, கிழங்கு, மோதகம் (அப்பம், கொழுக்கட்டை), கடிகை (கற்கண்டு), ஊன்சோறு, வெற்றிலை, பசும்பாக்கு, சுண்ணாம்பு, பூக்கள் முதலானவற்றை வணிகர்கள் விலை கூவி விற்றனர் (மதுரை. 399-401).

சங்க இலக்கியங்கள் காட்சிப்படுத்தும் மேற்கூறிய அடிசில் முறைகளில் ஒரு படிமலர்ச்சிப் போக்கினைக் (evolutionary process) காண முடிகிறது. பச்சூன் (பச்சை இறைச்சி) உண்டது தொடங்கி, தீக்கடைக் கோலில் செருகித் தீயில் சுட்டுண்ணது ஊடாக, புழுக்குதல் (அவித்தல்), பொரித்தல் வரை ஒரு நீண்ட படிமலர்ச்சி நிகழ்ந்துள்ளது.

சங்ககால அடிசில் பன்மியம் சார்ந்தது. இந்தப் பன்மியத்திலும் படிமலர்ச்சிப் போக்கு நிகழ்ந்துள்ளது. சங்ககால உணவாதாரங்கள் எண் வகைகளில் அமைந்தது. தானியங்கள், காய்கறி, பருப்பு, பழங்கள், பால்பொருட்கள், ஊன், மது வகைகள், உபரிப் பயிர் வகைகள் என அவை விரிந்து நின்றன. அடிசல்கள் தீயிட்டுச் சுடுதல் தொடங்கி, நீரில் புழுக்குதல் (அவித்தல்), வறுத்து அவித்தல், வற்றலாக்குதல் (கருவாடு உட்பட), வாடூன் (உப்புக்கண்டம்) தயாரித்தல், நெய்யில் பொரித்தல், வேகவைத்துப் பக்குவமாக்குதல், துவையர் (துவையல்) அரைத்தல் ஊறுகாய் போடுதல் (ஊறவைத்தல்) வரை ஒரு பண்பாட்டுப் படிமலர்ச்சியினைக் காணமுடிகிறது.

பண்டைத் தமிழர்கள் மண், இரும்பு, மரம், கல், சங்கு, பளிங்கு, தந்தம், செம்பு, வெள்ளி, பொன் போன்றவற்றிலிருந்து பல்வேறு வகையான புழங்கு பொருட்களைச் செய்துள்ளனர். மண்ணால் செய்யப் பட்ட கலங்கள் 'குயம்' (பொருநர். 242; அகம். 481), 'குழிசி' (பெரும் பாண். 99, 159, 366), 'சாடி' (பெரும்பாண். 280; நற். 295: 7), 'குடம்' (நற். 353: 4), 'பானை' (அகம். 274: 5) என்றெல்லாம் கூறப்பட்டன.

இதில் 'குழிசி' என்பது பல்வேறு வகைகளில் பயன்பட்டது. குழம்பின் வகைகளைக் கொண்டு சட்டியும் வகைப்படுத்தப்பட்டது. அசைவ வகையாகிய மீன், ஆடு, கோழி, மான் முதலானவற்றைச் சமைப்பதற்கு ஒரு சட்டியும், மற்றவற்றைச் சமைக்க வேறு சட்டியும் பயன்பட்டன என்பதை 'மான்றடி புழுக்கிய புலவு நாறு குழிசி' (புறம். 168: 9) எனும் பாடலடியால் அறியலாம்.

கல் அடுப்பில் குழிசியை வைத்து அரிசி, சுனைநீர் இட்டுச் சோறு பொங்கியதையும்;

புடைசூழ் தெங்கின் முப்புடைத் திரள்காய்
ஆறுசெல் வம்பலர் காய்பசி தீரச்
சோறடு குழிசி இளக விழூஉம் (பெரும்பாண். 364-366)

குழிசி தயிர் கடைவதற்குப் பயன்பட்டதையும்,

உறையமை தீந்தயிர் கலக்கி நுரைதெரிந்து
புகர்வாய்க் குழிசி பூஞ்சுமட்டு இரீஇ (பெரும்பாண். 158-159)

பெரும்பாணாற்றுப்படை கூறுகிறது. இவை தவிரத் தசும்பு எனும் பானையை முல்லை நில ஆயர்கள் பால், தயிர், கள் போன்றவற்றை வைப்பதற்குப் பயன்படுத்தினர் (நற். 84; புறம். 33). இப்பானைகளைச் சங்ககால மக்கள் சந்தனம் பூசி மலர் மாலைகளாலும், இஞ்சி மாலைகளாலும் அலங்கரித்தனர் (பதிற். 42).

மண்ணால் செய்யப்பட்ட அகன்ற சட்டி 'அகல்' எனப்பட்டது. இது அக்காலத்தில் அப்பம் சுடுவதற்குப் பயன்பட்டது (பெரும்பாண். 377).

முன்பனிக்காலத்தில் வெதுவெதுப்பாக வெந்நீர் குடிப்பதற்குச் 'சேமச் செப்பு' எனும் சூடுகாக்கும் கலத்தைப் பயன்படுத்தினர்.

அற்சிர வெய்ய வெப்பத் தண்ணீர்
சேமச் செப்பிற் பெறீஇயரோ, நீயே (குறுந். 277: 4-5)

சங்ககாலத்தில் இவ்வாறு மேலும் பல புழங்கு பொருட்கள் பயன்பாட்டில் இருந்தன.

கரிகாலன் அரண்மனையில் பணிப்பெண்டிர் அரசனுக்கும் அவனுடைய விருந்தினர்க்கும் பொற்கலத்தில் கள்ளை ஊற்றிக் கொடுத்ததைப் பொருநராற்றுப்படை பின்வருமாறு விவரிக்கிறது.

பொலங்கல நிறையப் பல்கால்
வாக்குபு தரத்தர வருத்தம் வீட
ஆர வுண்டு பேரஞர் போக்கிச்
செருக்கொடு நின்ற காலை (பொருநர். 86-89)

செல்வந்தர் இல்லங்களில் அன்றாடத் தேவைகளுக்குப் பொன், வெள்ளி, செம்புப் பாத்திரங்களைப் பயன்படுத்தியதையும் அறியலாம். இத்தகைய புழங்கு பொருட்கள் பண்டுதொட்டே இருந்தன என்பதை ஆதிச்சநல்லூர் முதலிய இடங்களில் கிடைத்த தொல்பொருள்கள் கூறுகின்றன.

பின்னுரை

உணவு என்பது பண்பாட்டின் பிரதிபலிப்பு; பண்பாட்டின் உருவாக்கம். அது கடந்த காலத்திலிருந்து நிகழ்காலத்திற்கு வந்து சேர்ந்தது. அதற்கென்ற ஒரு பயணமுண்டு. வரலாற்று ரீதியில் அது கண்டு வந்துள்ள அடையாளங்கள் யாவும் பண்பாட்டு வரலாற்றை அர்த்தப்படுத்துகின்றது. இனஅறிவியலின் (ethnoscience) பகுதியாக அது விவாதிக்கப்பட வேண்டும். குறிஞ்சி, முல்லை, மருதம், நெய்தல் அனைத்தும் தமிழ் நிலம் என்றாலும் அவை பகுதிகளாக அமைபவை. பகுதிகளின் தொகுப்பே முழுமையாகும்.

'தமிழ்ப் பண்பாடு' என நாம் பேச விரும்புவது வரலாற்று வாதத்தின் சாத்தியப்பாட்டைக் குறைத்துவிடுகிறது. 'தமிழ்ப் பண்பாடு', 'தமிழர் உணவு' எனும் கருத்தினங்கள் தனியொரு மேலோங்கிய லட்சியக் கருத்தியலை முன்னிறுத்துபவை. தமிழ்த் தேசம் பண்டைக் காலத்திலிருந்தே பன்மைப் பண்பாட்டுத் தேசம். அதில் உருவாக்கப்பட்டுள்ள உலகளாவியங்களை (universalism) விடவும் ஐந்திணைத் தனித்துவங்கள் (particularism) அதிகம். இவற்றைக் கருத்தூன்றி அணுக வேண்டும்.

பண்டைத் தமிழர்கள் திணையின் ஊடாக உணவின் அம்சங்களை வெளிப்படுத்தினார்கள். மண்ணும், அதன் வகைகளும், வண்ணங் களும், மணங்களும் தமிழர் உளவியலாக, வாழ்வியலாக அமைந்தன. திணை சார்ந்த உணவு முறை அவர்களிடம் பாதீடு, பண்டமாற்றம்,

கூட்டுண்ணல், விருந்தோம்பல் முதலான உளவியல், வாழ்வியல் வடிவங்களாக உருப்பெற்றன.

குறிஞ்சியில் பெண்கள் ஈடுபட்ட 'சேகரித்தல்' (gathering) என்பது இயற்கையை அழித்ததன்று. அது காட்டு வளத்தை அழிக்காமல் மண்டிக் கிடந்த மிகைப் பொருட்களை ஈட்டியதாகும். இலை, தழை, காய், கனி, கொட்டை, தேன், கிழங்கு என அனைத்தும் சேகரிக்கப் பட்ட பிறகும் காட்டில் அவை கொஞ்சமும் குறையாமல் பல்கிப் பெருகும் அளவில் பெண்களின் சேகரிப்பு அமைந்தது.

பருவ காலங்களுக்கு ஏற்ப இந்தச் சேகரிப்பு நடைபெற்றது. திணையின் முதற்பொருள், கருப்பொருள் இரண்டும் புலனால் அறியப்பெற்றன. இடம், காலம், உயிரினங்கள் அனைத்தும் இணைத்தறியப்பட்டன. இந்தச் சூழலில் திணையின் உலகக் கண்ணோட்டம் தத்துவப் பொருளானது. உண்மையில் 'திணை' எனும் இலக்கிய உள்ளீடு அல்லது கருத்தினம் தொல்குடிகளின் தொன்மை யான வாழ்வியல் ஞானத்தைப் பிரதிபலித்தது. முழுமை சார்ந்து (holism) சொல்ல வேண்டுமானால் தொல்குடி வாழ்வியல் ஞானத்தின் இலக்கியச் சொல்லாகவே 'திணை' வெளிப்படுகிறது.

பண்டைய தமிழரின் திணைசார் வாழ்வு முறை என்பது பண்பாட்டுச் சூழலியம் (cultural ecology) சார்ந்தது. இவற்றில் குறிஞ்சி, முல்லை, மருதம், நெய்தல், பாலை ஆகிய ஐந்திணைகளின் வாழ்வுமுறை இயற்கைக்கும் மனிதனுக்குமான ஆழமான உறவில் இயங்குவது. இயற்கையை ஆதிக்கம் செலுத்தாமல், அதன் வளங்களை வெறிகொண்டு கொள்ளையடிக்காமல் இயைந்தும் சார்ந்தும் வாழ்ந்த வாழ்வு முறையே திணை வாழ்வியல். இந்தப் பூவுலகம் தெய்வீக மானது, அழிப்பதற்கன்று என்ற விழுமியத்தைப் போற்றும் வாழ்வியல் இவ்வைந்து திணைகளின் வாழ்வியல். பாதீடும் பண்டமாற்றமும் இந்த வாழ்வு முறையின் அடிப்படைகள். குழு உழைப்பு, கூட்டுண்ணுதல், பகிர்ந்தளித்தல் ஆகியவை இவற்றின் பிற பரிமாணங்கள். உறவுமுறை சார்ந்த பொருளீட்டல் (kin-based production) இவற்றின் ஆதார சுருதியாகும்.

குறிஞ்சியில் மலையும் காடும் எல்லோரும் பயன்படுத்தும் இடமாகும். ஆதலின் உடைமை என்பது அனைவருக்கும் பொது வானது (common property). அடுத்து, ஆண்கள் வேட்டையாடு வதிலும், பெண்கள் காடுபடு பொருட்களைச் சேகரிப்பதிலும்

பயன்படுத்திய தொழில்நுட்பம் சனநாயகத் தன்மையானது (democratic technology). அது மிகவும் எளிமையான தொழில்நுட்பமாகும். எவரும் பின்பற்றலாம். யாருடைய கட்டுப்பாட்டிலும் அது முடங்கியிருப்பதில்லை. நெய்தலிலும் இதே நிலைதான்.

சங்ககாலத்தில் சோற்றை வல்சி (பெரும்பாண். 255), சொன்றி (பெரும்பாண். 131), மிதவை (அகம். 861), அடிசில் (சிறுபாண். 242, பதிற். 45: 13), புன்கம் (புறம். 810) மிதவை (புறம். 326: 10), துழவை (பெரும்பாண். 275), கூழ் (பெரும்பாண். 175) எனப் பல்வேறு பெயர்களால் அழைத்தனர். இவை ஒவ்வொன்றும் வெவ்வேறு வகையான சமையல் முறையைக் குறிப்பதாகும் (சண்முகம்பிள்ளை, மு. 2004: 144).

17
பூசல், போர்
தமிழ்த் தேசத்தில் வீரயுகக் காட்சிகள்

நெல்லும் உயிர் அன்றே நீரும் உயிர் அன்றே
மன்னன் உயிர்த்தே மலர்தலை உலகம்
அதனால் யான்உயிர் என்பது அறிகை
வேல்மிகு தானை வேந்தர்க்குக் கடனே

(மோசிகீரனார், புறநானூறு 186: 1-4)

சங்ககாலத் தமிழ்ச் சமூகம் வீரயுகச் சமூகமாக இருந்ததால் போர் புரிதலே அச்சமூகத்தின் இடைவிடாத பண்பாக இருந்தது. 'போர்' எனும் சொல்லைப் பொது நிலையில் புரிந்து கொள்வது அதன் முழுமையான பொருளைக் காட்டாது. பூசல், போர் ஆகிய இரண்டு சொற்களை இணைத்துக் காணும்போது அவற்றின் பொருண்மை களையும் வேறுபாடுகளையும் நன்குஅறிய முடியும்.

தொல்காப்பியம் (பொருள். புறத்திணை. 5) தொறுகோடல், மீட்டல் இரண்டையும் 'பூசல்' என்றே குறிப்பிடுகிறது. தொறு என்றால் தொழு, பசுக்கூட்டம், மாடுகள் என்று பொருள். தொறுப்பூசல் என்றால் மாடுபிடி சண்டை என்பது பொருள் (பூங்குன்றன், ர. 2016: 70-71).

பூசல் என்பது அரசர்களுக்கிடையில் நடைபெற்ற பெரும் போரைக் குறிக்காது. பெரும்போரைக் குறிப்பதற்குப் பழந்தமிழில் சமர், செரு, அடுதல், போர் ஆகிய சொற்கள் உள்ளன. இவற்றிலிருந்து ஆநிரை கவர்தலையும், மீட்டலையும் வேறுபடுத்திக் காட்டவே பூசல் என்ற சொல் பயன்படுத்தப்பட்டது (மேலது: 71).

சங்ககாலத்தில் கால்நடைக் கூட்டத்தைக் குறிப்பதற்கு ஆயம், நிரை, தொறு முதலான சொற்கள் ஆளப்பெற்றன. செங்கம், தருமபுரி வடடங்களில் கிடைக்கும் நடுகற்களில் தொறு, தொக்கை, காலி,

மாடு, பசு முதலான சொற்கள் பயின்று வருகின்றன. பல்லவர் கால நடுகற்களிலும் மாடுபிடி சண்டைகள் 'பூசல்' என்றே பதிவாகியுள்ளன. பூசல் எனும் இச்சொல் சங்க இலக்கியங்களில் மிகப் பரவலாக ஆளப்பெற்றுள்ளது (நற். 14, 65, 90, 100; குறுந். 29, 43; ஐங். 315, 480; பதிற். 22, 27; அகம். 7, 8, 48; புறம். 7, 25, 42, 120). ஆக, 'தொறுப் பூசல்' எனும் சொல்லாட்சி சங்ககாலத்திலிருந்து பயின்று வரக்கூடிய ஒன்றாகும் (மேலது: 70-81).

போர் என்பது நாடுகளுக்கிடையில், வேந்தர்களுக்கிடையில் பெரிய படைகளுடன் நடத்தப்பெற்றதாகும். சங்ககாலப் போர்முறைகளை அறிவதற்குத் தொல்காப்பியப் புறத்திணையில், புறநானூறு, பதிற்றுப்பத்து முதலானவை பெரிதும் சான்றுகளாகின்றன. அக்காலப் போர்களைப் பின்வரும் நான்கு வகைகளாக இனங்கண்டனர். 1. வெட்சிப் போர் 2. வஞ்சிப் போர் 3. உழிஞைப் போர் 4. தும்பைப் போர்.

புறப்பொருள் வெண்பாமாலை போர்களின் பல்வேறு செயல்பாடு களை அடிப்படையாகக் கொண்டு அவற்றைப் பின்வருமாறு வகைப்படுத்துகிறது.

1. வெட்சி - ஆநிரை கவர்தல்
2. கரந்தை - ஆநிரை மீட்டல்
3. வஞ்சி - நாட்டின் மீது படையெடுத்தல்
4. காஞ்சி - பகைவரை எதிர்த்தல்
5. உழிஞை - மதிலை வளைத்தல்
6. நொச்சி - காத்தல்
7. தும்பை - களத்தில் போரிடுதல்
8. வாகை - போரில் வெல்லுதல்

மன்னர்களும் வேந்தர்களும் ஈடுபட்ட இப்போர்களில் வேற்படை, வாள்படை, விற்படை, தேர்ப்படை, குதிரைப்படை, யானைப்படை ஆகிய அறுவகைப் படைகளைப் பயன்படுத்தினர். சங்ககாலப் போர் முறைகளைப் பின்வருமாறு சுருக்கிக் காணலாம்.

1. அக்காலத்தில் படை வீரர்களுக்குப் பயிற்சி அளிக்கத் தனிப் பாசறைகள் இருந்தன. இவை 'முரண் களரி' எனப்பட்டன. பாசறைகளில் கூதிர்ப் பாசறை, வேனிற் பாசறை என இரு பிரிவுகள் இருந்தன. அங்கே இருந்த காவல் இருக்கைக்குப்

'பார்வல் இருக்கை' (மதுரை. 231) என்று பெயர். ஒவ்வொரு பாசறையும் பெரிய ஊர் போலக் காட்சியளித்ததால் அதனைக் 'கட்டூர்' என்றனர் (பதிற். 68). படைவீரர்களின் பாசறைப் பயிற்சியில் பாணர்கள் கலைச்சேவை புரிந்தனர்.

பயிற்சி முடிந்த வீரர்களுக்குப் 'பூந்தொடை விழா' (அகம். 187) நடத்தப் பெற்றது.

வார்கழற் பொலிந்த வன்கண் மழவர்
பூந்தொடை விழவின் தலைநாள் அன்ன (அகம். 187: 7-10)

பயிற்சிபெற்ற இளையோரை அரங்கேற்றிக் கொற்றவைக்குச் செய்யும் விழாவாக இது அமைந்தது. இன்றைய திராவிடப் பழங்குடிகளிடமும் இந்த நிறுவனம் தொடர்வதைக் காணலாம். கோண்டுப் பழங்குடியின் 'கோட்டுல்', முதுவர் களின் 'இளந்தாரி மடம்', மலைமலசரின் 'சாவடி' உள்ளிட்ட இளையோர் கூடங்கள் (dormitories) சமூகத்தின் பொது நோக்கங்களுக்காக இளைஞர்களைத் தயார்படுத்துகின்றன.

2. பாசறையில் போர்ப் பயிற்சிகள் முடிந்த பின்னர் விழாக் காலங்களில் பொதுமக்களுக்கு வீரர்களின் மறப் பயிற்சி செய்து காட்டப்பட்டது. இது 'வாளுடை விழா' எனப்பட்டது. இந்நிகழ்வில் பாணர்களும் இசை ஊழியம் செய்தனர்.

3. போர் நிகழவுள்ளது என்ற சூழல் ஏற்பட்டவுடன், போரின் தொடக்க நிகழ்வுகளிலும் பாண் சமூகத்தார் பங்கேற்றனர். போருக்குப் புறப்படும் முன்னர் வீரர்களும் மன்னனும் சூளுரைத்தனர். இதனை 'வஞ்சினம் கூறல்' அல்லது 'ஒன்று மொழிதல்' எனக் குறிப்பிட்டனர் (பதிற். 41).

4. மன்னர்கள் போருக்குக் கிளம்பும்போது நல்ல நாளில், நல்ல ஓரையில் நேரம் கணித்துத் தத்தம் குடையையும் வாளையும் போர்க்களம் நோக்கிப் போக விடுவர். போருக்குச் செல்லும் வஞ்சி மன்னனும் உழிஞை மன்னனும் கூர்ந்து கணித்துக் கிளம்பும் இந்நிகழ்வை 'நாட்கோள்', 'குடைநாள் கோள்', 'வாள்நாள் கோள்', 'குடை செலவு' என்பார்கள். குடையும் வாளும் கிளம்பும்போது பாணர்கள் முழக்கும் உணர்ச்சி மிகுந்த இசை வினைப்பாடுகள் வீரர்களைப் போர்க்களத்திற்கு உந்து செலுத்தும்.

5. போருக்குக் கிளம்பும் முன்பு நற்சொல் கேட்பது மரபு. இதனை

'விரிச்சி கேட்டல்' என்பார்கள். ஆநிரை கவரச் சென்ற மறவர்கள் விரிச்சி கேட்டதைப் 'பாக்கத்து விரிச்சி' எனும் துறை கூறுகிறது. ஆநிரைகளை மீட்கச் சென்ற மறவர்களும் குறிகேட்டனர் என்பதை 'வெறியறி சிறப்பின் வெவ்வாய் வேலன் வெறியாட்டயர்ந்த காந்தள்' எனும் அடிகள் வழி அறியலாம். அகவுநர், அகவலன், கட்டுவிச்சியர் நற்சொல் கூறுவார்கள். இதனைத் தொல்காப்பியம் (111: 63.8) 'உன்னநிலை' என்கிறது. உன்னம் என்பது ஒருவகை மரம். அது தளிர்த்துச் செழித்துக் காணப்பட்டால் நல் நிமித்தமாகும். வாடிக் காணப்பட்டால் தோல்வி ஏற்படும் என்பது நம்பிக்கை. உன்னக் குறி பார்க்கும்போது உன்னம் வாடியிருந்தாலும் அதனையும் மீறி போர் தொடுக்கச் சென்றால் அவனை 'உன்னத்துப் பகைவன்' என்று புலவர்கள் குறிப்பிடுவார்கள்.

6. ஆநிரை கவர்ந்து வரும் வெட்சி வீரர்கள் கொண்டாடும் நிகழ்வைத் தொல்காப்பியம் 'உண்டாட்டு' என்கிறது (தொல். புறத். 3). வெற்றிபெற்று வரும் வெட்சித் தலைவனுக்கும், அவன் மறவருக்கும் உண்டாட்டுச் செய்யுங்கள் என்கிறது புறநானூற்றுப் பாடல் (262). வெற்றியோடு திரும்பிக் கொண்டிருக்கும் வீரன் பாடுவதாக மேற்கூறிய பாடல் அமைகிறது. 'பந்தலைப் போடுங்கள், அதனைப் பசுந்தழையால் மூடுங்கள், கீழே புதுமணல் பரப்புங்கள், தேன் பிழியுங்கள், ஆட்டுக் கிடாவெட்டி பலியிடுங்கள், பகைவனின் தூசிப் படையை அழித்துத் தலைவன் ஆநிரைகளைக் கவர்ந்து வருகிறான், வீரர்கள் களைப்பாக இருக்கின்றனர், அனைவருக்கும் விருந்து கொடுத்து ஆடுக' என்கிறான் (புறம். 262). உண்டாட்டு பற்றிப் புறநானூற்றில் மேலும் சில பாடல்கள் உள்ளன (புறம். 257, 258, 269, 297).

7. பகைவர் நாட்டின்மீது படையெடுத்துச் செல்லும் அரசன் போருக்குப் புறப்படும் முன்னர் தெய்வத்திற்குச் சோற்று உருண்டைகளைப் படைத்துப் பின்னர் அவற்றை வீரர்களுடன் அமர்ந்து தானும் உண்டான். இச்சடங்கு நிகழ்வு 'பெருஞ்சோறு' எனப்பட்டது (பதிற். 30-33). தெய்வத்துக்குப் படைக்கும்போது 'கள்'ளும் படைக்கப்பட்டது. படைத்த கள்ளை வீரர்கள் அனைவரும் பருகினர் என்பதை 'கள்ளுடைப் பெருஞ்சோற்று எல்லிமிழ் அன்ன' (அகம். 266) எனும் அடி கூறுகிறது. படைத்த

கள்ளைப் பருகுவதன் மூலம் தெய்வ ஆற்றல் தமக்குக் கிடைக்குமென வீரர்கள் நம்பினர். இனக்குழுக்களிடமிருந்த இந்த பெருஞ்சோற்று விழாவினை வேந்தர்கள் தங்களுக்குரிய விழாவாக வரித்துக் கொண்டனர் (பாண்டுரங்கன், அ. 2019: 310). பெருஞ்சோறு பற்றி இன்னும் சில பாடல்களும் விவரிக்கின்றன (புறம். 2, 220, 235, 261, 292; அகம். 266). இவ்வாறு மன்னன் அளித்த பெருஞ்சோற்றினை உண்ட மறவர்கள் போர்க்களத்தில் அவனுக்காகத் தம் உயிரையும்விடக் கருதும்நிலை 'செஞ் சோற்றுக் கடன்' (பொருநர். 183) எனப்பட்டது.

8. உண்டாட்டு விழாவில் கலந்து கொள்ளும் நிகழ்வில் வீரர்களின் குடிப் பெருமை மன்னனிடம் எடுத்துக் கூறப்படும். இது 'குடிநிலை உரைத்தல்' (புறம். 290) எனப்படும். வீரர்கள் அனைவரும் அரசன்முன் கூடுவார்கள். போர்ப் பறைகள் முழங்குகின்றன. அப்போது பாணன் மன்னனுக்குக் கூறும் கூற்றினைப் புறநானூறு (290) பின்வருமாறு பதிவிடுகிறது. 'வேந்தனே! இக்கள்ளை இந்த வீரனுக்கு முதலில் கொடுத்து விட்டுப் பின்னர் நீ பருகுவாயாக! ஏனெனில் இவன் தந்தைக்குத் தந்தை நின் தந்தையைக் கண்ணிமைக்காமல் காவலாகக் காத்து நின்றான். இவனும் பல போர்களில் வெற்றி பெற்றுப் பெரும்புகழ் ஈட்டியவன். எனவே, கள்ளினை இவனுக்கு முதலில் கொடு' என்கிறது அப்பாடல். குடிநிலை உரைத்தல் பற்றிய இன்னும் சில பாடல்களும் உள்ளன (பெரும்பாண். 137 147, புறம். 289).

9. போர்க் கருவிகளில் வாள் முதன்மையானது. போரின் போது அது பெறும் சிறப்பு 'வாண்மங்கலம்' எனப்பட்டது. போர் இல்லாத காலத்தில் வீரனின் வாள்கள் வீட்டுக் கூரையில் செருகப்பட்டிருந்ததால் புழுதியும் அழுக்கும் பட்டிருந்தன. போர் வந்துவிட்டால் மங்கல மகளிர் பாடிவர, பாணர்கள் யாழிசைக்க வாள் நீர்நிலைக்குக் கொண்டு செல்லப்படும். அங்கு அதனை நீராட்டி, மாலை அணிவித்து, தெருவழியே ஊர்வலமாக எடுத்து வரப்படும். வாளுக்குச் செய்யப்படும் இந்தச் சடங்கு முறையைப் புறநானூற்றுப் பாடல் (332) பின்வருமாறு வண்ணனை செய்கிறது.

மறவன் வேலோ பெருந்தகை உடைத்தே...
குரம்பைக் கூரைக் கிடக்கினும் கிடக்கும்

மங்கல மகளிரொடு மாலை சூட்டி
இன்குர லிரும்பை யாழொடு ததும்பத்
தெண்ணீர்ப் படுவினுந் தெருவினுந்திரிந்து
மண்முழு தழுங்கச் செல்லிலுஞ் செல்லுமாம் (புறம். 332: 1-8).

பதிற்றுப்பத்தும் (61: 14-18) 'வாண்மங்கலம் பற்றிப் பேசுகிறது.' போர் முடிந்த பின்னரும் ஆண்டுதோறும் வேலுக்குச் சடங்கு முறை நீராட்டுதல் நடைபெறுவதுண்டு. 'வென்ற வாளின் மண்ணோடொன்ற' எனத் தொல்காப்பியம் (1018: 11) குறிப்பிடுகிறது. தனக்கு வெற்றியை ஈட்டித் தந்த வாளினைப் புனித நீரில் நீராட்டி வழிபட்டுள்ளனர்.

10. போருக்குச் செல்லும் முன்பு பூச்சூட வருமாறு வீரர்கள் அழைக்கப்படுவார்கள். பூச்சூடிய பிறகு அனைவருக்கும் படைக்கலன்கள் வழங்கப்படும்.

11. போருக்குச் செல்லும்போது வெட்சி மறவரும், வஞ்சி மறவரும் கொற்றவைக்குப் பலியிட்டுக் கூத்தாடுவார்கள். வெற்றி வேண்டி உயிர்ப்பலியாக நரபலியும், எருமைப் பலியும், குருதிப்பலியும் தருவார்கள். தம் மன்னன் வெற்றியுடன் திரும்பும்போது தன் தலையைத் தானே அறுத்து 'நவகண்டம்' தருவதாகவும் வேண்டிக் கொள்வார்கள் (தொல். 111: 62.2).

12. போரின் தொடக்கமாக முரசு அறைந்து போர் அறிவிக்கப்படும். வேற்றுப்படை வரவையும் முரசு அடித்து அறிவிப்பார்கள்.

13. நாடு கடந்து படை வீரர்கள் செல்லும்போது சுரத்தில் கல்லும் முள்ளும் நிறைந்திருக்கும். போர் மறவர் வருந்தாமல் விரைந்து செல்வதற்காக 'கூளியர்' வழியை ஒழுங்கு செய்தார்கள். பகைப் புலத்திலிருந்து சூறையாடிக் கொண்டு வந்த பொருள்களைக் கொண்டு இவர்கள் உண்டு வாழ்ந்தனர். கொள்ளையடித்துக் கொண்டுவரப்பட்ட உணவுப் பொருள்கள் 'கொள்ளை வல்சி' எனப்பட்டது.

கொள்ளை வல்சிக் கவர்காற் கூளியர்
கல்லுடை நெடுநெறி போழ்ந்து சுரனறுப்ப
ஒண்பொறிக் கழற்கால் மாறா வயவர் (பதிற். 191-3)

பகைப் புலத்தைச் சூறையாடுவதும், போர் மறவர்களுக்கு வழியைச் சீர் செய்தலுமே கூளியர் தொழில் என்கிறது பின்வரும் புறநானூற்றுப் பாடல்.

கூர்நல் அம்பில் கொடுவிற் கூளியர்
கொள்வது கொண்டு கொள்ளா மிச்சில் (புறம். 23)

14. போரினிடையே அரசரும் மறவரும் பாசறையில் ஓய்வெடுக்கும் போது பொருநரும் விறலியரும் ஆடிப் பாடினார்கள். முரசு கொட்டி வஞ்சி பாடினார்கள்.

ஒருகண் மாக்கிணை தெளிர்ப்ப வொற்றி
வாடா வஞ்சி பாடினே னாக (புறம். 394: 7-8)

பாசறையில் அதிகாலையில் கிணை கொட்டித் துயில் எழுப்பினார்கள். மன்னன் துயிலெழும்போது அவர் மகிழுமாரு அவர்தம் புகழைக் கிணைப் பொருநர் எடுத்தோதினார்கள்.

15. வெட்சிப் போரில் கவர்ந்து வரப்பெற்ற ஆநிரைகள் குழுவினருக்குப் பகிர்ந்தளிக்கப்பட்டன. தன் பங்கில் கிடைத்த ஒரு பசுவினை மறவன் ஒருவன் கள்ளுக்கு விலையாக அதனைக் கொடுத்தான் (பெரும்பாண். 136-141). ஆவினைக் கொன்று மழவர்கள் உண்டனர் (அகம். 129). தெய்வம் உறையும் வேப்பமரத்தடியில் ஆவினை வெட்டிக் குருதி தெளித்துப் படையலிட்டனர் (அகம். 309). வேடர்கள் ஆமான் (காட்டுப் பசு) இறைச்சியையும் யானையின் தந்தத்தையும் கள்ளுக்கு விலையாகக் கொடுத்தனர் (பதிற். 30).

16. போரில் புறமுதுகு காட்டி ஓடினாலும் அவரைத் தேடி ஒழித்தலே பண்டைய மரபாகும். இதனை 'அடுத்தூர்ந்து அட்ட கொற்றம்' என்றனர்.

17. வெற்றி பெற்ற பின்னர் மன்னனின் கொடி உயர்த்திக் காட்டப் பட்டது. முரசு அறைந்து வெற்றி அறிவிக்கப்பட்டது.

18. போரில் வெற்றி பெற்ற பின்னர் போர்க்களத்தில் 'களவேள்வி' நிகழ்த்துவது பழக்கம். தலையாலங்கானத்துச் செருவென்ற பாண்டியன் நெடுஞ்செழியன் செய்த களவேள்வி பற்றி மாங்குடி கிழார் பாடிய பாடல் (புறம். 372) பின்வரும் வண்ணனையைத் தருகின்றது.

'பகைவருடைய தலைகள் அடுப்புகள் ஆகின. கூவிளங் கட்டைகள் விறகாயின. மண்டையோடு அகப்பையானது. வன்னி மரத்தின் கொம்பு அகப்பையின் காம்பானது. மாண்டு போன வீரர்களின் தசையும் கொழுப்பும் குடலும் உலையில்

பெய்து சமைக்கப்பட்டன. கன்னிப் பெண்ணாகிய பேய்மகள் உலையைக் கிண்டி அவற்றைக் கூழ் ஆக்கினாள். ஆண் பூசாரி (வாலுவன்) விழாவிற்கு வந்தவர்கள் மீது புனிதநீரைத் தெளித்தான். பொருநன் தடாரிப் பறையை முழக்கி வெற்றியைப் புகழ்ந்து பாடினான். பாணர்கள், விறலியர்கள், கூத்தர்கள் முதலான கலைஞர்கள் வெற்றி பெற்ற மன்னனைப் புகழ்ந்து பாடிப் பொருள்கள் பெற்றுச் சென்றனர். இத்தகைய வாழ்த்துப் பாடல் 'களவாழ்த்து' எனப்பட்டது (பதிற். 43: 21-28, 32-36).

19. ஆநிரையைக் கவர்ந்து சென்ற வெட்சி மறவரும், ஆநிரையை மீட்டு வந்த கரந்தை மறவரும் தத்தம் வெற்றிகளைத் துடி அடித்தும் ஆடிப் பாடியும் மகிழ்ந்தனர். இதனை மறம் கடைக் கூட்டிய துடிநிலை என்று தொல்காப்பியம் கூறுகிறது.

20. போரில் தோல்வியின் அறிகுறி தெரியும்போது சில மன்னர்கள் சமாதானம் செய்ய விரும்பினார்கள். அப்போது சமாதான ஒலியை எழுப்புவார்கள் (பரி. 10; அகம்.44).

21. ஆநிரை கவர்ந்து வரச் செல்லும்போது மறவர் கூட்டம் புறஞ் சேரியை வளைத்துச் சூழ்ந்து அங்கிருந்த காவலரைக் கொன்று ஆநிரை கவருவார்கள். இது 'ஊர்கொலை', 'முற்றிய ஊர் கொலை' எனப்பட்டது. ஊரை முற்றுகையிட்டுக் கொலை செய்தல் என்கிறது தொல்காப்பியம். போரின்போது மறவர்கள் பகை நாட்டின் காவல் காட்டையும் அகழியையும் அழிக்க முயலுவார்கள். அதனை எதிர்த்துப் போரிடும் மறவர் செயல் 'ஊர்ச்செரு' எனப்பட்டது.

22. வீரயுகப் போரில் மரணம் போற்றப்பட்டது. போர்க்களம் செல்லாமல் ஒருவர் இறந்துவிட்டாலோ, சிறுவயது குழந்தை இறந்துவிட்டாலோ அவர்கள் உடம்பில் விழுப்புண் உண்டாக்கிய பின்னரே அடக்கம் செய்தனர்.

குழவி இறப்பினும் ஊன்தடி பிறப்பினும்
ஆளன்று என்று வாளின் தப்பார் (புறம். 74).

23. போர்க்களத்தில் போரிட்டு வீரத்தை வெளிப்படுத்தி மாண்ட மறவர்களின் தாயர் மகிழ்ந்து போற்றியதைப் புறநானூறு (277, 278) பேசுகிறது. போரில் வெற்றியைத் துய்க்காது இறக்கும் வீரர் களின் தாய்மார்கள் வருந்தியதையும் புறநானூறு (286) பேசுகிறது.

24. ஒரு முதுகுடிப் பெண் போர்க்களத்திற்கு முதல்நாள் தன் சகோதரனை அனுப்பி வைக்கின்றாள். போரில் யானையைக் கொன்று தானும் இறந்துவிடுகிறான். அத்தாய் மறுநாள் தன் கணவனை அனுப்புகிறாள். அவனும் மடியவே, அதற்கடுத்த நாள் தன் ஒரே மகனை அழைத்து வேலினைக் கையில் கொடுத்து அனுப்புகிறாள். இந்த வீரத் தாயைப் பார்த்த புலவன் 'கெடுக சிந்தை கடிது இவள் துணிவே!' (புறம். 279:1) என்று இரங்கிப் பாடியுள்ளான்.

25. போர்க்களத்தில் போரிட்டு மார்பில் புண்பட்ட மறவன் ஒருவன் அப்புண்ணை மேலும் கிழித்து உயிர் விடுவதை,

'புண் கிழித்து முடியும் மறத்தினானும்' (தொல். புறத். 19)

என்று தொல்காப்பியம் குறிப்பிடுகிறது. இன்னொரு சூழலில் கணவனைக் கொன்ற வேலைத் தன் மார்பில் பாய்ச்சி இறக்கும் மனைவியின் செயலைத் தொல்காப்பியர் 'ஆஞ்சிக் காஞ்சி' என்கிறார். கணவன் இறந்தவுடன் மனைவியும் உடன் இறந்ததை 'மூதானந்தம்' என்றனர்.

நீத்த கணவன் தீர்த்த வேலின் பேர்த்த
மனைவி ஆஞ்சி யானும் (தொல். புறத். 19).

இறந்த கணவனின் முகத்தை மார்போடு அணைத்த நிலையில் மனைவி இறப்பதைக் 'கொண்டோன் தலையோடு முலையும் முகனும் சேர்த்தி முடிந்த நிலை' என்கிறது தொல்காப்பியம். இதனைப் புறப்பொருள் வெண்பாமாலை 'தலையொடு முடிதல்' என்கிறது.

இறந்த கணவனின் ஈமத் தீயில் தானும் பாய்ந்து உயிர் துறக்கும் மனைவியின் செயலைத் தொல்காப்பியம் 'நளியழல் புகுதல்' (தொல். புறத். 19) என்கிறது.

26. சேரமான் பெருஞ்சேரலாதனுக்கும் சோழன் கரிகாற் பெருவளத்தானுக்கும் போர் மூண்டது. மிக்க கடுமையான போரின் இறுதியில் பெருஞ்சேரலாதன் புறப்புண்பட்டு வீழ்ந்தான். சோழன் வெற்றி பெற்றான். தோல்வியை ஏற்காத பெருஞ்சேரலாதன் வடக்கிருந்து உயிர்விட்டான் (புறம். 65). இதனைப் புறநானூறு பின்வருமாறு குறிப்பிடுகிறது.

மிகப் புகழ் உலகம் எய்திப்
புறப்புண் நாணி வடக்கு இருந்தோனே (புறம். 66: 7-8)

27. போர்க்களத்தில் விழுப்புண் அடைந்த மறவர்கள் மருந்திட்டு இளைப்பாறும் வேளையில் பேய்மகள் சினங்கொண்டு கண்களில் தீப்பொறி பரக்க அம்மறவனின் புண்களைத் தொடும் வேளையில் அவன் மரணம் அடைவானாம். இதனைத் 'தொட்ட காஞ்சி' என்கிறது புறப்பாடல்.

போர்க்களத்தில் புண்ணுற்றுக் கிடக்கும் தன் கணவன்மார் களைப் பேய்மகள் தீண்டா வண்ணம் மனைவிமார்கள் காப்பார்கள். வீரனைச் சுற்றி வெண்சிறு கடுகினைத் தூவி, நறுமணப் பொருட்களைப் புகைத்து, மலர்களைத் தூவி, குறிஞ்சிப் பண் பாடி பாதுகாத்தனர். இதனைத் 'தொடாக் காஞ்சி' என்கிறது புறப்பொருள் வெண்பாமாலை (79).

28. போர்க்களத்தில் விழுப்புண் பட்டு வீழ்ந்து கிடந்த மறவர்களை ஓரியும் நரியும் தீண்டாதவாறு பேய்கள் பாதுகாத்தனவாம். இதனைப் 'பேய் ஓம்புதல்' என்கிறது புறநானூறு (281).

29. பண்டைத் தமிழர் மிகச் சிறந்த போர் அறங்களைப் பின்பற்றினர். பகை மன்னன் மீது போர்தொடுத்த காலத்தில் அங்கு வாழ்ந்த பசு, பெண்டிர், மூத்தோர், பிணி உடையோர், அறவோர், பார்ப்பனர், குழந்தைகள் முதலானவர்கள் மீது தாக்குதல் நடக்கா வண்ணம் அவர்களைப் பாதுகாப்பான இடத்திற்கு அனுப்பி விடுவார்கள். இதனைப் புறநானூறு,

> ஆவும் ஆனியற் பார்ப்பன மாக்களும்
> பெண்டிரும் பிணியுடையீரும் பேணித்
> தென்புலம் வாழ்நர்க்கு அருங்கடன் ஈர்க்கும்
> அறத்தாறு நுவலும் பூட்கை மறம் (புறம். 9: 1-6).

மேற்கூறியவர்கள் பாதுகாப்பான இடத்தை அடைந்த பின்னரே போர் நடவடிக்கைகள் தொடங்கின. இந்தப் போர் அறத்திற்குப் 'பூட்கை மறம்' என்று குறிப்பிடுகிறது புறநானூறு.

30. போரில் வீரர்களுக்கு எழுச்சியூட்டியும் வெற்றிக்குப் பின்னர் குரவைக் கூத்தாடியும் பங்காற்றிய பாணர்களுக்கு மன்னர்கள் 'பாண்கடன்' ஆற்றினர். அரசர்கள் பாண் சமூகத்தாருக்குப் பரிசில்கள் பெருமளவு கொடுத்துச் சிறப்பித்தனர். அதனால், குறுந்தொகை (591) இவர்களைப் 'பரிசிலர் கோமான்' என்கிறது.

போரும் பாணரும்

சங்ககாலம் வீரயுகமாகும். அந்த வீரயுகத்தில் அரசனை மக்கள் முன்பாக ஒரு மாபெரும் சக்தியாக முன்னிருத்தியவர்கள் பாணர்களும் புலவர்களும். அரசனை மாவீரனாக உயர்த்திக் காட்டியது மட்டு மல்லாமல் அவனை இறைவனுக்குச் சமமானவனாகவும் உயர்த்திக் காட்டினர். போர்த் திறனும் படைபலமும் கொண்ட மன்னன் வெற்றி பெற்றால் குரவையாடிக் கொண்டாடினார்கள். இறந்தால் நடுகல் நட்டு வழிபட்டார்கள். இதன் காரணமாகவே அரசர்கள் பரிசிலர்களுக்குப் பெருமளவு கொடையளித்துச் சிறப்பித்தனர்.

சங்ககாலத்தில் போர்ச் சூழலில் பொருநர் முக்கியப் பங்காற்றினர். மேலும் பல கலைஞர்கள் வெவ்வேறு சூழல்களில் பங்காற்றினர். சங்கப் புறப்பாடல்களை நுட்பமாக வாசிக்கும்போது போருக்கும் கூத்திற்கும் நெருக்கமான தொடர்புகள் உள்ளதைக் காணவியலும்.

ஆடு போராள நின்குன்றின் மிசை
ஆடுநர் போர் செறுப்பவும் (நற். 95: 1-2)

எனும் நற்றிணைப் பாடல்வழி போரும் கலைகளுக்கும் உள்ள தொடர்புகளை அறியலாம் (சிவத்தம்பி, கா. 2005). அவற்றில் முதன்மை யான கலைகள் சிலவற்றைக் காண்போம்.

1. **கழனிலை.** போரில் தந்தை, கணவன், சகோதரன் ஆகியோர் மாண்ட பிறகு இளைய மகன் கையில் வேலினைக் கொடுத்து அனுப்பிய குழந்தையைப் புகழ்ந்து ஆடிப்பாடும் கூத்து. இதனைத் தொல்காப்பியம் 'பயவர் ஏத்திய ஓடாக் கழனிலை' என்கிறது (தொல். புறத். 5).

2. **கொற்ற வள்ளை.** இக்கூத்து 'உரற்பாட்டு' என்றும் கூறப் பட்டது. தோல்வியைத் தழுவிய மன்னன் வென்றவனுக்குக் கொடுக்கும் திறை கொண்டாட்டமாக இது நிகழ்த்தப்பட்டது. இவ்வாட்டம் வெற்றிக் களியாட்டமாகக் காட்சியளித்தது (தொல். புறத். 28).

3. **அமலை.** போரில் பகை மன்னனை வீழ்த்திய பின்னர் வெற்றி பெற்ற மன்னனும் அவனது படை வீரர்களும் மிகவும் நெருக்கமுடன் ஆடிய களிப்பாட்டம் (அகம். 142: 13-14).

   மடுவில் வாளை மீன்கள் ஒன்றோடு ஒன்று புரண்டு துள்ளுவது போல வென்ற மறவர்கள் தம் மன்னனுடன் ஆடும் ஒருவகை வெற்றி ஆட்டம் 'ஒள்வாள் அமலை' எனப்பட்டது.

4. **வாளமலைக் கூத்து.** சங்ககாலப் போரிலக்கணத்தில் தும்பைத் திணையின் ஒரு துறையாக வாளமலை அமைந்துள்ளது. போர் நிகழ்த்துவதற்க முக்கியமான கருவி வாள் ஆகும். வாளின் பெயரால், வாள் வீரர்களால் இக்கூத்து நிகழ்த்தப்பட்டதால் 'வாளமலைக் கூத்து' எனப்பட்டது (அகம். *142: 13-14*). சங்ககாலத்தில் வாள் வீரர்களால் நிகழ்த்தப்பட்ட இக்கூத்து பிற்காலத்தில் மகளிரால் நிகழ்த்தப்பட்டது. முதல்நிலையில் வாளமலை ஆடியவள் துணங்கையஞ்செல்வியான கொற்றவை யாகும். இவள் வாளுழத்தி என்றே பெயர் பெற்றாள். வாளாடும் கூத்தினை நாலடியார் (*191: 3-4*).

> வாளாடு கூத்தியர் கண்போல் தடுமாறும்
> தாளாளர்க்கு உண்டோ தவறு

என்கிறது. கொற்றவை ஆடிய இந்தக் கூத்தை மரக்காலாடல் எனச் சிலப்பதிகாரம் குறிப்பிடுகிறது.

5. **கழல்நிலைக் கூத்து.** கழல் வீரத்தின் அடையாளம்; மறவர்கள் காலில் அணியும் அணிகலனாகும். மதுரைக்காஞ்சி (*395*) 'கழற்கால் மறவர்' என்கிறது. அவுணரைப் போரில் வென்ற முருகன் 'கழலினன்' எனப் போற்றப்படுகிறான். போரில் வீரத்துடன் புறமுதுகிடாமல் போரிட்டு வெற்றி பெற்ற வீரர்கள் கழல் அணிந்து மகிழ்ச்சியுடன் ஆடும் கூத்தாகவே இக்கூத்து காணப்படுகிறது.

6. **துடிக்கூத்து.** போரில் வெற்றி பெற்ற வீரர்கள் மிகுந்த மகிழ்ச்சியுடன் ஆடுங்கூத்து. தொல்காப்பியத்தில் வெட்சித் திணையில் 'மறங்கடைக் கூட்டிய துடிநிலை சிறந்த' எனத் துடிக்கூத்து பேசப்படுகிறது. துடி எனும் இசைக் கருவியுடன் போர்க்களத்தே ஆடப்பட்ட கூத்தென அகநானூறு (*159*) வழி அறியலாம். குறிஞ்சி நிலத்துக்குரிய மறக்குலத் தலைவன் ஒருவன் துடிக்கூத்தாடியதைப் பெரும்பாணாற்றுப்படை (*140-146*) கூறுகிறது.

சங்கப்பாடல்கள் அக்காலத்து முக்கியமான பல நாடகச் சடங்குகள் பற்றிய தெளிவைத் தருகின்றன என்கிறார் சிவத்தம்பி (*2005: 191*). அவ்வாறான சடங்குகளில் 'களவேள்ளி' முதன்மை யானது. இது போர்க்களத்தில் ஆடப்பட்டது. துடியர்கள் துடியுடன் ஆடினார்கள். மாண்டுபோன வீரர்களின் தலைகளை

அடுப்பாக வைத்து, அறுக்கப்பட்ட கைகள் தோள் மூட்டுடன் சேர்த்து அகப்பையாகப் பயன்படுத்தப்பட்டன (புறம். 26, 372; மதுரை. 24, 127-130). போர்க்களத்தில் வெற்றியைக் கொண்டாடிய பின்னர் துடிக்கூத்து ஊரின் அகத்தேயும் ஆடப்பட்டுள்ளது.

7. **தேர்க்குரவை.** போர்க்களத்தில் வெற்றிபெற்ற மன்னனின் தேர் முன்பாகவும் பின்பாகவும் ஆடிய குரவையைத் 'தேர்க் குரவை' என்றழைக்கப்பட்டது. இதனைத் தொல்காப்பியம் பின்வருமாறு கூறுகிறது.

வென்ற கோமான் முன்தேர்க் குரவையும்
ஒன்றிய மரபின் பின்தேர்க் குரவையும் (தொல். புறத். 7).

போரில் வெற்றிபெற்ற பின்னர் மன்னர் வீரர்களோடு கை பிணைந் தாடும் குரவை 'முன்தேர்க்குரவை' ஆகும். முன்தேர் குரவை பற்றிய வர்ணிப்புக்கு நல்ல எடுத்துக்காட்டு புறநானூறு 371ஆம் பாடல்.

தேரின் பின்புறம் விறலியரும் வயவரும் ஆடியது 'பின்தேர்க் குரவை' என்று புறப்பொருள் வெண்பாமாலை கூறுகிறது. பின்தேர்க் குரவை கொற்றவையின் ஆடல் என்று நச்சினார்க் கினியர் கூறுகிறார். அவரது கூற்றுப்படி கொற்றவைக்குக் கூழ் படைத்த பின் அவளைச் சுற்றி ஆடிய ஆட்டம் இது. போர்க்கடவுள் கொற்றவையாலும், பேய்களாலும் ஆடப் பட்டதே பின்தேர்க்குரவை என உரையாசிரியர்கள் கூறுகின்றனர். இக்குரவையைப் 'பேய்க்கூத்து' என்கிறது சிலப்பதிகாரம்.

முன்தேர்க் குரவை முதல்வனை வாழ்த்திப்
பின்தேர்க் குரவை பேயாடு பறந்தலை (கால்கோட். 26: 240-241)

8. **களவழி.** இக்கூத்து 'ஏரோர் களவழி', 'தேரோர் களவழி' என இருவகைப்படும். நிலத்தில் மகசூல் பெருக வேண்டும் எனும் நோக்கத்தைக் கொண்டு பாடுவது முதல் வகை. போர்க்களத்தில் பாடப்படுவது இரண்டாம் வகை. களவழி நாற்பது எனும் கீழ்க்கணக்கு நூல் தேரோர் களவழிக்குச் சிறந்த எடுத்தக் காட்டாகும். தொல்காப்பியம் 'ஏரோர் களவழி அன்றிக் களவழித் தேரோர் தோற்றிய வென்றியும்' எனப் போர்க் களத்தில் ஆடி பாடியவர்களைக் குறிப்பிடுகிறது (தொல். புறத். 17: 3-4). இந்தக் களத்தைப் பாடுவோர் 'களம் பாடுவோர்' என்று அழைக்கப்பட்டனர்.

9. **வெறியாட்டு.** அகத்திணையில் வரும் வெறியாட்டு தலைவியின் உடலில் ஏற்படும் மாற்றங்களுக்கான காரணங்களை அறிவதற்குத் தாய் வேலனை அணுகி நடத்துவது. புறத்திணையில் இடம் பெறும் வெறியாட்டு போர் தொடர்பானது. போருக்கு முன்னால் உயிர்ப்பலி கொடுத்து வேலனிடம் வெற்றியை வேண்டி அவனுடைய வேலைக் கையில் தாங்கி தெய்வமேறி ஆடும் ஆட்டம் வெறியாட்டமாகும். அவ்விதம் ஆடுவது 'காந்தள்' எனப்படும் (தொல். புறத். 5: 1-2).

10. **உண்டாட்டு.** பசுக்களைக் கவர்ந்து வந்த மறவர்கள் அவற்றைப் பகுத்துக் கொடுத்த பின்னர் வெற்றியின் மகிழ்ச்சியால் சுற்றத்தாரோடு ஆடும் ஆட்டம் உண்டாட்டு எனப்படும். இதனைப் புறநானூறு (262, 269, 297) பதிவுசெய்கிறது. மதுவை உண்டு மனங்களித்த நிகழ்வுகளை இந்தப் பாடல்கள் காட்டுகின்றன.

    நறவும் தொடுமின், விடையும் வீழ்மின்
    ... ...
    நிரையொடு வரூஉம் என் ஐக்கு
    உழையோர் தன்னினும் பெருஞ்சா யலரே! (புறம். 262)

    ஆநிரை கவர்ந்த பின்னர், போர்க் கருவிகள் செய்து கொடுத்த கொல்லர்களையும், போர்க்களத்தில் வீரர்களுக்கு எழுச்சியூட்டிய துடியன், பாணன், பொருநன் முதலானவர்களையும் தம் வீட்டு முற்றத்தில் நிரப்பி உண்டாட்டு நடந்தது என்பதைச் சிலப்பதிகாரம் (வேட்டுவ வரி-2, மடை 6) கூறுகிறது.

மன்னனுக்கு அறிவுரை

பாணர்கள் போர்க்களத்தில் ஆற்றிய பங்கு பணிகள் பலவாகும். இவை தவிர மன்னர்களுக்கும், கிழார்களுக்கும், குடிமக்களுக்கும் ஆற்றிய பணிகள் பலவாகும். மன்னர்களிடம் பரிசல் பெற்று வாழ்ந்தாலும், மன்னனுக்குத்தக்க நேரத்தில் கருத்துகளையும், இடித்துரைக்கும் ஆலோசனைகளையும் கூறியுள்ளனர். புறநானூறு 45ஆம் பாடல் சோழமன்னர்களுக்குக் கூறிய ஆலோசனையைக் குறிப்பிடுகிறது. நெடுங்கிள்ளி, நலங்கிள்ளி ஆகிய இரண்டு சோழ மன்னர்களும் போரிட்டார்கள். அங்குக் கோவூர் கிழார் இருவருக்கும் அறிவுரை கூறுகிறார். நீங்கள் இருவரும் சோழ மன்னர்கள். யார் தோற்றாலும் சோழர் குடிக்குக் கேடு விளையும் என்று சொல்லி இருவரையும் நண்பராக்கினார். இது புலவர்களின் முயற்சி என்றாலும் பாண்

சமூகத்தார் ஒற்றனாகவும் வேறு வகையிலும் மன்னர்களுக்குத் தக்க ஆலோசனைகள் கூறியுள்ளனர். ஆதலின் பாண்சமூகத்தார் மன்னர் களைப் புகழ்ந்து மட்டும் பாடவில்லை ஆலோசனைகளையும் கூறியுள்ளனர்.

மன்னைக் காஞ்சி

பாண் சமூகத்தார் சீறூர் மன்னர்களையும், முதுகுடி மன்னர்களையும், குறுநில மன்னர்களையும் வாழுங்காலத்தில் தொடர்ந்து சந்தித்துப் புகழ் மாலைப் பாடிப் பரிசல் பெற்றார்கள். அத்தகைய மன்னர்கள் இறந்தபோது பெரிதும் வருந்தி மன்னைக் காஞ்சி பாடினார்கள்.

பெரும்போர் செய்து மாண்டுபோகும் மன்னர்கள் தாங்கள் வாழ்ந்த காலத்தில் ஆடுநர்களையும், பாடுநர்களையும், பிற கலைஞர்களையும் ஆதரித்ததால் பாண் சமூகத்தார் அவரது புகழைக் குறித்து இரக்கப் பாடல்கள் பாடுவார்கள். இவை 'மன்னைக் காஞ்சிப் பாடல்கள்' எனப்பட்டன (தொல். புறத். 19: 7). இதனை,

கழிவே ஆக்கம் ஒழியிசைக் கிளவியென்று
அம்மூன்று என்ப மன்னைச் சொல்லே (தொல். சொல். இடை.4)

என்று தொல்காப்பியம் கூறுகிறது. 'மன்னைச் சொல்' என்று அதனைச் சுருங்கக் குறிப்பிடுகிறது. இந்த வகையினம் இன்றுவரை தொடர்வதைக் காணலாம். தமிழகக் கிராமங்களில் சாவு வீடுகளுக்கு முன்பு தீ மூட்டி பறையடித்துச் சாவுப்பாட்டு பாடும்போது இறந்தவரின் நற்குணங் களை இட்டுக்கட்டிப் பாடுவார்கள். இது மன்னைப் பாட்டின் தொடர்ச்சியாக வருகிறது.

பாண்கடன்

தன்னை நாடிவரும் பாண் சமூகத்தாருக்குப் பரிசல் கொடுத்து ஆதரிப்பது பாண் கடன் எனப்பட்டது. அத்தகைய சங்ககால மரபு அண்மைக்காலம் வரை கேரளத்தில் (பண்டைய சேரர் தேசம்) காணப்பட்டது. ஆங்கில அரசு கால்கொள்ளும் வரை பாலக்காடு அரசன் பாணர்களுக்குத் தாம் செய்ய வேண்டிய கடமைகளைத் தவறாது செய்து வந்தான். அவற்றுள் சில வருமாறு:

1. பாணர் இறக்கும்போது அத்தகவல் அரசனுக்குத் தெரிவிக்கப் பட்டது.
2. அரசன் வாள், கேடயம், ஈட்டி, துப்பாக்கி, வெடிமருந்து,

வெள்ளிக் காப்பு, அட்டிகை முதலானவற்றை அரசு மரியாதை யுடன் இறந்தவரின் மகனுக்கு அனுப்புவான்.

3. பிணத்தை எடுக்கும் போதும், சுடுகாட்டில் கிடத்தும்போதும் எரித்த பின்னரும் ஒன்றுமாக மூன்று வெடிகளை வெடிப்பார்கள்.
4. மறுநாள் இறந்த பாணரின் மகன் தன் கையால் செய்த தாழங்குடையை அரசனுக்கு அளிப்பான்.
5. அரசன் அவனுக்குச் 'சுப்ரதன்' எனும் பட்டத்தைச் சூட்டுவான்.

பின்னுரை

சங்ககாலம் வீரயுகக் காலம். அக்காலத்தில் சீறூர் மன்னர், முதுகுடி மன்னர், குறுநில மன்னர் ஆகியோரின் ஆட்சி முறை இயல் மரபாய் இருந்து கொண்டிருந்தது. அப்போது ஆநிரை கவர்தல் அடிக்கடி நிகழ்ந்தது. இதனை 'ஆகோள் பூசல்', 'தொறுப் பூசல்' என்றே சங்க இலக்கியம் நுட்பமாகக் காட்டுகிறது. 'தொறு' என்றால் ஆயம், நிரை, ஆநிரை, மிளை (கால்நடைகள்) என்று பொருள். போர் என்பது இரு நாடுகளுக்கிடையில் நிகழ்ந்த சண்டை. தொறுப் பூசலுக்கும் போருக்கும் தனித்த வரையறைகளும் நடைமுறைகளும் இருந்தன.

போரில் வெட்சிப் போர், வஞ்சிப்போர், உழிஞைப் போர், தும்பைப் போர் ஆகிய நான்கு முறைகள் இருந்தன. இப்போர்களில் வேந்தர்களும் மன்னர்களும் வேற்படை, வாள்படை, விற்படை, தேர்ப்படை, குதிரைப்படை, யானைப்படை ஆகிய அறுவகைப் படைகளைப் பயன்படுத்தினர்.

போர் வீரர்களுக்குப் பயிற்சியளிக்கும் முரண்களரி (பாசறை), பயிற்சி முடிந்த பின்னர் நடத்திய பூந்தொடை விழா, இதனைத் தொடர்ந்து நிகழ்ந்த வாளுடை விழா, வஞ்சினம் கூறல், குடை செலவு, விரிச்சி கேட்டல், உண்டாட்டு, பெருஞ்சோறு, குடிநிலை உரைத்தல், வாண்மங்கலம், முரசு அறைதல், களவாழ்த்து எனப் போர் நடை முறைகள் பலவாக இருந்ததைக் காண்கிறோம்.

சங்ககாலத்தில் தாய்வழிச் சமூக முறையின் தொடர்ச்சி இருந்ததால் பெண்கள் தம் மக்களை விருப்பமுடன் போருக்கு அனுப்பியதைக் காண்கிறோம். மேலும், போரின்போது வீரர்கள் எழுச்சி பெறுவதற்குப் பாணர்கள் பாடிய பாடல்களும் நிகழ்த்திய கலைகளும், வெற்றிக்குப் பின்னர் நிகழ்த்திய கூத்துகளும் தமிழ் மரபின் தனித்துவத்தைக் காட்டுகின்றன.

கழனிலை, கொற்ற வள்ளை, அமலை, வாளமலைக் கூத்து, துடிக்கூத்து, தேர்க்குரவை, களவழி முதலான கூத்துகள் நிகழ்ந்தன. மேலும், தமிழர் பின்பற்றிய போர் அறம் (பூட்கை மறம்) மகத்துவமானது.

18

ஆரியமயமாதல்
சங்ககாலத்தில் வடபுலத்தார் வருகை

ஓதல், வேட்டல், அவைபிறர்ச் செய்தல்
ஈதல், ஏற்றல் என்று ஆறுபுரிந்து ஒழுகும்
அறம்புரி அந்தணர் வழிமொழிந்து ஒழுகி
ஞாலம் நின்வழி ஒழுகப் பாடல்சான்று

(பாலைக்கௌதமனார், பதிற்றுப்பத்து 24: 6-9)

அண்மைக்கால ஆய்வுகளின்படி ஆரம்பகால ஆரியர்கள் முதன் முதலில் இந்தியாவிற்கு வந்த காலம் கி.மு. 1400 - கி.மு. 1250 என மதிப்பிடப்படுகிறது. ஃபேர்சர்வீஸ் & சவுத்வொர்த் எனும் அறிஞர் களின் கருத்துப்படி வேதகால ஆரியர்கள் இங்கு வருவதற்கு முன்னர் முதல்கட்ட மேய்ச்சல் சமூக ஆரியர்கள் வந்தனர். 'பழைய இந்திய ஆரிய கிளைமொழி'களுக்கும் (Old Indo-Aryan dialects), வேதகாலப் பனுவல்களுக்கும் இடையே உள்ள நுட்பமான வேறுபாடுகளை ஆராய்ந்து இந்த முடிவினை அவர்கள் கூறுகின்றனர் *(1986: 8)*. ரிக் வேதம் கி.மு.1250யை ஒட்டி உருவாக்கப்பட்டது என்றும் கருதுகின்றனர் (Fairservis, W.A. & Southworth, F.C. 1986). ஆரியர்களின் இந்தியப் புலப்பெயர்வு குறைந்தது இரண்டு கட்டங்களில் நிகழ்ந் தேறியது எனும் கோட்பாடு (two-wave theory) பல்வேறு வகையான ஆய்வுகளிலும் உறுதியாகிறது.

ஆரியர்கள் இந்தியாவுக்கு வந்தது பற்றி இரண்டு கோட்பாடுகள் உள்ளன. ஒன்று: 'ஆரியர்கள் இந்தியாவில் குடியமர்ந்தார்கள்' (Aryan migration theory) எனும் விவாதம் ஒருபுறம் உள்ளது. இரண்டு: 'ஆரியர்கள் இந்தியாவில் படையெடுத்தனர்' (Aryan Invasion theory) எனும் விவாதம் மறுபுறம் உள்ளது (ஜோசப், டோனி 2018).

இந்தியப் பண்பாட்டில் திராவிடர்களின் பங்களிப்பு பற்றி 1940கள் வரை பெரிய அளவில் அங்கீகரிக்கப்படவில்லை; உலக அறிஞர்களால் பெரிதும் பேசப்படவும் இல்லை (Sjoberg, A.F. 2009: 82). சிம்மர் எழுதிய இந்தியாவின் தத்துவங்கள் (Philosophies of India, 1951) எனும் நூலில் ஆரியரல்லாத மக்களின் பங்களிப்பைச் சிறிய அளவு பேசத் தொடங்கினார். லூயிஸ் ரெனோவ் (Louis Renou) எழுதிய பண்டைய இந்தியச் சமயங்கள் (Religions of Ancient India, 1953) எனும் நூலில் வேதகாலத்தை உன்னதப்படுத்தியிருந்தாலும், பிற்கால இந்து மதத்தில் ஆரியரல்லாதாரின் சமய முக்கியத்துவத்தை ஆங்காங்கு விளக்கியிருக்கிறார்.

ஏ.எல். பஷாம் எழுதிப் புகழ்பெற்ற வியத்தகு இந்தியா (The Wonder that was India, 1954) நூலில் மிகச் சில இடங்களில் திராவிடர்கள் பற்றியும், பண்டைய தமிழ் இலக்கியங்கள் பற்றியும், தென்னிந்தியாவில் பக்தி பற்றியும், தென்னிந்தியத் திருமண முறைகள் பற்றியும் பேசுகிறார். இந்த விவாதத்தில் ஆரியரல்லாதார் குறித்து எதிர்மறையான கருத்துகளையே பேசுகிறார். இவ்வளவு முக்கியமான நூலில் இந்திய நாகரிக வளர்ச்சியில் திராவிடர்கள் ஆற்றிய பங்குபணிகளை வாசகர்கள் அறிய முடியவில்லை.

இந்நூலுக்குப் பின்னர் ஏ.எல். பஷாம் இருபத்தைந்து ஆண்டு களுக்குப் பின்னர் எழுதிய 'தென்னாசியாவில் ஆரியரும் ஆரியரல்லாதாரும்' (Aryan and Non-Aryan in South Asia, 1979) எனும் மிக முக்கியமான கட்டுரையில் திராவிடர்கள் பற்றி விரிவாகப் பேசுகிறார். கால் நூற்றாண்டுக் காலம் கழித்து அவருடைய பார்வையில் மாற்றம் ஏற்பட்டது.

மேற்கூறிய தத்துவவியல், வரலாற்றியல் ஆசிரியர்கள் ஒருபக்கம் வேதமரபில் கவனம் செலுத்தினாலும், தொல்லியல் ஆய்வுகளை மேற்கொண்ட அறிஞர்கள் ஒரு புதிய பார்வையை முன்வைத்தனர். ஆல்சின் & ஆல்சின் எழுதிய இந்தியாவிலும் பாகிஸ்தானிலும் நாகரிகத்தின் உதயம் (The Rise of Civilization in India and Pakistan, 1982) எனும் நூலில் இந்திய நாகரிகத்தின் வளர்ச்சியில் திராவிடர்களின் பங்களிப்பைப் பெரிதும் கவனப்படுத்தினர்.

இந்தக் காலகட்டத்தில் நடந்த பல்வேறு ஆய்வுகள் இந்தியப் பண்பாடு மீதான தீவிர பார்வையைக் கூர்மைப்படுத்தின. ஆரியர்கள் இந்தியாவிற்குள் நுழைந்தபோது அவர்கள் எதிர்கொண்ட பூர்வகுடிகள்

யார்? என்ற கேள்வி பெரிதும் விவாதிக்கப்பட்டது. ஆரியர்கள் தொடக்கத்தில் எதிர்கொண்ட பூர்வ குடிகளில் முண்டா மொழி பேசும் மக்கள் முதன்மையானவர்களா? எனும் வினாவும் எழுந்தது. இந்த வினாவிற்கு மொழியியல் ஆய்வுகள் பதிலளித்தன.

இங்கிலாந்து நாட்டு மொழியியல் அறிஞர் தாமஸ் பர்ரோ *(1945, 1946, 1947-48, 1955 இயல் 8)* மிகவும் பழமையான வேதத்தில் இருபது திராவிடச் சொற்கள் கலந்திருந்ததை முதலில் கண்டறிந்தார். இதன் பின்னர் சம்ஹிதைகளிலும், பிற்கால வேதங்களிலும் திராவிடச் சொற்களின் எண்ணிக்கை கூடிக்கொண்டே வந்ததைப் பேராசிரியர் எமனோ, கூய்ப்பர் இருவரும் தம் ஆய்வுகள் மூலம் எடுத்துக்காட்டினர் *(1954, 1967)*. அடுத்து, வேதகால சமஸ்கிருதமும் (Vedic Sanskrit), பழைய இந்திய ஆரியமும் (Old Indo-Aryan) திராவிட மொழியின் இலக்கணக் கூறுகளைக் கடன்பெற்றிருந்ததையும் நிரூபித்தனர் (Burrow, T. 1945, 1946, 1955; Kuiper 1967).

கூய்ப்பர் மேற்கொண்ட ஆய்வில் (The Genesis of a Linguistic Area, 1967) திராவிடப் பண்பாட்டின் தாக்கங்களை மேலும் உறுதிப் படுத்தினார். வேதகாலப் பூசாரிகளின் பெயர்களில் ஆரியரல்லாதாரின் பெயர்களும் இருந்ததைக் கண்டறிந்தார். அதனைக் கொண்டு ஆரிய சமூகத்தில் ஆரியரல்லாதாரும் கலந்துவிட்டனர் என்றார் *(1967: 87)*. பிந்தைய வேதகாலத்தில் (post-vedic period), குறிப்பாக மனுவின் காலத்தில், திராவிடர்கள் வேதவழிப்பட்ட யாக-வேள்விகளையும், சடங்கு சம்பிரதாயங்களையும் செய்ய முற்பட்டபோது அவர்கள் ஆரியர்களாக ஏற்றுக்கொள்ளப்பட்டனர் என்கிறார் ஏ.எல். பஷாம் *(1979: 5)*. வேதங்களைப் போற்றிய வியாசரும்கூட ஆரியரல்லாத ஒருவர்தான் என்பதை இங்குக் கவனத்தில் கொள்ள வேண்டும்.

பண்டைய இந்தியச் சூழலில் பல்வேறு துறை சார்ந்த ஆய்வு முடிவுகள் இவ்வாறு கிடைத்திருக்க, சங்க இலக்கியத் தரவுகள் எவ்வகையான போக்குகளைக் காட்டுகின்றன என்பதை இனிக் காண்போம். வடபுலம் சார்ந்த பல்துறை ஆய்வுகள் இந்தியாவுக்குள் வந்தடைந்த ஆரியர் பற்றி நிறைய பேசுகின்றன. ஆனால், அங்கிருந்த பூர்வகுடிகள் பற்றி மிக மிகக் குறைவாகவே பேசுகின்றன. சங்க இலக்கியப் போக்கும் இவ்வாறே உள்ளது. அது இங்குள்ள திணைக்குடிகள் பற்றியும், திணை வாழ்வு பற்றியும் பரக்கப் பேசுகிறது. ஆரியர் பற்றி மிகக் குறைவாகவே சொல்கிறது. இந்த நிலையில் வேதங்களும் சங்க இலக்கியமும் தத்தம் ‘இயல்’

குடிகளையே முன்னிலைப்படுத்தியுள்ளன என்பதையும், மற்ற 'அயல்' குடிகளை மிகச் சிதறலாக ஆங்காங்கு குறிப்பிடுகிறது என்பதையும் பின்புலச் செய்தியாக மனதில் இருத்திக் கொண்டு தமிழ்ச் சூழலுக்குள் நுழைய வேண்டும்.

சங்ககாலத்தில் ஆரியவயமாக்கம்

தொல்காப்பியம் தமிழின் மிகத் தொன்மையான இலக்கணம். தொல்காப்பியத்திலேயே வைதீகத் தாக்கம் இருப்பது நம் கவனத்தை ஈர்க்கிறது. அகத்திணை ஏழு, புறத்திணை ஏழு என வகுத்த தொல்காப்பியர் வாகைத் திணையில் பார்ப்பன வாகை, அரசர் வாகை, வணிகர் வாகை, வேளாளர் வாகை என வகைப்படுத்தியுள்ளார். ஆனால் இவ்வகைப் பிரிவுகள் சங்க இலக்கியத்தில் இல்லை.

சங்ககாலத்தில் ஆரியமயமாதல் விரிவான ஒரு நிகழ்வாக இருந்துள்ளது. இதனைப் பல நூல்களில் காண முடிகிறது. பரிபாடல், கலித்தொகை, பதிற்றுப்பத்து, இறையனார் களவியல் உரை முதலானவை எழுதப்பட்ட காலத்தில் ஆரியமயமாதலின் அசை வியக்கம் பரவலாக்கம் பெற்றிருந்தது. அகநானூற்றைச் செய்த உப்பூரிக்கிழான் மகன், உருத்திர சன்மன் என மாற்றம் பெறுவதும், ஒரு வேளாளன் அந்தணனாகப் படிமலர்ச்சி பெறுவதும், மையூர் கிழான் ஒரு புரோகிதனாக மாறுவதும் ஆரியமயமாதலின் போக்கு களில் ஒன்று எனக் கருதலாம்.

சங்க இலக்கியம் என்பது கி.மு. ஆறாம் நூற்றாண்டு முதல் கி.பி. முதல் நூற்றாண்டு முடிய 700 ஆண்டுக்கால பகுதியில் உருவானது. இதில் ஆரியர் பற்றிய பதிவுகள் பலவாறு உள்ளன. முதலில் நிலம் சார்ந்த பதிவுகளைப் பார்க்கும்போது வேறு புலத்து உம்பர், இமயம், கங்கை, பாடலி, துவாரகை முதலான பல இடங்கள் சங்கப் பாடல்களில் காணப்படுகின்றன. மொழிபெயர் புலங்கள் என்றும், மொழிபெயர் தேயங்கள் என்றும் புதிய புதிய மொழிப் பிரதேசங் களையும் சங்க இலக்கியங்கள் குறிப்பிடுகின்றன. மேலும், வேற்று இனமக்கள், மன்னர்கள் எனும் பொருள்பட 'வம்பமாக்கள்', 'வம்பவேந்தர்' என்றும் புதியவர்கள் அழைக்கப்பட்டனர். இவை தவிர யவனர், ஆரியர், மிலேச்சர், நந்தர், மௌரியர், கோசர், கங்கர், துளுவர், வடுகர் முதலான வேற்று நாட்டு இனங்கள் பற்றிய குறிப்பு களையும் சங்கப் பாக்கள் காட்டுகின்றன. முதலில் ஆரியர் பற்றிக் காண்போம்.

ஆரியர்

இந்தியாவில் 'ஆர்யா(ர்)' எனும் வழக்கு நீண்ட காலமாகவே இருந்து வருகிறது. இச்சொல் இந்தியாவில் மட்டுமே பயன்படுத்தப்படுகிறது என எண்ணக்கூடாது. ஈரானியர்கள் இச்சொல்லைக் கொண்டே தம்மை அடையாளப்படுத்திக் கொண்டார்கள் (தாப்பர், ரொமிலா 2018: 107). இதனால் இவ்விரண்டு தேசத்தவர்களுக்கும் ஏதோ சில தொடர்புகள் உள்ளதை உணர முடிகிறது.

இத்தொடர்பு மேலும் விரிகிறது. வடகிழக்கு ஈரானில் உருவான ஒரு பழமையான நூல் அவெஸ்தா (Avesta). இது பண்டைய ஈரானிய மொழியில் எழுதப்பட்டதாகும். இந்தியா வந்தடைந்த ஆரியர்கள் உருவாக்கியது கிரிக் வேதம். அவெஸ்தாவின் முற்பகுதிக்கும் கிரிக் வேதத்திற்கும் ஒற்றுமைகள் உள்ளன. இவ்விரண்டு மொழிகளும் இன உறவு மொழிகளாக (Cognates) உள்ளதையும் நாம் கவனத்தில் கொள்ள வேண்டும் (மேலது: 107).

இவ்விரு மொழிச் சமூகத்தாரின் சமூகப் பிரிவுகளிலும், வழிபடும் தெய்வங்களிலும்கூட சில தொடர்ச்சிகளைக் காண முடிகிறது. ஈரானிய சமூகத்தில் 'அரீய' (Ariia), 'தஹ' (Daha) எனும் பிரிவினர்கள் இருந்தார்கள். இந்தியா வந்தடைந்த ஆரியர்களும் 'ஆரிய', 'தாச' (Arya & Dasa) ஆகிய பிரிவுகளைச் சமூகத்தில் வைத்தார்கள். இத்தகைய இன்னும் இணைத் தொடர்ச்சிகளைப் பற்றியும் ரொமிலா தாப்பர் பேசுகிறார் (மேலது: 107). இப்பின்னணியில் ஆரியர்களின் புலப்பெயர்வு பற்றிச்சில துலக்கங்கள் கிடைக்கின்றன.

சங்க இலக்கியத்தில் ஆரியர் பற்றிய பதிவுகள் சிலவாக உள்ளன. பார்ப்பனர், அந்தணர் பற்றிய பதிவுகள் சற்றுக் கூடுதலாக இருப்பதைக் காணலாம். ஆனால் அந்தணர் ஆரியரல்லர்; தமிழ் மக்கள். பதிற்றுப்பத்து இமயம் பற்றிக் கூறுமிடத்தில் 'ஆரியர் துவன்றிய பேரிசை யிமயம்' (பதிற். 11) என்கிறது. தமிழகத்தில் முள்ளூர் பகுதியில் ஆரியர்கள் குடியேறினார்கள் என்பதை நற்றிணை, 'ஆரியர் துவன்றிய பேரிசை முள்ளூர்' (நற். 170) எனக் குறிப்பிடுகிறது. இமயம் ஆரியர்களின் தொல்பகுதியாக அமைந்ததையும், முள்ளூர் அவர்களின் குடியேறிய தென்புல ஊர்களில் ஒன்றாக அமைந்ததையும் இந்தப் பாடலடிகள் கூறுகின்றன. புலம்பெயர் வாழ்வில் பருண்மைப் பிரதேசமும் நுண்மைப் பிரதேசங்களும் அடையாளம் பெறுவது நுட்பமான விவரிப்பைக் காட்டுகிறது.

அக்காலத்தில் ஆரியர் பல்வேறு வகைப்பட்டவர்களாக இருந்தனர். படைவீரர்களாகப் பலரும் வந்ததை அகநானூறு 'ஆரியப் பொருநன்' (அகம். 386) என்கிறது. யானைப் பாகராகவும் இருந்ததை அகநானூறு பின்வருமாறு குறிப்பிடுகிறது.

... ... ஆரியர்
பிடியின்று தருஉம் பெருங்களிறு போல (அகம். 276)

இந்தப் பாகன் தொழிலில் ஈடுபட்ட ஆரியர் யானைகளை நடத்தும் போதும் அவற்றைப் பழக்கும்போதும் தமது வடமொழியில் பேசினார்கள் என்கிறது மலைபடுகடாம்

பெருவெளிப் பிணிமார் விரவுமொழி பயிற்றும் பாகர் (மலை. 326)

மேற்கூறிய சான்றுகளைப் பார்க்கும்போது சங்ககால ஆரியர்கள் பன்மைச் சமூகத்தாராக இருந்ததை அறிய முடிகிறது.

பார்ப்பனர்

பல்வேறு தொழில்கள் செய்துவந்த ஆரியரில் பார்ப்பனர் தனிப் பிரிவினர். இவர்களில் யானைப் பாகர்களும் இருந்தனர் என்பது இவர்களின் பன்முகத்தன்மையைக் காட்டுகிறது. இந்த யானைப் பாகர்கள் வடமொழி பேசி வாழ்ந்தனர் என்கிறது முல்லைப்பாட்டு.

கவைமுட் கருவியின் வடமொழி பயிற்றிக்
கல்லா இளைஞர் கவளம் கைப்பக்
கற்றோய்த் துடுத்த படிவப் பார்ப்பான் (முல்லை. 64-66)

பார்ப்பார் என்றால் ஓரியல்புச் சமூகத்தார் எனக் கருத இயலாது. இவர்களில் வேதம் ஓதாதவர்களும், வேள்வி செய்யாதவர்களும் இருந்தனர். ஆனால் வேத ஆசாரங்களைப் பின்பற்றியும், வடமொழி பேசியும் வாழ்ந்தனர் என்பதை மேற்காட்டிய முல்லைப்பாட்டில் அறியலாம்.

சங்ககாலத்தில் பார்ப்பனர்கள் திணைக்குடிகளின் சமூக வாழ்வில் மிகுந்த முக்கியத்துவம் பெற்றிருந்தனர்.

ஆவும் ஆனியல் பார்ப்பன மாக்களும்
பெண்டிரும் பிணியுடை யீரும் பேணித்
தென்புலம் வாழ்நர்க்கு அருங்கடன் இறுக்கும்
பொன்போற் புதல்வர்ப் பெறஅ தீரும்
எம்அம்பு கடிவிடுதும் நும் அரண் சேர்மின் (புறம். 91-5)

பகைவர் மீது போர் தொடுக்கும்போது அங்குள்ள பசுக்களும்,

அவ்வியல்புடைய பார்ப்பனர்களும், பெண்களும், நோய்வாய் பட்டுள்ளவர்களும், பிள்ளைப்பேறு அடையாதவர்களும் பாது காப்பான இடத்திற்குச் செல்லுமாறு சொல்லும் இயல்புடையவன் பாண்டியன் பெருவழுதி என்கிறார் புலவர் நெட்டிமையார். இப்பாடலில் பசுக்களையும் பார்ப்பனர்களையும் ஓரியல்பு கொண்டவர் என்கிறார் புலவர். பார்ப்பனர்கள் பாதுகாக்கப்பட வேண்டியவர்கள் எனும் கருத்து இப்பாடலின் விழுமியக் கருத்தாக உள்ளது.

இறையனார் அகப்பொருள் 29ஆவது சூத்திர உரையானது இன்னுமொரு வாழ்வியல் செய்தியைக் கூறுகிறது. அன்றைய நாட்களில் பெண் பார்க்கச் செல்லும் போது தலைவன், தமர், பார்ப்பார், சான்றோர் முதலானோரை முன்வைத்து அருங்கலங் களோடு செல்வார்கள். பேசி முடித்துப் பரியம் செய்வார்கள் என்கிறது இந்நூற்பா. பார்ப்பனர் இடம்பெறும் இவ்வழக்குச் சங்க இலக்கியத்தில் வழக்கில் இல்லை.

பரிபாடல் மேலுமொரு வழக்கினைக் காட்டுகிறது. களவு வாழ்வில் ஈடுபடும் தலைவன் ஒரு கட்டத்தில் மணம் முடிப்பதாகத் தலைவியுடன் உறுதியளிக்கிறான். இதனை மேலும் வலுப்படுத்திச் சூளுரைக்க வேண்டிய தருணத்தில் தலைவன் பார்ப்பானைத் தொட்டு தலைவிக்குச் சூளுரைக்கிறான். தெய்வத்திற்கடுத்துப் புனிதம் சார்ந்த நிலையில் பார்ப்பனர்கள் இருந்ததைப் பரிபாடல் குறிப்பிடுகிறது. இவ்வகைச் சமூகப் புனிதம் சங்கம் மருவிய காலம் ஊடாகத் தொடர்ந்து மேலும் மேலும் மேன்மை பெறத் தொடங்கியது.

சோழ மன்னன் இயற்றிய யாகத்திற்கு இரு பெரும் வேந்தர்கள் வந்திருந்தனர். மூவரும் (சேரமான் மாரி வெண்கோ, பாண்டியன் கானப்பேர் தந்த உக்கிரப் பெருவழுதி சோழன் இராசசூயம் வேட்ட பெருநற்கிள்ளி) ஒருங்கே அமர்ந்து கண்ட நிகழ்வில் அவர்களை அவ்வையார் பின்வருமாறு வாழ்த்துகிறார்.

'இந்நாடு நம்முடையது என்று எப்போதும் எண்ணக் கூடாது, அயலவர் வலிமை பெற்றால் அது அவரிடம் சென்றுவிடும்'. ஆகவே, பார்ப்பார்க்கு அவர் வந்து இரந்து நிற்கும்போது பூவும், பொன்னும், நீரும் வார்த்துத் தருக. மகளிர் பொற்கலத்தில் ஏந்தித் தரும் தேறலை உண்டு மகிழ்ந்து, வரும் இரவலர்க்கு அருங்கலம் குறையாது வழங்கி வாழ்க என்கிறார் ஔவையார்.

நாகத் தன்ன பாகார் மண்டிலம்
தமவே யாயினும் தம்மொடு செல்லா
வெற்றோர் ஆயினும் நோற்றோர்க்கு ஒழியும்
ஏற்ற பார்ப்பார்க்கு ஈர்ங்கை நிறையப்
பூவும் பொன்னும் புனல்படச் சொரிந்து (புறம். 367: 1-5)

ஒன்று புரிந்து அடங்கிய இருபிறப் பாளர்
முத்தீப் புரையக் காண்தக இருந்த
கொற்ற வெண்குடைக் கொடித்தேர் வேந்திர் (புறம். 367: 12-14)

இருபிறப்பாளர் செய்யும் யாகத்தைக் கண்ணுரும் புகழ்மிக்க வேந்தர்களே! யான் அறிந்தவரை வாழ்வின் இலக்கணம் இதுவே என்று வாழ்த்துகிறார் ஔவையார். மூவேந்தர்கள் காலத்தில் பரிசில் பெறும் பார்ப்பார்க்கு அள்ளித் தருக எனும் வேண்டுகோள் இப்பாடலில் உள்ளது. பார்ப்பார்கள் பரிசிலராக வாழ்ந்ததை இப்பாடல் கூறுகிறது.

கலித்தொகையின் 29 அடிகள் கொண்ட 65ஆம் பாடலில் மூன்று இடங்களில் பார்ப்பான் பற்றிய குறிப்புகள் வருகின்றன.

மொட்டையடித்துத் தட்டையான தலையுடன் காலுங் கையுங் குறைந்து நம் தெருவில் ஒளிந்து திரியும் முடமாகிய முதிர்ந்த பார்ப்பானைத் தோழி நீ பேணுவாயாக என்று பலமுறை தலைவி கூறுவாள். தலைவியின் கரிசனத்தைக் காட்டும் பகுதி வருமாறு:

தீரத் தறைந்த தலையுந்தன் கம்பலும்
காரக் குறைந்து கறைப்பட்டு வந்துநம்
சேரியிற் போகா முடமுதிர் பார்ப்பானைத்
தோழிநீ போற்றுதி என்றி அவனாங்கே (கலி. 65: 6-9)

இதே பாடலில், பின்வரும் பகுதியில் பார்ப்பானின் காமவேட்கையால் பாதிக்கப்பட்டவள் உன் ஒழுக்கத்தைக் கைவிட்டு, என்னை வருத்தி நின்றால் 'இவ்வூரில் நீ பெறும் பலியை நீ பெறாமல் யான் எடுத்துக் கொள்வேன்' என்கிறாள் தோழி.

தலைமகள் கூற்று இப்பாடல். தம் நாட்டில் யார் யார் எல்லாம் எவ்வாறு செயல்பட வேண்டுமென கூறிய கூற்றிது.

வாழி ஆதன்; வாழி அவினி!
பகைவர் புல்லார்க; பார்ப்பார் ஓதுக!
என வேட்டோளே யாயே; யாமே (ஐங். 4: 1-3)

'ஆதன் வாழ்க; அவினி வாழ்க. பகைவர் தம் பெருமைகளை

இழந்து சிறைவாசத்தில் புல்லரிசிச் சோற்றை உண்ணட்டும். பார்ப்பார் தமக்கான கடமைகளை மறவாமல் மறைகளை ஓதிக்கொண்டிருக் கட்டும்' என்கிறாள்.

'பார்ப்பார் ஓதுக!' என்றது, சீர்மிகு நாட்டில் நன்மைகள் நிலைக்கும் என்னும் அவரது நம்பிக்கையை அடிப்படையாகக் கொண்டு கூறியதாகும்.

படிவ உண்டி

'படிவம்' என்பதற்கு விரதம் மேற்கொள்ளுதல் என்பது பொருள் (பதிற். 74: 1-2; அகம். 123: 2, 262: 7-8; குறுந். 156: 1-4). 'ஆடாப் படிவத்து ஆன்றோர்' (அகம். 123: 2) எனும் படலடி உண்ணாமல் நீராடாமல் ஒட்டிப்போன வயற்றுடன் விரதம் கடைபிடித்த ஆன்றோரைக் குறிப்பிடுகிறது. 'கல் தோய்த்து உடுத்த படிவப் பார்ப்பான்' (முல்லை. 37) எனும் முல்லைப்பாட்டு அடி பார்ப்பார் விரதம் மேற்கொண்டதைக் கூறுகிறது.

குறுந்தொகையின் 156ஆம் பாடல் பார்ப்பனர் மேற்கொண்ட படிவ நிலையை விவரிக்கிறது.

பார்ப்பன மகனே பார்ப்பன மகனே
செம்பூ முருக்கின் நல்நார் களைந்து
தண்டொடு பிடித்த தாழ் கமண்டலத்துப்
படிவ உண்டிப் பார்ப்பன மகனே (குறுந். 156: 1-4)

பூவரச மரத்தின் தோல் நீக்கிய தண்டில் செய்யப்பட்ட கமண்டலத் துடன் உண்ணாமல் விரதம் கடைபிடித்த பார்ப்பனர் பற்றிய வண்ணனையை இப்பாடல் பதிவிடுகிறது.

பின்வரும் அகநானூற்றுப்பாடல் (262) அன்னி மிஞிலியின் விரதத்தை எடுத்துரைக்கிறது.

கலத்தும் உண்ணாள், வாலிதும் உடாஅள்
சினத்தின் கொண்ட படிவம் மாறாள் (அகம். 262: 7-8)

விரதம் மேற்கொண்ட அன்னி மிஞிலி உண்கலத்தில் உண்பதை வெறுத்தாள். தூய உடைகள் உடுப்பதைக் கைவிட்டாள். தன் சினத்துடன் மேற்கொண்ட நோன்பிலிருந்து சிறிதளவும் மாறாமல் இருந்தாள். இதன் மூலம் திதியனுக்குத் தன் நோன்பின் திறத்தைக் காட்டினாள்.

கேள்வி கேட்டுப் படிவம் ஒடியாது
வேள்வி வேட்டனை உயர்ந்தோர் உவப்ப

என்கிறது பதிற்றுப்பத்து (74: 1-2). வேள்விக்கு அடிப்படையான வேத விதிகளைக் கேட்டு, அதற்குரிய விரதங்களைக் கெடாமல் மேற்கொண்டு, தேவர்கள் மகிழும்படி வேள்விகளைச் செய்தார்கள்.

பார்ப்பன வகையினர்

பார்ப்பாரில் சில வகையினர் உண்டு. அவர்களில் ஒருவரே 'வேளாப் பார்ப்பான்'. அகநானூற்றுப் பாடல் ஒன்று இவர்கள் பற்றிய பின்வரும் ஒரு சிறு குறிப்பினைத் தருகின்றது.

வேளாப் பார்ப்பான் வாளரந் துமித்த
வளைகளைந்து ஒழிந்த கொழுந்தின் அன்ன
தலைபிணி அவிழா, சுரிமுகப் பகன்றை
சிதரல்அம் துவலை தூவலின், மலரும்
தைஇ நின்ற தண்பெயல் கடைநாள் (அகம். 24: 1-5)

யாக வேள்விகள் செய்யாதவர்கள் ஊர்ப் பார்ப்பான். இவர்கள் வேளாப் பார்ப்பான் (அகம். 24:1) என்றும் அழைக்கப்பட்டனர். இவர்கள் சங்கறுத்து வளையல்கள் செய்பவர்கள். அவ்வாறு சங்குகளில் அரத்தால் அறுத்து வளையல் எடுத்த பின்னர் மீதமுள்ள சங்கின் தலை அவிழா பகன்றை அரும்புகள் போல் இருந்தது. இவ்வரும்புகள் மழைத்துளி விழும்போது மலரும். அவ்வாறான மழைச் சூழல் இல்லாத காலம் என்பது தைத்திங்களில் முன்பனிக் காலத்தின் கடைநாளில் பனி மூட்டத்தில் எழும் ஞாயிறு போல் மறைந்திருக்கும்.

கார்காலம் முடிந்து முன்பனிக் காலத்தில் தலைவன் கொண்டிருந்த காதல் நினைவுகளை ஓவியமாக்கும் புலவரின் உவமையில் மேற்கூறிய வண்ணனைகள் இடம் பெற்றுள்ளன.

பார்ப்பணர்கள் தூது செல்லும் தொழிலுடையவர்கள் என்பதை இப்பாடல் கூறுகிறது. 'வெள்ளோலை' தூதுக்குரிய செய்தி எழுதப் பெற்ற ஓலைச் சுருள் என்பதையும் இப்பாடல் வழி அறியலாம்.

கணநிரை அன்ன பல்காற் குறும்பொறைத்
தூதொய் பார்ப்பான் மடிவெள் ளோலைப்
படையுடைக் கையர் வருதிறம் நோக்கி
உண்ணா மருங்குல் இன்னோன் கையது
பொன்னா குதலும் உண்டு, எனக் கொன்னே (அகம். 337: 6-10)

குறும்பாறைகள் வரிசையாய் சிதறிக் கிடக்கும் காடு, மலைகளின் ஊடாகப் பலகாலம் தூது செல்லும் பார்ப்பான்கள் தம் மடியில்

வெள்ளிய ஓலைச் சுருளுடன் வருவார்கள். இவர்களை மழவர்களும் ஆறலை கள்வர்களும் நோக்குவார்கள். பார்ப்பனர் கையில் உள்ளது பொன்னாக இருக்கலாம் என ஊகித்து அவர்களைத் தாக்குவார்கள். வீணாக அவர்களைக் கொன்று வீழ்த்துவதும் உண்டு. சிதைந்த ஆடையுடன் வந்த அப்பார்ப்பனரைக் கண்டவுடன் வீணாக அவனைக் கொன்றுவிட்டோம் என வருந்திச் செல்வார்கள். இப்பாடல் வழி எளிமையுடன் வாழ்ந்த பார்ப்பனர்கள் தூது செல்லும் தொழிலில் ஈடுபட்டதை அறிய முடிகிறது.

தலைவியின்பால் காமுற்று ஏங்கிய தலைவனைப் பார்த்து, இது பொருந்தாதென அறிவுறுத்திய பாங்கனின் சொற்களால் மனம் நொந்தபோது தலைவன் பேசும் கூற்று இது.

பார்ப்பன மகனே! பார்ப்பன மகனே!
செம்பூ முருக்கின் நல்நார் களைந்து
தண்டொடு பிடித்த தாழ்கமண் டலத்துப்
படிவ உண்டிப் பார்ப்பன மகனே! (குறுந். 156: 1-4)

சிவந்த பூக்களைக் கொண்ட முருக்க மரத்தின் பட்டைகள் நீக்கி அதன் தண்டிலிருந்து கமண்டலம் செய்யப்பட்டது. அதனை அணிந்து உண்ணா நோன்பிருக்கும் பார்ப்பன மகனே! எழுதாக் கிளவியாக விளங்கும் நூற்களைக் (வேதங்கள்) கற்ற உன் வாக்கு தலைவன் தலைவியரை மீண்டும் ஒன்று சேர்க்கும் மருந்தாகுமா? அவ்வாறு மருந்தாக மாறவில்லை என்றால் நீ சொல்லியவை எல்லாம் உன்னுடைய மயக்கத்தால் வந்தவையே ஆகும் என்கிறான் அத்தலைவன்.

இங்குப் பார்ப்பன மகன் பாங்கனாக விளங்குவதைக் காண்கிறோம். சில இடங்களில் பாங்கன்கள் வாயில்களாகச் செயல்பட்டதையும் அறிய வேண்டும்.

அந்தணர்

அந்தணர் என்பவர்கள் வடபுலத்திலிருந்து வந்த பார்ப்பனர்கள் அல்லர்; தமிழ்க் குடியினர். நிறை வாழ்வைக் கண்டவர்கள் தம் இறுதிக் காலத்தில் அறம் போற்றி வாழ முற்பட்டவர்கள். அரசர் உள்ளிட்ட மூன்று உயர்குடி மக்களும் இல்லறம் இனிது நடத்தி, முழுமையான வாழ்வைக் கண்டு, அறிவும் அனுபவமும் முதிர்ந்த வயதையும் கண்ட பின்னர், குடும்பத்தை மக்களிடம் ஒப்படைத்து விட்டு, எல்லா உயிர்களிடமும் அருளும் அன்பும் கொண்டு

பொதுநலம் பேணிய பெரியோரே பண்டைத் தமிழகத்தில் 'அந்தணர்' எனப்பட்டனர். வாழ்வில் நல்ல அனுபவங்களைக் கண்டவர்கள், அவற்றைப் பயில்வார்க்குப் பயன்பட வாழ்தல் முறையாதல் என உணர்ந்திருந்தனர். இத்தகைய அறிவும் பொதுநல ஆர்வமும் உடைய இல்லறம் நீத்த பெரியோர்களே அந்தணர் நிலையை ஏற்றுப் பொது நலம் புரியத் தொடங்கினர். இவர்களில் சிலர் தவவாழ்க்கை நடத்த முற்பட்டனர். இது,

நாலிரு வழக்கில் தாபதர் பக்கமும்(புறத். 20)

என்பதால் விளங்கிக் கொள்ளலாம். 'தாபதர்' என்றால் தவஞ்செய்வோர் என்பதாகும். இவர்கள்தம் தவநிலையை துறவறவியலில் வள்ளுவர் விளக்குவதால் அறியலாம்.

அந்தணர் என்போர் அறவோர்மற் றெவ்வுயர்க்கும்
செந்தண்மை பூண்டொழுக லான் (குறள். 30)

அதாவது, எல்லா உயிர்களிடமும் அன்பும் அருளும் கொண்டு அணுகுவோரே அந்தணர் எனப்பட்டனர். எனவே, அந்தணர் என்போர் அரசர் முதலிய மூன்று வகுப்பினரில் இல்லறம் முற்றிய பெரியோரே அன்றி தனி வகுப்பார் அல்லர் என்பதைக் கருத்தூன்றி அறிய வேண்டும். மேலும், இந்த அந்தணர் எனப்பட்டோர் அனைவரும் ஆதியில் புராதனத் தமிழர்களே என்பதையும் அறிய வேண்டும்.

தமிழ்த் துறவிகளாகிய அந்தணர்கள் பெரும்பாலும் ஓரிடத்தில் நிலையாக இருப்பதில்லை. புலவர்கள், பாணர்கள் போல ஊரெங்கும் சென்று நாட்டு மக்களுக்கு நன்னெறி புகட்டி வந்தனர். செல்லும் போது வெயிலுக்குக் குடையும் செருப்பும், நீர் பருகக் கரகமும் (செம்பு), வழித் துணையாக முக்கோலும் (கவைக்கோல்), தங்குமிடத்தில் விரித்துக் கொள்ள மணையும் (விரிப்பும்), பழந்தமிழ் நூல்களும் உடையவராய் இருந்தனர். இதனைத் தொல்காப்பியம்,

நூலே கரகம் முக்கோல் மணையே
ஆயுங் காலை அந்தணர்க் குரிய (தொல். மரபு. 70)

என்கிறது. அரசர் போர் நிமித்தம் நகரை விட்டுச் செல்லும்போது அவருக்குத் துணையாக இருந்த அந்தணர்கள் ஆட்சி நிர்வாகத்தைக் கவனிக்கத் தொடங்கினார்கள். அரசன் போருக்குச் செல்லும்போது படைத் தலைவர்களாக வணிகரும் வேளாளரும் உடன் செல்வார்கள் (தொல். மரபு. 76, 81). இச்சூழலில் அரசியலை நடத்த வேண்டிய பொறுப்பு அந்தணப் பெரியோர்களைச் சார்ந்தது.

அந்த ணாளர்க் கரசுவரை வின்றே (தொல். மரபு. 82)

அந்தணர் இயல்பைப் பேசும் பாடலிது. கலித்தொகையில் கடவுள் வாழ்த்தாக அமையும் இப்பாடல் அந்தணர்களும் வேதங்களும் இறைவனால் படைக்கப்பட்டவை எனும் தொன்மமாக்கத்தைச் செயல்படுத்துகிறது.

ஆறு அங்கங்களையும், அதாவது வைதிகம் ஆராயும் நிருத்தம், ஐந்திரம் தொடங்கி வியாகரணம், போதாயனீயம், பாரத்துவாசம் பரமார்த்தம் பரமாத்திரையம் முதலிய கற்பங்கள், நாராயணீயம் வராகம் முதலிய கணிதம், எழுத்தாராய்ச்சியாகிய பிரமம், செய்யும் இலக்கணமாகிய சாந்தம் ஆகியவற்றை அறியும் அந்தணர்க்கு அரிய வேதங்கள் பலவற்றையும் அருளிச் செய்தவனே! கங்கையின் வேகத்தைச் சடையில் அடக்கியவனே! முப்புரத்தில் தீயைச் செலுத்தியவனே! புலன்கடந்த கடிதாகிய கூளியினது முதுகிடாத போரைக் கண்டவனே! என் கைகளைக் கொண்டவனே! கட்புலனாய் நிற்பவனே! இப்போது நான் கூறுவதைக் கேள் என்கிறது இப்பாடல்.

ஆறறி அந்தணர்க் கருமறை பலபகர்ந்து
தேறுநீர் சடைக்கரந்து திரிபுரம் தீமடுத்துக்
கூறாமற் குறித்தடின்மேல் செல்லுங் கடுங்கூளி
மாறாப்போர் மணிமிடற் றெண்கையாய்க் கேளினி (கலி. 1: 1-4)

வேதங்களைக் கொண்டு ஆறு அங்கங்களையும் அறிய வல்லார் எனும் பொருளில் 'ஆறறியந்தணர்' எனும் வழக்குத் தோன்றியது. 'அந்தத்தை அணவுவார் அந்தணர்' என்றும் சிறப்பிக்கப் பெற்றனர்.

சேர மன்னனின் பெருமைகளையும் கொடைச் சிறப்புகளையும் பேசும் இந்த பதிற்றுப்பத்து பாடல் அந்தணர்கள் பற்றியும் பின்வருமாறு பேசுகிறது.

ஓதல், வேட்டல், அவைபிறர்ச் செய்தல்,
ஈதல், ஏற்றல்என்று ஆறுபுரிந்து ஒழுகும்
அறம்புரி அந்தணர் வழிமொழிந்து ஒழுகி
ஞாலம் நின்வழி ஒழுகப் பாடல்சான்று (பதிற். 24: 6-9)

வேதம் ஓதுதல், வேள்வி செய்தல், அவ்விரண்டையும் பிறர் செய்யுமாறு செய்தல், ஈதல், பெறுதல் எனும் ஆறு தொழில்களையும் செய்து ஒழுகும் அந்தணர்களைப் போற்றுகிறாய்! உலக மக்கள் உன்னை வழிபட்டு உன்வழிச் செல்லும்படி செய்கிறாய்! புலவர் பாட்டால் எங்கும் பரவி விளங்கும் மங்காத புகழ் கொண்டு விளங்குகிறாய்!

சேர மன்னனின் சிறப்புகள் நீண்டு செல்லும் இந்தப் பதிற்றுப்பத்துப் பாடலில் அந்தணர்களின் அறுதொழில் பற்றிய குறிப்பும் வருகிறது. அந்தணர்கள் அறுதொழில் புரிந்து வாழ்ந்தனர் எனும் குறிப்பு சங்க இலக்கியத்தில் பல இடங்களில் வருவதைக் காண்கிறோம்.

வேள்வி செய்யும் அந்தணர்கள் பற்றிப் புறநானூறு 15ஆம் பாடல் அமைகிறது. பாண்டியன் பல்யாகசாலை முதுகுடுமிப் பெருவழுதி பற்றி நெட்டிமையார் எனும் புலவர் எழுதிய பாடல் நால்மறை போற்றும் விற்பன்னர்கள் வேள்வி செய்தது பற்றிக் கூறுகிறது. அந்தணர்கள் வேள்வி செய்ததை இப்பாடல் மறைமுகமாகக் கூறுகிறது.

நற் பனுவல் நால் வேதத்து
... ...
வீயாச் சிறப்பின் வேள்வி முற்றி
யூபம் நட்ட வியன்களம் பலகொல் (புறம். 15: 17-21)

பாண்டியன் பெருவழுதி பகைவர் நாடுகள் பலவற்றையும் அழித்தவன். நால்மறையில் நன்கு தோய்ந்த மறையோர் மூலம் வேத விதிப்படி யூபம் நட்டு (வேள்வி செய்யுமிடத்தில் நடப்படும் தூண்) பெரிய பெரிய யாகங்கள் பல செய்து அவன் புகழ் பெற்றவன் என்கிறார் புலவர் நெட்டிமையார்.

விரிநூல் அந்தணர் விழவு தொடங்கப்
புரிநூல் அந்தணர் பொலங்கலம் ஏற்ப (பரி. 11: 78-79)

அக்காலத்தில் பிறை நிறைவடைந்து பௌர்ணமி நாளில், அதாவது திருவாதிரை நாளில், விரிந்த நூல்களைக் கற்ற அந்தணர் சிவ பெருமானுக்கு விழா (விழவு) செய்யத் தொடங்கினார்கள். முப்புரி நூலினரான அந்தணர்கள் பூசைக்குரிய பொருள்களைப் பொற் கலங்களில் ஏந்தியவாறு நின்றுகொண்டிருந்தனர் என்கிறது இந்தப் பாடல். விழாவின் தொடர்ச்சியை இப்பாடலின் தொடர் அடிகள் விளக்குகின்றன.

பரிபாடலின் பின்வரும் பகுதி முருகனின் புகழைப் பேசுகிறது. அச்சூழலில் அந்தணர்கள் பற்றியும் குறிக்கப் பெறுகிறது.

இருபிறப் பிருபெயர் ஈர நெஞ்சத்து
ஒருபெயர் அந்தணர் அறனமர்ந் தோயே! (பரி. 14: 27-28)

இரு பிறப்பும், இரு பெயர்களும் கொண்டோராக விளங்குபவர்கள் அந்தணர்கள். முருகனின் புகழ் பெரிது; அவன் அடியவர் அவனைத் தொழுவதால் பெறுகின்ற பயனோ அப்புகழனும் பெரிது. இந்த

வகையில் அந்தணர்கள் அருள்வாக்குடையவர்களாக விளங்குகின்றனர் என்கிறது பரிபாடல்.

அந்தணரையும் அருமறைகளையும் பேசும் இன்னுமொரு பாடல் பகுதி பரிபாடலில் உள்ளது.

நின்னின் சிறந்த தாளிணை யவை!
நின்னின் சிறந்த நிறை கடவுளவை!
அன்னோர் அல்லா வேறும் உள அவை
நின்னோர் அன்னோர் அந்தணர் அருமறை (பரி. 4: 63-65)

நின்னைக் காட்டிலும் சிறப்புடையன நின் திருவடிகள். நிறைந்த கடவுள் தன்மையினையும் நீ கொண்டிருக்கிறாய்! அக்கடவுள் தன்மைகளுக்கு அப்பால் வேறு சிறந்த தன்மைகளும் நின்னிடத்தே நிறைந்துள்ளன. அவை எல்லாம் நின்னையொத்த அந்தணர்கள் மட்டுமே உணரும் அருமறைப் பொருள்களாகும்.

அந்தணர்களையும் அருமறைகளையும் இறைவனுக்கு ஈடானவை எனக் குறிப்பிடுகிறது பரிபாடல்.

பரிபாடலின் மூன்றாம் பாடல் ஒரு நீண்ட பாடல். தொன்னூற்று நான்கு அடிகள் உள்ளன. இப்பாடலின் பின்வரும் தொடக்கப் பகுதியில் வேதங்கள் பற்றியும் அந்தணர்கள் பற்றியும் விளக்கப் பட்டுள்ளன. அவற்றைக் காண்போம்.

வாய்மொழி ஓடை மலர்ந்த
தாமரைப் பூவினுள் பிறந்தோனும், தாதையும்
நீயென மொழியுமால் அந்தணர் அருமறை (பரி. 3: 12-14)

வேதங்கள் வாய்மொழியிலானவை என்கிறது பரிபாடல். அவை தொடர்ந்து சொல்லப்பட்டும் கேட்கப்பட்டும் வருகின்றன. இத்தகைய நீரோட்டத்தை உடைய ஓடையில் மலர்ந்த தாமரைப் பூவினில் பிறந்தவன் அயன். அவனும் அவனுக்குத் தாதையாக விளங்குபவன் நீயே! மேலும், அந்தணரின் அரிய மறைகள் நான்கும் நின்னைக் குறித்து உரைக்கின்றன.

பரிபாடலில் மீண்டும் மீண்டும் வருகின்ற அடிக்கருத்து ஒன்று உண்டென்றால் அது அழிவற்ற வேதங்களும் தூய்மையான அந்தணர்களும் மாயவனால் படைக்கப்பட்டன என்பதாம்.

சங்க இலக்கியங்களில் அந்தணர்களின் நிலையை நோக்கும்போது இன்னும் பலவகையான குறிப்புகள் கிடைக்கின்றன. 'அறுதொழில் அந்தணர்' (புறம். 397: 20 எனும் குறிப்பே முதன்மையானது.

ஓதல், வேட்டல், அவைபிறர்ச் செய்தல்
ஈதல், ஏற்றல் என்று ஆறு புரிந்து ஒழுகும்
அறம்புரி அந்தணர் வழிமொழிந்து ஒழுகி (பதிற். 23: 6-8)

வேதங்களை ஓதுதல், ஓதுவித்தல், வேட்டல், வேட்பித்தல், ஈதல், ஏற்றல் எனும் அறுவகைத் தொழில்களை அந்தணர் செய்தனர்.

அந்தணர் தோற்றமும் இயல்பும் கல்வி அறியும் ஒழுக்கங்களும் அவர்களை உயர்நிலைப்படுத்தின. இவர்கள் பசுக்களைப் போன்ற இயல்புடையவர்கள் (புறம். 91). இருபிறப்பாளர் எனப் போற்றப் பட்டனர் (திருமுருகு 182; புறம். 367: 13). 'இருபிறப்பு, இருபெயர்... அந்தணர்' என்கிறது பரிபாடல் (4: 27-28). காலையில் குளிர்ந்த நீரில் நீராடுவார்கள் (பரி. 6: 43-45). மார்பில் பூணூல் அணிவார்கள் (பரி. 11: 83). ஒன்பது நூல்கள் கொண்ட மூன்று புரிகளைக் கொண்டது பூணூல் (திருமுருகு. 182).

அந்தணர்கள் நூலறிவு மிக்கவர்கள், ஐம்புலன்களை அடக்கி விரதமிருப்பவர்கள், நான்கு வேதங்களையும் கொண்டவர்கள். 'ஆன்ற கேள்வி அடங்கிய கொள்கை நான்மறை முதல்வர்' (புறம். 26: 12-13); 'மறை காப்பாளர்' (பெரும்பாண். 301); 'வேதியர்' (பரி. 11: 84); 'வாய்மொழிப் புலவர்' (பரி. 9: 13) என்றெல்லாம் அழைக்கப் படுபவர்கள். கேள்வி ஞானம் மிகுந்தவர் என்பதை 'கேள்வி அந்தணர் அருங்கடன் இறுத்த வேள்வி' (பெரும்பாண். 315-316), 'கேள்வி அந்தணர் கடவும் வேள்வி' (கலி. 36: 25-26) எனும் அடிகள் குறிப்பிடுகின்றன.

அந்தணர் வாழ்வியல் முற்றிலும் மாறுபட்டிருந்தது. நெருப்பை வழிபட்டனர் (புறம். 122: 3). மேலும், இவர்கள் ஓம்பும் நெருப்பு மூன்று வகைப்பட்டது. அதனால், இவர்கள் முத்தீச் செல்வம் உடையவர் என்பது வழக்கம் (புறம்.2: 22, 367: 13; திருமுருகு.181). முத்தீயை வலம் வந்து வழிபட்டார்கள். இதனை 'ஓதுடை அந்தணன் எரிவலம் செய்வான் போல்' என்கிறது கலித்தொகை (69: 5). அந்தணர்கள் 48 ஆண்டுகள் பிரமசச்சரிய வாழ்க்கை நடத்தும் இயல்புடையவர்கள் (திருமுருகு. 179-180). இவர்கள் புரசமரத் தண்டும் கமண்டலமும் கையில் கொண்டு விரத உணவை உண்டவர்கள் (குறுந். 156: 2-5). இவர்கள் எப்போதும் குடுமித் தலையுடன் இருப்பார்கள். அடர்த்தியான தலைமயிர் கொண்டவர்கள். குதிரையின் மயிரோடு ஒப்பிடும் தன்மையுடையன (ஐங். 202: 2-4).

இவ்வாறு நன்மதிப்புடன் வாழ்ந்த அந்தணர்களுக்கு மன்னர்கள் நிலமும் பொன்னும் பிற பொருள்களும் தந்து பாதுகாத்தனர் (புறம். *367: 4-6*). காரி வள்ளல் தம் நாட்டின் பதிகளை அந்தணர்களுக்கு உரிமையாக்கினான் (புறம்.*122: 1-3*). இவர்களின் வீடு, தெய்வம், விலங்குகள், உணவுமுறை முதலான பல செய்திகளைத் தொகுத்து விளக்குகிறார் மு. சண்முகம் பிள்ளை (*1996: 302-312*).

நான்மறை முதல்வர்

புறநானூற்றில் சில இடங்களில் அந்தணர், பார்ப்பார் என இல்லாமல் நான்மறை முதல்வர் எனும் குறிப்புகள் வருகின்றன. பின்வரும் சான்றுகளைக் காண்போம்.

.... முனிவர்
முக்கண் செல்வர் நகர்வலஞ் செயற்கே!
இறைஞ்சுக, பெரும, நின்சென்னி; சிறந்த
நான்மறை முனிவர் ஏந்துகை எதிரே! (புறம்.*6: 17-20*)

பாண்டியன் பல்யாகசாலை முதுகுடுமிப் பெருவழுதி எனும் வேந்தனிடம் காரிகிழார் எனும் புலவர் பின்வருமாறு நெறிப் படுத்துகிறார்.

'வேந்தனே! நின் குடை தாழ்வது இறைவன் ஒருவனுக்கே; தலை தாழ்வது நான்மறை முனிவர்க்கே; சினந் தாழ்வது வாழ்க்கைத் துணை நலத்திடமே; மாலை வாடுவது பகைவர் நாடழிக்கும் எரியாலே' என்று கூறி அறிவுறுத்துகிறார்.

வேந்தன் ஆயினும் நான்மறை முதல்வர்களுக்குத் தலை வணங்க வேண்டும் எனும் விழுமியம் நான்மறையினர் பெற்றிருந்த உயர்ந்த அறிவிற்காகவும் அற குணத்திற்காகவும் ஆகும்.

அதியமான் நெடுமான் அஞ்சி பற்றிப் புகழுமிடத்து ஔவையார் நான்மறை முதல்வர்கள் பற்றியும் குறிப்பிடுகிறார்.

அறம்புரி கொள்கை நான்மறை முதல்வர்
திறம்புரி பசும்புல் பரப்பினர் கிடப்பி (புறம். *93: 7-8*)

நெடுமான் அஞ்சி போரில் வென்றபோது ஔவையார் பாராட்டிப் பாடிய பாடலிது. போரில் வெற்றி பெற்றுவிட்டாய்! அறம் புரியும் நான்மறை முதல்வர்கள் பசுமையான தருப்பைப் புற்களைப் பரப்பி மங்கலம் இயற்றினர். அரச வாகையில் நான்மறை முதல்வர் வெவ்வேறு வேள்வி, யாக நிகழ்வுகள் செய்து மன்னனுக்கும்

நாட்டுக்கும் நலம் பல புரிந்தனர். இதனைப் புறநானூற்றில் பல இடங்களில் காணலாம்.

பாண்டியன் தலையாலங்கானத்துச் செருவென்ற நெடுஞ்செழியன் போரில் வெற்றி பெற்றுக் களவேள்வி செய்தான். பின்னர் நான்மறை முதல்வர்கள் மூலம் மறைவேள்வி செய்தான். இதனைப் புறநானூறு பின்வருமாறு வர்ணிக்கிறது.

நான்மறை முதல்வர் சுற்ற மாக,
மன்னர் ஏவல் செய்ய, மன்னிய
வேள்வி முற்றிய வாய்வாள் வேந்தே! (புறம். 26: 13-15)

பாண்டியன் நெடுஞ்செழியன் கொன்று குவித்த பகைவர் முடித் தலைகளை அடுப்பாக்கி, குருதியைப் புனலாகப் பெய்து, பகைவர் தசைகளையும் மூளைகளையும் அதனுள் இட்டு, வெட்டிய தோள்களைத் துடுப்பாகக் கொண்டு துழாவிக் களவேள்வி செய்து மகிழ்ந்தான்.

இதன் பின்னர் நான்மறை முதல்வர்கள் புடை சூழ, மாமன்னர் ஏவல் செய்ய, மறையோர்கள் வேள்வி இயற்றினர். இத்தகைய பெருமையுடைய வேந்தனே! என்று மாங்குடி கிழார் பாடியிருக்கிறார்.

பிராமணர்

இன்று பயன்படுத்தப்படும் பிராமணர் என்ற சொல்லாட்சி சங்ககாலத்தில் இல்லை. இவர்கள் தொல்காப்பியத்திலும் சங்க இலக்கியத்திலும் அந்தணர், பார்ப்பனர் என்றே அழைக்கப்பட்டனர். நான்மறை முதல்வர் என்றும் இவர்கள் குறிக்கப்பெற்றனர். சிலப்பதிகாரத்தில் மறையோர், நான்மறையாளர் என்று கூறப்பட்டனர். தேவாரத்திலும் பெரியபுராணத்திலும்கூட 'மறையோர்' எனும் வழக்கைக் காண்கிறோம். கி.பி.8-9ஆம் நூற்றாண்டுகளில் தோன்றியதாகக் கூறப்படும் இறையனார் களவியல் உரையில்தான் முதன்முறையாக 'பிராமணன்' எனும் சொல் வருகிறது.

பிராமணன் என்ற சொல் 'பிராமணம்' என்ற சொல்லிருந்து வருவது. வேதங்களில் இரண்டு முக்கியக் கூறுகள் உண்டு. ஒன்று, மந்திரம். மற்றொன்று, பிராமணம். பிராமணம் என்பது மந்திரங்களை ஓதுகின்றபோது புரோகிதர்கள் கடைபிடிக்க வேண்டிய ஆசாரங்களைச் செல்வதாகும். ஆதலின் பிராமணத்தைக் கடைபிடிப்பவன் 'பிராமணன்' ஆனான் (நடராசன், தி.சு. 2008: 50). தமிழில்

பிராமணர்கள் 'அய்யன்' என்று அழைக்கப்பட்டதைக் கி.பி. *1263*ஆம் ஆண்டுக் கல்வெட்டு மூலம் அறிகிறோம் (SII, Vol. xxvi, 333) சிலப்பதிகாரத்தில் *(13: 33-34)* பூநூல் அணிந்த பிராமணர் பற்றிய குறிப்பு வருகிறது. இவர்கள் பாட்டு ஆட்டம் இரண்டிலும் நாட்டங் கொண்டிருந்தனர்.

ஆரியமயமாதலின் செயல்முறை

ஆரியர்கள் இந்தியாவில் குடியமர்ந்தது முதல் ஆரியமயமாதல் தொடங்கிவிட்டது. அது இங்குள்ள இன ஒழுங்கமைவில் (ethnic composition) பாரதூரமான மாற்றங்களை ஏற்படுத்தியது. கூடவே மனுதர்மம் இந்தத் துணைக் கண்டத்தின் சமூக உருவாக்கத்தில் நான்கு வருண (சதுர்வருணம்) அமைப்பையும் ஏற்படுத்தியது.

தொல்காப்பியம் ஆரியமயமாக்கலை நேரடியாகவும் மறைமுக மாகவும் குறிப்பிடுகிறது. ஆரிய மரபையும் தமிழ் மரபையும் இணைத்துச் சொல்கிற ஒரு போக்கையும்கூட அது காட்டுகிறது. வடமொழிச் சொற்களைத் தமிழில் கையாளும்போது கவனிக்க வேண்டிய மொழியியல் விதிகளைத் திசைச்சொல், வடசொல் மூலமாகப் பேசுகிறார். வட மரபினர் பின்பற்றும் எண்வகை மணங்களைத் தமிழ் மரபோடு பொருத்தி ஒப்பிட்டுக் காடடுகிறார். இரு மரபுகளுக்கும் ஒற்றுமையும் பொதுமையும் மிகக் குறைவு என்றாலும் அவற்றை வலிய இணைத்துக் காட்டுகிறார். ஒரு வகையான புடைமாற்று இலக்கணத்தை உருவாக்கினாரா? எனும் வினாவுக்கு விடை காண வேண்டியுள்ளது.

வட மரபில் உருவான நான்கு வருண முறையைத் தொல்காப்பியர் அப்படியே இங்கு ஏற்கவில்லை என்பது அன்றைய அனைத்திந்திந்திய சமூக, பண்பாட்டு ஊடுபரவலை (acculturation) அறியத் தூண்டுகிறது. தொல்காப்பியர் கூறுகின்ற சதுர்வருணம் புருஷசூக்தத்தையோ மனுவையே அப்படியே பின்பற்றியதல்ல. மேலோர் கீழோர் எனத் தொடங்கும் சமூகப் படிநிலை அந்தணர், அரசர், வைசியர், வேளாளர் என விரித்துச் செல்கிறார் தொல்காப்பியர். ரிக் வேதமும் மனுவும் இந்தப் படிநிலையை அந்தணர், சத்திரியர், வைசியர், சூத்திரர் எனக் குறிப்பிடுகிறது.

இந்த வருணாசிரம முறையை வைதீகத்தோடும் சமய தருமங் களோடும் இணைத்த வடமரபு, அப்படியே தமிழ் மரபில் ஏற்கப்பட வில்லை. கி.பி.2ஆம் நூற்றாண்டுக்குச் சற்று முன்னர் தோன்றிய

மனுதர்மம் நீதிமுறைக்கானதாகவும் சட்டமாகவும் ஏற்கப்பட்டது அதன் அடுத்தகட்ட வலுவான மாற்றமாகும். தொல்காப்பியத்தில் உள்ள நான்கு வருணம் பற்றிய முன்னீடுகள் இடைச்செருகல் என்று சில அறிஞர்கள் கருதுகின்றனர். இந்தக் கருத்தைப் புறந்தள்ளிவிட முடியாது. பண்டைய தமிழ் மரபின் இயல்முறை வளர்ச்சியைக் (orthogenic development) கண்டால் இதனை அறியலாம்.

மனு குறிப்பிடும் அந்தணர், வைசியர் எனும் இரண்டு சொற்களும் தொல்காப்பியத்தில் உள்ளன. ஆனால், சத்திரியன், சூத்திரன் எனும் இரண்டு சொற்கள் தொல்காப்பியத்தில் இல்லை. மேலும், வைசியருக்கு மூன்று தொழில்களைக் காட்டுகிறார் மனு. ஆனால், 'வைசியன் பெறுமே வாணிக வாழ்க்கை' என்கிறது தொல்காப்பியம். நிலப் பாகுபாடுகளுக்கேற்ப பண்டைத் தமிழகத்தில் உருவான தொழில் முறைகளும் வேலைப் பங்கீடுகளும் மனுதர்மத்திலிருந்து வேறுபடுவதைச் சங்க இலக்கியமும் தொல்காப்பியமும் காட்டுவதை இங்கு நுட்பமாக நுணுகிப் பார்க்கலாம்.

மனு கூறும் சத்திரியர் எனும் பிரிவைத் தொல்காப்பியர் அரசர் எனும் வகையாக மாற்றுகிறார். நான்கு வருணத்துக்கு அப்பால் நின்ற பஞ்சமர் பிரிவை மனு தனித்த கணக்கில் கொள்வது போன்று தொல்காப்பியர் அவர்களை ஓர் இனமாகக் குறிப்பிடவில்லை. தொல்காப்பியத்தின் இறுதிப் பகுதியாகிய மரபியலில்கூட நான்கு பகுப்புகளைப் பேசினாலும், அவற்றை வகுப்பு என்றோ, வருணம் என்றோ வரையறுக்கவில்லை. சங்க காலத்தில் நிலம் சார்ந்த 'குடி'கள் நடைமுறைச் சமூகமாக இருந்தன. தொழில் சார்ந்து துடியர், பறையர், மறவர், மழவர், உமணர், கொல்லர் எனக் குடிகள் அடையாளம் பெறத் தொடங்கினாலும் சதுர்வர்ண முறை வேர்விடவில்லை என்பதைக் காண்கிறோம். தொல்காப்பியம் இந்த நான்கு வருணம் பற்றிப் பேசத் தொடங்கியது போன்ற ஒரு காட்சிச் சித்திரம் காணப்பட்டாலும் சங்க இலக்கியங்கள் எவ்வித சுவடுகளையும் காட்டவில்லை என்பதைக் கவனத்தில் கொள்ள வேண்டும்.

வேற்றுமை தெரிந்த நாற்பா லுள்ளும்
கீழ்ப்பா லொருவன் கற்பின்
மேற்பா லொருவனும் அவன்கட் படுமே (புறம். 183)

எனும் புறநானூற்றுப் பாடல் நான்கு பிரிவுகளைச் சுட்டிக்காட்டினாலும் அவை நான்குவருண வரையறைக்குள் வரவில்லை என்பதை வெளிப்படையாகவே இப்பாடலில் காணமுடிகிறது.

மேல், கீழ் என்ற படிநிலை வலுப்பெற்றுவிட்டதைக் காணலாம்.

துடியன் பாணன் பறையன் கடம்பனென்று
இந்நான்கல்லது குடியு மில்லை

அடலருந் துப்பின்
குருந்தே முல்லையென்று
இந்நான் கல்லது பூவுமில்லை

கருங்கால் வரகே யிருங்கதிர்த் தினையே
சிறுகொடிக் கொள்ளே பொறிகிளர் அவரையொடு
இந்நான் கல்லது உணவுமில்லை

எனும் மாங்குடிக் கிழார் எழுதிய புறநானூற்றுப் பாடல் (335) அந்தந்த இடத்தின் இயல் மரபின் சிறப்பை, முக்கியத்துவத்தை விளக்குவதே யன்றி நால் வருணக் கோட்பாட்டின் சாரத்தைப் பிரதிபலிப்பனவல்ல என்பதையும் இங்கு கவனத்தில் கொள்ள வேண்டும். ஆயினும், வைதீக மரபின் செல்வாக்கு வளர்ந்து கொண்டிருந்த அன்றைய சூழலில் மாங்குடி கிழாரின் பாடல் இயல் மரபின் சிறப்பைச் சொன்னதாகக் கருதாமல், அதனை ஓர் வைதீகத்துக்கு எதிரான எதிர்க் குரலாகவும் மாற்றுச் சொல்லாடலாகவும் கருத இடமுண்டு (நடராசன், தி.சு. 2008: 68).

வைதீகத்தின் வளர்ச்சி

வைதீகம் வேத மதமாகும். இரிக்வேதகாலச் சமூகம் தொடங்கி இதன் பயணம் நீண்டு வந்து கொண்டிருக்கிறது. கி.மு.1200க்கும் கி.மு.800க்கும் இடைப்பட்ட நூற்றாண்டுகளில் பல்வேறு ரிஷிகளால் இயற்றப்பட்டது ரிக் வேதம் (10,552 பாடல்களைக் கொண்டது). நான்கு வேதங்களில் இதுவே முதன்மையானது.

ரிக் வேதம் பத்து மண்டலங்களைக் கொண்டது. முதல் ஆறு மண்டலங்களில் இந்திரன், அக்னி, வருணன், சோமன், சூர்யன், உஷால், புஷன், பர்யன்யா முதலான தெய்வங்கள் பற்றி அறியலாம். இந்த தேவகணத்தில் இந்திரனே ஆரியர்களின் தலைமையான தெய்வம்.

வட இந்தியாவில் வாழ்ந்த திராவிட மக்களோடு அருகருகே வாழ்ந்த ஆரியர்கள் காலப்போக்கில் திராவிட மொழி, பண்பாடு, தெய்வங்கள் முதலானவற்றைத் தழுவிக் கொண்டார்கள். ரிக் வேதத்தின் ஏழாம் மண்டலத்தில் ருத்ரா (சிவந்தவன்-சிவன்), விண்ணகத் தெய்வமான விண்ணுவும் (விஷ்ணு) ஆரியர்கள் ஏற்றுக் கொள்கிறார்கள்.

ரிக் வேதத்தின் ஆரம்ப மண்டலங்களில் காணப்படும் கொள்கை களுக்கும் இறுதி மண்டலங்களில் காணப்படும் உயர்ந்த ஆத்மீகக் கோட்பாடு களுக்கும் உள்ள வேறுபாடு அன்றைய திராவிட மதத் தத்துவங்களால் ஏற்பட்டது என்கிறார் சர்வபள்ளி இராதாகிருஷ்ணன் *(1949: 308)*.

ரிக் வேதத்தின் ஆரம்ப மண்டலங்களில் இந்திரனோடு போரிட்ட அசுரனாகக் கண்ணன் காட்டப்படுகிறான். ஆனால் பிற்கால ஆரியர்களால் மகாபாரதத்தின் சூட்சுமதாரியாக அவன் ஏற்றுக் கொள்ளப்பட்டான். விஷ்ணுவின் அவதாரப் புராணங்களில் சேர்க்கப்பட்டதும் திராவிட மதத்தின் தழுவலையே காட்டுகின்றது. இந்திரன், கிருஷ்ணன் தொடர்பான கோவர்த்தன கிரி பாகவத புராணம் கிருஷ்ணனின் எழுச்சியைக் காட்டுகிறது. இதனால் இந்திர வழிபாடு வலுவிழப்பதையும் இப்புராணம் காட்டுகிறது. இந்திர வழிபாடு கி.பி.7-10 நூற்றாண்டுகளில் மறைந்து விட்டது *(கோபிநாதராவ், டி. ஏ. 1986: 517)*.

ஆரியர்கள் திராவிடத் தெய்வங்களையும் சில மதக் கோட்பாடு களையும் தழுவிக் கொண்டிருந்த வேளையில், திராவிட மன்னர்கள் ஆரியர்களின் வேள்வி, யாகச் சடங்குகளின்பால் கவரப்பட்டனர். அதனால், அரசர்கள் 'ராஜசூயம்' எனும் நீண்ட யாகங்களைச் செய்யுமாறு அந்தணர்களை உடன் வைத்துக் கொண்டனர். ஓராண்டுவரை சர்வ சுதந்திரமாக சுற்றித் திரிந்த குதிரையைப் பலியிடும் 'அஸ்வமேத யாகம்' செய்யுமாறு வேண்டினர். 'வாஜபேய' எனும் யாகத்தின் மூலம் பெறப்படும் தெய்வீக பானத்தால் இளமை திரும்பும் என எண்ணி அதனைப் பெற்றுக் குடித்தனர். இவ்வாறாக வேதமதம் சங்ககாலத்திலேயே தமிழகத்தில் வேரூன்றிவிட்டது.

சமஸ்கிருத நூல்கள் வேத மதத்தைப் 'பிராமண மதம்' என்கின்றன. இம்மதத்தை எதிர்த்த பௌத்த, சமண மதங்களைச் 'சிராமண' மதங்கள் என்றன. அக்காலத்தில் பிராமணியத்தை எதிர்த்த மூன்றாவது மதம் ஆசீவகமாகும்.

சிராமண மதங்களின் செல்வாக்கு ஒருபுறம் இருந்தாலும் தொல்காப்பியர் காலத்திலேயே பார்ப்பனர்கள் தமிழ்ச் சமூகத்தில் தனித் தகுதியுடன் உயர்நிலையில் வாழ்ந்தனர் என்பதைப் பதிவிட்டிருக்கிறார்.

அறுவகைப்பட்ட பார்ப்பனப் பக்கமும்
மறையோர் தேயத்து மன்றல் எட்டனுள் *(கற்பியல்.3)*

சங்ககால மன்னர்கள் தம் அரச சபைகளில் பதவிகள் வழங்கியும், பல ஊர்களை அவர்களுக்குத் தானமாகக் கொடுத்தும் பேராதரவு கொடுத்து வந்தனர். ஆயினும் கி.பி.3ஆம் நூற்றாண்டில் சங்ககால மன்னர்களின் ஆட்சி முடிவுக்கு வருகிறது. களப்பிரர்கள் ஆட்சிக்கு வந்தார்கள். இவர்கள் பிராமணர்களையும், வைதீக மதத்தையும், வேள்விச் சடங்குகளையும் நிராகரித்தனர். உயிர்ப்பலியைத் தடை செய்து, அதனைச் செய்துவந்த பிராமணர்களைத் தண்டித்தனர். சமஸ் கிருதத்தை ஒதுக்கினார்கள். மாறாக, பௌத்த, சமண மதங்களையும், அம்மதத்தார் பேசி வந்த பாளி, அர்த்தமாகதி ஆகிய பிராகிருத மொழிகளையும் ஆதரித்தனர்.

கி.பி.600களின் இறுதிவரை தமிழ் மக்களிடம் ஆதரவை இழந்திருந்த வைதீகப் பிராமணிய மதம் கி.பி.7ஆம் நூற்றாண்டில் ஒரு புதிய எழுச்சியுடன் சைவ சமயத்தோடு தன்னை இணைத்துக் கொண்டு வேகமாகப் பரவத் தொடங்கியது. களப்பிரர்கள் ஆட்சி முடிந்து மீண்டும் சோழ, பாண்டிய அரசுகள் தோன்றிய காலத்தில் வைதீகம் மீண்டும் எழுச்சி பெற்றது. பிராமணர்களும் செல்வாக்கு பெறத் தொடங்கினர். சோழர் ஆட்சியில் (கி.பி.907-1814) சமஸ்கிருதம் உன்னத நிலைக்கு வந்தது. சோழ மன்னர்கள் தம் பெயர்களை ராஜராஜன், ராஜேந்திரன் என்றெல்லாம் சமஸ்கிருதப் பெயர்களாக மாற்றிக் கல்வெட்டுக்களிலும் பொறித்தார்கள். ஏராளமான சைவக் கோயில்களை நாடெங்கும் நிறுவினார்கள்.

சமஸ்கிருதவயமாதலின் ஒரு புதிய வேகத்தைச் சோழர் ஆட்சியில் காண முடிந்தது. பிராமணியத்தின் பேரெழுச்சி இக்காலத்தில்தான் ஏற்பட்டது. வைதீகப் பிராமணியமும், சைவ மதமும் ஒன்றாக இணைக்கப்பட்டது. இந்தக் காலகதியில் வைதீகத்தில் அகவய மாற்றங்களும் விரிவாக்கமும் பிரிவுகளும்கூட தோன்றின. தென்னகத்தின் சிவப்பிராமணரான சங்கராச்சாரியர் தான் ஏற்படுத்திய அத்வைத மதம் (சீர்செய்யப்பட்ட இந்து மதம்) வளருவதற்குப் பாடுபட்டார். இது பிராமணியம், மாயாவாதம், ஏகான்ம வாதம், ஸ்மார்த்தம் என்றெல்லாம் அழைக்கப்பெற்றது (பஷாம், ஏ.எல். 1989).

பின்னுரை

தொல்காப்பிய நூற்பாக்களை ஆழ்ந்து ஆராயும்போது பண்டைத் தமிழர்களில் அந்தணர் ஒரு வகையினர்; பார்ப்பார் மறு வகையினர்

என்பதைக் காணலாம். பிற்காலத்தில் பார்ப்பாரையும் அந்தணரையும் ஒன்றாகக் கருதும் போக்கு ஏற்பட்டது. மனிதகுல வரலாற்றில் பிளவுபடுதலும் ஒன்றிணைதலும் (fission and fusion) நிகழ்ந்ததுண்டு. பார்ப்பாரில் 'வேளாப் பார்ப்பான்' என்போர் ஒரு பிரிவினராக இருந்தனர். சங்ககால வாழ்வியலைக் கருத்தூன்றி நோக்கும்போது அந்தணர் அரசர்களோடும், வேள்வி யாகங்களோடும் ஓர் உயர்நிலை வாழ்வியலைக் கொண்டிருந்தனர் எனலாம்.

பார்ப்பார் சமூக வாழ்விலும் பங்கெடுத்தனர். பாணன், கூத்தன், விறலி, பாங்கன் ஆகியோரோடு தலைவன் தலைவி வாழ்வுக்குப் பார்ப்பனர் உதவினார்கள். நல்ல நாள் பார்த்துச் சொன்னார்கள், சகுனம் பார்த்தனர் என்கிறது தொல்காப்பியம் (கற்பு. 36). அந்தணரைக் காட்டிலும் பார்ப்பார் மக்களோடும் அவர்களின் வாழ்வியலோடும் கலந்திருந்த நிலையைப் பார்க்கிறோம்.

சங்ககாலத்தில் தென்னகம் நோக்கிய புலப்பெயர்வில் வேள்வி செய்யும் ஆரியர்கள் மட்டும் இங்கு வந்தார்கள் எனக் கருத முடியாது. பல்வேறு தரத்தினரும் இங்கு வந்தனர்.

பாணன் மல்லடு மார்பின் வலியுற வருந்தி
எதிர்தலைக் கொண்ட ஆரியப் பொருநன் (அகம். 386)

தமிழ்ப் பாணனை ஆரியப் பொருநன் ஒருவனும் குட்ட நாட்டைச் சேர்ந்த கணையன் ஒருவனும் ஒன்றுகூடி எதிர்த்தனர் என்கிறது இப்பாடல்.

வடநாட்டுக் கூத்தர்களும் இங்குப் புலம்பெயர்ந்துள்ளனர். குறுந்தொகையில் வருகின்ற

... ... ஆரியர்
கயிராடு பறையின் கால்பொரக் கலங்கி (குறுந். 7: 3-4)

எனும் பாடலடிகள் கயிற்றின்மேல் ஆடும் ஆரியக் கழைக் கூத்தாடிகளைக் குறிப்பிடுகிறது. இந்நிலையில் 'ஆரியர்' எனும் சொல் சங்ககாலத்தில் ஒரு மொழிபெயர் தேயத்து மக்களைக் குறித்து நின்ற ஒரு பொது அடையாளம் எனக் கருத வேண்டியுள்ளது. வம்பவேந்தர், வம்பமாக்கள், ஆரியர் எனும் பொதுச் சுட்டுகைகள் அயலினத்தார் எனும் பொருளை உணர்த்தப் பயன்பட்டன. சங்ககாலத்தில் வழங்கப்பட்ட ஆரியர் எனும் பொதுச் சொல் ஆரியக்கூத்தர், ஆரியத் தொம்பர் எனும் தனிச் சுட்டுகைகள் வரை விரிந்ததையும் காண்கிறோம்.

சங்ககாலத்தில் குடிகளில் நிலையான படிநிலை வேறுபாடுகள் ஏற்படாத ஒரு சூழல் இருந்துள்ளது. மேலோர், கீழோர் எனும் படிநிலையில் ஓதுதல் அந்த வரையறையை மாற்றியமைத்திருக்கிறது. பின்வரும் சான்றைக் காண்போம்.

மூத்தோன் வருக என்னாது, அவருள்
அறிவுடையோன் ஆறு அரசும் செல்லும்
வேற்றுமை தெரிந்த நாற்பால் உள்ளும்
கீழ்ப்பால் ஒருவன் கற்பின்
மேற்பால் ஒருவனும் அவன்கண் படுமே *(புறம். 183: 8-10)*

ஒரு குடியில் வரும் பலரில் 'மூத்தோன் வருக' என்று அழைக்காமல், 'அறிவுடையோன் வருக' என்று அரசன் சொல்வான். வேறுபட்ட நான்கு வகை மக்கள் இருந்தால், கீழ்நிலையில் உள்ள ஒருவன் கல்வி கேள்விகளில் வல்லவனாக இருந்தால், மேல்நிலையில் இருப்பவனும் அவனுக்கு ஆட்படுவான் என்கிறது இப்புறப்பாடல்.

ஓதலின் சிறப்பு உணரப்பட்ட அக்காலகட்டத்தில் இப்பாடல் இயற்றப்பட்டது. வர்க்கப் பார்வை வலுப்பெற்ற காலமாகவும் இதனைக் கருத முடிகிறது.

ஆரியர்களின் வேதகாலம் இயற்கை நெறி காலம். சங்ககாலமும் இயற்கை நெறிப்பட்ட காலம்தான். ஆனால் இயற்கையை அவை அணுகிய முறை எதிர் எதிரானது. சடங்குகளில் முந்தையது நெருப்பைக் கையாள, பிந்தையது நீரைக் கையாண்டது. இயற்கை யுடன் மனித சடங்கியல் உரையாடல் அவரவர் சித்தாந்தம் சார்ந்தது. நெருப்பினூடாக விண்ணுலக விழைவு வைதீகத்தின் கண்ணோட்டம். அவர்களின் தெய்வங்கள் யாவும் விண்ணுலகில் நிலைபெற்றவை.

சங்கத் தமிழர் நீரின் ஊடாக மண்ணுலகு விழைவு கொண்டிருந்தமை அவர்களின் சமயக் கண்ணோட்டமாகும். இவ்வாறான ஆரிய, திராவிட எதிரிணைகள் பண்பாட்டின் எல்லா தளங்களிலும் வாழ்வியல் உரையாடல்களாக ஊடுருவி நிற்பதைக் காணலாம்.

ஆரியர்கள் பூர்வீகத்தில் வட துருவ மக்கள். தாங்க முடியாத குளிரில் வாடியவர்கள். சூரிய ஒளியைக் காண தவமிருப்பவர்கள். இத்தகைய சூழலிலிருந்து, மத்திய ஆசியாவுக்குள் நுழைந்து, இந்தியாவிற்குள் புகுந்து கங்கை, யமுனை சமவெளிகளில் குடியமர்ந்தவர்கள். ஆரியர்கள் குளிர்ப் பிரதேச மக்கள் என்பதால் அக்னியை வழிபட்டனர். அக்னியில் குளிர்காய்ந்தனர். அக்னியில் விலங்கினங் களைப் போட்டு சுட்டுத்

தின்றனர். உடல் வெப்பத்திற்கு இறைச்சியுடன் சோம பானத்தைக் குடித்தனர். சங்ககாலத் தமிழர்கள் வெப்ப மண்டல மக்களாதலால் மழையைக் கடவுளாகப் போற்றினர். வான்சிறப்புப் பாடினர். இவ்வாறு இந்த இரண்டு மரபிலும் உள்ள எதிரிணைகளை வரிசைப்படுத்திப் பார்க்கலாம்.

ஆரியர், தமிழர் வழிபாடுகளும் தனித்துவமானவை. சங்ககாலம் வீரயுகக் காலம். வெட்சிப் போர், கரந்தைப் போர், வஞ்சிப் போர், உழிஞைப் போர், தும்பைப் போர் எனப் போர்கள் மிகுந்த காலமது. ஆநிரை மீட்ட வீரர்கள் தொறுப்பூசலில் இறக்க நேரிட்டால் அவர்களுக்கு நடுகல் எழுப்பினர்.

> நிரை இவண் தந்து, நடுக லாகிய
> வெள்வேல் விடலை (புறம். 261).

அம்மறவனைப் புதைத்த இடத்தில் கல் ஒன்றை நட்டனர். பின்னர், பல நடுகற்கள் எழுந்ததால் கற்களில் வீரர்களின் பெயர்களைப் பொறித்தனர்.

> கறவை தந்தவன்
> அணிமயிற் பீலிசூட்டி, பெயர் பொறித்து
> இனி நட்டனரே கல்லும் (புறம். 264).

காலகதியில் நடுகற்களில் வீரரின் பீடு (பெருமை) பற்றியும் இணைத்து எழுதினர்.

> மறவர் பெயரும் பீடும் எழுதி அதர்தொறும்
> பீலி சூட்டிய பிறங்குநிலை நடுகல் (அகம். 67)

இத்தகைய நடுகற்களைக் கணவனை இழந்தவளும் குடும்பத்தாரும் தொழுதனர். இந்நடுகல்லைத் 'தெய்வம் நின்றான்' என்கிறது புறப்பொருள் வெண்பாமாலை (252). பெருவழிகளில் சென்று வரும் பலரும் இதனை வழிபடத் தொடங்கினர்.

> ஒலிமென் கூந்தல் ஒண்ணுதல் அரிவை
> நடுகற் கைதொழுது பரவும் (புறம். 306)
>
> நிரை... பெயர்தந்து... விலங்கியோன் கல்லை
> இரவல தொழாதனை கழிதல் ஓம்புமதி (புறம். 263).

நடுகல் வழிபாடு இன்றைய இறைவழிபாடு போன்றே நடந்துள்ளது. நடுகல்லை நன்னீராட்டி, எண்ணெய்க் காப்பிட்டு, நறும்புகை சார்த்தி, தூபம் காட்டி, நாட்காலைப் பொழுதில் பூசை (பலி) இட்டு, நாட்பலி ஊட்டி வழிபட்டதைப் புறநானூறு (329) காட்சிப்

படுத்துகிறது.

இல்லடு கள்ளின் சில்குடிச் சீறூர்ப்
புடைநடு கல்லின் நாட்பலி ஊட்டி
நன்னீராட்டி நெய்ந் நறைக் கொளீஇய
மங்குல் மாப்புகை மறுகுடன் கமழும் (புறம். 329).

தமிழரின் உருவ வழிபாட்டின் தொடக்கமிது. ஆரியரின் அக்னி வழிபாட்டில் வேள்வியே படையல். தமிழர்கள் மண்ணுலகில் உருவ வழிபாட்டைக் காண, ஆரியர்கள் விண்ணுலகில் அருவ வழிபாட்டைக் கண்டனர். சங்கத் தமிழர்கள் பயன்முறை சார்ந்த சமயத்தில் (pragmatic religion) ஈடுபட்டனர். தொறுப்பூசல் வீரனை முதலில் வணங்கினர், பின்னர் அதனையே தெய்வாக்கினர், அங்கிருந்த கற்களால் வழிபடும் இடத்திற்கு ஒரு வடிவம் கொடுத்தனர். கோயில் பற்றியோ, உருவம் பற்றியோ, அதனை நேர் நின்று கைகூப்பி வழிபடுவது பற்றியோ அறியாதவர் ஆரியர்.

சூழலே வாழ்வியலை நிர்ணயிக்கிறது (ecological determinism) என்பதை இதன் மூலம் அறிகிறோம். மேய்ச்சல் நாகரிகத்திற்கும் வேளாண் நாகரிகத்திற்குமான நாகரிகங்களில் இன்னும் எத்தனை எத்தனையோ வேறுபாடுகள் உள்ளதை நாம் கவனிக்க இயலும். ஆரியமாதலில் தமிழ் மரபின் தனித்துவங்கள் பேணப்பட்ட அதே சூழலில், வைதிக மரபை ஏற்றுக் கொண்டு தம் மரபை ஓரளவு இழந்த நிலையும் வரலாறு நெடுக நிகழ்ந்துள்ளன. இச்செயற்பாட்டில் 'பிளவுபடுதலும் பிணைதலும்' (fission and fusion) எனும் போக்கு முதன்மைச் செயல்பாடாக அமைந்துள்ளது.

உசாத்துணை

அம்மன்கிளி முருகதாஸ். 2006. சங்கக் கவிதையாக்கம்: மரபும் மாற்றமும். கொழும்பு-சென்னை: குமரன் புத்தக இல்லம்.

அரசு, வீ. (ப-ர்). 2012. சங்க இலக்கியம்: பன்முக வசிப்பு. சென்னை: மாற்று வெளியீட்டகம்.

அறவாணன், க.ப. 1978. அற்றைநாட் காதலும் வீரமும். சென்னை: தமிழ்க்கோட்டம்.

அறவேந்தன், இரா. 2009. பண்டைத் தமிழர் வாழ்வில் பசிப்பிணி. திருச்சி: தாயறம்.

___. 2009. செவ்வியல் அழகியல். சென்னை: என்சிபிஎச்.

___. 2019. தமிழ்ச் செவ்வியல் படைப்புகளுக்கான ஆய்வடங்கல். சென்னை: என்சிபிஎச்.

ஆறுமுகம், அ. 2008 (1994). சங்க இலக்கியத்தில் குடும்பம், உடைமை, அரசு. திருமழபாடி: பாவேந்தர் பதிப்பகம்.

ஆலிஸ், அ. 1991. கட்டமைப்பு ஆய்வில் அகநானூறும் புறநானூறும். சிவகங்கை: அன்னம்.

(இ)ரவிச்சந்திரன், தி.கு. 2011. ஒரு ஃபிராய்டியன் பார்வையில் தமிழ் நாட்டுப்புற வழக்காறுகள். சென்னை: அலைகள் வெளியீட்டகம்.

இராகவையங்கார், மு. 1964. ஆராய்ச்சித் தொகுதி. சென்னை: பாரி நிலையம்.

___. 1973. இலக்கியச் சாசன வழக்காறுகள். சென்னை: தமிழ்நாடு அரசு வெளியீடு.

இராமகிருஷ்ணன், எஸ். 1971. இந்தியப் பண்பாடும் தமிழரும். மதுரை: மீனாட்சி புத்தக நிலையம்.

இராமசாமி, அ. 2015 (2013). தொன்மைத் தமிழர் நாகரிக வரலாறு. சென்னை: என்சிபிஎச்.

இராமர், சு. (ப-ர்) 2018. திணைக் கோட்பாடுகளும் தமிழ் ஆய்வுச் சூழல்களும். மதுரை: பிறழ் வெளியீடு.

இராஜேஸ்கண்ணன், இ. 2014. *இலக்கியத்தில் சமூகம்: பார்வைகளும் பதிவுகளும்*. அல்வாய்: ஜீவநதி வெளியீடு.

கந்தையா பிள்ளை, ந.சி. 1948 (1943). *வரலாற்றுக் காலத்திற்கு முற்பட்ட பழந்தமிழர்*. சென்னை: புரொகிரெசிவ் அச்சகம்.

கராஷிமா, நொபொரு & சுப்பராயலு, எ. 2018. *தமிழகத்தில் சாதி உருவாக்கமும் சமூக மாற்றமும்*. சென்னை: என்சிபிஎச்.

காசிநாதன், நடன. 1993. *தொல்லியல் நோக்கில்*. சென்னை: அன்றில் பதிப்பகம்.

கிருட்டினசாமி, க. 1983. *கூட்டமும் திருமணமும்*. சென்னை: மக்கள் பதிப்பகம்.

கிருஷ்ணராஜா, சோ. 2007. *சங்ககாலச் சமூகமும் சமய-மெய்யியற் சிந்தனைகளும்*. கொழும்பு-சென்னை: குமரன் புத்தக இல்லம்.

கிருஷ்ணமூர்த்தி, க.2020. *வேளாண்மை: செவ்வியல் இலக்கியம் முதல் வழக்காறுகள் வரை*. சென்னை: என்சிபிஎச்.

குளோரியா சுந்தரமதி. 1989. *பகுப்பாய்வு நெறியில் சங்க இலக்கியம்*. சென்னை: உலகத் தமிழ்க் கல்வி இயக்கம்.

கைலாசபதி, கனகசபை. 1966. *பண்டைத் தமிழர் வாழ்வும் வழிபாடும்*. சென்னை: பாரி நிலையம்.

___. (தமிழில் கு.வெ. பாலசுப்பிரமணியன்). 2006. *தமிழ் வீரநிலைக் கவிதை*. கொழும்பு- சென்னை: குமரன் புத்தக இல்லம்.

___. 2007. *இலக்கியமும் திறனாய்வும்*. கொழும்பு-சென்னை: குமரன் புத்தக இல்லம்.

சங்கரன், கி.இரா. 2016. *இரும்புக்காலமும் சங்க இலக்கியமும்*. சென்னை: என்சிபிஎச்.

சஞ்சீவி, ந. 1973. *சங்க இலக்கிய ஆராய்ச்சி அட்டவணைகள்*. சென்னை: சென்னைப் பல்கலைக் கழகம்.

___. (ப-ர்). 1974. *பல்கலைப் பழந்தமிழ்*. சென்னை: சென்னைப் பல்கலைக் கழகம்.

சட்டோபாத்யாயா, தேவி பிரசாத் (தமிழில் எஸ். தோதாத்ரி). 2018 (2010). *உலகாயதம்*. சென்னை: என்சிபிஎச்.

சண்முகதாஸ், அ. (ப-ர்) 1984. *தமிழர் திருமண நடைமுறைகள்*. யாழ்ப்பாணம்: மனோன்மணி சண்முகதாஸ் முத்தமிழ் வெளியீட்டுக் கழகம்.

___. 2002. *சங்க இலக்கிய ஆய்வுகள்*. கொழும்பு: தேசிய கலை இலக்கியப் பேரவை.

சண்முகம்பிள்ளை, மு. 1996. *சங்கத் தமிழரின் வழிபாடுகளும் சடங்குகளும்*. சென்னை: உலகத் தமிழாராய்ச்சி நிறுவனம்.

___. 2004. *சங்கத் தமிழர் வாழ்வியல்*. சென்னை: உலகத் தமிழாராய்ச்சி நிறுவனம்.

சண்முகலிங்கன், என். 2002. பண்பாட்டின் சமூகவியல். தொல்லிப்பளை: நாகலிங்கம் நூலாலயம்.

____. 2008. சமூகவியல் கோட்பாட்டு மூலங்கள். தொல்லிப்பளை: நாகலிங்கம் நூலாலயம்.

சதீஸ், கோ. 2016. பண்டைத் தமிழ்ப் பனுவல்கள். சென்னை: என்சிபிஎச்.

சம்பத், இரா. 2006. இலக்கியமும் இலக்கியக் கோட்பாடும். புதுச்சேரி: உமா பதிப்பகம்.

____. 2010. தொல்காப்பியக் கவிதையியலும் தமிழ் இலக்கியமும். சென்னை: முரண் களரிப் பதிப்பகம்.

____. 2020. தமிழ்க் கவிதையியல். சென்னை: சாகித்திய அகாதெமி.

சரளா ராசகோபாலன் 1994. சங்க இலக்கியம் (அகம்). சென்னை: ஒளி பதிப்பகம்.

சாமிநாதன், த. 2013. சங்ககாலத் தொழில்நுட்பம். தஞ்சாவூர்: அன்னம்.

சாமி, பி.எல். 1967. சங்க இலக்கியத்தில் செடி கொடி விளக்கம். சென்னை: தெ.சை.நூ. கழகம்.

____. 1975. தமிழ் இலக்கியத்தில் தாய்த்தெய்வ வழிபாடு. சென்னை: சேகர் பதிப்பகம்.

____. 1990. சங்க நூல்களில் முருகன். சென்னை: சேகர் பதிப்பகம்.

____. 1993. சங்க நூல்களில் சில உயிரினங்கள். சென்னை: சேகர் பதிப்பகம்.

சாரங்கபாணி, இரா. (ப-ர்). 2001. சங்க இலக்கியப் பொருட்களஞ்சியம். (தொகுதி- 1-4). தஞ்சாவூர்: தமிழ்ப் பல்கலைக்கழகம்.

சித்திரபுத்திரன், எச். 2002. சங்கத் தமிழ் உரைநெறிமுறைச் சொற்கள். சென்னை: உலகத் தமிழாராய்ச்சி நிறுவனம்.

சிதம்பரனார், சாமி. 2008. எட்டுத் தொகையும் தமிழர் பண்பாடும். சென்னை: அறிவுப் பதிப்பகம்.

____. 2008 (2002). தொல்காப்பியத் தமிழர். சென்னை: என்சிபிஎச்.

சிவசுப்பிரமணியன், ஆ. 2012. பண்டைத் தமிழ்ச் சமூகத்தில் இறந்தோர் வழிபாடும் மூதாதையர் வழிபாடும். சென்னை: செம்மொழித் தமிழாய்வு நிறுவனத்தின் அச்சிடப் படாத ஆய்வுத்திட்ட நூல்.

____. 2016. சங்ககால உழுதொழிலின் தோற்றமும் வளர்ச்சியும். புதிய ஆராய்ச்சி. இதழ் 5: 181-197.

____. 2019. தமிழரின் தாவர வழக்காறுகள். சென்னை: உயிர் பதிப்பகம்.

சிவத்தம்பி, கா. 1998. பண்டைத் தமிழ்ச் சமூகம்: வரலாற்றுப் புரிதலை நோக்கி. சென்னை: மக்கள் வெளியீடு.

____. 2005. பண்டைத் தமிழ்ச் சமூகத்தில் நாடகம். கொழும்பு: குமரன் புத்தக இல்லம்.

___. 2009. சங்க இலக்கியம்: கவிதையும் கருத்தும். சென்னை: உலகத் தமிழாராய்ச்சி நிறுவனம்.

சிறிகாந்தன், சண்முகராஜா. 2015. நெய்தல் சமூகத்தாரின் மரபு அறிவு. சென்னை: என்சிபிஎச்.

சீனிச்சாமி, து. 2016. திணைக் கோட்பாடு. சென்னை: என்சிபிஎச்.

சீனிவாச ஐயங்கார், பி.டி. (தமிழில் பி. இராமநாதன்) 2007 (). தமிழர் வரலாறு (கி.பி.600 வரை). சென்னை: தமிழ்மண் பதிப்பகம்.

சுந்தர் காளி. 2012. சங்க இலக்கியப் பழமரபுக் கதைகள்: ஒரு மீள்நோக்கு. புதிய பனுவல் 4, 1: 5-16.

சுப்பராயலு, ய.(ப-ர்). 2002. தமிழ்க் கல்வெட்டுச் சொல்லராதி (2 தொகுதிகள்). சென்னை: சாந்தி சாதனா.

சுப்பிரமணியன், கா. 1982. சங்ககாலச் சமுதாயம். சென்னை: என்சிபிஎச்.

செல்வக்குமார், மு. 2020. பிடாரியின் பூசகர்கள். புத்தாநத்தம்: அடையாளம்.

செல்வராசு, சிலம்பு. நா. 2001. தொல்தமிழர் சமயம். சென்னை: காவ்யா.

___. 2009. சங்க இலக்கிய மறுவாசிப்பு. சென்னை: காவ்யா.

___. 2016. தொல்தமிழர் திருமண முறைகள். நாகர்கோவில்: காலச்சுவடு பதிப்பகம்.

___. 2020. தமிழரை வீழ்த்திய தமிழரின் போர் அறங்கள். தஞ்சாவூர்: உலகத் தமிழர் பேரமைப்பு.

செல்வி திருச்சந்திரன், 1997. தமிழ் வரலாற்றுப் படிமங்கள் சிலவற்றில் ஒரு பெண்நிலை நோக்கு. கொழும்பு-சென்னை: குமரன் புத்தக இல்லம்.

ஞானி. 1988. மார்க்சியமும் தமிழ் இலக்கியமும். கோவை: பரிமாணம்.

___. 1999. தமிழில் படைப்பியக்கம். சென்னை: காவ்யா.

___. 2008. தமிழ் மெய்யியல்: அன்றும் இன்றும். சென்னை: காவ்யா.

___. 2010. செவ்வியல் நோக்கில் சங்க இலக்கியம். சென்னை: காவ்யா.

தட்சிணாமூர்த்தி, அ. 1973. தமிழர் நாகரிகமும் பண்பாடும். தஞ்சாவூர்: வெற்றிச் செல்வி வெளியீட்டகம்.

___.2016. சங்க இலக்கியங்கள் உணர்த்தும் மனித உறவுகள். சென்னை: என்சிபிஎச்.

நாச்சிமுத்து, கி. 1963. தமிழில் இடப்பெயராய்வு. நாகர்கோவில்: சோபிதம் பதிப்பகம்.

தமிழண்ணல். 2011. தமிழர் சமயமும் சமஸ்கிருதமும். மதுரை: மீனாட்சி புத்தக நிலையம்.

தமிழவன். 2009. பழந்தமிழில் அமைப்பியல் மற்றும் குறியியல் ஆய்வுகள். சென்னை: உலகத் தமிழாராய்ச்சி நிறுவனம்.

தனஞ்செயன், ஆ. 1996. குலக்குறி இயலும் மீனவர் வழக்காறுகளும். பாளையங்கோட்டை: அபிதா வெளியீடு.

____. 2014. தமிழ் இலக்கிய மானிடவியல். சென்னை: உலகத் தமிழாராய்ச்சி நிறுவனம்.

____. 2010. சங்க இலக்கியமும் பண்பாட்டுச் சூழலியலும். சென்னை: என்சிபிஎச்.

தனிநாயக அடிகள் (தமிழில் க. பூரணச்சந்திரன்). 2014. நில அமைப்பும் தமிழ்க் கவிதையும். சென்னை: என்சிபிஎச்.

தாமோதரன், கு. (ப-ர்). 1999. தொல்லியல் நோக்கில் தமிழகம். சென்னை: தமிழ்நாடு அரசு தொல்லியல்துறை.

தாயம்மாள் அறவாணன். 1987. உறவுமுறைகள்: ஓர் ஆய்வு. சென்னை: பாரி நிலையம்.

____. 2004. மகடூஉ முன்னிலை. சென்னை: பச்சைப்பசேல்.

திருமலை, ம. 2020. பொருநராற்றுப்படை: உரை விளக்கமும் நய உரையும். மதுரை: மீனாட்சி புத்தக நிலையம்.

தேவநேயப் பாவாணர், ஞா. 1966. பண்டைத் தமிழர் நாகரிகமும் பண்பாடும். சென்னை: தி.தெ.சை.நூ.கழகம்.

தேன்மொழி, மா. 2014. சங்ககாலத் திருமண முறைகள். சென்னை: காவ்யா.

நடனகாசிநாதன், ஆ. & மா. சந்திரமூர்த்தி (ப-ர்). 2005. பண்டைத் தடம். சென்னை: உலகத் தமிழாராய்ச்சி நிறுவனம்.

நாயுடு, அ.கி. 1962. தொல்காப்பியர் கண்ட தமிழர் சமுதாயம். கோயம்புத்தூர்.

நுஃமான், எம்.ஏ. 2006. மொழியும் இலக்கியமும். நாகர்கோவில்: காலச்சுவடு பதிப்பகம்.

நெடுஞ்செழியன், க. 2006. சங்ககாலத் தமிழர் சமயம். சென்னை: பாலம்.

____. 2006. தமிழரின் அடையாளங்கள். சென்னை: பாலம்.

____. 2007. சங்க இலக்கியக் கோட்பாடுகளும் சமய வடிவங்களும். திருச்சிராப் பள்ளி: மனிதம் பதிப்பகம்.

பஞ்சாங்கம், க. 2007. சங்க இலக்கியம்: புதிய கோட்பாட்டு நோக்கில். சென்னை: காவ்யா.

____. 2011. இலக்கியமும் திறனாய்வுக் கோட்பாடுகளும். தஞ்சாவூர்: அகரம்.

பரமசிவன், தொ. 1993. பார்ப்பார்: ஒரு வரலாற்றுப் பார்வை. நாவாவின் ஆராய்ச்சி 43: 101-107.

____. 2001. பண்பாட்டு அசைவுகள். நாகர்கோவில்: காலச்சுவடு பதிப்பகம்.

____. 2008. வழித்தடங்கள். பாளையங்கோட்டை: யாதுமாகி பதிப்பகம்

பழனிவேலு, கே. 2010. சங்க இலக்கியம்: பாட்டு மரபும் எழுத்து மரபும்.

சென்னை: என்சிபிஎச்.

பாண்டுரங்கன், அ. 2008. *தொகை இயல்*. புதுச்சேரி: தமிழரங்கம்.

____. 2016. *சங்க இலக்கியம்: சமயம், வழிபாடு, அரசு, சமூகம்*. சென்னை: என்சிபிஎச்.

____. 2019. *தமிழ் மக்களின் தொல்சமயம்*. சென்னை: கோரல்.

பாலகிருஷ்ணன், ஆர். 2011. *சிந்துசமவெளி நாகரிகமும் சங்க இலக்கியமும்*. சென்னை: உலகத் தமிழாராய்ச்சி நிறுவனம்.

____. 2016. *சிந்துவெளிப் பண்பாட்டின் திராவிட அடித்தளம்*. சென்னை: ரோஜா முத்தையா ஆராய்ச்சி நூலகம்.

பாலசுந்தரம், தி.சு. 1953. *பண்டைத் தமிழர் பொருளியல் வாழ்க்கை*. சென்னை: தி.தெ.சை.நூ. கழகம்.

.

பாலசுப்பிரமணியன், கு.வெ. 1994. *சங்க இலக்கியத்தில் சமூக அமைப்புகள்*. தஞ்சாவூர்: தமிழ்ப் பல்கலைக்கழகம்.

____. 2008. *சங்க இலக்கியக் கொள்கைகள்*. மதுரை: மீனாட்சி புத்தக நிலையம்.

பாலுச்சாமி, எ. 2011. *மருதத்தில் மக்கள் வாழ்வியல்*. சென்னை: உலகத் தமிழாராய்ச்சி நிறுவனம்.

பிள்ளை, கே.கே. 1981. *தமிழக வரலாறு: மக்களும் பண்பாடும்*. சென்னை: என்சிபிஎச்.

பூங்குன்றன், ர. 2016 (2001). *தொல்குடி-வேளிர்-அரசியல்: செங்கம் நடுகற்கள்: ஓர் ஆய்வு*. சென்னை: ஹெரிடேஜ் ட்ரெஷர் பப்ளிஷர்ஸ்.

____. 2016. *தொல்குடி வேளிர் வேந்தர்: பண்டைய தமிழகத்தில் அரசு உருவாக்கம் பற்றிய ஆய்வு*. சென்னை: என்சிபிஎச்.

பூங்குன்றன், ர. & சசிகலா, கோ. 2019. *கொற்றவையும் நடுகற்களும்: பழந்தமிழர் வழிபாட்டு மரபுகள்*. சென்னை: சிந்தன் புக்ஸ்.

பெருமாள், அ.கா. & ஸ்டீபன், ஞா. (தொ-ர்). 2005. *அலைகளினூடே*. சென்னை: யுனைடெட் ரைட்டர்ஸ்.

பெருமாள், அ.கா. *தமிழகப் பண்பாடு*. சென்னை: என்சிபிஎச்.

பெருமாள், அ.கா. & இராமச்சந்திரன், நா. (தொ-ர்) 2005. *கானலம் பெருந்துறை: தமிழ் இலக்கியத்தில் நெய்தல்*. சென்னை: தமிழினி.

மனோன்மணி சண்முகதாஸ். 1998. *பண்டைத் தமிழர் வாழ்வியற் கோலங்கள்*. சென்னை: பாரி நிலையம்.

____. 2007. *சாதியும் துடக்கும்*. சென்னை: என்சிபிஎச்.

____. 2007. *சங்ககாலத் திருமண நடைமுறைகள்*. கொழும்பு - சென்னை: குமரன் புத்தக இல்லம்.

மாணிக்கம், வ.சுப. 1962. *தமிழ்க் காதல்*. சென்னை: பாரி நிலையம்.

மாணிக்கம், வீ. 2010. *தமிழர் வாழ்வியல் (கி.பி.300 வரை).* மதுரை: கிளியோ பதிப்பகம்.

மாதையன், பெ. 2001. *வரலாற்று நோக்கில் சங்க இலக்கியப் பழமரபுக் கதைகளும் தொன்மங்களும்.* தஞ்சாவூர்: தமிழ்ப் பல்கலைக் கழகம்.

___. 2004. *சங்க இலக்கியத்தில் வேளாண் சமுதாயம்.* சென்னை: என்சிபிஎச்.

___. 2004. *சங்ககால இனக்குழுச் சமுதாயமும் அரசு உருவாக்கமும்.* சென்னை: பாவை.

___. 2010. *சங்க இலக்கியத்தில் குடும்பம்.* சென்னை: என்சிபிஎச்.

___. 2011. *சங்க இலக்கியச் சொல்லடைவு.* தஞ்சாவூர்: தமிழ்ப் பல்கலைக் கழகம்.

___. 2019. *சங்ககாலம்: உணவும் சமுதாய மாற்றமும்.* சென்னை: பாவை பப்ளிகேஷன்ஸ்.

மௌனகுரு, சி. 2005. *பண்டைத் தமிழர் வரலாறும் இலக்கியமும்.* சென்னை: அலைகள் வெளியீட்டகம்.

ராஜ் கௌதமன். 2006. *பாட்டும் தொகையும் தொல்காப்பியமும் தமிழ்ச் சமூக உருவாக்கமும்.* சென்னை: தமிழினி.

___. 2009. *ஆகோள் பூசலும் பெருங்கற்கால நாகரிகமும்.* சென்னை: தமிழினி.

___. 2019. *பழந்தமிழ் அகவல் பாடல்களில் பரிமாற்றங்கள்.* சென்னை: என்சிபிஎச்.

ராஜன், கா. 2004. *தொல்லியல் நோக்கில் சங்ககாலம்.* சென்னை: உலகத் தமிழாராய்ச்சி நிறுவனம்.

வாச்சக், யரோஸ்லவ் (தமிழில் கோ. பாலசுப்ரமணியன்). 2015. *சங்க இலக்கியத்தில் இயற்கைக் குறியீடு. ஐந்திணை மலர்களும் மரபுகளும்.* புத்தாநத்தம்: அடையாளம்.

வாணி அறிவாளன். 2015. *முல்லை: மண்-மக்கள்-இலக்கியம்.* சென்னை: அருண்அகில் பதிப்பகம்.

வானமாமலை, நா. *பழந்தமிழ் இலக்கியத்தில் பொருள்முதல்வாதக் கருத்துகள்.* ஆய்வுவட்டத் தொகுதி 6.

___. 1973. *தமிழர் பண்பாடும் தத்துவமும்.* சென்னை: என்சிபிஎச்.

வித்தியானந்தன், சு. 2006. *தமிழர் சால்பு.* கொழும்பு - சென்னை: குமரன் புத்தக இல்லம்.

வெங்கடேசன், சு. 2001. *கலாச்சாரத்தின் அரசியல்.* மதுரை: வைகை வெளியீடு.

வெள்ளைவாரனார், க. 2007. *சங்ககாலத் தமிழ் மக்கள்.* திருச்சிராப்பள்ளி: பானு பதிப்பகம்.

வேங்கடசாமி, மயிலை சீனி. 2007. *சங்ககால வரலாற்று ஆய்வுகள்.* சென்னை: என்சிபிஎச்.

வேதாசலம், வெ. 1989. *இயக்கி வழிபாடு.* சிவகங்கை: அன்னம்.

வேலுப்பிள்ளை, ஆ. (ப-ர்). 2011. *தமிழர் சமய வரலாறு*. கொழும்பு-சென்னை: குமரன் புத்தக இல்லம்.

வையாபுரிப் பிள்ளை, ச. 1956. *இலக்கியச் சிந்தனைகள்*. சென்னை.

வையாபுரிப்பிள்ளை, ச. (ப-ர்). 1967. *சங்க இலக்கியம் (பாட்டும் தொகையும், 2 தொகுதிகள்)*. சென்னை: பாரி நிலையம்.

ஜவகர், க. 2010. *திணைக் கோட்பாடும் தமிழ்க் கவிதையியலும்*. சென்னை: காவ்யா.

___. 2017. *திணையுணர் பருவம்*. சென்னை: புதுப்புனல்.

ஜெயராமன், ரா. 2016. *அமைப்புப் பொருண்மையியலும் தொல்காப்பிய இலக்கண மரபும்*. சென்னை: உலகத் தமிழாராய்ச்சி நிறுவனம்.

ஜெயஸ்வால், சு.வீரா. 1991. *வைணவத்தின் தோற்றமும் வளர்ச்சியும்*. சென்னை: என்சிபிஎச்.

ஸ்டீபன், ஞா. 2010. *தொல்காப்பியமும் இனவரைவியல் கவிதையியலும்*. சென்னை: என்சிபிஎச்.

___. 2017. *இலக்கிய இனவரைவியல்*. சென்னை: என்சிபிஎச்.

Allchin, F.R. 1963. *Neolithic Cattle Keepers of South India.* Cambridge: Cambridge University Press.

Balakrishnan, R. 2019. *Journey of a Civilization: Indus to Vaigai.* Chennai: Roja Muthiah Research Library.

Basham, A.L. and Kenneth, Zysk. (eds.) 1989. *The Origin and Development of Classical Hinduism.* New York: Oxford University Press.

Bharathi, Bhakthavatsala, S. 2017. Tamil Food Culture: Some Conceptual Paradigms. *PILC Journal of Dravidic Studies* (N.S.) 1, 1: 13-20.

Burrow, T. and Emeneau, M.B.(eds.). 1984. *A Dravidian Etymological Dictionary.* Oxford: Clarendon Press.

Burrow, Thomas. 1958. Sanskrit and the Pre-Aryan Tribes and Languages. Indo-Asian Culture. *Bulletin of the Ramakrishna Mission.*

Caldwell, Robert. 1856. *A Comparative Grammar of the Dravidian or South-Indian Family of Languages.* London: Harrison Publisher.

Champakalakshmi, R. 1996. *Trade, Ideology and Urbanization: South India 300 BC to AD 1300.* Delhi: Oxford University Press.

Chatterji, Suniti Kumar. 1959. The Indian Synthesis and Racial and Cultural Inter-Mixture in India. *Tamil Culture 8:* 267-324.

Cutler, Norman. 1987. *Songs of Experience: The Poetics of Tamil Devotion.* Bloomington: Indiana University Press.

David, H.S. 1955. The Earliest Tamil Poems Extant. *Tamil Culture* 4, 1: 90-98.

Deshpande, Madhav M. and Hook, Peter Edwin(eds.). 1979. *Aryan and Non-Aryan in India*. Ann Arbor: University of Michigan.

Diehl, C.G. 1964. The Goddess of Forests in Tamil Literature. *Tamil Culture* 11, 4.

Dikshitar, V.R.R. 1930. *Studies in Tamil Literature and History*. London: Luzac.

Dubianski, Alexander M. 2000. *Ritual and Mythological Sources of the Early Tamil Poetry*. Groningen: Egbert Forsten.

____. 1998. Some observations on Sangam Neythal Poetry. *Journal of the Institute of Asian Studies* XV 2: 15-20.

Douglas, Mary. 1966. *Purity and Danger*. London: Routledge and Kegan Paul.

Ehrenfels, U.R. 1941. *Mother-Right in India*. Hyderabad: Oxford University Press.

____. 1943. Traces of Matriarchal Civilization among the Koll: Malaiyalis. *Journal of the Royal Asiatic Society* Vol. IX.

Emeneau, M.B. 1994. *Dravidian Studies: Selected Papers*. Delhi: Motilal Banarsidass.

Glassie, Henry. 1999. *Material Culture*. Bloomington: Indiana University Press.

Gopinatha Rao, T.A. 1986. *Elements of Hindu Iconography*. Delhi: Motilal Banarsidass.

Gurukkal, Rajan 2010 *Social Formations of Early South India*. New Delhi. Oxford University Press.

Hart, G.L. 1974. Some Aspects of Kinship in Ancient Tamil Literature. In *Kinship and History in South East Asia*, Ed. George.

____.1979. *Poets of the Tamil Anthologies: Ancient Poems of Love and War*. Princeton: Princeton University Press.

Hart, George L. 1975. *The Poems of Ancient Tamil: Their Milieu and their Sanskrit Counterparts*. Berkeley: University of California Press.

Hart, G.L. & Heifetz, Hank. 2002 (1999). *The Purananuru*. New Delhi: Penguin Books (Indian edition).

Ingold, Tim. 1986. *The Appropriation of Nature*. Manchester: Manchester University Press.

Kailasapathy, K. 1968. *Tamil Heroic Poetry*. London: Oxford University Press.

Kandaswamy, S.N. 2010. *Foreign Notices of Tamil Classics: An Appraisal.* Thanjavur: Tamil University,

Kothandaraman, Pon. 1997. *Aspects of the Tamil Culture.* Chennai: Poompozhil Veliyiidu.

Lehmann, Thomas & Malten, Thomas. 1993. *A Word Index for Cankam Literature.* Chennai: Institute of Asian Studies.

Mahadevan, Iravatham. 2003. *Early Tamil Epigraphy: From the Earliest Times to the Sixth Century A.D.* Chennai: Cre-A.

Maloney, Clarence. 1970. The Beginnings of Civilization in South India. *Journal of Asian Studies 29, 3: 603-616.*

Marr, J.R. 1985. *The Eight Anthologies: A Study in Early Tamil Literature.* Chennai: Institute of Asian Studies.

Meenakshisundaram, T.P. 1961. *Collected Papers.* Annamalainagar: Annamalai University.

___. 1961. The Theory of Sangam Poetry. *Tamil Culture Vol. 1, No.1.*

___. 1963. The Kinship Terms. *Indian Linguistics 27.*

___. 1965. *A History of Tamil Literature.* Annamalai Nagar: Annamalai University.

Nilakanda Sastri, K.A. 1972. *Sangam Literature: Its Cults and Cultures.* Maras.

Noble, William A. 1989. 'Nilgiri Prehistoric Remains'. In *Blue Mountains: The Ethnography and Biogeography of a South Indian Region.* Delhi: Oxford University Press.

Obeyesekere, Gananath. 1990. *The Work of Culture: Symbolic Transformation in Psychoanalysis and Anthropology.* Chicago: The University of Chicago Press.

Pellegrini, G. 2000. The King and the Flower: Naturalistic Backgrounds and Encomiastic Themes in Early Cankam and Kavya Poetry. *Pandanus* 1: 231-262.

Periyakaruppan. Rm. 1976. *Tradition and Talent in Cankam Poetry.* Madurai: Madurai Publishing House.

Pillai, K.K. 1969. *A Social History of the Tamils.* Madras: University of Madras.

Rajam, V.S. 1986. Ananku: A Notion Semantically Reduced to Signify Female Sacred Power. *Journal of the American Oriental Society 106: 2.*

Rajan, K.2000. *South Indian Memorial Stones.* Thanjavur: Manoo Pathippakam.

___. 2001. *Recent Advances in Early Historic Archaeology of Tamil Nadu.* In *Kaveri (Prof. Y. Subbarayalu Felicitation Volume).*

Radhakrishnan, S. 1949. *Eastern Religion and Western Thought.* London.

Ramanujan, A.K. 1967. *The Interior Landscape: Love Poems from a Classical Tamil Anthology.* London: Peter Owen.

Selby, Martha Ann. 2000. *Grow Long, Blessed Night: Love Poems from Classical India.* New York: Oxford University Press.

___.2003. *A Circle of Six Seasons: A Slection from Old Tamil, Prakrit and Sanskrit Verse.* New Delhi: Penguin.

___.2011. *Tamil Love Poetry: The Five Hundred Short Poems of the Ainkurunuru.* New York: Columbia University Press.

Selvanayagam, S. 1969. The Regional Concept in Tamil Literature. *Journal of Tamil Studies* 1, 1.

Shulman, David, D. 1980. *Tamil Temple Myths.* Princeton: Princeton University Press.

Singaravelu, S. 1966. *Social Life of the Tamils: The Classical Period.* Kualalumpur: University of Malaya.

Sivaraja Pillai, K.N. 1932. *The Chronology of Early Tamils.* Madras: University of Madras.

Sjoberg, Andree F. 2009. *Dravidian Language and Culture.* Kuppam: Dravidian University.

Spencer, George W. 1970. *The Sacred Geography of the Tamil Shaivite Hymns.* NVMFN, Vol XVII, Fasc 3, 1. International Association for the History of Religions.

Srinivasa Iyengar, P.T. *Pre-Aryan Tamil Culture.* Madras:

Subramanian, N. 1966. *Sangam Polity.* Bombay: Asian Publishing House.

Sundarrajan, S. 1991. *Ancient Tamil Country: Its Social and Economic Structure.* New Delhi: Navrang Publishers.

Takahashi, T. 1995. *Tamil Love Poetry & Poetics.* Leiden: E.J. Brill (New York: Koln).

Thani Nayagam, Xavier S. 1966 (1963). *Landscape and Poetry: A Study of Nature in Classical Tamil Poetry.* Bombay: Asia Publishing House.

___. 2010. *Educational Thought in Ancient Tamil Literature.* Tiruchirapalli: Bharathidasan University.

Thapar, Romila. 1984. *From Lineage to State.* New Delhi: Oxford

University Press.

Thiagarajah, Siva. 2011. *Peoples and Cultures of Early Sri Lanka: A Study Based on Geneties and Archaeology.* Kingston: Tamil Information Centre.

Varadarajan, M. 1969. *The Treatment of Nature in Sangam Literature (Ancient Tamil Literature).* Thirunelveli: The South Indian Saivasidhanta Works Publishing Society.

Wilden, Eva. 2002. Anthropomorphic Nature: The Symbolic Code of *akam* Poetry. *Pandanus* 2: 165-186.

___. 2006. Agricultural Metaphors in Sangam Literature. *Pandanus* 6: 191-209.

Zvelebil, K.V. 1975. *Tamil Literature.* Leiden: E.J. Brill.

___. 1992. *Companion Studies to the History of Tamil Literature.* Leiden: E.J. Brill.

சுட்டி

அகமணம் *134, 158*
அகமண வகைகள் *158-161*
அகவல் பாடல் *1*
அகவலன் *77*
அகவன் மகள் *219*
அகவுநர் *77*
அசைவ உணவு *297*
அடிசில் படிமலர்ச்சி *299*
அடிசில் வகைகள் *295*
அடியுறை மகளிர் *243*
அணங்கு *191*
அணங்குடை மகளிர் *97*
அத்தக் கள்வர் *68*
அந்தணர் *255, 331*
அந்தணர் வாழிடம் *113*
அந்துவன் *4*
அம்பா ஆடல் *235, 269*
அமபு *42*
அம்பேத்கர், பி.ஆர். *134*
அம்மானை வரி *234*
அமர்ந்தாடும் ஆடல் *235*
அமலை *314*
அமைப்பியலர்கள் *163*
அயற்குடிகள் *324*
அரங்கசாமி, துரை *125*
அரசு, வீ. *5-6*
அரமகளிர் *193*
அருந்திறல் கடவுள் *194*
அரும்பெறல் உலகம் *186*
அருளி, ப. *167*
அரை நாடோடியம் *47*
அல்லிப்பாவைக் கூத்து *234*
அலைகுடி *84*
அளியசந்தானம் *103*
ஆடல் வகைகள் *235*
ஆண்டான்-அடிமை *247, 253*
ஆஞ்சிக் காஞ்சி *312*
ஆதி சமூகவுடைமை *253*
ஆதி பொதுவுடைமை *283*
ஆதிரை விழா *271*
ஆயர் *265*
ஆயர் குடிகள் *51, 121*
ஆயர் தலைவர்கள் *50*
ஆயர் நாடோடியம் *46*
ஆரியக் கூத்து *235*
ஆரியமயமாதல் *137, 321-24*
ஆரியர் *325, 344-47*
ஆரியர் வருகை *321*
ஆல்சின், எஃப்.ஆர். *46, 49, 322*
ஆவண வீதி *299*
ஆவி வழிபாடு *204, 207*
ஆறலை கள்வர் *68*
இடையர் *51*
இந்திர விழா *267*
இயல்முறை வளர்ச்சி *3, 340*
இயவர் *76*
இயற்கை வழிபாடு *205*
இராகவையங்கார், மு. *271*
இருப்பிடங்கள் *107*
இரும்புக்காலம் *4*
இளந்தாரி மடம் *306*
இறடிப்பொம்மல் *295*

இறப்புச் சடங்கு 182
இறப்பும் தெய்வமாதலும் 201
இறைச்சி உணவு 297-98
இனஅறிவியல் 301
இனக்குழூத்தன்மை 283
இனக்குழூப் பண்புகள் 18, 21
இனக்குழூ மன்னர்கள் 30
இனமீன் வேட்டுவர் 35
இனமையவாதம் 210
இனிப்பு வகைகள் 298
உண்டாட்டு 261, 307, 317
உண்ணும் முறைகள் 293
உணவின் பண்பாடு 291
உணவு 278
உணவு வகைகள் 295-98
உணவுவழிச் சிந்தனை 279
உமணர் 58
உயிர்ப்பாற்றல் வழிபாடு 204-7
உரையன் 65
உழா உழவர் 35, 58, 60
உழிஞை பாடல் 249
உள்ளி விழா 271
உறவினர் வகைகள் 166
உறவுத் திருமணங்கள் 161, 176
உறவுமுறை 165
உறவுமுறைசார் உற்பத்தி 46
உறைவிடம் 140
உன்னநிலை 307
ஊசல் வரி 234
ஊர் அகமணம் 160
ஊர்க்கொலை 311
ஊர்ச் செரு 311
ஊர்ப் புறமணம் 157
எயினர் 67, 222
எரன்ஃபெல்ஸ், யு.ஆர். 101-2
எழுது அணி கடவுள் 208
எளிய குடும்பம் 145
ஏரோர் களவழி 316
ஏறுகோடல் 266

ஏறுதழுவுதல் 264-66
ஒயிற்கும்மி 271
ஒருதுணைக் குடும்பம் 151
ஓண நாள் 271
ஓரையாடல் 235
ஔவையார் 16
கட்டுவிச்சியர் 77, 217
கடவுளின் தோற்றம் 207
கடவுளின் படிமலர்ச்சி 207
கடற்கலங்கள் 57-8
கடன் 294
கடிமரம் 197
கடிமனை நீத்தபால் 148
கண்ணன் அதன் 4
கண்ணுலர் 76
கணை 42
கதநாய் 35
கந்துக வரி 234
கயிற்றுக் கூத்து 234
கரணக் கூத்து 234
கரந்தையார் 65
கராஷிமா, நொபொரு 130
கருமதாயம் 103
கலப்புப் பொருளாதாரம் 36, 47, 71, 283-84
கலைகள் 231
கவிமணி தேசிக விநாயகம் பிள்ளை 96
கழற்கால் மறவர் 315
கழநிமலை 314
கழாய்க் கூத்து 234
கழுது 195
கள்வர் 68
களம் பாடுவோர் 316
களவழி 316
களவாழ்த்து 311
களவேள்வி 315
காட்டெரிப்பு வேளாண்மை 37-8, 47
காடுறை உலகம் 50
காந்தள் 317
காமக்கிழத்தியர் 243

கார்த்திகை விழா 266
காரணவன் 96
காவல் மரம் 197
கானவர் 35
கிணைவர் 76
கிராமங்கள் 237
கிராமங்களில் நகரியம் 81, 239
கிருட்டினசாமி, க. 198
குட்டிக்குடியாட்சிகள் 237
குடவர் 52
குடி 121
குடி அகமணம் 159
குடிஉழியத்தின் தோற்றம் 289
குடிஉழிய முறை 56, 294
குடி சமூகம் 18, 20
குடிநிலை உரைத்தல் 308
குடிப்புறமணம் 155
குடியிருப்பு முறைகள் 105-6
குடியிருப்பு வகைகள் 118-9
குடிவழிச் சமூகம் 84
குடிவழி முறை 140
குடும்பத் தலைமை 141
குடும்பம் 139
குடும்ப வகைகள் 139-151
குயவர் 227, 276
குரவை 234
குரவை வகைகள் 316
குருக்கள், ராஜன் 6, 250
குலக்குறி 197, 205
குலக்குறியம் 197, 205
குழம்பு வகைகள் 298
குழுமணக் குடும்பம் 151
குறத்தி 221
குறவர் 22, 38
குறிசொல்லுதல் 228
குறிஞ்சித் திணைக்குடிகள் 33
குறிஞ்சிப் பயிர்கள் 39
குறிஞ்சியில் வசிப்பிடங்கள் 108
குறுங்கூளியர் 77

குன்றக் குறவர் 26-8
கூட்டுண்ணுதல் 294
கூட்டு வளர்ச்சி 3
கூத்து 240-1
கூத்து வகைகள் 234-6
கூளி 212
கூளியர் 69, 309
கூறுபாட்டுச் சமூகமுறை 84
கூத்தர் 76
கைலாசபதி, க. 9, 11, 139
கொடிச்சி 46
கொடுப்போர்-பெறுவோர் 253
கொடைக்குரிய மரபு 153
கொல்லை உழவர் 47
கொல்லைக் கோவலர் 52-3, 285
கொளற்குரிய மரபு 153
கொற்ற வள்ளை 314
கோ, கேத்தலீன் 88
கோடியர் 76
கோதண்டராமன், பொன். 199
கோலண்டா, பாலின் 145
கோவலர் 52
சங்க இலக்கிய ஆய்வாளர்கள் 11
சங்ககால உணவு 278
சங்ககால உறவுமுறை 173
சங்ககாலக் கலைகள் 233-36
சங்ககாலச் சமூகம் 18
சங்ககாலம் 3
சங்கரன், கி.இரா. 4
சங்கு குளித்தல் 60
சடங்குகள் 177
சடங்குகளின் வகைகள் 210-11
சண்முகம்பிள்ளை, மு. 191, 196, 220, 275, 303
சதீஸ், கோ. 295
சமச்சீர் பரிமாற்றம் 54, 286
சமயத்தின் படிமலர்ச்சி 204-7
சமயத்தின் பன்மியம் 204
சமயம் 190

சமூக சமத்துவம் 23, 283
சமூக வடிவங்கள் 17
சவுத்வொர்த், எஃப்.சி. 321
சாக்த சமயம் 201
சாதி உருவாக்கம் 120
சாதி உருவாகுதல் 129
சாந்திக் கூத்து 235
சாந்தி முகூர்த்தம் 101, 182
சாமியாடி 215
சாலினி 222
சாறு 259
சான்றோர் கவி 1
சிங்காரவேலு, எஸ். 9
சித்திரபுத்திரன், எச். 166-72
சிதறிய குடியிருப்பு 105
சிதைந்த குடும்பம் 147
சிந்துவெளி ஊர்கள் 115-18
சிந்துவெளி நாகரிகம் 12
சிராமண மதங்கள் 342
சிலம்புகழி நோன்பு 178
சிலம்பு வகைகள் 178
சிவசுப்பிரமணியன், ஆ. 56, 279, 289
சிவத்தம்பி, கா. 9-11, 32, 244, 253, 314-5
சிறுகுடி 20
சிறுகுடிக் கானவன் 36
சுப்பராயலு, எ. 130
சுப்ரதன் 319
சுல்லிவன், ஜான் 50
சுற்றுமுகச் சமூகம் 129
சுற்றுவட்டச் சமூக முறை 26
சூர் 192
சூழல் நிர்ணயவாதம் 278
செல்வகுமார், வீ. 282
சென்னியர் 76
சேகரித்தல் 40
சேய்வழி அழைத்தல் 87
சேமச் செப்பு 300
சேரநாட்டில் தாய்த்தாயம் 95
சேரலர் மருக 96

சைல்டு, கோர்டான் 48-9
சொத்துரிமை 141
சோமசுந்தர பாரதி 98
சோறு வகைகள் 295-6, 303
டக்லஸ், மேரி 258
டர்னர், விக்டர் 241
டார்வின், சார்லஸ் 249
டிரவுட்மன், தாமஸ் 175
டைலர், இ.பி. 204
ஞெகிழி 38
தக்காண ஆயர்கள் 47
தகாப்புணர்ச்சி 154, 162-4
தகாப்புணர்ச்சி விலக்கு 162
தந்தைவழிக் குடும்பம் 142
தபுதார நிலை 149
தமரகம் 150
தரநிலைச் சமூகம் 25, 29, 129
தலைக்கை தருதல் 243
தலைப்பிரசவம் 101
தலையொடு முடிதல் 312
தலைவனாட்சி 23
தழிஞ்சிப் பாடல் 249
தன்னுறு தொழில் 63
தனஞ்செயன், ஆ. 10, 198
தனிக்குடும்பம் 145
தனிமரபு 81
தாப்பர், ரொமிலா 325
தாபத நிலை 149
தாபதர் 332
தாய்த்தலைமை 91
தாய்த்தாயம் 86
தாய்த்தெய்வங்கள் 200
தாய்வழி அழைத்தல் 91
தாய்வழிக் குடும்பம் 91, 139
தாய்வழிக் கூறுகள் 87
தாய்வழிச் சமூகங்கள் 102
தாய்த்தெய்வம் 97
தாய்மாமன் 96
தாயகத்தில் வாழ்தல் 94

தாயாட்சி முறை 141
திணை அகமணம் 159
திணைக்குடிகள் 32
திணைப் புறமணம் 154
திமில் வகைகள் 58
திருமணச் சடங்கு 179
திருமணம் பற்றிய கோட்பாடுகள் 163-4
திருமண விதிகள் 152
தில்லைநாதன், ஞானமுத்து 102-3
திணைப்புனம் 37
திணைப்புனம் காத்தல் 40
திணைப்புன வகைகள் 38
திணை வகைகள் 40
துடியர் 76
துணங்கை 236
துணைச் சமூகம் 237
துய்மோன், லூயி 138
துர்க்ஹைம், எமில் 205
தூம்புக்காரன் 248
தெய்வங்களின் வகைகள் 209
தெற்றி ஆடல் 235
தேரோர் களவழி 316
தேவராட்டி 98, 215
தொட்ட காஞ்சி 313
தொடாக் காஞ்சி 313
தொல்முது தெய்வம் 208
தொறுப்பூசல் 64, 305
தோண்டுகழி 43-4
தோல்பாவைக் கூத்து 234
நகரங்களில் கிராமியம் 81, 239
நகைவர் 77, 244
நடராசன், தி.சு. 341
நடுகல் 185, 201
நவகண்டம் 309
நளியழல் புகுதல் 312
நாஞ்சில் நாடன் 96
நாட்கோள் 306
நாடுகள் 29
நான்குதுறை அணுகுமுறை 14
நான்மறை முதல்வர் 337

நிகழ்த்துக்கோவை 80
நியமம் 299
நிலைகுடி 84
நிலையற்ற குடும்பம் 151
நெய்தல் திணைக்குடிகள் 56
நெய்தல் பொருளாதாரம் 61, 286
நெய்தல் வசிப்பிடங்கள் 113
நெருங்கிய குடியிருப்பு 106
பக்தவத்சல பாரதி 22, 50, 75, 83, 86,
    122, 166, 175, 233, 237, 239
பகுத்தல் 294
பங்குனி உத்திரம் 270
படிவ உண்டி 329
படையல் 210
படை வகைகள் 305
பண்டமாற்றம் 52-3, 61-2, 285
பண்பாட்டிடை அணுகுமுறை 11
பண்பாட்டுச் சூழலியம் 302
பண்பாட்டுப் புரட்சி 42
பர்ரோ, தாமஸ் 323
பரத்தையர் 243
பரதவர் 57, 60
பரிசம் 182
பலதார குடும்பம் 146
பவளம் எடுத்தல் 60
பழையர் 60
பள்ளி வகைகள் 255
பஷாம், ஏ.எல். 322-3
பாட்டு வகைகள் 234
பாண்டுரங்கன், அ. 146, 188, 194-5,
    198, 263, 270, 308
பாண்கடன் 313
பாண் கலைஞர்கள் 78
பாண் சமூகம் 19, 73, 84, 232, 251
பாணர் 74-5, 251
பாதீட்டின் தோற்றம் 44, 281
பாதீடு 45, 53
பார்ப்பனர் 326, 330, 344
பார்பா, யூஜீன் 241
பார்வை வேட்டுவன் 35

பால் உணவுகள் 298
பாலகிருஷ்ணன், ஆர். 12-3, 115-9
பாலைத்திணைக் குடிகள் 63
பாலை வசிப்பிடங்கள் 113
பாலைவனச்சோலை கோட்பாடு 48
பாவெல் பாரதி 68
பிசாசு 195
பிராமண மதம் 342
பிராமணர் 135-8, 338
பிழைப்புப் பொருளாதாரம் 46
பிள்ளையாட்டு 245, 266
பின்தேர்க் குரவை 249, 316
பின்ஃபோர்டு, எல். 49
புகழ்க் கூத்து 235
புராதனப் பொதுவுடைமை 16, 20-2
புலப்பாட்டுப் பண்பாடு 259
புழங்கு பொருட்கள் 300
புறமணம் 154
புறமண வகைகள் 154-8
புன்செய் விவசாயம் 47
புனைவியல் உறவினர்கள் 165
புனைவியல் உறவு 174
பூங்குன்றன், ர. 8, 19, 201-2, 245, 304-5
பூசல் 304
பூசல் வகைகள் 64-5, 319
பூசாரி 214
பூசாரியம் 214
பூட்கை மறம் 313
பூதம் 195
பூந்தொடை விழா 260, 306
பூப்பு 181
பூழியர் 52
பெக், பிரந்தா 233
பெண் சுயாட்சி 62
பெண்டிர் வலுக்கல் 217-9
பெண் பூசாரி 98, 224
பெருங்கருங்கூத்து 236
பெருங்கற் சின்னங்கள் 202
பெருங்கற்படைக் காலம் 17, 190

பெருஞ்சோற்று நிலை 262
பெருஞ்சோறு 308
பெருமாள், அ.கா. 240, 292
பெருவிழா 266
பேய் 195
பேய்க்கூத்து 316
ஃபேர்சர்வீஸ் 321
பொதுமகளிர் 244
பொதுமரபு 81
பொதுவர் 52
பொதுவியல் கூத்து 235
பொய்தல் 235
பொருந்தல் அகழாய்வு 12
பொருநர் 76
பொருளாதார நிர்ணயவாதம் 278
போர் 304
போற்றிப் பாடல்கள் 80
மகப்பேறு மணம் 147
மகளிர் வகைகள் 193-4
மணமுறைகள் 152
மணவழகன், ஆ. 289
மதவிடை 297
மர்டாக், ஜி.பி. 166
மருகன் 95
மருதத்திணைக் குடிகள் 54
மருதப் பொருளாதாரம் 288
மருதநில வீடுகள் 114
மருமக்கள்தாயம் 86, 95
மலோானி, கி. 190
மழவர் 63
மறுபங்கீட்டுச் சமூகம் 23, 128
மறுபங்கீடு 253
மறைகாப்பாளர் 336
மன்னுறு தொழில் 63
மன்னைக் காஞ்சி 318
மன்னைச் சொல் 318
மனிதப் பண்பேற்றம் 198
மனு 339-41
மனைவிவழி அழைத்தல் 89

சங்க இலக்கியம் ❖ 365

மாதையன், பெ. 20, 54, 93-5, 104, 139, 173
மார்கன், லூயி ஹென்றி 150-1
மாரட், ஆர்.ஆர். 204
மாரியாட், மக்கிம் 74, 133
மானிடவியல் அணுகுமுறை 14
மானுட வாய்ப்புவாதம் 278
மீளியார் 65
மீன்வேட்டுவர் 57
முக்கோண இயங்கியல் 280
முத்துக்குளித்தல் 60
முத்தையா, இ. 255
முதல் விவசாயக் கருவி 42
முதுபாலை 148-9
முதுபெண்டிர் 92
முதுவாய்ப் பாணர் 251
முரண் களரி 305
முல்லைத் திணைக்குடிகள் 46
முல்லை நிலங்கள் 50
முல்லை வாழிடங்கள் 109
முலைவிலை 180
முன்தேர்க்குரவை 249, 316
முன்னோர் வழிபாடு 205
மூதானந்தம் 142, 312
மூதில்குடி 86, 93
மூதிலாளர் 65, 86, 93
மெககிலவபேர், டென்னீஸ் 102
மேக்ஸ் முல்லர், எஃப் 205
பத்மாகர், ஷெரீன் 234
ரவீந்திரன், செ. 241
ராஜன், கா. 5, 182-6, 202
ராஜ் கௌதமன் 7, 56, 65, 294
ரிண்டோஸ் 49
ரூதர்ஃப்போர்டு 79
ரெனோவ், லூயிஸ் 322
லெவிஸ்ட்ராஸ், குளோத் 162-3, 280
வசைக்கூத்து 234
வஞ்சினம் கூறல் 306
வட்டவடிவச் சமூகம் 23, 122, 129
வட்டார அகமணம் 160

வடக்கிருத்தல் 312
வடபுலக் குடிகள் 324
வம்பமாக்கள் 324
வம்ப மௌரியர் 246
வம்ப வேந்தர்கள் 246
வயிரியர் 76
வரி 234
வரிக்கூத்து 235
வரி வகைகள் 234
வருணாசிரமம் 339
வருவதுரைத்தல் 216
வரையர மகளிர் 193
வல்விற் கானவன் 36
வழிபாட்டுச் சடங்குகள் 209
வள்ளிக்கூத்து 234
வள்ளைப் பாட்டு 234
வறட்சிக் கோட்பாடு 48
வறுவல் வகைகள் 298
வன்புலத்தார் 246
வாண்மங்கலம் 308
வாணி அறிவாளன் 266
வாலஸ், அந்தோணி 213
வாலுவன் 212, 227, 311
வாழ்த்துப் பாட்டு 234
வாழிடங்கள் 104
வாரூடைப விழா 300
விதையர் 53
விநோதக் கூத்து 235
விரகு அறியாளர் 66
விரிந்த குடியிருப்பு 106
விரிந்த குடும்பம் 146
வில் 41
வில்லேர் உழவர் 35, 60
விவசாய முறைகள் 49
விழவு 259
விழாக்கள் 256-77
விழா மரபுகள் 274
விழுக்கோல் 4
விறலியர் 76, 251

வீரயுக அலைகுடிகள் 73
வீரயுகம் 82
வெறியயர்களம் 226
வெறியயர்தல் 226
வெறியாட்டம் 215, 236, 317
வெறியாடல் 226
வேட்டக் கள்வர் 68
வேட்டுவர் 33
வேட்டைக் கருவிகள் 41
வேத்தியல் கூத்து 235
வேதங்கள் 341
வேதியர் 336
வேந்துவிடு தொழில் 63
வேலன் 77, 225
வேலோன் 65
வேளாப் பார்ப்பான் 60
வேளிர் 30
வைதிகம் 341
ஜக்கம்மா 219
ஜாமக்கோடங்கி 219
ஜோசப், டோனி 321
ஸ்பென்சர், ஹெர்பர்ட் 205
ஷாலின்ஸ், மார்ஷல் 54
ஷாஜகான் கனி 236, 255
ஷெக்னர், ரிச்சர்டு 241
ஹண்டர், டேவிட் 79
ஹவிலேண்ட், வில்லியம் 49
ஹோகார்ட், ஆ.மெள. 131

ஐஐ

படித்துவிட்டீர்களா?

பக்தவத்சல பாரதி எழுதிய பிற நூல்கள்

தமிழர் மானிடவியல்

பக்கம்: *472*, விலை: ₹ 325, ISBN: 978 81 7720 100 0

பண்பாட்டு மானிடவியல்

பக்கம்: *208*, விலை: ₹ 160, ISBN: 978 81 7720 158 1

மானிடவியல் கோட்பாடுகள்

பக்கம்: *504*, விலை: ₹ 420, ISBN: 978 81 7720 189 5

வரலாற்று மானிடவியல்

பக்கம்: *224*, விலை: ₹ 165, ISBN: 978 81 7720 208 3

படித்துவிட்டீர்களா?

பக்தவத்சல பாரதி எழுதிய பிற நூல்கள்

இலக்கிய மானிடவியல்

பக்கம்: 316, விலை: ₹ 300, ISBN: 978 81 7720 223 6

பாணர் இனவரைவியல்

பக்கம்: 288, விலை: ₹ 220, ISBN: 978 81 7720 241 0

இலங்கையில் சிங்களவர்

பக்கம்: 208, விலை: ₹ 160, ISBN: 978 81 7720 244 1

படித்துவிட்டீர்களா?
பக்தவத்சல பாரதி எழுதிய பிற நூல்கள்
🙣

தமிழகப் பழங்குடிகள்
பக்கம்: *384,* விலை: ₹ *330,* ISBN: 978 81 7720 080 5
🙣

தமிழகத்தில் நாடோடிகள்
பக்கம்: *456,* விலை: ₹ 380 ISBN: 978 81 7720 270 0
🙣